கானகன்

யுவ புரஸ்கார் விருது பெற்ற நாவல்

கானகன்

யுவ புரஸ்கார் விருது பெற்ற நாவல்

லஷ்மி சரவணகுமார்

எழுத்து பிரசுரம்

காணகன்

Kaanagan © 2019 Lakshmi Saravanakumar
First Edition : 2015
First Edition by Ezutthu Prachuram : January 2019
(An imprint of Zero Degree Publishing)
ISBN: 978 93 87707 79 5
Title No. EP: 36

Zero Degree Publishing
No. 55(7), R Block,
6th Avenue, Anna Nagar,
Chennai - 600 040

Website : www.zerodegreepublishing.com
E Mail : zerodegreepublishing@gmail.com
Phone : 98400 65000

Cover Art : Art Muneeswaran
Layout: Creative Studio

இயக்குநர் ஜி. வசந்தபாலனுக்கு...

நன்றி

நாஞ்சில் நாடன், வண்ணதாசன், தமிழச்சி தங்கப்பாண்டியன், இயக்குநர் ஷங்கர், கோணங்கி, எஸ்.வி.ஆர், நா.முருகேசபாண்டியன், ஜெயமோகன், பாடலாசிரியர் சாவி, ஆண்டிபட்டி முருகன், ஜெகா, குமரேசன், சாம், மனோ.மோகன், சசி, டிஸ்கவரி வேடியப்பன், சுதிர் செந்தில், வானம் - மணிகண்டன், அகரமுதல்வன், கடங்கநேரியான், ரமா சுரேஷ், சுபா செந்தில்குமார் & சிங்கப்பூர் நண்பர்கள். இந்த நாவலுக்கு மதிப்புரை எழுதிய பத்திரிக்கை நண்பர்கள் மற்றும் காடுகளுக்குள் சலிப்பின்றி அழைத்துச் செல்லும் நண்பர்களுக்கும்.

முன்னுரை

"ஈக்வடாரில் பழங்குடி மக்களை அவர்களின் நிலத்திலிருந்து வெளியேற்ற, எஸ்.ஐ.எல் மிஷனரிகள் கையாண்டு வந்த மர்மமான வழிமுறைகளை பின்பற்றின. அவற்றில் முக்கியமானதொன்று முதலில் மிஷனரிகள் மக்களுக்கு பேதிமருந்து தடவப்பட்ட உணவை இலவசமாக வழங்குவார்கள். பின்பு பேதியைக் கட்டுப்படுத்த மருந்தும் கொடுப்பார்கள். ஹூவொரானி பழங்குடி மக்கள் வாழ்ந்து வந்த பகுதிகள் முழுவதும் எஸ்.ஐ.எல், மிஷனரிகள் கண்ணுக்குத் தெரியாத விதத்தில் சிறிய ட்ரான்ஸ்மிட்டர்கள் பொருத்தப்பட்ட உணவுப்பொட்டலங்களை விமானங்களிலிருந்து வீசினர். ஷெல் நகரத்திலிருக்கும் ராணுவத்தளத்தில் உள்ள அமெரிக்க வீரர்கள் இந்த ட்ரான்ஸ்மிட்டர்கள் வெளியிடும் சிக்னல்களைக் கண்டறிய உயர்தரமான தொலைதொடர்பு சாதனங்களோடு எப்போதும் தயார் நிலையில் இருப்பார்கள். எப்போதெல்லாம் பழங்குடியினத்தைச் சேர்ந்த யாராவது ஒருவர் நோய்வாய்ப்பட்டாலோ, விஷப்பாம்பால் கடிக்கப்பட்டாலோ எஸ்.ஐ.எல். பிரதிநிதி தேவையான மருந்துகளுடன் சரியான நேரத்திற்கு வந்து சேர்வார்."

- ஜான் பெர்கின்ஸ்
(பொருளாதார அடியாளின் ஒப்புதல்வாக்குமூலம் நூலில்)

சூழலியல் சார்ந்த விவாதங்கள் உலகம் முழுவதிலும் , பரவலாகிக் கொண்டிருக்கும் சூழலில் அதில் அதிகமும் தொண்டு நிறுவனங்களின் குரல்களாய் இருப்பதில் நாம் எச்சரிக்கையாய் இருக்க வேண்டும். பொருளாதார அடியாளின் ஒப்புதல் வாக்குமூலம் நூலில் ஜான் பெர்கின்ஸ் எவ்வாறு சி.ஐ.ஏ மூன்றாம் உலகநாடுகளின் இயற்கை வளங்களை சுரண்டுகிறார்கள் என்பதை நுட்பமாய் எழுதியுள்ளார். மேற்குலக நாடுகள் நமது இயற்கை வளங்களின் மீது காட்டும் கருணை என்பது நாம் அனுமானிக்கவே முடியாத திருட்டு. ஒரு கதையோ நாவலோ ஒரு பிரச்சனையின் ஒட்டுமொத்த சாராம்சத்தையும் சொல்ல முடியாவிட்டாலும் அப்பிரச்சனையின் ஏதோவொரு புள்ளியிலிருந்து அடுத்த பயணம் நோக்கி ஒரு வாசகனை நகர்த்துவதாக இருந்தால்

போதுமானது. அந்த வகையில் கானகன் வாசிக்கப்பட்டவர்களிடம் சரியான விவாதத்தை உருவாக்கியதாகவே நம்புகிறேன்.

நிலமற்றவர்களின் கதைகளை உரத்துப் பேச வேண்டிய காலமிது, ஜார்கண்ட், ஒடிசா மாதிரியான பழங்குடி மக்கள் அதிகம் வாழும் மாநிலங்களில் இருந்து துரத்தப்பட்ட எத்தனையோ பேர் நம்மூர் உணவகங்களில் பரோட்டா மாஸ்டர்களாகவும், சாலை போடும் வேலை செய்பவர்களாகவும் குறைந்த கூலிக்கு கொத்தடிமைகளைப் போல் வேலை செய்துகொண்டிருக்கிறார்கள். கொஞ்சம் அவர்களிடம் பேச்சுக் கொடுத்துப் பாருங்கள் தங்கள் வனங்களில் இருந்து துரத்தப்பட்ட அவர்களின் துயரம் எத்தனை கொடுமையானதெனத் தெரியும். விவசாய நிலங்களும் வனங்களும் கார்ப்ரேட் நிறுவனங்களால் அரசாங்க உதவியுடன் வேகமாக சூரையாடப்பட்டுக் கொண்டிருக்கும் சூழலில் கானகன் மாதிரி நூறு நாவல்கள் இங்கு வரவேண்டிய தேவையுள்ளது. சமூகத்தின் மீது அலட்சியமற்ற அதிகாரத்திற்கெதிராக கல்லெறிய முடியாமல் போகலாம், ஆனால் கதைகளாக்க முடியும். ஒரு துப்பாக்கிச் சூட்டின் வெக்கையை, உறைந்து போகாத அந்த குருதிச் சூட்டோடு கொல்லப்பட்டவர்களின் கதையை சொல்வதை விட என்ன பெரிய சமூகக் கடமை இருந்துவிடப் போகிறது?

ஒவ்வொரு நாவலும் அதை வாசிக்கிற வாசகனுக்கும் எழுத்தாளனுக்குமான வினோத உறவை ஏற்படுத்தியபடிதான் இருக்கிறது. எனது மற்ற நாவல்கள் கவனிக்கப்பட்டதிலிருந்தும் விவாதிக்கப்பட்டதிலிருந்தும் முற்றிலும் வேறான உறவே எனக்கு கானகனுடன். இயற்கையை ஒரு மனிதன் பார்ப்பதற்கும் உணர்வதற்கும் அரசியல் பூர்வமாய் புரிந்து கொள்வதற்குமான நீண்ட பயணமாகத்தான் இந்த நாவலை எழுத முடிவு செய்த நாளிலிருந்து இப்பொழுதுவரைக்குமான இந்த காலத்தை பார்க்கிறேன். கானகன் லஷ்மி சரவணகுமார் என்னும் இளைஞனை முழுமையான மனிதனாக்கிய நாவல். வனம், வேட்டை, பழங்குடி மக்களின் மீது நிகழ்த்தப்படும் வன்முறைகள் இதையெல்லாம் மீறி மனிதர்களின் அகவுலகைப் புரிந்து கொள்வதற்கான ஒரு பயணமாகத்தான் இந்த நாவலை எழுதின நாட்கள் அமைந்தன.

உப்புநாய்கள் மாதிரியான நாவலை எழுதியதன் பின் கானகனின் கதைக்குள் பயணிப்பதே முதலில் சிரமமாக இருந்தது. ஆனால் தங்கப்பனின் கதை அத்தனை எளிதில் தப்பிச்செல்ல அனுமதிக்கவில்லை. வெறுமனே தங்கப்பனின் வாழ்க்கை மட்டும் கதையாகி இருந்தால் அது கேளிக்கையை மட்டுமே பதிவு செய்திருக்கும். தங்கப்பனின் கதையோடு அகமலைக் காடுகளுக்குள்ளும் பளிச்சி கோவிலுக்கும் பயணித்த நாளில் தான் வனத்திற்குச் சொந்தமான அத்தனை பேரும் வனத்திற்கு வெளியில் இருப்பது தெரிந்தது. வெறும் பார்வையாளனுக்கு காட்டிலிருந்து

கற்றுக் கொள்ள ஒன்றுமில்லை என்பது துரத்தப்பட்ட மனிதர்களின் கதைகளைக் கேட்ட பின்பாக புரிந்தது. பளியர்களின் சொற்களில் இருந்து நான் புரிந்து கொண்ட காடு நான் பார்த்த காட்டிலிருந்து வேறானது, அந்தக் காட்டையும் பறவைகளையும் எழுத விரும்பினேன். தொடர்ந்து பளியகுடி மனிதர்களிடம் கதை கேட்டு அலைய நண்பர்கள் உதவினார்கள். மேற்குத் தொடர்ச்சி மலையடிவாரத்தின் ஒரு கிராமத்தில் பிறந்தவனாய் இருந்தாலும் நான் காட்டோடு வாழ்ந்திருக்கவில்லை. என் கிராமத்திற்கு அருகிலேயே பளியர்கள் இருந்த போதும் அவர்கள் குறித்த தகவல்களையும் அவர்களின் வேட்டைமுறைகளையும் விலாவரியாய் தெரிந்து கொண்டது அறிஞர் காந்திராஜனிடமிருந்துதான். தங்கப்பனின் கதையைச் சொன்ன அலி சாச்சா இந்த நாவலுக்கான சின்னதொரு கோட்டை கிழித்துக் கொடுத்தாரென்றால் அதில் பயணிக்கத் தூண்டியது காந்திராஜன்.

இந்த நாவலை சாத்தியமாக்கிய நிறைய பேரை இந்த தருணத்தில் நினைத்துப் பார்த்துக் கொள்கிறேன். மொக்கநிலை பளியக்குடி மக்கள், பாப்பாத்தியம்மா, அலி சாச்சா, கவிஞர் சக்திஜோதியின் சகோதரி ஜெயாபாண்டியன், நற்றிணை பதிப்பகம், இந்த நாவலை பதிப்பிக்க வேண்டியே அப்பொழுது ஒரு பதிப்பகம் துவங்கிய நண்பர் பால நந்தகுமார் இந்த நாவல் வெளியானதுமே அதை பரவலாக எல்லோரும் கவனிக்க செய்த எழுத்தாளர் சாருநிவேதிதா, எஸ்.ராமகிருஷ்ணன். இவர்களோடு இந்த நாவலை வாசித்ததின் வழி நெருங்கிய உறவுகளாகிப்போன ஏராளமான நண்பர்கள். ஒரு நேர்காணலில் எழுத்து சோறு போடுமா? என்ற கேள்விக்கு கி.ரா ஆம் போடும். நான் சாப்பிட்டிருக்கிறேன் என்றார். என்னளவில் எழுத்து அதை எழுதியவனுக்கு அவனே எதிர்பாரததொரு வாழ்வையும் கொடுத்திருக்கிறது. இந்த நாவலின் ஐந்தாவது பதிப்பைக் கொண்டு வரும் ஸீரோ டிகிரி பதிப்பகத்தாருக்கு என் அன்பு. இந்த வாழ்வை ஒவ்வொரு நாளும் அற்புதமானதாய் மாற்றியபடியிருக்கும் தோழி கார்கிக்கு என் முத்தங்கள்.

லஷ்மி சரவணகுமார்
மார்கழி மாதத்தின் பின்னிரவு
9176891732

சென்னை.

வஞ்சிக்கப்பட்டவர்களின்
பிரார்த்தனைகள் குறித்து
அச்சமாயிருங்கள்
- குர் ஆன்

பெருங்காலம் - 1

பனிக்காலப் பொழுதுகளும்...
வனமிருகங்களின் குருதிச் சுவையும் ..

"Melancholy were the sounds
on a winter's night."
- Virginia Woolf, Jacob's Room

1

வனத்தின் இருளுக்குப் பழக்கப்பட்டுப் போன தங்கப்பனின் கண்களுக்குள் ஏதோ ஒன்றிற்காக காத்திருக்கும் கூர்மை. சின்னதொரு சல சலப்பிற்கு கூட வேகமாக செவி சாய்த்தான். அவனோடு இருந்த அன்சாரிக்கு உடல் முழுக்க அச்சமிருந்தாலும் காட்டிக் கொள்ளாமல் சிரமத்தோடு பரணில் ஒடுங்கியிருந்தான். சுனையில் நீர் சலசலக்கும் சத்தத்துடன் அவ்வப்பொழுது தன்னை நினைவுபடுத்தும் இடையன் குருவியின் சத்தமும் அந்த பகுதி முழுக்க நிறைந்திருந்தது. பரணிலிருந்து பார்க்கையில் தூரத்தில் வடகரையின் விளக்குகளைப் பார்க்க முடிந்தது. தனக்குத் தோதான ஒரு பரண் அமைப்பது பற்றி தங்கப்பன் யோசித்துப்பார்த்து, பெரிய ஆலமரமும் அருகிலேயே சின்னதொரு சுனையும் இருந்த இந்த இடத்தைதான் தேர்வு செய்தான். சுனையைச் சுற்றிலும் புலியின் காலடித்தடங்கள் பதிந்திருப்பதைக் கண்டதால் இந்த முடிவு. நிச்சயமாக புலி அடிக்கடி அங்கு வந்து போயிருக்க வேண்டுமெனத் தெரிந்ததால் இது மிகவும் சிறந்த இடமென்று நம்பினான்.

புலி நீர்ச்சுனைக்கு வந்தால் மரத்திற்கு கீழே கட்டப்பட்டிருக்கும் வெள்ளாடு கண்டிப்பாக தெரியாமல் போகாது. அதே சமயத்தில் பரண் மீது இருந்து கொண்டு புலி வரக்கூடிய இரண்டு பாதைகளையும் எளிதாகக் கண்காணிக்கவும் முடியும். மேலே இருபதடி உயரத்தில் அந்தப் பரண் இப்போது மிகப் பாதுகாப்பானதொரு குகையைப் போலிருந்தது. மறைவிடங்களைத் தயார் செய்வதில் தேர்ச்சி பெற்ற அவன், கீழிருந்து பார்ப்பவர்களுக்குத் தெரியாதபடி சாமர்த்யமாக இலைகளால் பரணை மறைத்திருந்தான். இவ்வளவு பாதுகாப்பு இருந்தாலும் சின்னதொரு அசைவோ, கவுச்சிப் பொருட்களின் வாசனையோ காட்டிக் கொடுத்துவிட்டால் சிலநொடிகளே போதும், அவர்கள் இரண்டு பேரையும் புலி தனக்கு இரையாக்கிக் கொள்ளும். அதனால் ஒவ்வொன்றையும் மிகக் கவனமாகவே செய்தான். எல்லாவற்றையும்விட புலியை வேட்டையாட நினைப்பவனுக்குத் தேவையான மிக முக்கியமான ஆயுதம் பொறுமைதான். அது அவனுக்கு நிறையவே இருக்கிறது.

கீழே ஒரு முளை அடித்து கயிறு கொண்டு வெள்ளாட்டைக் கட்டியிருந்தார்கள். இருளில் தனக்குப் பழக்கமில்லாத அந்த இடத்தைக் கண்டு அஞ்சிய ஆடு நீண்ட நேரம் கத்திவிட்டு இப்போதுதான் களைத்துப் போய் ஓய்ந்திருக்கிறது. காதுக்குள் ஊசிகளை இறக்கியதுபோல் வலிமையான டிசம்பர் மாதத்துக் குளிர். உடலில் நடுக்கம் கண்டு அதனைக் கட்டுப்படுத்திக் கொள்ள வேண்டி அன்சாரி குத்துக்காலிட்டு இவனுக்குப் பக்கத்திலேயே உட்கார்ந்திருந்தான். ஃப்ளாஷ் லைட் அடித்து அடிக்கொருதரம் சலசலப்பு வரும் இடங்களைப்பார்க்க தங்கப்பனுக்கு உதவினான். தங்கப்பனின் மூக்கு பனியில் நனைந்த மரங்களின் பசும் வாடையை கூர்மையாய் நுகர்ந்ததோடு வெகு அருகில் அவர்களோடு வனமிருகம் ஒன்றிருப்பதையும் உறுதிசெய்தது. சுற்றிலும் கண்களைச் சுழலவிட்டவனுக்கு பரணுக்கு தென்கிழக்காக நூறடி தூரத்திற்குள் மிளா ஒன்று சுனைக்கு வருவதா வேண்டாமா என யோசித்துக் கொண்டு நிற்பது தெரிந்தது. மற்ற நேரமாயிருந்தால் தங்கப்பனின் துப்பாக்கி இந்நேரத்திற்கெல்லாம் தானாகவே அந்த மிளாவை குறி பார்த்துக் கொண்டிருக்கும். இப்போது வெறுமனே அதை கவனிக்க மட்டுமே செய்தான். இரண்டு மூன்று முறை "ஈர் ஈர் ஈர் ஈர்... ரென அந்தப் பகுதியையே அரற்றும் வகையில் சப்தமெழுப்பிய பின் மெதுவாக சுனையை நோக்கி வந்தது. அதன் சத்தத்தில் மிரண்டு ஆடு இரண்டு மூன்று முறை துள்ளிக்குதித்து நின்றது. அன்சாரி வேகமாக ஃபிளாஷ் லைட்டை எடுத்து அடிக்கப் போக, தங்கப்பன் அவசரமாக அவனைப் பிடித்து நிறுத்தினான். அவசரப்படாமல் இருக்கச் சொல்லி சைகை காட்டினான்.

சுனையில் கவனமாய் நீரறுந்திய மிளா பாதுகாப்பிற்காக சுற்று

முற்றிலும் திரும்பிப் பார்க்க, சில அடி தூரங்களில் முளையடித்து கட்டப்பட்ட ஆட்டின் இருப்பை வினோதமாய் உணர்ந்திருக்கக் கூடும். தண்ணீர் குடிப்பதை நிறுத்திவிட்டு ஆட்டை சில நொடிகள் உற்றுப் பார்த்தது. அதனால் தனக்கு எதுவும் ஆபத்தில்லை என்பது உறுதியானபின் மீண்டும் தண்ணீரைக் குடித்துவிட்டு அங்கிருந்து வேகமாக ஓடியது. அது வந்த திசையைப் பார்த்து ஆடு இரண்டு மூன்று முறை துள்ளி துள்ளிக் குதித்தபடியே மீண்டும் கத்தத் துவங்கியது. ஆட்டின் அலறல் தன்னை அந்தக் கயிற்றிலிருந்து விடுவித்துக் கொள்ளும் போராட்டமாய் மாற, தனித்துவிடப்பட்ட அந்தப் புதிய சூழல் மீண்டும் அதற்கு எதிர்கொள்ள சகிக்காத பிரச்சனையாய் இருந்திருக்க வேண்டும். ஆட்டின் அலறல் முன்னைவிடவும் அதீதமாய்க் கேட்க, தங்கப்பன் தன்னை வேட்டைக்கு முழுமையாய்த் தயார் செய்து கொண்டான். அன்சாரி பதட்டத்தில் அவனுக்கு உதவியாய் என்ன செய்வது என்பது புரியாமல் லைட்டைக் கையில் வைத்துக் கொண்டு தங்கப்பனின் உத்தரவிற்காக காத்திருந்தான்.

அவர்களின் பரணிருக்கும் இடத்திலிருந்து மேற்குப் பக்கத்தில் நூறடிகளுக்கு அந்தப் பக்கமாய் சருகுகள் அதிக சத்தமின்றி சலசலப்பதை சுனையின் சத்தத்தையும் மீறி தங்கப்பனால் கேட்கமுடிந்தது. இடது தோளிலிருந்த துப்பாக்கியை வலது கைக்கு மாற்றிக் கொண்டவன் மெதுவாக அதில் ரவையைப் போட்டு நிரப்பித் தயார் செய்து கொண்டான். சருகுகள் மிதிபடும் சத்தம் அவர்களுக்கு மிக அருகில் நெருங்கி வந்ததை இப்பொழுது இருவருமே உணர்ந்தனர். அன்சாரிக்குப் பதட்டத்தில் முன்னைவிடவும் உடல் அதிகமாய் நடுங்க, தடுமாறியபடியே லைட்டைப் பிடித்துக் கொண்டிருந்தான். தங்கப்பன் ஒரு முறை திரும்பி அவனைக் கண்களால் மிரட்ட, அன்சாரியின் நடுக்கம் கொஞ்சம் குறைந்தது. சத்தத்தின் மூலமாய் தூரத்தைக் கணக்கிட்டவன் அந்தத் திசையில் குறி வைத்தான். புலி நிதானமாய் வந்து கொண்டிருந்தது. அதன் உடலிலிருக்கும் மஞ் சள் நிறக்கோடுகள் அந்த இருளில் அசைந்து வரும் மஞ்சள் நிறப் பிசாசைப்போல் அதனைக் காட்டியது. சுனையை நெருங்கி வந்தபின் ஒரு முறை சுற்றிலும் பார்த்துவிட்டு தண்ணீரைக் குடிக்கத் துவங்கியது. அதன் உடலை கவனமாக பார்த்ததில் எப்படியும் ஏழடி நீளமும் முந்நூறு கிலோவுக்குக் குறையாத எடையும் இருக்குமெனப்பட்டது. உடலை சிலுப்பியதிலிருந்தும் அதன் பால்மடியிலிருந்தும் பெண்புலி என்பதை தங்கப்பன் புரிந்துகொண்டான். ஆக, இதன் குட்டிகளும் இதே பிராந்தியத்திற்குள்தான் இருக்க வேண்டும். எந்த நிமிடத்திலும் தன் முன்னாலிருக்கும் புலியை சுடத் தயாராகியிருந்தான்.

பரணுக்குக் கீழிருந்து புலியைப் பார்த்துவிட்ட ஆடு, மிளாவைப் பார்த்தபோது அலறியதை விடவும் அதிக சத்தத்தோடு அலறியது.

தண்ணீர் குடிப்பதை நிறுத்திவிட்டு புலி ஆட்டைப் பார்த்தது. சில அடிகள் மெதுவாக நடந்து வந்து ஆட்டைச் சுற்றிலும் தன் பார்வையைச் சுழல விட்டது. அங்கு வேறு உயிரினங்கள் எதுவுமில்லை என்பது உறுதியானதும் மிகவேகமாய் அதன்மேல் பாய்ந்தது. புலி மீது வைத்திருந்த குறியை ஆட்டின்மீது திருப்பினான் தங்கப்பன்.

“லைட்ட ஆட்டு மேல அடிடா...” என மெதுவாக அன்சாரியிடம் சொன்னான்.

ஆட்டின் முதுகில் பாய்ந்திருந்த புலி மூர்க்கமாக அதன் உடலைக் கடித்துக் கொண்டிருந்தது. தனது இரண்டு கால்களுக்கு நடுவிலும் ஆட்டின் உடலைப் பிடித்து அதன் தலையை மட்டும் தனியாகக் கடித்து எறிந்தது. புலியின் கால்கள் ஆட்டை அசையமுடியாதபடி இறுக்கியிருந்தன. புலியின் உடல் மீது அன்சாரி லைட்டை அடிக்க, திடீரெனப் பரவிய பெரும் வெளிச்சத்தில் செய்வதறியாது அப்படியே பின்வாங்கியது புலி. குதறப்பட்ட ஆட்டின் உடல் இறைச்சித் துண்டங்களாய் சிதறிக்கிடந்தன. தங்கப்பன் புலியின் வயிற்றில் குறி வைத்தான். வெளிச்சம் வந்த திசை நோக்கி கண்களை இடுக்கியபடி தலையை சிலுப்பிப் பார்த்த புலியால் அன்சாரியும் அச்சப்பட்டுப் போயிருந்தான். அவன் கைகள் நடுங்கியதில் ஃபிளாஷ் லைட் வெளிச்சம் முன்னும் பின்னுமாய் நகர்ந்தது. அந்த நகர்தலில் புலியும் நகர தங்கப்பனின் குறி தடுமாறியது. இனியும் தாமதிக்கக்கூடாதென அதன் வயிற்றில் சுட்டான். புலி உறுமியபடியே ஒரு கரணம் போட்டு விழுந்தது. தங்கப்பன் வைத்த குறி தவறி புலியின் காலில் பட்டுவிட, குண்டடி பட்ட காலை இழுத்துக் கொண்டு நகரமுடியாமல் கிடந்தது புலி. அன்சாரி கொஞ்சம் தைரியம் வந்தவனாய் இப்பொழுது ஃபிளாஷ் லைட்டை மிகச்சரியாக அதன்மீது அடித்தான். எழுந்து கொள்ள முயன்று முடியாமல் ஒரே இடத்திலேயே சுற்றிக் கொண்டிருந்த புலியை வேக வேகமாக அடுத்த ரவையைப் போட்டு தங்கப்பன் மீண்டும் சுட்டான். இந்த முறை அவன் குறி மிகச் சரியாக அதன் வயிற்றில் பட புலி முன்னைவிடவும் அதிக அதிர்வுகளுடன் விழுந்தது. வலியில் தலையை முன்னும் பின்னுமாய் சிலுப்பியபடி உறுமியது புலி. இனி அது நகரப் போவதில்லை என்பதை உறுதிசெய்து கொண்ட தங்கப்பன் துப்பாக்கியை மீண்டும் இடது தோளுக்கு மாற்றிக்கொண்டான்.

“லைட்ட அமத்துடா அன்சாரி...”

அன்சாரியின் கைகளிலிருந்த விளக்கை மறைத்தான். ஃபிளாஷ் லைட் வெளிச்சம் இல்லாத நிலா வெளிச்சத்தில் புலி இப்பொழுது காட்டில் சாய்ந்து கிடக்கும் முதிர்ந்த மரமெனக் கிடந்தது. அதன் உடலிலிருந்த மஞ்சள் கோடுகள் இலையுதிர்காலத்து இலைகளைப் போல் இன்னும் மலர்ச்சியோடு இருந்தன. தங்கப்பன் மெதுவாக பரணிலிருந்து இறங்க அன்சாரியும் அவனுக்குப் பின்னால் இறங்கினான். இருவர் கைகளிலும்

ஆயுதங்களிருந்தன. கால் வைத்த இடமெல்லாம் ஆட்டின் இறைச்சியும், புலியின் குருதியுமாய் பட்டு வழுக்கியது. ஒவ்வொரு எட்டையும் மிகக் கவனமாக வைத்து நடந்தவர்கள் புலி விழுந்து கிடந்த இடத்திற்கு சில அடி தூரம் தள்ளி நின்று ஆட்டைக் கட்டி வைத்திருந்த முளைக்குச்சியால் அதன் உடலை குத்திப் பார்த்தனர். அவர்கள் குத்தக்குத்த மெதுவாய் அசைந்து குடுத்த புலி எந்த எதிர்வினையும் செய்ய முடியாமல் சுருண்டு கிடந்தது. மரணத்தை நெருங்கிவிட்ட அச்சத்தில் வாலை கால்களுக்குள் இழுத்துக் கொண்டது. இன்னும் சில அடிகள் தங்கப்பன் முன்னால் சென்றான். அருகில் பார்க்கையில் அதன் உடல் சரிந்து கிடக்கும் ஒரு குன்றென அசைவின்றி அப்படியே கிடக்க, அன்சாரி அதன் முகத்திற்கு நேராக வந்து ஃபிளாஷ் லைட்டை அடித்தான். கண்கள் ஏற்கெனவே பாதிக்கும் மேல் மூடிக்கிடக்க, அச்சமூட்டும் இந்த வெளிச்சத்தில் இன்னும் வேகமாய் மூடிக்கொள்ளப் பார்த்தது.

“ஏய் ச்சீ... வெளக்க அமத்துடா...”

அன்சாரி லைட்டை நிறுத்தினான். தங்கப்பன் துப்பாக்கியின் நீண்ட முனையில் கத்தியைக் கட்டினான். இறப்பிற்கு முந்தைய கனத்தில் அவர்கள் இருவரிடமும் எந்தக் கருணையையும் எதிர்பார்த்துக் கிடக்காத புலியின் கண்களில் கம்பீரமாக சாகக் காத்திருக்கும் தவிப்பு. கத்தியைக் கட்டி முடித்த தங்கப்பன் ஒரு முறை வானத்தைப் பார்த்து மனசுக்குள்ளேயே கும்பிட்டான். புலி அவன் கண்களை மட்டுமே பார்த்துக் கொண்டிருக்க ‘சதக்கென’ கத்தியை புலியின் கழுத்தில் இறக்கினான். நீண்ட மூச்சுகளை மட்டும் வெளிப்படுத்திய அதன் கழுத்திலிருந்து சூடான குருதி தடை செய்யமுடியாத அருவியென வழிந்து ஓடியது. இருளில் குனிந்து தங்கப்பன் புலியின் குருதியைக் கைகளால் அள்ளினான். நிலா வெளிச்சம் திட்டுத் திட்டாய் அவர்களைச் சுற்றி விரவியிருக்க,

“இந்தப் புலிக்கும் நமக்குமான சண்ட இப்போதான் ஆரம்பிச்சிருக்கு... இந்த காட்டுக்குள்ள ஏதோவொரு மூலையில வளந்துட்டு இருக்க இதோட குட்டிங்க இனி தெனமும் இதத் தேடும்....”

அன்சாரி அதிர்ச்சியடைந்தான்.

“என்னண்ணே சொல்ற? நீ எப்பவும் பொட்டய சுட மாட்டியே...”

தங்கப்பன் சிரித்துக் கொண்டு துப்பாக்கியை அவனிடம் கொடுத்தான்.

“ஆமா ஆனா இன்னிக்கு வேற வழியில்ல. இத போகட்டும்னு விட்டா உன் மந்தைல இருக்க மொத்த மாட்டையும் இன்னும் பத்து பதினஞ்சு நாளுக்குள்ள குட்டிகளுக்கு திங்கறதுக்குத் தூக்கிட்டுப் போயிடும். பரவாயில்லையா?”

அன்சாரிக்கும் வருத்தமாய் இருந்தது, இறக்கும் புலியை இன்றுதான் முதல் தடவையாய் இவ்வளவு பக்கத்தில் பார்க்கிறான். வாழ்வின் அற்புதமான கணமொன்றில் இருப்பதாய் இருந்த சந்தோசம் மறைந்தது. ஒரு தாயைக் கொன்றதன் மூலம் அதன் வளர்ச்சியடையாத குட்டிகளைத் தனிமைப் படுத்திவிட்டோமே என மனம் கலங்கச் செய்தது. முதல் தடவையாக அதன் மீது கருணை சுரக்க, அருகில் சென்று தொட்டுப்பார்க்க நினைத்து கைகளை நீட்டினான். துப்பாக்கியால் அவன் கைகளை நிறுத்திய தங்கப்பன்,

“இன்னும் அதோட ஆத்மா பளிச்சியம்மன் கிட்ட போகல, நீ ஊருக்குள்ள போயி ஆட்களக் கூட்டிட்டு வா... நான் இங்கயே இருக்கேன்...”

அன்சாரி ஏமாற்றத்தோடு பின்வாங்கிவிட்டு ஃபிளாஷ் லைட்டைத் தங்கப்பனிடம் நீட்டினான்.

“லைட் உனக்கு வேணுமாண்ணே...”

“இல்ல நீயே எடுத்துட்டுப் போ... மிளா வந்த திசைல கொஞ்ச நேரம் நடந்தா ஊருக்குப்போற மேட்டப் புடிச்சிடலாம்... வேற பாதைல போகாத, போறப்போ கிளைய ஒடிச்சி அடையாளம் வெச்சிட்டுப் போ... அப்போதான் வரும் போது சீக்கிரம் வரமுடியும்...”

தங்கப்பன் சுனையை நோக்கி நடந்தான். அன்சாரி மிளா வந்த திசையில் இப்போது வேகமாக நடந்தான். அவன் கையிலிருந்த ஃபிளாஷ் லைட்டின் வெளிச்சம் அந்த திசையின் எல்லை வரை நீண்டிருக்க, அவன் உருவம் மிக வேகமாய் மரங்களுக்குள் மறைந்து போனது. சுனைமேட்டில் துப்பாக்கியை வைத்துவிட்டு நீரள்ளி முகத்தை மட்டும் கழுவிக்கொண்ட தங்கப்பன் திரும்பி வந்து மீண்டும் பரணில் ஏறிக் கொண்டான். அவ்வளவு நேரத்திற்குப் பிறகு, சாப்பிடுவதற்காகக் கொண்டு வந்திருந்த சுட்ட மாட்டு இறைச்சியைப் பிரித்துத் தின்றான். கொல்லப்பட்ட புலியின் கண்கள் அவனையும் அவன் புலியையும் பார்த்தபடி அந்த இரவு கழிந்து கொண்டிருந்தது. நரிகளின் ஊளை, பின்னிரவை நெருங்கிவிட்டிருப்பதை உணர்த்த, சில்வண்டுகள் சுற்றிலும் விடாமல் கத்திக்கொண்டிருந்தன.

இந்தக் காட்டின் பகலும் இரவும் இவனளவில் எந்த ரகசியங்களையும் பாதுகாக்கத் தெரியாதவை. அதன் எல்லா ரகசியத் தடங்களுக்குள்ளும் ஊடுருவும் சாமர்த்யம் கொண்டவன் தங்கப்பன். அவனை அச்சப்படுத்திய காலநிலையோ, வனமிருகமோ எதையும் இந்தக் காட்டில் இதற்கு முன் அவன் எதிர்கொண்டதில்லை. வாழ்வதற்காக இந்த மலையில் தஞ்சமடைந்தபோது அவனுக்கு ஏழு வயதிருக்கும். தங்கப்பனின் அப்பாவும் வேட்டைக்காரன், குமுளிக்கு அந்தப் பக்கமாய் வெள்ளைக்காரர்களின் எஸ்டேட்களுக்கு வரும்

விருந்தினர்களோடு காட்டில் துணைக்குச் சென்றவன். காட்டை நன்கு தெரிந்து வைத்திருப்பவனை கருமாண்டி என்பார்கள். வெள்ளைக்காரர்களுக்கு இவன் அப்பன்தான் மிகச் சிறந்த கருமாண்டி. இறுகி வளர்ந்திருக்கும் குட்டையான காட்டு மரம் போலிருப்பான். கொழுப்பில்லாது நரம்புகள் முறுக்கேறிய உடல். முகம் முழுக்க மயிர் அடர்ந்திருக்கும் அவனைப் பார்க்கும் யாருக்கும் அவனே சொன்னாலன்றி அவன் மனிதனென்று நம்ப சில நிமிடங்கள் ஆகும். அப்பனிடமிருந்துதான் தங்கப்பன் காட்டைத் தெரிந்து கொண்டான், வேட்டையாடத் தெரிந்து கொண்டான். அப்பனைப்போல் இவனும் ஒரு மிகச் சிறந்த கருமாண்டி.

"எல்லாக் காட்டுக்கும் ஒரு ஒடம்பு இருக்கு, மனுஷ ஒடம்புக்கு இருக்கற எல்லா உறுப்பையும் மாதிரி அதுக்கும் உடலுறுப்பு இருக்கு... மனுஷனுக்குனு ஆதாரமா ஒரு உசுரு இருக்கற மாதிரி அதுக்கும் ஒரு உசுரு இருக்கு... காட்டுக்குள்ள காலு வெச்சு நடக்கறப்போ எல்லாம் யாரரோ ஒருத்தரோட ஒடம்புல கால வெச்சு நடக்கறோங்கற கவனத்தோட நட... காடு செலசமயம் தேவத...செலசமயம் மோகினி, செலசமயம் பிசாசு... எப்ப என்னவா இருக்கும்னு தெரியாது..."

அப்பன் சொல்லிக் கொடுத்ததை பால்யத்தில் அவனால் புரிந்து கொள்ள முடியவில்லை. அவன் வளர்ந்து தனியாக வேட்டையாடத் துவங்கின நாட்களில்தான் காட்டின் அத்தனை முகங்களையும் பார்த்தான். இப்பொழுது நாற்பது வயதைக் கடந்திருக்கிற நிலையில், இந்தக் காடு உறங்கும் நேரமும் விழிக்கும் நேரமும் தெரிந்து அதற்கேற்றாற் போல் வேட்டையாடுகிறான். வனத்தைக் காக்கும் மிருகங்களை தேவை ஏற்பட்டாலன்றி அவன் வேட்டையாடுவதில்லை. அவன் அதிகமும் சுடுவது காட்டுக் கோழிகளையும், கருங்குரங்குகளையும் தான். அவ்வப்போது குடியானவர்கள் யாராவது கேட்டால் மிளாவையோ சருகு மானையோ, பன்றியையோ, எருமையையோ சுட்டுக் கொடுப்பான். மற்றபடி அவனுக்கு இதிலெல்லாம் பெரிய விருப்பம் இருந்ததில்லை. காட்டுக் கோழியின் மீதும் பன்றியின் மீதும் அவனுக்கு விருப்பமுண்டு. அதையும் தேவைக்கு அதிகமாகத் தின்னமாட்டான்.

அன்சாரி வைத்துவிட்டுப் போன தண்ணீரைக் கொஞ்சம் குடித்தான். இரவின் குளிர்ச்சி நீரிலும் ஊடுருவி இருக்க, தோராயமாக அன்சாரி திரும்பி வரும் நேரத்தைக் கணித்தான். போக நாலு மைல் வர நாலு மைலென எட்டு மைல்கள் இந்த இருட்டில் எப்படியும் மூணாம் ஜாமமாகிவிடுமென மனதிற்குள்ளாகவே யோசித்துக் கொண்டு பரணில் உடலை வசதியாக சாய்த்துக் கொண்டு கண்மூடினான்.

ஒரு பெண் புலி தன் குட்டிகளுடன் இருக்கும் காட்சியைக் கவனிப்பது உற்சாகமான விஷயம். ஒரு வனமிருகத்தின் தாய்மைப் பரிவை வெளிப்படையாகப் பார்க்க முடியும். மாமிசப் பட்சிணிகளான

விலங்குகள் தங்கள் குட்டிகள் உறுதியாக நடக்கவும் வேட்டையின் அடிப்படையைப் புரிந்து கொள்ளவும் போதுமான வயதடையும் வரை அவை பிறந்த குகைகளுக்கு வெளியே அழைத்துக் கொண்டு வருவதில்லை. அந்தக் காலம் வரை அவை குகைகளிலேயே கவனமாக பாதுகாக்கப்படுகின்றன.

இறைச்சியைத் தாய் விலங்கு தன் வாயிலிட்டு மென்று தின்று அரைகுறையாகச் சீரணித்த பின்பு அதனை உமிழ்ந்து குட்டிகள் தின்னக் கொடுக்கும். தானாகவே சீரணித்துக் கொள்ள முடிந்த சக்தி குட்டிகளுக்கு வரும் போது தாய் விலங்கு வேட்டையாடிய இரையைக் கொண்டு வந்து குகையில் குட்டிகளுக்குப் போடும். அது ஒரு காட்டுக்கோழியாகவோ ஏதாவதொரு பறவையாகவோ இருக்கக் கூடும். கொஞ்ச நாள் போனதும் சிறு விலங்குகளை கொண்டு வரும். நாளடைவில் மானின் கால்களையோ முழு மானையோ கொண்டு வந்துவிடும். அபாயம் ஏற்படுகிற காலங்களில் தாய் விலங்குகள் தன் குட்டியின் கழுத்துச் சதையைக் கவ்விப் பிடித்து அதனை ஓரிடத்திலிருந்து மற்றோரிடத்திற்கு அப்புறப்படுத்துகிறது. ஒரு புலிக்குட்டி வளரும் போது தன் தாயின் உடலிலிருந்துதான் வாழ்வாதாரத்திற்கான அனைத்து சக்திகளையும் பெற்றுக் கொள்கிறது.

மற்ற மிருகங்களை மாதிரியில்லை, புலி ஒழுங்காக வேட்டையாடும் ஒரு மிருகம். தான் வேட்டையாடும் விலங்கினுடைய முதுகின் மீது பாய்ந்து ஒருபக்கமாகக் குனிந்து தொண்டையைத்தான் முதலில் கவ்வும். முன் பாதங்களை நன்கு பதித்துப் பற்றிக் கொண்டே தொங்கும். பின்னர் விரைவாகவும் உறுதியாகவும் முன்னும் பின்னுமாகப் புரட்டி உலுக்கி வேட்டையாடப்பட்ட விலங்கைக் குப்புறத் தள்ளிவிடும். வேட்டையாடப்பட்ட விலங்கு, புலி ஆகியவற்றின் மொத்த எடையும் சேர்ந்து கொள்வதாலும் திடீரென்றும் வேகமாகவும் விலங்கின் கழுத்தைப் பிடித்துத் திரும்புவதாலும் வேட்டையாடப்பட்ட விலங்கினுடைய முன்னெலும்பு முறிந்துவிடுகிறது.

புலியாக இருந்தாலும் சரி, மற்ற எந்த விலங்காக இருந்தாலும் சரி தவிர்க்கமுடியாமல் கூட தாய்விலங்கை தங்கப்பன் சுடமாட்டான். தாய்ப்புலியைச் சுட்டுக் கொன்றுவிட்டால் குட்டிகள் நிச்சயமாகக் காட்டினுள் தப்பி ஓடிவிடும். அங்கு அவை பட்டினி கிடந்து உயிர்விட நேரிடலாம் அல்லது அவை போதுமான அளவுக்கு வளர்ந்திருந்தால் மனிதர்களைத் தின்னும் விலங்குகளாக மாறிவிடலாம். தங்களுக்கு இயற்கையான இரையான இதர மிருகங்களைக் கொல்லும் கலையை இன்னும் அவை சரிவரக் கற்றுக்கொள்ளாத இந்தக் கட்டத்தில் அவை பெற வேண்டிய பயிற்சியில் குறுக்கிட்டுத் தடுத்துவிட்டால் எதிர்பாராதவிதமாய் சிருஷ்டிக்கப்பட்ட சூழ்நிலையின் நிர்ப்பந்தம் காரணமாகத் தங்கள் பசியைத் தீர்த்துக் கொள்ள மனித உயிர்களைக்

கொல்ல புலிகள் முற்படும். உண்மையில் வேறு எந்தப் பெரிய மிருகத்தையும் விட மனிதர்களைத் தாக்கிக் கொள்வது புலிகளுக்கு எளிதானது.

தாய்ப்புலியின் உடலைப் பெருங் குற்றவுணர்வோடு தங்கப்பன் பார்த்துக் கொண்டிருந்தான். குளிரோடு மெல்லிய காற்றும் சேர்ந்து உடலை இலகுவாக்கியது. புலியும் ஆடும் செத்துக் கிடக்க அவற்றின் குருதி வாசனை அருகாமையிலிருக்கும் மிருகங்களுக்கு இந்த நேரத்திற்கு எட்டியிருக்கும். அவை வந்து கடித்து இழுத்துக் கொண்டு போவதாய் இருந்தாலும் ஆட்டின் இறைச்சியை வேண்டுமானால் விட்டுவிடலாம், புலியின் உடலிலிருந்து ஒரு சின்ன மயிரைக்கூட விட்டுவிடக் கூடாதென முடிவு செய்தவனாய்ப் படுத்துக் கிடந்தான் தங்கப்பன். நரிகள் அவனுக்கு மிக பக்கத்தில் ஊளையிடும் சத்தம் கேட்டது. சாய்ந்து படுத்திருந்தவன் எதற்கும் இருக்கட்டுமென துப்பாக்கியில் தயாராக ரவையை நிரப்பி வைத்துக் கொண்டான். நரிகளின் ஊளைச் சத்தம் பக்கத்தில் வர வர எழுந்து சுடத் தயாரானான். சலசலப்பு சத்தம் அதிகமாகி இப்பொழுது ஒரு சின்ன நரிக்கூட்டம் சுனைக்குப் பக்கத்தில் வந்து நின்று புலியை அச்சத்தோடு பார்த்துக் கொண்டிருந்தன. இவ்வளவு பக்கத்தில் தாங்கள் இருக்கும் போதும் புலியால் எப்படி உறங்குவது போல் படுத்திருக்க முடிகிறதென அவற்றிற்கு சந்தேகம். ஒவ்வொரு அடியாக நகர்ந்து வந்த நரிகள் துண்டாடப்பட்ட ஆட்டின் தலையையும் சிதறிக் கிடந்த இறைச்சியையும் பார்த்து ஆட்டைத் தின்ற களைப்பில் புலி உறங்கிக் கொண்டிருப்பதாக நினைத்திருக்க வேண்டும். தனக்கும் புலிக்கும் சம்பந்தமே இல்லையென்பது போல் சிதறிக்கிடந்த ஆட்டின் இறைச்சியைக் கொஞ்சம் கொஞ்சமாய் வாயில் கவ்வியபடி அவை முன்னேறின. அரைகுறையான நிலா வெளிச்சத்தில் நரிக்கூட்டத்திற்கு மையமாக இருந்து வழிநடத்திய பெரிய முதிர்ந்த நரியை தங்கப்பன் குறி வைத்தான். புலியின் வாலுக்குப் பக்கமாக வந்து நரி முகர்ந்து பார்த்தது. வாலுக்குக் கீழ் புலி சிறுநீர் கழித்த வாடை எதுவும் இல்லாததால் சில அடிகள் பின்னால் நகர்ந்த நரி அதன் மீது பாய்வதற்குத் தயாராக, தங்கப்பனின் துப்பாகியிலிருந்து வெடித்த குண்டு அதன் உடலை சிதறடித்துப் பறந்தது.

அதுவரையிலும் அந்த இடத்தில் மனித நடமாட்டம் இருப்பதை உணர்ந்திருக்காத நரிகள் இப்பொழுது சிதறி மீண்டும் காட்டுக்குள் ஓடின. அவை ஆளுக்கொரு திசையில் ஓடியதில் தங்கப்பன் ஒவ்வொன்றும் எந்தப்பக்கம் போகிறதென வேகமாய்க் கவனித்தான். சில துண்டு இறைச்சிக்காக தங்களின் தோழன் ஒருவனை இழந்துவிட்ட கோவம் அந்த நரிகளிடம். பரண் இருந்த இடத்திலிருந்து சில நூறு அடிகள் சென்ற பின் முதல் நரி ஊளையிட்டது. அதன் பின் மற்ற நரிகளும் ஊளையிட அவற்றின் துயர்மிக்க குரல்கள் அந்தக் காட்டின்

வெளியெங்கும் நிரம்பியன.

துப்பாக்கியைப் பரணில் வைத்துவிட்டு வேட்டியை இறுக்கமாகக் கட்டிக் கொண்டான். இந்தக் குளிருக்கு செல்லாயி பக்கத்தில் இருந்திருந்தாளென்றால் இந்த இரவு மகோன்னதமானது அவனுக்கு. அவள் இப்பொழுது கருவுற்றிருக்கிறாள். இவன் மனைவிகளில் இவனுக்கு விருப்பமானவள் அவள் தான். அவளுக்கு இந்த மொத்த உலகத்திலும் விருப்பமானவன் இவன் மட்டுந்தான். சில வருடங்களுக்கு முன்பாகத்தான் இவனிடம் வந்து சேர்ந்தாள். இந்தக் காட்டிலேயே பிறந்த இந்த காட்டின் மகள். பக்கத்திலிருக்கும் பளிகர் கூட்டத்தைச் சேர்ந்தவள். பல நூறு ஆண்டுகளாய் இந்தக் காட்டின் பிள்ளைகளாய் வாழும் அவர்களுக்கு இந்தக் காட்டின் மௌனம், சத்தம், அலறல் அவ்வளவும் தெரியும். வரப்போகிற எல்லாக் காலங்களையும் அவர்களுக்கு மட்டும் காடு முன்னறிவித்துவிடும். பளிச்சியம்மன் தன் பிள்ளைகளை ஒருபோதும் தனித்துப் போகவிடுவதில்லை. அப்படிப் போகும் பிள்ளைகள் ஒரு வகையில் பளிச்சியம்மனை இழிவு செய்துவிட்டவர்களாகவே பார்க்கப்பட்டார்கள். இவள் அதுமாதிரி இழிவு செய்துவிட்டு வந்தவள். உணவுக்காக அன்றி எதற்காகவும் வேட்டையாடக் கூடாதென்கிற பளிகரின் மரபை மீறி சிறுவயது முதலே வேட்டையாடுதலை விருப்பமாக செய்தவள். அதனாலேயே தங்கப்பனின் மீது விருப்பங்கொண்டு புருஷனை விட்டுவிட்டு வந்துவிட்டாள். அவளே ஒரு வளர்ந்த ஒரு சிறுமியைப் போல்தான் இன்னும் இவனுக்குத் தெரிகிறாள். அவளுக்கு சம உயரத்தில் இப்பொழுது ஒரு மகன் வேறு.

காட்டுக்குள் மிருகங்கள் எவ்வளவு தொலைவிலிருந்தாலும் கண்டுபிடித்துவிடும் கூர்நாசி அவளுக்கு. இவனோடு மலைக்கு வந்த முதல்நாளே இரவில் வேட்டைக்கும் வந்தாள். துப்பாக்கியால் மிருகங்களை வேட்டையாடுவதை தங்கப்பனுடன் வந்துதான் தெரிந்து கொண்டாள். அதை முதலில் பார்ப்பதற்கே அதிசயமாய் இருந்தது. இப்பொழுது அவளுக்கு துப்பாக்கி ரொம்பவே பரிச்சயமான ஒன்று. அவள் தனக்கும் ஒரு துப்பாக்கி வைத்திருக்கிறாள். இவன் வைத்திருக்கிற அதே மஸ்ருடு வகை துப்பாக்கிதான். பழைய ஜீப்களின் ஸ்டியரிங்கிலிருந்து செய்யப்பட்ட துப்பாக்கி.

அவள் நினைப்பில் கொஞ்சம் சந்தோசமாக சாய்ந்து கொண்டவனுக்கு குளிரடிப்பது தெரியவில்லை. நிலா மேகக் கூட்டத்திற்குள் வெகு தொலைவுக்கு அப்பால் மறைந்து கிடக்க, சுனையில் தண்ணீர் குடிக்க சருகு மான்கள் கொஞ்சம் அச்சத்தோடு ஓடிவந்தன. கண்களைத் திறந்து பார்த்தான். 'இந்தக் காட்டிற்குத்தான் எத்தனை பெரிய மனது? தன்னை நம்பியிருக்கும் யாருக்கும் குறை வைக்காது பூர்த்தி செய்துகொண்டிருக்கிறது. இன்று நேற்றல்ல... பல

நூறு வருஷங்களாய்....' தங்கப்பன் தனக்கு முன்னாலும் எத்தனை ஆயிரம் பேர் இந்தக் காட்டுக்குள் வேட்டையாடியிருப்பார்கள் என்று யோசித்துப் பார்த்தான். தண்ணீர் குடித்த சருகு மான்களுக்கு ஒரு பூதத்தைப் போல் வீழ்ந்து கிடக்கும் புலியைப் பார்த்ததில் முதலில் கொஞ்சம் அச்சமும் பின்பு கொஞ்சம் தைர்யமும் வந்து அதன் பக்கத்தில் நின்று அதை உசுப்பேற்றும் விதமாய் குதித்து குதித்து விளையாடின. ஒரு சருகு மான் புலியின் மூக்கை உற்றுப் பார்த்தது. எந்த எதிர்வினையும் செய்யாது படுத்துக் கிடக்கும் புலியைப் பார்த்து அதற்கு கொண்டாட்டம். பக்கத்திலிருக்கும் சருகு மானுடன் முட்டியபடி விளையாடியது. பிறகு இரண்டு சருகு மான்களும் புலியின் முதுகில் ஏற முயன்றன. தங்கப்பனுக்கு அந்த சருகு மான்கள் புலியைச் சுற்றி விளையாடுவதைப் பார்க்க சிரிப்பாய் இருந்தது. ரொம்ப நாட்களுக்குப் பிறகு தான் மிருகங்களைப் பார்த்து சிரிப்பதாய் நினைத்தான். புலியின் வாயிலிருந்து வெளியே வந்து விழுந்திருந்த புலியின் நாக்கை ஒரு சருகுமான் நக்கியது. ஏதோவொரு விதமான வெறுப்பில் அது அங்கிருந்து ஓட அதனோடு இன்னொரு சருகுமானும் ஓடியது. தங்கப்பன் அவற்றைத் துரத்த நினைத்து, பரணில் முட்டுக் கொடுத்திருந்த ஒரு சின்ன மரக்கட்டையைப் பிடுங்கி அவற்றை நோக்கி எறிந்தான். எங்கிருந்தோ ஒரு மரக்கட்டை வந்து விழுந்த அதிர்ச்சியில் மான்கள் குடுகுடுவென சுனையைத் தாண்டி ஓடின. ஒரே ஒரு சருகுமான் மட்டும் சுனையைத் தாண்டியபின் திரும்பி சுற்றுமுற்றும் பார்த்தது. எந்தச் சலனமும் இல்லாமல் படுத்துக் கிடக்கும் புலியை சில நொடிகள் பார்த்துவிட்டு வேகமாக அங்கிருந்து ஓடிப்போனது.

உடலில் பகல் முழுக்க அலைந்து திரிந்த களைப்பு மிச்சமிருக்க, கைகளில் சொடுக்குப் போட்டுவிட்டு, மொத்த உடலையும் இடது வலமாக அசைத்து சோம்பல் முறித்தான். மரங்களின் அசைவினுடாக விடிவெள்ளியைப் பார்க்க முடிந்தபோது தூரத்தில் ஊர்க்காரர்கள் வருவதற்கான தாரை தப்பட்டை ஒலியும், தீப்பந்த வெளிச்சமும் ஃபிளாஷ் லைட்களின் வெளிச்சமும் தெரிந்தது. இது ஒருவிதமான சடங்கு. அபூர்வமாக நடக்கும் வேட்டையைப் பக்கத்திலிருக்கும் அத்தனை மலைக் கிராமங்களுக்கும் அந்த பின்னேரத்திலேயே பெருமையோடு சொல்வதற்காகவே இப்படி தாரை தப்பட்டையோடு வருவார்கள். எல்லோருக்குமே தெரியும் என்ன பெரிய வேட்டை என்றாலும் அதைச் செய்தது நிச்சயம் தங்கப்பன் தானென்று... அடுத்தநாள் அவன் குடிசையில் பக்கத்து கிராமங்களிலிருந்து வரும் நிறைய முக்கியஸ்தர்களை பார்க்க முடியும். பெரும்பாலும் எல்லோருக்கும் ஒரே விதமான சலிப்பான பதிலைத்தான் சொல்வான். அல்லது நிறையக் குடித்துவிட்டு தூங்கிவிடுவான். அவனுக்கு வேட்டை என்பது தனித்துக் கொண்டாடக்கூடிய விசயமல்ல. அப்படிப்

பார்த்தால் அவன் ஒவ்வொரு நாளையும் கொண்டாடுகிறவனாகத்தான் இருக்கிறான். தினம் நான்கைந்து கருங்குரங்குகளோடு குடிசைக்குத் திரும்புகிற பொழுது என்ன மனநிலை இருக்குமோ அதே மனநிலைதான் ஒரு சிறுத்தையையோ, அல்லது கரடியையோ சுடும் போதும் இருக்கிறது. ஆனால் இன்று சுடப்பட்ட புலி குறித்துதான் கொஞ்சம் வருத்தப்பட்டான்.

“பாவம் இதன் குட்டிகள், இந்தக் காடு முழுக்க இனி இல்லாத தன் தாயைத் தேடி அலையப் போகின்றன. தாய் கிடைக்காத கோவத்திலேயே அந்தக் குட்டிப்புலிகள் கொடூரமானவைகளாய் மாறக்கூடும்...”

வெளிச்சமும், சத்தமும் நெருங்கிவரும்போது பரணிலிருந்து மெதுவாக இறங்கினான். புலி இப்போதும் எந்தச் சலனமுமில்லாமல் படுத்துக் கிடந்தது. நீண்ட கால தன் வாழ்க்கைக்குக் கிடைத்திருக்கும் ஓய்வைப் போலிருந்தது அதன் முகம். இறந்த பின்னும் அதன் கம்பீரம் கொஞ்சமும் குறையவில்லை. கொல்லப்பட்டு வீழ்ந்து கிடக்கும் போர்வீரனைப் பார்ப்பதைப் போல் தங்கப்பன் அதனைப் பார்த்தான். அவனைச் சுற்றிலும் வெளிச்சம் பரவ தாரை தப்பட்டைச் சத்தமும் சேர்ந்து நின்றது. சந்தோசமாக எல்லோரையும் திரும்பிப் பார்த்தான். அந்த அகாலத்திலும் செல்லாயியும் அவளின் மகன் வாசியும் ஆட்களோடு வந்திருந்தார்கள். பளிச்சியின் மகனுக்கு அந்தப் புலி இந்தக் காட்டின் உயிருள்ள அசையும் சிறு உருவமாகவே தெரிய, இந்தக் காடே கொல்லப்பட்டது போல் துயருற்றான். ஊர்க்காரர்கள் தங்கள் பகைவனைக் கொன்றுவிட்ட சந்தோசத்தில் சத்தமாய்க் கத்தினார்கள். இத்தனைக்கும் இந்தப் புலியால் அதிகமும் பாதிக்கப்பட்டது அன்சாரியும் அவன் மாட்டுக் கெடையும் மட்டுந்தான். மற்றவர்களுக்கு இந்தப் புலியால் ஏற்பட்ட அச்சம்தான் பெரும் தொந்தரவாய் இருந்தது. அதிலிருந்தெல்லாம் விடுதலை கிடைத்துவிட்ட சந்தோசத்தில் ஆராவாரம் எழுப்பினார்கள். அன்சாரியும் இன்னும் சிலரும் வேகமாக வந்து இவனைத் தூக்கிக் கொண்டார்கள். பளிச்சி மட்டும் மெதுவாக நடந்து வந்து புலியின் கழுத்திலிருந்து வழிந்து உறைந்து போயிருந்த ரத்தத்தைக் கட்டை விரலில் எடுத்து தன் புருஷனுக்குத் திலகமிட்டாள். எல்லோரும் சந்தோசமாய் ஆராவாரம் எழுப்ப கூச்சத்தோடு தங்கப்பன் கீழே இறங்கிக் கொண்டான். தாரை தப்பட்டை சத்தங்கள் ஓய, எல்லோரும் அந்த வெளிச்சத்தில் கெஞ்சம் பயத்தோடு தள்ளி நின்று புலியைப் பார்த்துக் கொண்டிருந்தனர். ஆண்கள் சிலர் பரணைப் பிரித்து அதைப் பிரம்மாண்டமானதொரு சப்பரமாய்க் கட்டிக் கொண்டிருந்தார்கள். அதில் இலை தழைகள் பரப்பப்பட்டு புலியை எடுத்துப் போகும் சப்பரமாக தயாராகிக் கொண்டிருந்தது. சப்பரம் தயாரான பின் கூட்டத்திலிருந்த ஆண்கள் புலியின் உடலில் வெவ்வேறு

இடத்தில் கயிறுகளைக் கட்டி அதை மெதுவாக இழுத்து கொஞ்சம் கொஞ்சமாய் சப்பரத்தில் படுக்க வைத்தனர்.

சப்பரத்தை ஊர் நோக்கித் தூக்கிச் செல்வதற்கு முன்னால் அன்சாரியும் ஊர் பெரியாட்களும் தங்கப்பனிடம் வந்தனர்.

“ஒனக்கு என்ன வேணுமோ கேளுடா தங்கப்பா...”

தங்கப்பன் சிரித்தான். மீசையை முறுக்கி விட்டுக் கொண்டான்... திரும்பி ஊர்க்காரர்களைப் பார்த்துவிட்டு மெதுவாக நடந்து புலியிடம் போனான். அதன் மீசை மயிர்கள் ஐந்தாறைப் பிடுங்கிக்கொண்டு வந்து, “எனக்கு இது போதும்... வேற எதாச்சும் தேவைன்னா நான் அன்சாரி கிட்ட கேட்டுக்கறேன்...”

சொல்லிவிட்டு கூட்டத்தைத் திரும்பியே பார்க்காமல் பளிச்சியைக் கூட்டிக் கொண்டு ஊர்க்காரர்களுக்க்கு முன்னால் நடந்தான். பின்னால் வாசி ஆட்களோடு வர, கூட்டத்திலிருந்த ஆண்கள் ஆளுக்கொரு கை பிடித்து மெதுவாக புலியைத் தூக்கினர். ஃபிளாஷ் லைட்களின் வெளிச்சத்தோடு அவர்கள் ஊரை நோக்கி நடந்தனர். அடுத்த நாளுக்கான வெளிச்சத்தில் வானம் வெளுத்திருந்தது.

அதிகாலையில் அவர்கள் காட்டின் எல்லையைத் தாண்டி இறங்கியபொழுது முதிய மரமொன்றிலிருந்து பார்த்துக் கொண்டிருந்த சடையன், புலியின் உடலெங்கும் பட்டாம் பூச்சிகள் பறந்து கொண்டிருப்பதாய் தனக்குத் தானே சொல்லிக் கொண்டான். அவன் கண்களில் நூற்றாண்டு துயரம்... ஒரு எல்லை வரை ஓடியவன் திரும்பி மீண்டும் காட்டுக்குள் ஓடி வந்தான். சடையன் இந்தக் காட்டின் காவலன். காட்டைக் காக்கும் பளிச்சிக்கு மட்டுமே இப்பொழுது அவன் பேசுவது புரியும், சிலர் அவனுக்கு கிறுக்குப் பிடித்துவிட்டதால் அப்படி பேசுவதாகச் சொல்லிக் கொள்கிறார்கள். இன்னும் சிலர் அவன் பளிச்சியோடு பேசுகிறானென்று சொல்லிக் கொள்கிறார்கள்.

“பாட்டா பறந்து போ... நீபறந்து போ... பாப்பாவுக்கு பால் குடுக்கனும்... பறந்து போ.... உன் மேல எல்லாம் பட்டாம் பூச்சி பறக்குது... சீக்கிரமா பறந்து போ...” என அவன் அந்த மரத்தை சுற்றி உளறிக் கொண்டிருந்ததை வெட்கத்தோடு பார்த்த சூரியன் காட்டின் கிழக்காக சிவந்து எழுந்திருந்தது.

2

மொக்கநிலை பளியக்குடிதான் அகமலை வட்டத்தில் பெரிய பளியக்குடி, இன்னிய தேதியில் நாற்பத்திரெண்டு குடும்பங்கள் வாழும் அந்தக் குடி ஆட்கள் இந்தக் குளிர்காலத்தில் நிகழ்ந்த முதல் பெரும் வேட்டையை முந்தைய பின்னிரவில் தெரிந்து கொண்டதிலிருந்து கலக்கத்துடனிருந்தனர். அகமலை, நவமலை, நாகமலை, வெள்ளிமலை என தவளைநாடு முழுக்க இருக்கும் பளியக்குடிக்கு தகவல் அனுப்ப அதிகாலையிலேயே மூத்த பளியன் பூசணியின் பேரன் கட்டையன் கிளம்பிப் போய்விட்டான். எம்.ஜி.ஆர் சீமையிலிருந்து உயிரோடு திரும்பி வருவாரா மாட்டாரா, அப்படியே வந்தாலும் முதல் மந்திரியாவாரா என இந்தக் காட்டுக்கு வெளியில் ஊர் உலகமே பெரும் கலக்கத்திலிருந்தது. மொக்கைநிலை குடிசைகளில் கூட மேல நாயக்கன்பட்டியிலிருந்து வந்திருந்த கொஞ்சம் பேர் நோட்டிஸ்களை ஒட்டிவைத்துவிட்டுப் போனார்கள். “நாங்க யாரும் இதுக்கு முன்னால ஓட்டே போட்டதில்ல சாமி...” என பளியக்குடி கிழவி ஒருத்தி சொல்ல,

“அதுக்கென்ன இந்த வாட்டி ஓட்டுப்போட வெச்சிருவோம்... உங்களுக்கு என்ன கொறைன்னாலும் அரசாங்கம் செஞ்சும் குடுக்கும்... நம்பிக்கையோட இருங்க...” என்று முறுக்கு மீசையுடனிருந்த ஒரு முரட்டு ஆசாமி ரொம்பவே அன்பாக அன்று சொல்லிவிட்டுப் போனான்.

“பாட்டாவுக்கு வெடி வெய்க்க எப்பிடி இவங்களுக்கு துணிச்சல் வந்துச்சு?, அதும் தாயச் சுட்டிருக்காக... பளிச்சியாத்தா நீ இருந்துமா இப்பிடி நடக்கவிட்ட...”

பளியக்குடி கிழவிகள் வரப்போகும் ஆபத்தை எண்ணி அச்சங்கொண்டவர்களாக இருந்தனர். காடு அவர்களுக்கானதாய் மட்டுமிருந்தபோது இவர்களின் குடிலுக்குப் பக்கத்திலேயே வந்து சுற்றினாலும் பாட்டா பக்கத்திலிருக்கும் காட்டுக் கோழிகளையோ, மான்களையோ அல்லது வரையாடுகளையோத்தான் வேட்டையாடும். சமயங்களில் பளியக்குடிக்கு மேற்காக இருக்கும் பாறையில் படுத்துத் தூங்கியபடி மொத்தக் குடிக்கும் காவலுக்கு இருப்பது போல் இருந்துவிட்டு விடியற்காலையில் யாரையும் தொந்தரவு செய்யாமல் போய்விடும். ஆனால் காடு இப்பொழுது அவர்களின் காடாய் இல்லை, காட்டின் அடிவயிறு வரையிலும் குடைந்து செல்லும் வெறியோடு சமவெளிப்பகுதிகளிலிருந்து விவசாயிகளும், பெரும் பெரும் முதலாளிகளும் படையெடுத்து வருகின்றனர். இந்தப் பகுதியில் ஆண்டாண்டுக் காலமாய் வளர்ந்து கிடந்த முதிய மரங்களை எல்லாம் வெட்டி மலைக்கு அந்தப் பக்கமிருக்கும் மலையாள நாட்டிற்கு எடுத்துப் போகிறார்கள்.

மரம் வெட்டும் ஆட்களின் முரட்டு தேகத்தைப் பார்க்கும் தவளைநாட்டு பளிகன் ஒவ்வொருவனுக்குள்ளும் பூதத்தைப் பார்த்த அச்சமிருக்கும். பளிகன் இந்தக் காட்டைக் காப்பதற்கென்றே காலம் காலமாய் பளிச்சியால் அனுப்பப்பட்டவன். வெட்டப்படும் ஒவ்வொரு மரத்திலிருந்தும் வழியும் பளிச்சியின் குருதியையும் முலைப்பாலையும் வேதனையோடு பார்ப்பார்கள். தவளை நாட்டு பளியக்குடியின் கட்டுப்பாட்டிலிருக்கும் முப்பது பளியக்குடிக்கும் குலசாமி கோயில், கம்பத்திற்கு மேலாக காட்டிற்குள்ளிருக்கிறது, பளிச்சியின் வீடு. கன்னகியை வணங்க வரும் அத்தனை பேரும் பளிச்சியைத் தாண்டித்தான் போக வேண்டும். எங்கும் ஆதரவின்றி திக்கற்றுப் போனவளை வனமகள் பளிச்சி அரவணைத்துக் கொண்டாளென பளியர்களின் கதைகள் சொல்கின்றன. கன்னகி அவளுக்கு தத்துப்பிள்ளை. சித்திரை மாதத்தில் பளிச்சிக்கும் வழிபாடு நடக்கும். கொலசாமியை கும்பிடக் கூடும்போதுதான் பெரும்பாலும் அவர்கள் சமூகத்து முக்கிய சமாச்சாரங்கள் குறித்து முடிவெடுப்பார்கள், மற்றபடி இதுமாதிரியான அவசர காலங்களில் முடிவெடுப்பதற்கு

முன்னால் சம்பந்தப்பட்ட பளியக்குடியிலிருந்து ஆள் போய் மற்ற இருபத்தி ஒன்பது பளியக்குடியின் மூத்தவர்களிடமும் தகவல் சொல்லி தீர்வு கேட்டு வர வேண்டும்.

யாரோ வைத்த சூன்யத்துக்குள் சிக்கிக்கொண்டதுபோல், பளியக்குடி ஆட்கள் யாரும் எந்த வேலைக்கும் போகப்பிடிக்காமல் பக்கத்திலிருக்கும் பாறையில் உட்கார்ந்திருந்தார்கள். பாறைக்கு அந்தப்பக்கமாக அவர்களின் வயலில் திணை அறுவடைக்குத் தயாராய் இருந்தது. நாளையோ அதற்கு மறுநாளோ அறுத்துவிட நினைத்திருந்தார்கள். அதுதான் அடுத்த நடவு வரை உணவுக்கு. இப்பொழுது பாட்டாவின் குட்டிகள் இன்னும் சில நாட்களில் துயரோடும் பசியோடும் அலையப் போகும் கொடூரத்தை எதிர்கொள்ளத் திராணியற்றவர்களாய் குடிலைக் களைத்துவிட்டு மலைக்குக் கீழ் குடியானவர்கள் வசிக்கும் கிராமங்களுக்குப் போய்விடலாமென உள்ளூர நினைத்துக் கொண்டிருந்தார்கள்.

இன்னும் சூரியன் காட்டுக்குள் முழுமையாய் வந்திருக்கவில்லை. பின்னிரவுக் குளிர் பாறையில் மிச்சமிருக்க குளிருக்கு காது விடைக்கும் ஓநாய்களைப்போல் அவர்களின் உடல் விரைத்திருந்தது. பளியக்குடியின் நாய்கள் இடைவிடாது கத்திக் கொண்டிருந்தன. விடிந்ததிலிருந்து நாய்களுக்கு திண்ண யாரும் ஒன்றும் கொடுத்திருக்கவில்லை. பசியால் வெறிகொண்டு சுற்றிய நாய்கள் ஒவ்வொரு குடிலையும் பார்த்து மூர்க்கமாய் குரைத்துக் கொண்டிருந்தன. நாய்களின் கண்களிலும் குரைப்பிலும் அதன் ஆதி குணத்துக் குரூரமும் வன்மமுமிருந்தது. குரைப்பதை அமைதிப்படுத்த முயன்ற பெண்களின் உடலை நோக்கி சில நாய்கள் எகிறிக் குதிப்பதும், கடிக்கச் செல்வதுமாய் அச்சமூட்டின.

மூத்த பளிச்சி ஒருத்தி பெரிய மண்பானை நிறைய திணை மாவில் காய்ச்சிய கூழை எடுத்துக் கொண்டு பாறைக்கு வந்தாள். தொண்டைவரை அடைத்துக் கிடக்கும் அச்சத்தை துளைத்துச் செல்ல எந்த உணவால் முடியும்? வேட்டையாடப்பட்டிருப்பது பாட்டா மட்டுமல்ல, அவர்களும்தான். இந்த வேட்டை முடிவுக்கானதில்லை. ஒரு அழிவின் துவக்கத்திற்கானது. கூழ் கொண்டு வந்தவள் எல்லோரின் கையிலும் பாக்கு மட்டையைக் கொடுத்து, கூழை ஊற்றிக் கொடுக்கையில், அவளின் கைகள் இன்னும் நடுங்கியபடியிருந்தன. முதிய பளியன் பூசணி அவளது உடலின் நடுக்கம் அவளின் கண்களுக்குள்ளும் இருப்பதைப் பார்த்திருந்தார்.

“காட்டுல இருக்க பளிச்சிக்கு சாகறத்தண்டிக்கும் பயமே இருக்கக் கூடாது, என்ன இது புதுசா?”

பூசணியின் குரலில் மிரட்டலை விடவும் அக்கறையே இருந்தாலும் அவளால் தன்னை அவ்வளவு எளிதில் இயல்பாக்கிக் கொள்ள முடியவில்லை.

விருப்பமே இல்லாமல் எல்லோரும் கூழைக் குடித்துக் கொண்டிருந்த நேரத்தில், “பாட்டா பறந்து போ... பாப்பாவுக்கு பால் குடு... பாட்டா பறந்து போ.... உன்ன சுத்தி பட்டாம் பூச்சி, பட்டாம்பூச்சி, வெரசா போ...” என கத்தியபடியே பளியக்குடி நோக்கி சடையன் வரும் சத்தம் கேட்டது.

இந்தக் காட்டில் அவன் எப்போது சாப்பிடுகிறான், எப்போது உறங்குகிறான், எங்கு போகிறானென்பது பளிச்சியம்மனுக்கு மட்டுந்தான் தெரியும். எந்த மிருகமும் அவனை இதுவரை எதுவும் செய்ததில்லை. அவன் மனிதர்களே புரிந்து கொள்ள முடியாத ஒரு தனித்துவமான மனுஷ ஜென்மம். கூழ் ஊற்றிக்கொண்டிருந்த பளிச்சி அவனுக்கு ஒரு மட்டையில் கூழை ஊற்றி எடுத்துக் கொண்டு போனாள். அவன் கூழை வாங்காமல் சொன்னதையே சொல்லிக் கொண்டிருந்தான்.

“பாட்டாவுக்கு ஒன்னுமில்லடா... அது பாப்பா கிட்ட போயிருச்சு... இந்தாக் குடி...”

“வேணாம்... பட்டாம்பூச்சி.... பட்டாம்பூச்சி காட்டுல நெறய பட்டாம்பூச்சி... பளிச்சியம்மாவுக்கு பட்டாம்பூச்சி புடிக்காது... இங்க நெறய பட்டாம்பூச்சி வருது... பட்டாம்பூச்சி வருது...”, என அவன் அரற்றியதைக் கேட்ட எல்லோரது நரம்பிலும் இனம்புரியாததொரு அச்சம் நழுவியோடியது. பட்டாம்பூச்சி துர்சகுனத்தின் குறியீடு.

பாறையிலிருந்த முதிய பளியனின் முகம் கவலையால் முன்னைவிடவும் வாடிப்போனது. பூசணியின் பக்கத்திலிருந்த பளியன், “பாட்டா, இவன் வாக்கு ஏதோ கிறுக்குத்தனத்துல சொன்னதாட்டம் இல்ல.... பளிச்சியாத்தா கோவம்... என்ன செய்றது?... திணையறுப்பு வேற இருக்கு...”

அவர் எதுவும் பேசாமல் காட்டின் உள்பகுதியை உற்றுநோக்கினார். எல்லா ரகசியங்களையும் தின்று செரித்ததுபோல் காடு சலனமே இல்லாமல் அமைதியாய்க் கிடந்தது.

“நாளைக்கு அறுப்பு முடியட்டும், பாப்போம்...”

சொல்லிவிட்டு எழுந்து குடிலை நோக்கி நடந்தார். அவர் நடையிலிருந்த நடுக்கம் முதுமையினால் அல்லாமல் இனம்புரியாததொரு பதட்டத்தையும் உணர்த்தியது. அந்தப் பளியக்குடிக்கு இப்போதைக்கு இருக்கிற ஒரே தெம்பு அவர் தான். அவரும் சோர்ந்து போவாரென்று யாரும் நினைத்திருக்கவில்லை.

“யாரும் எதும் நெனச்சுக்காதியப்பா... முடிவு கேக்கப்போனவன் எப்பிடியும் பொழுதுசாயமுன்ன வந்திருவான்... வரட்டும். மத்த பாட்டாமாரு எல்லாம் என்ன ஆலோசன சொல்றாகன்னு பாத்துடுவோம்...” பளியக்குடி பெரியாள் ஒருவன் பொதுவாகச்

சொல்லிவிட்டு இடுப்பிலிருந்த சாக்கு வேட்டியை சரியாகக் கட்டிக்கொண்டான்.

எல்லோரும் மறுபேச்சின்றி தலையாட்டிக் கொண்டார்கள்.

"காலங்காலமா இந்தக் காடே கதின்னு வாழ்ந்துட்டோம். காட்டோட எல்லையத் தாண்டனும்னாலே கலக்கமா இருக்கப்பா..."

சடையன் தனது பழைய குடிலின் முன்னால் உட்கார்ந்து அதன் சுவர் மண்ணை சுரண்டிக் கொண்டிருந்தான். அவனுக்காக ஊற்றி வைக்கப்பட்ட கூழ் அப்படியே மட்டையிலிருக்க நாய்கள் ஓடிவந்து அவனைச் சுற்றி வந்தன. அவன் ஒவ்வொரு நாயையும் அதன் கழுத்து வயிறென பாசத்தோடு தடவிக் கொடுத்தான். எல்லா நாய்களின் வயிறுகளிலுமிருந்த அதீத சூட்டை உணர்ந்தவன், "உங்களுக்கும் பசிக்கிதா... இனிமே நெறைய கெடைக்கும் திங்கறதுக்கு... நல்லா வயிறுமுட்டத் திண்ணலாம்..." அவன் தடவிக் கொடுக்க கொடுக்க நாயின் வயிற்றில் அவன் விரல்கள் பாசக்கோட்டை இழுத்துவிட்டன. எல்லா நாய்களுக்கும் மூத்த நாயும் கொஞ்சம் முரட்டுத்தனமானதுமான கருப்பு நாய் அவன் முகத்தை வெறியோடு நக்கியது. முதலில் முகத்தையும் பின்பு மொத்த உடலையும் அந்த நாய்க்கு நக்கக் கொடுத்தவன் எந்த முகச்சுளிப்பும் இல்லாமல், "உன் கூட்டத்தக் கூட்டிட்டு போயிரு... எல்லாரும் வர்றாங்க... வெடி வெச்சுக்கிட்டு வர்றாங்க.... பட்டாம்பூச்சி மட்டுந்தான் இனி இருக்கும்... போயிருங்க... நீங்க எல்லாம் போயிருங்க... பாட்டா போயிருச்சு... இனி யாரும் இருக்க முடியாது..." என்றான்.

அந்த நாய் அவனது கண்களைப் பார்த்து ஏதோ சொல்ல வருவது போல் இரண்டு மூன்று முறை துள்ளிக் குதித்து விட்டு பின்பு வானைப் பார்த்து நாயென்றும் சொல்ல முடியாத ஓநாயென்றும் சொல்ல முடியாத ஒன்றின் ஊளையை எழுப்பியது. மூன்று நான்கு முறை ஊளை எழுப்பியபின், பகல் நேரச் சூரியன் பளியக்குடியை சரியாக அடையாளம் கண்டுகொண்டது போல் வேகமாய் மேழெழுந்தது.

தங்கப்பனோடு இருக்கும் பளிச்சி செல்லாயி சடையனின் பொண்டாட்டிதான். இதே குடியில் பிறந்து வளர்ந்தவள். பதிமூன்று வயதில் சடையனுக்குக் கட்டிக் குடுக்கும் போதே தனியாக மானை வேட்டையாடக் கூடிய அளவுக்கு திறமைசாலி. சடையனுக்கு அவள் மேல் அளவு கடந்த நேசம். அவளையே சுற்றிச் சுற்றி வருவான்...

"ஏலே உன் பொண்டாட்டிய யாரும் களவாண்டுட்டா போகப் போறாங்க... போற எடத்துக்கெல்லாம் பொச்சுக்குப் பின்னாடியே கூட்டுக்குப் போற?..."

அவன் ஆத்தாவுக்கு இப்படிக் கேட்டால்தான் மனசு ஆறும். மற்ற பொம்பளைகள் சிரிப்பார்கள்.

“ஏத்தா அவன் பொண்டாட்டியத்தான கூட்டுக்குப் போறான்... இதுக்கெதுக்கு உனக்கு பொச்சுக்காப்பு...”

“ஆமாடி நல்லப் பொச்சுக்காப்பு.... எந்தப் பளிச்சி புருஷங்கூட காட்டுக்கும் மேட்டுக்கும்னு சுத்திக்கிருக்கா....?”

“இது என்ன அந்தக்காலம் மாதிரியா... கழுதைக நல்லா சந்தோசமாத்தான் இருக்கட்டுமே...”

இவ்வளவையும் பேசிக்கொண்டிருக்கையில் சடையன் பக்கத்தில்தான் இருப்பான். ஆனால் பதில் பேச மாட்டான். அவன் ஆத்தாவுக்கு பயப்படுகிற ஆளில்லை. ஆனால் அவள் மேல் அளவு கடந்த மரியாதை. அதனால் அவள் ஏதாவது சொல்கிற போது குறைந்தபட்சம் பயப்படுகிற மாதிரியாவது காட்டிக் கொள்வான். செல்லாயிக்கு வேட்டையாடத்தான் பிடிக்கும். தனி ஆளாக உடும்பு வேட்டைக்குப் போவாள். திரும்பி வரும்போது எப்படியும் ரெண்டு மூணு உடும்புகளைப் பிடித்துக்கொண்டு திரும்பி வரும்போது அவற்றைத் தூக்க முடியாமல் ஒன்றை மட்டும் கட்டி இழுத்துக் கொண்டு வருவாள். அவளைப் பொறுத்தவரை வேட்டை வீரச்செயல் மட்டுமல்ல, மனவலிமையை உருவாக்கக் கூடியதும்தான்.

குட்டையான, கருத்த மேனி கொண்ட அவளது வீரம் தனது குறுந்தடியால் ஒரு புலியை அடித்துக் கொல்லுமளவுக்கு உறுதியானது. அவளது புருவத்தையும் கண் இமையையும் பார்க்கிற போதெல்லாம் சடையனுக்கு புலியின் மீசைதான் ஞாபகத்துக்கு வரும். அவளுக்காகவே அவனும் வேட்டைக்குப் போவான். புருஷனும் பொண்டாட்டியுமாய் வேட்டைக்குப் போய்த் திரும்புவதைப் பார்க்கிற பளியக்குடி ஆட்கள் இவர்களை எந்தக் கட்டுக்குள்ளும் வைத்துக் கொள்ள முடியாதென நினைப்பார்கள். வேட்டைக்குப் போகும்போது தன் மனைவி அருகிலிருக்கையில் எந்தக் கொடிய மிருகங்களுக்கும் அஞ்சாது இருந்திருக்கிறான். வெறியுடன் மிருகங்களைத் துரத்தி, பசியையும் தாகத்தையும் மறந்து காட்டில் அலைந்திருக்கிறான். அவன் கையிலிருக்கும் வில் உடையாமல் இருக்க பிரம்புக் குச்சிகளால் கட்டியிருப்பான். அந்த அம்பினால் 200 அடிக்கு அப்பாலுள்ள இலக்கைக் கூட மிகச் சரியாக வீழ்த்த முடியும். வேட்டைக்காரனின் பலம் முழுக்க அவன் வைக்கும் குறியில்தானேயன்றி, ஆயுதத்தில் அல்ல. மரத்திலோ மிருகத்தின் உடலிலோ அவன் எய்யும் அம்பை அவ்வளவு எளிதில் மற்ற பளிகன்கள் யாரும் உருவிட முடியாது. அந்த அம்பை உருவுவதற்கு உடல் வலிமை தேவையில்லை, விவேகம் வேண்டும். சடையன் மிகச் சாதாரணமாக அம்பை மேலும் கீழும் அசைத்து ஒரே இழுப்பில் இழுத்துவிடுவான். மற்றவர்களால் முடியாது.

ஆனால் சடையன் வேட்டையாட விரும்பாதவன்,

வேட்டையாடப்பட்டு சாகும் உயிரின் ஆத்மா இந்தக் காட்டில் தான் எதிர்கொள்ளும் அத்தனை ஜீவராசிகளோடும் சம்பந்தப்பட்ட ஒன்று, அதைக் கொல்வதின் வேதனையை அவனால் கொண்டாடவோ, சந்தோசப்படவோ முடிந்ததில்லை.

"இன்னைக்கு ஒரு நா மட்டும் மச்சான்... வா... நாளைல இருந்து கேக்க மாட்டேன்..." என வாரத்தில் இரண்டு நாட்களாவது செல்லாயி அழுது புரண்டு அவனை வேட்டைக்கு கூட்டிக் கொண்டு செல்வாள்.

"வேணாம்த்தா... நம்மளே இப்பிடி செஞ்சம்னா... நம்மளப் பாத்து பளியக்குடில இருக்க மத்தவுகளும் வேட்டைக்குப் போக ஆரம்பிச்சிருவாக... நம்ம வேல இந்தக் காடு அழிஞ்சிராம காக்கறதுதேன்..."

அவன் சொல்லும் சமாதானத்திற்கெல்லாம் இசைகிறவளா அவள்? இன்னும் வீர்யத்தோடு அழுவாள். அவனால் அந்த அழுகையை நீண்ட நாட்கள் சகித்துக் கொள்ள முடியவில்லை. முதலில் சொல்லிப் பார்த்தான். பிறகொரு நாள் அடித்தே விட்டான். அன்றிலிருந்து செல்லாயி அவனை விலக்கத் துவங்கிவிட்டாள். தனித்தே வேட்டைக்குப் போனாள்.

"இந்த வயித்துக்குள்ள என்னதாண்டி இருக்கு? ரத்தமும் சதையுமா தின்னு தின்னு நீயும் மிருகமாயிராத, ச்சீ..."

சடையனின் அம்மா அவள் மானையோ, உடும்பையோ வேட்டையாடிக் கொண்டு வரும்போதெல்லாம் கத்துவாள். செல்லாயி அதை மதிக்கவே மாட்டாள். பிறகு அடிக்கடி அவளுக்கு கனவில் சிறுத்தைகளும், யானைகளும், பாட்டாவும் வரத் துவங்கின. தான் அவற்றை எல்லாம் வேட்டையாட வேண்டுமென விரும்பினாள். ஒருநாள் மாலை எப்போதும் போலக் காட்டுக்குள் போனவள் திரும்பி வரவில்லை என்றதும் சடையன் அவளைத் தேடி அந்தக் காடெங்கும் சுற்றினான். அடுத்த நாள் பிற்பகலுக்கு மேலாகியும் இருவரும் திரும்பவில்லை. பளியக்குடி கவலையில் மூழ்கியிருக்க தேனெடுக்கப் போன பளியனொருவன் வந்து எருமைப்பாறைக்கு மேல் சடையன் மூர்ச்சையாகிக் கிடப்பதாக சொன்னான். பளியக்குடி ஆட்கள் கொஞ்சம் பேர் போய் சடையனை சப்பரம் கட்டித் தூக்கி வந்தனர்.

வந்த அன்றிலிருந்து சில நாட்கள் "கொம்பனப் பாத்தேன்... கொம்பனப் பாத்தேன்... கொம்பன் என்னயக் காட்டுக்குள்ள கூப்புடுது... இந்த இடத்துல இருந்து இன்னும் ரொம்ப தூரம் காட்டுக்குள்ளக் கூப்புடுது..." என்று புலம்பிக்கொண்டே இருந்தான். பின்னர் அவன் அடிக்கடி தொலைந்து போவதும் மீண்டும் சில நாட்கள் கழித்து அவனாகவே குடிக்குத் திரும்பி வருவதுமாய் இருக்க இனி அவனை

ஒன்றும் செய்ய முடியாதென எல்லோரும் விட்டுவிட்டார்கள்.

பளியக்குடியிலிருந்து மேற்கு பக்கமாக மூன்று மைல் தொலைவில் இருக்கும் ஒரு பள்ளத்தில் 'குரங்காறு' என்னும் மலையாறு கற்பாறைகளின் மேல் வழிந்தோடி மேலநாயக்கன்பட்டி இறக்கத்தில் போய்ச் சேர்கிறது. மழைக்காலங்களில் நீர்வரத்து அதிகமென்பதால் யாரும் அதைத் தாண்டிப் போவதில்லை. நீர்வரத்துக் குறையும் போது மீன்பிடிப்பதற்காக பளியக்குடி பெண்கள் போவதுண்டு. ஆற்றுக்கு அந்தப் பக்கத்தில் முழுக்கவும் மலையைத் தின்றுவிடுவது போல் பெரும் வயிற்றைத் தள்ளிக்கொண்டு ஆளுயரப் புல்வெளி. மீன்பிடிக்கப் போன பெண்கள், மலையின் எதிர்ப்பக்கத்து பள்ளத்தைப் பார்த்தபடி தானாக பேசிக்கொண்டிருந்த சடையனை சிலமுறை பார்த்தனர்.

“பட்டாம்பூச்சி.. பெரிய பெரிய பட்டாம் பூச்சியா சேந்து கொம்பன தின்னுடுச்சு... கொம்பன தின்னுடுச்சு...” என்று பின்னொரு நாள் அவன் கதறியபடியே குடிக்கு ஓடிவந்தான். எல்லோரும் அவன் கிறுக்குப் பிடித்து உளறுவதாய் நினைத்துக் கொண்டிருக்க, அடுத்த நாள் பிற்பகலுக்கு மேல் கொம்பறுக்கப்பட்டு ஒரு யானையின் சடலத்தை காட்டில் பார்த்ததாக மேய்ச்சலுக்குப் போன இடையன் ஒருவன் சொல்லிவிட்டுப் போனான். அன்றிலிருந்து அவர்கள் சடையனை கிறுக்கனாக பார்க்கவில்லை.

பொழுது சாயும் நேரம் திரும்பி வந்த கட்டையனோடு இன்னொரு பளியக்குடியின் பாட்டாவும் அங்கு வந்து சேர்ந்தார். காலையில் குரைத்ததைப் போலவே மீண்டும் நாய்கள் குரைத்தன. பளியக்குடி மொத்தமும் பூசணியின் குடிசை முன்னால் திரண்டிருந்தனது. அடுத்த நாள் அறுப்புக்கு ஒவ்வொரு வீடும் தயாராகிக் கொண்டிருந்தது. திணைவயல்களெங்கும் சுற்றித் திரியும் காட்டு எலிகளை நாய்கள் தேடித் தேடி வேட்டையாடிக் கொண்டிருந்தன. பளியக்குடி பொம்பளைகள்தான் இந்தக்காட்டின் பலம், ஜீவன். எத்தனை பதட்டத்திலும் செய்ய வேண்டிய காரியங்களை கவனமாக செய்கிறவர்கள். நாளைக்குத் அறுப்பு முடிந்தால் எப்படியும் குடிலைக் காலி செய்துவிட்டு மலைக்குக் கீழ் போக வேண்டியிருக்குமென நினைத்திருந்ததால் இருந்த பானைகளை காலி செய்து எதற்கும் தயாராக எடுத்து வைத்திருந்தனர்.

“சும்மாவே நம்மள இந்தக் காட்ட விட்டுத் துரத்தனும்னு குடியானவங்களும் அரசாங்கமும் துடிச்சிக்கிருக்கு... இந்த நேரத்துல நாம பயந்துப்போயி காட்ட விட்டு எறங்கினம்னா நாம ஒருநாளும் திரும்ப காட்டுக்குள்ள வரமுடியாது...” என்று லோயர்கேம்ப் பளியக்குடி பெரியவர் கவனமாக ஒவ்வொரு வார்த்தையையும் எடுத்துச் சொன்னார்.

“நீங்க சொல்றதெல்லாம் சரிதான் பாட்டா, ஆனா நெலம இப்போ கட்டுக்கடங்காதமாரியில்ல இருக்கு. காட்டுக்குள்ள தேன் எடுக்க, அரக்கு எடுக்கன்னு எப்பிடி தைர்யமா போறது?...” பளியக்குடி இளவட்டம் ஒருத்தன் பேச, பூசணி திரும்பி அவனை முறைத்தார்.

“யாரு பயடா நீ?... பெரியவுக பேசிக்கிருக்கப்ப குறுக்க பேசற. செத்த நேரம் யாரும் எதுவும் பேசக்கூடாது...”

“பேசாம எப்பிடி பாட்டா?... நாமளும் இந்தக் காடே கெதின்னுதான் காலங்காலமா கெடக்கோம், ஒருநா ஒரு பொழுது நிம்மதியா வாழ முடியிதா...”

இன்னொரு இளவட்டம் ஆவேசமாகப் பேச, அவனுக்குப் பக்கத்திலிருந்த பளியக்குடி பெரியாள் அவனை சத்தென அறைந்தார்.

“என்னத்தடா நிம்மதியா வாழல?. இத்தன வருசத்துல மலைல இருக்க நாம மட்டுந்தாண்டா வேற எவனுக்கும் அடிமையா இல்லாம வாழ்ந்திருக்கோம். பெருசா எதையோ கண்டவங்கணக்க பேசற...”

அடிவாங்கிய இளவட்டத்தோடு மற்றவர்களும் அமைதியாய் இருந்தனர்.

பூசணி பலவாறாக யோசித்தார்.

கூட்டத்தை தள்ளி நின்று வேடிக்கை பார்த்துக் கொண்டிருந்த சடையன் இடைவிடாது சிரித்துக்கொண்டிருந்தான். அவ்வப்போது ஆர்வத்துடன் கூட்டத்திற்குள் ஓடிவர முயன்றவனை கிழவிகள், “ஏழே கிறுக்கா செத்த நேரம் சும்மா இர்றா... பெரியாளுக என்னதேன் பேசறாகன்னு கேப்பம்...” எனப் பிடித்து நிறுத்தினார்கள்.

ஆண்கள் கூட்டம் நடத்திக் கொண்டிருந்த இடத்திலிருந்து சில அடிகள் தள்ளித்தான் பெண்கள் எல்லோரும் நின்றிருந்தனர். சடையன் அங்கேயே சுற்றிக் கொண்டிருந்தான். சடையனின் அம்மா அவன் கையை இறுக்கமாகப் பிடித்திருந்தாள். அவன் அவள் கையிலிருந்து திமிறி ஓட முயன்று கொண்டிருந்தான்.

“விடுத்தா நா போறேன்... நா போயி பட்டாம் பூச்சிய எல்லாம் விரட்டி விட்டுட்டு பாட்டாவக் கூப்புட போறேன்... விடு... என்னய விடு...”

கிழவி கையை விடாமல் பிடித்தபடி, “சூ... சும்மா இர்றா... போயி உன் பொண்டாட்டியக் கூட்டியாடான்னா அத விட்டுட்டு பாட்டாவக் கூப்புடப் போறானாம்...” என்றாள்.

அவள் சொன்னதைக் கேட்டு மற்றப் பொம்பளைகள் சிரித்தனர். சடையன் முகத்தைத் தூக்கி வைத்துக் கொண்டான்.

பூசணி யாருக்கும் எந்த குந்தகமும் இல்லாமல் முடிவெடுக்க வேண்டியவராய் யோசித்துவிட்டு,

"நீங்க சொல்றது புரியிது... ஆனா இப்போ நம்ம ஆளுக எல்லாத்தப் பாத்தும் பயப்பட வேண்டியதா இருக்கு... ஒரு பக்கம் மரத்த அறுக்க வர்றவனுக தொல்ல தாங்க முடியல... இன்னொரு பக்கம் அவய்ங்க எங்க இருக்காய்ங்கன்னு தேடி வர்ற அதிகாரிக தொல்ல தாங்க முடியல.... யாருக்குப் பதில் சொல்றது சொல்லுங்க?..."

எதிரிலிருந்த முதியவர் சிரித்தார்...

"காடு நமக்கு வேணும்னா நாம பதில் சொல்லித்தான ஆகனும்... நம்ம பாட்டன் பூட்டன் பாக்காத சிக்கல எல்லாம நாம பாக்கப் போறோம்... முடிஞ்சவரைக்கும் முட்டித்தான் பாப்பமே..."

எல்லோருக்கும் அங்கு வாழ்வதில் அச்சமும், அந்தக் காட்டை விட்டுப் போகும்பட்சத்தில் எதிர்கொள்ளப் போகும் நெருக்கடிகளைப் பற்றின கவலைகளும் ஒருசேர வாட்டிக்கொண்டிருந்தன.

"இத்தன காலமா பாட்டா இந்தக் காட்டுக்குள்ளதான் இருந்திருக்கு. நம்மள ஒருநாளும் ஒன்னு... செஞ்சதில்லயே. பளிச்சி வாக்க மீறியா நம்ம குடிய கெடுக்கப் போகுது?. தைர்யமா இருங்கப்பா..."

பூசணிக்கும் அப்படித்தான் பட்டது. இந்தக் காடு இவர்களை வஞ்சிக்குமளவுக்கு வன்மங்கொண்டதல்ல. தனது ஒவ்வொரு நரம்பையும் எலும்பையும் இந்தக் காட்டோடு பிணைத்திருப்பவன் பளிகன். இந்தக்காடு அவனுக்கு செய்யும் துரோகம், தனக்குத் தானே செய்து கொள்ளும் துரோகத்தைப் போன்றது.

"சேரிப்பா, நாளைக்கு அறுப்பு முடியட்டும்.. யாரும் குடிசைய கலைக்க வேணாம். கொஞ்ச நாளைக்கு வேணும்னா நம்ம பகல்ல இங்கயும் ரவைக்கு உறங்கறதுக்கு மட்டும் மலையடிவாரத்துக்குமா போயிருவோம்..."

கூட்டத்தில் கெஞ்சம் சலசலப்பு.

"சரி இத்தன காலமா இந்தக் காட்ட நம்பியும் நம்ம பெருசுகள நம்பியுந்தான பொழச்சோம்... நல்லதோ கெட்டதோ அவுக சொல்றதையே கேட்டுட்டுப் போவமே..."

தனக்கு மட்டுமில்லாமல் எல்லோருக்குமாக ஒரு சமாதானத்தை ஒரு ஆள் சொல்ல, பெண்கள் கூட்டந்தான் அந்த முடிவால் கொஞ்சம் கவலைப்பட்டது போல் பேசிக்கொண்டனது. சடையனின் அம்மா அவனை வம்படியாகக் குடிசைக்கு இழுத்துக் கொண்டு போனாள். இடுப்பிலிருந்த அவனது சாக்கு வேட்டி அவிழ ஒரு கையால் அதை இழுத்துப் பிடித்தபடியே வீட்டுச் சுவர்களில் கோடிழுத்துக் கொண்டே சென்றான்.

காடு இதுவரை அவர்கள் பார்க்காத ரகசியங்களை கசியவிட்டது போல் மௌனமாய் எல்லாவற்றையும் பார்த்துக் கொண்டிருக்க,

கொல்லப்பட்ட பாட்டாவின் ஆன்மா அந்தக் காட்டின் மரம் செடி கொடிகளென எல்லாவற்றின் முன்னால் விழுந்து தன் குட்டிகளை காக்கச் சொல்லி மன்றாடியது. குட்டிகளின் பரிதவிப்பைக் காணச் சகிக்காது நள்ளிரவில் பாட்டாவின் ஆன்மா உறுமுவதை மொத்த பளியக்குடியோடு சேர்த்து பளிச்சியும் கேட்டாள். ஆயிரம் இடிகள் இறங்கும் பெருஞ்சத்தத்துடன் பளிச்சி உக்கிரத்துடன் ஆட நினைத்தாள். அந்த ஆட்டம் சிலரை அழிப்பதுதான் இந்த காட்டைக் காக்கும் என்பதான உக்கிரம். அவளுக்கு எல்லாமே ஒன்றுதான். பளியன் அவளுக்கு எப்படிப் பிள்ளையோ அப்படித்தான் அவன் வளர்க்கும் திணை வயலும் மரங்களும் பிள்ளைகள். ஆனால் பாட்டா அவளின் பாதுகாவலன். அதன் மரணத்தை அத்தனை எளிதில் அவளால் சகித்துக் கொள்ளமுடியாது. காட்டில் பிறக்கிறவனுக்கு அவன் உடல் ரேகைகளோடும் நரம்புகளோடும் சேர்ந்து பிணைந்த உணர்வு பளிச்சியும் பாட்டாவும் தெய்வங்கள் என்பது. அதனாலேயே பளியக்குடியில் அச்சத்தைவிடவும் துயரம் மிகுந்திருந்தது.

3

அன்சாரியின் மாட்டுக்கிடையிலிருந்து நான்கு நாட்களுக்குப் பிறகு மேய்வதற்காக மாடுகள் வெளியேறி வந்தன. பனியில் நனைந்த காட்டுப் புல்லை வெறியோடு அவை மேயும் சத்தம் புல்வெளியெங்கும் எழுந்ததோடு, மாடுகளின் வாயிலிருந்து புல்லின் பச்சை நிறச் சாறு கசிந்து வழிந்து கொண்டே இருந்தது. மாடுகளுக்குக் காவலாய் கையில் கம்புடன் சுற்றிக்கொண்டிருந்த தமீம் இப்பொழுது நிம்மதியாக இருந்தான். கடந்த பத்து நாட்களுக்குள் இந்தக் கெடை பட்ட பாடு கொஞ்ச நஞ்சமல்லை. பக்கத்து கிராமங்களில் நிறைய பேருக்கு மலையில் காப்பித் தோடங்களுள்ளன. ஆனால் இத்தனை பெரிய மாட்டுக்கெடை அன்சாரிக்கு மட்டுந்தான் உண்டு. மலையில் வாழ்கிறவனுக்கு எந்த நேரத்திலும் நெருக்கடிகள் வரும். இதற்கு முன்பும் எவ்வளவோ நெருக்கடிகளை அவர்கள் எதிர்கொண்டுள்ளார்கள். சிறுத்தையோ, ஓநாய்களோ, நரிகளோ மாட்டுக்கெடையை வேட்டையாட வரும்போது இல்லாத மூர்க்கம் இந்த முறை புலி வந்த பொழுது இருந்தது. அச்சத்தில்

மாடுகள் இரவு பகலென கத்திக் கொண்டிருந்ததை அந்த வனம் கருணையின்றி கேட்டுக்கொண்டிருந்தது.

முதல்மாடு வேட்டையாடப்பட்டதற்கு அடுத்த நாள் காலையில் தடம் பாக்க வந்த தங்கப்பன் கெடையின் வடக்கு ஓரத்திலிருந்து காட்டின் உட் பகுதி வரை நீண்டு சென்ற பெரிய பெரிய தடங்களை கவனமாகப் பார்த்துக் கொண்டே சென்றான். அவனுக்கு கண்கள் ஆச்சர்யத்தில் விரிந்தன. அதே சமயமும் அச்சத்திலும்.

"எத்தன மணிக்கு நடந்துச்சுன்னு சொன்ன?"

தங்கப்பன் அன்சாரியிடம் கேட்க, அன்சாரி தமீமைத் திரும்பிப் பார்த்தான்...

"விடியறதுக்குக் கொஞ்சம் முன்னாலண்ணே... விடிவெள்ளி வந்திருக்கும்... நாயி மொதல்ல குலைச்சிட்டே இருந்துச்சு... அப்பறம் என்னாச்சுன்னே தெரியல நாலு நாயும் அரண்டு போயி ஊளையிடற மாதிரி கத்த ஆரம்பிச்சிடுச்சு... நாலு நாயில ஒரு நாய சிறுத்த கொன்னுடுச்சு... அதப் பாத்து மத்த மூணு நாயும் பயந்து கெடக்குள்ள வரத் தவ்வப் பாத்திருக்குக... நான் லைட்டடிச்சுப் பாக்கறப்போ நாய்க மூணும் உசுருக்கு பயந்து கத்தறது மட்டுந்தான் தெரிஞ்சது... நான் பரண்ல இருந்து இறங்கிப் போயி என்னாச்சுன்னு பாக்கறதுக்குள்ள எதிர்ப்பகத்துல இருந்து அந்தச் சிறுத்த குதிச்சு உள்ள வந்திருக்கு.

தங்கப்பன் ஒரு காலடித்தடித்தில் கையை வைத்து அதன் அளவைப் பார்த்தான். எட்டு அங்குலத்திற்குப் பக்கமாய் இருந்ததோடு, கால் வைத்த இடம் மூன்று அங்குலத்திற்கும் மேலாக கீழ் நோக்கி பள்ளமாகியிருந்தது.

"வந்தது சிறுத்த இல்ல, புலி. நாயையும் உன்னயும் பயமுறுத்தனுங்கறதுக்காகத்தான் ஒரு நாயக் கொன்னுருக்கு... சிறுத்தையும் இம்புட்டு வெவரமா செய்யக் கூடியதுதான், ஆனா இந்த நாயிங்க எல்லாம் சிறுத்தையப் பாத்து அஞ்சுற நாயிங்க இல்ல...."

காலடித்தடத்தைக் காட்டினான்...

"இதப்பாரு... எட்டு அங்குலத்துக்கு இருக்கு... எந்த சிறுத்தைக்கும் பாதம் இத்தந்தண்டிக்கு இருக்காது..."

புலி என்றதும் அன்சாரியுமே கொஞ்சம் பயந்து போய்விட்டான். சிறுத்தைகள் புலிகளைப் போலவே நடந்து செல்லும் போது கால் நகங்களை உள்ளுக்கிழுத்துக் கொள்கின்றன. சிறுத்தை, கழுதைப்புலி ஆகியவற்றின் காலடிச்சுவடு அளவில் அனேகமாக ஒன்றாக இருக்கும். ஒரே வித்தியாசம், சிறுத்தையின் பாதச் சுவட்டில் நகம் பதிந்த அடையாளம் இருக்காது. கழுதைப்புலியினால் நகத்தை உள்ளுக்கு இழுத்துக்கொள்ள முடியாது. எனவே அவற்றின் நக அடையாளம் தரையில் தெளிவாகத் தெரியும்.

“இப்போ என்னண்ணே செய்றது?...”

“புலி ஒருக்கா உள்ள வந்திருச்சுன்னா, அவ்ளோ சீக்கிரம் அந்த இடத்த விட்டுப் போகாது. இப்போதைக்கு புலி இருக்கதால இதுக்குப் பயந்துக்கிட்டு சிறுத்தையோ நரியோ வராது. ஆனா இந்தப்புலிய இப்பிடியே விட்டம்னா கெட மிஞ்சாது...”

“அண்ணே என்னாமாச்சும் செஞ்சு என் கெடயக் காப்பாத்துங்கண்ணே...”

தங்கப்பனுக்கு இன்னும் குழப்பமாக இருந்தது. புலி இதற்கு முன் இப்படி மாட்டுக்கெடைக்குள் இறங்கி எவ்வளவோ காலமாகிப் போனது, இப்போது திடீரென ஏன் உள்ளே இறங்கியிருக்கிறதென யோசித்தான்.

“மொதல்ல அது தெனம் இந்தப் பக்கத்துல சுத்துதான்னு பாக்கனும்டா, நாம இப்போ உசாராயிருப்போம்னு அதுக்கும் தெரியும்... மனுச மூளையவிடவும் பயங்கரமா யோசிக்கும்டா அதுக மூள. ம்ம்ம்... ரெண்டு நாளைக்கு ராத்திரில நானும் கெட காவலுக்கு வர்றேன். அது நடமாட்டம் எப்பிடி இருக்குன்னு பாப்பம்...”

சொல்லிவிட்டு தங்கப்பன் கிளம்பிப் போய்விட்டான்.

அன்றைய தினம் இரவில் அன்சாரி, தமிம், இஸ்மாயிலோடு தங்கப்பனும் காவலுக்கு இருந்தான். வழக்கமாக இப்படி கெடையிலிருப்பவர்களுடனோ குடியானவர்களுடனோ அவன் தங்குகிறவனில்லை. ஊர்க்காரர்களின் எந்தப் பிக்கல் பிடுங்கலும் இருக்கக் கூடாதென்றுதான் மலையிலேயே மூன்று குடிசைகளைப் போட்டுக்கொண்டு இருக்கிறான். ஆனால் தவிர்க்கமுடியாமல் அன்று அவர்களோடு இருக்க வேண்டியதாகிப் போனது.

“எப்பவும் போல இருங்க. நாம நாலு பேரு கண்காணிக்கிறம்ங்கற சந்தேகம் புலிக்கு வந்திரக்கூடாது. நாய மட்டும் அவுத்துவிடு, பாத்துக்கலாம்...”

நான்கு பேரும் சாராயம் குடித்தபடி பின்னிரவு வரையிலும் பேசிக் கொண்டிருந்தனர். தமீமும் இஸ்மாயிலும் அதற்குப்பின் காவலுக்கு இருக்க, அன்சாரியும் தங்கப்பனும் பரணிலேயே உறங்கிவிட்டனர்.

விடிவதற்கு முன்பாகவே அன்சாரியை தங்கப்பன் எழுப்பினான்.

“லைட்டடக் கைல எடுத்துக்க, கெடைல இருந்து ஒரு மைல் தூரம் தெக்குப் பக்கத்துல எங்கயாச்சும் கால்த்தடம் இருக்கான்னு பாரு. நான் வடக்குப் பக்கமா பாக்கறேன். எதாச்சும் பிரச்சனைன்னா சத்தங் குடு, லைட்டட வடக்குப் பக்கமா அமத்தி அமத்தி அடிச்சுக்காட்டு.”

உட்கார்ந்த இடத்திலிருந்து இரண்டு பேரும் எழுந்து கொண்டு உடலில் போர்வையைச் சுற்றியபடி ஆளுக்கொரு திசையில் நடந்தனர்.

தங்கப்பனுக்கு சந்தேகமெல்லாம் வடக்குப் பக்கத்தில்தான். அதனால் மிகக்கவனமாக பார்த்துக் கொண்டே சென்றான். அன்சாரியை இன்னொரு பக்கம் அனுப்பியிருந்தது ஒரு பாதுகாப்பிற்குத்தான். அவன் கொஞ்ச தூரம் தாண்டியிருப்பான். அதற்குள்ளாகவே அன்சாரி கத்துவதும் லைட்டை அமத்தி அமத்தி அடிப்பதுமாக இருக்க, வேகமாக வெளிச்சம் வந்த திசை நோக்கி தங்கப்பன் ஓடினான். அன்சாரியின் சத்தத்தைக் கேட்டதும் கெடையில் நாய்கள் குரைக்கத் துவங்கிவிட்டன. இஸ்மாயிலை கெடையில் நிற்கவிட்டுவிட்டு தமீமும் இறங்கி அன்சாரி இருக்கும் இடத்திற்கு ஓடினான்.

அன்சாரிக்கு மாசி மாதத்துக் குளிரிலும் உடலில் அருவியாய் வியர்த்துக் கொட்டியிருந்தது.

“அண்ணே பாறைக்குக் கீழ இருந்து ஏதோ ஒன்னு இறங்கி வந்ததப் பாத்தண்ணே,..”

தங்கப்பன் பாறை இருந்தப் பக்கமாய் பார்த்தான்.

“நான் சொல்ற வரைக்கும் லைட்டப் போடாத...”

பனி விழுவது அதிகரித்து ஒரு திரையைப்போல அவர்களுக்கு முன்னால் படர்ந்து கிடந்தது. எப்படியும் பாறை இங்கிருந்து இருநூறு அடி தள்ளி இருக்கும்...

“பாறைல அடிக்காம பாறைக்கு எடது பக்கமா லைட்ட அடிடா,..”

அன்சாரி அவசரமாக லைட்டை அந்த இடத்தில் அடித்தான்... வெளிச்சம் பனியைக் கிழித்து மஞ்சளும் இல்லாமல் வெண்மையுமில்லாமல் இரண்டறக் கலந்துபோய் நீண்ட கோட்டை உருவாக்கியிருந்தது. பாறையின் நிழல் அந்த வெளிச்சத்திட்டில் தெரிய ஒரு நரி இப்பொழுது பாறைக்குப் பின்னாலிருந்து அந்த வெளிச்சத்தில் குதித்தது. வெளிச்சம் வந்த திசை நோக்கி நின்ற நரியை ஏமாற்றத்துடன் பார்த்ததும்

“லைட்ட அமத்துறா... இதுக்குப் போயி கத்தியிருக்கான்... ச்சை...”

தங்கப்பன் இன்னும் சில அடிகள் முன்னால் நடந்தான். அன்சாரி அதற்கு மேல் செல்லவில்லை. தங்கப்பன் கால் வைத்த இடத்திற்குப் பக்கத்தில் பனி விழுந்த ஈரப்புல்லில் ஒரு இடத்தில் காலையில் பார்த்த அதே மாதிரியான பெரிய காலடித்தடத்தைப் பார்த்தான். சட்டெனக் குனிந்து உட்கார்ந்து தொட்டுப் பார்த்தபொழுது அந்தப் பள்ளத்தில் ஈரம் அப்படியே இருந்தது . ஆக, மிக அருகில் எங்கேயோதான் புலி இருக்க வேண்டும். ஒரு நிமிடம் தலைக்குள் ஏதோ உறுத்த,

“டே இஸ்மாயிலு.... கெடைக்கி வடக்கு பக்கமா லைட்ட அடிடா,

ரெண்டு லைட்டையும் அடிங்கடா."

தங்கப்பன் கத்தியதில் உசாரான இஸ்மாயிலும், அன்சாரியும் துரிதமாக எதிர்ப்பக்கத்தில் லைட்டை அடித்தனர்....

"எவ்வளவு முடியுமோ அவ்வளவு சத்தமா கத்துங்கடா.... பரண்ல நின்னு தமீமையும் வடக்குப் பக்கமா லைட்ட அடிக்கச் சொல்லு...."

இஸ்மாயில்தான் கத்தினான்...

"டே தமீமு, கெடைக்கு வடக்கு பக்கத்துல லைட்ட அடிடா. சீக்கிரமா அடி...."

அவன் கத்தியதும் தமீமும் லைட்டை வடக்குப் பக்கமாய் அடித்தான்.

இப்பொழுது அந்தப் பகுதி முழுக்க விடிந்துவிட்டதைப் போல கண்ணைப் பறிக்கும் வெளிச்சம். மரங்களுக்குள் வேகமாக ஒன்று ஓடி மறைய அதன் வேகத்தை மட்டும் கண்ட இஸ்மாயிலுக்கும் அன்சாரிக்கும் கைகளில் நடுக்கம் ஏற்பட்டது. தங்கப்பன் சிரித்தான். அந்த வெளிச்சத்தில் மஞ்சள் நிறத்தில் சின்னதொரு குன்று அசைந்து ஓடியதை நம்பமுடியாத அதிர்ச்சியோடு பார்த்த அவர்களுக்கு பல் அடித்துக் கொண்டது. குளிரை மீறின வெப்பம் உடல் முழுக்க. இஸ்மாயிலின் தோளில் தற்செயலாகக் கைபோட்ட தங்கப்பன் அவன் இன்னும் பயத்திலிந்து விடுபடவில்லை என்பதைப் புரிந்து கொண்டான். 'இவய்ங்க என்னண்டு பாவம் கெடைக்கு காவல் காப்பாய்ங்க....' என சிரிப்பு வந்தாலும் காட்டிக் கொள்ளாமல் திரும்பி அன்சாரியைப் பார்த்தான்.

"இப்பத்தெரியுதா? நரி யாரக் கண்டு பயந்து ஓடுச்சுன்னு. வா போவோம். இன்னைக்கு உன் மாடுக தப்பிச்சுச்சு..."

"அண்ணே இங்கதான் இருக்குன்னு தெரிஞ்சு போச்சு பேசாம சுட்றுண்ணே..."

"கொஞ்சம் பொறுடா... நெனச்சதும் சுடறதுக்கு அது என்ன காட்டுக் கோழியா இல்ல கருங்குரங்கா?.... பொறுமையாத்தாண்டா இருக்கனும்... பொழுது விடியட்டும். மொதல அது இருக்க எடம் எதுன்னு குத்து மதிப்பாத் தெரியனும்..."

அவர்கள் கெடைக்குத் திரும்பியபோது, இருளில் நின்று கொண்டே தூங்கிய மாடுகள் அவ்வப்பொழுது மூக்கில் ஒட்டும் ஈக்களையும் கொசுக்களையும் தலையை ஆட்டி ஆட்டி உதறிக்கொண்டிருந்தன. பூச்சிகளின் சத்தம் மொத்த இரவையும் கத்தி கொண்டு அறுப்பது போல், கீய்ங் கீய்ங்கென அதிர்ந்து கொண்டிருந்தது. இந்தக் காடு முழுக்க தவளைகள் அதிகம், அவை குளிருக்கு கத்துகிற சத்தமும் இடையின்றிக் கேட்டுக் கொண்டிருந்தது. கெடையைச் சுற்றி வழக்கமாக

நான்கடிக்குத்தான் பட்டி அடித்திருப்பார்கள், இந்தமுறை கொஞ்சம் கவனமாக இருக்க வேண்டுமென ஆறடிக்கு அடித்திருந்தார்கள். இந்தக் குளிருக்கு எல்லா மிருகங்களும் தேவையான அளவு வேட்டையாட நினைக்கும். ஆனால் சிறுத்தையோ புலியோ ஒருபோதும் தனது எதிர்காலத் தேவைக்காக வேட்டையாடுவதில்லை. மற்ற விலங்குகளால் வேட்டையாடப்படும் இறைச்சியையும் உண்பதில்லை.

"புலிக்கு இந்த மாட்டு ருசி கண்டு போச்சுடா... அதனால இனி இது தொல்ல குடுத்துட்டேதான் இருக்கும்... பொறி வெச்சு பாப்பம் மாட்டுதான்னு... புலியச் சுட்டம்னு தெரிஞ்சா காட்டுக்குள்ள இருக்க பளியங்கள பகைச்சுக்கிட்ட மாதிரி ஆயிப்போவோம்... பொறி வெச்சுட்டம்னா... நாங்க சிறுத்தைக்குத்தான் வெச்சோம்... தெரியாம புலி மாட்டிக்கிருச்சுன்னு சொல்லி சமாளிச்சிக்கிரலாம்..."

தங்கப்பன் சொல்வது அன்சாரிக்குமே சரியாகத்தான் பட்டது.

"சரிண்ணே... நீ சொன்னா சரியாத்தான் இருக்கும். எப்ப வெய்க்கிறது, என்னன்னு நீயே முடிவு பண்ணிச் சொல்லுண்ணே..."

தங்கப்பன் பீடியை பற்றவைத்துக் கொண்டான். அந்தக் குளிருக்கு இதமாக பீடிப்புகையை ஒரு முறை ஆழமாக இழுத்துக் கொண்டான். நாசியெங்கும் பீடிப்புகையோடு காட்டின் மணமும் உள்ளிறங்கியது.

"காலைல ஊருக்குள்ள மாடு அறுப்பாய்ங்க.... போயி மொத்தமா ஒரு பத்துப் பதினஞ்சு கிலோவா வாங்கிக்கோ... கறிய பெரிய துண்டாவே வாங்கு... வெட்ட வேணாம்..."

"சரிண்ணே அத நான் பாத்துக்கறேன்..."

தங்கப்பனுக்கு சோர்வோ அயர்ச்சியோ ஒன்றுமில்லை. ஆனால் இனி சில நாட்களுக்கு வேலை அதிகம் இருக்குமென்பதால் கொஞ்சம் படுத்துக் கொள்ளலாமென நினைத்தான். இருளில் பீடியிலிருக்கும் கங்கு அந்த இருளில் சின்னதொரு பூச்சியைப் போல் அவன் வாய்க்குள் போய் வெளிவருவதாக சுருங்கி விரிந்து கொண்டிருந்தது. அதனைத் தூக்கிப் எறிந்துவிட்டு பரணில் ஏறி படுத்துக் கொண்டான்.

பதினோறு மணி வாக்கில் இரண்டு சாக்கில் மாட்டு இறைச்சியை அள்ளிக் கொண்டு வந்த அன்சாரி அதைப்பிரித்து வெயிலில் காய வைத்தான். இறைச்சியிலிருந்த ரத்தம் வெயிலில் பட்டு உருகிக் கொண்டிருக்க கெடையிலிருக்கும் நாய்கள் இறைச்சி வாடைக்கு அதை சுற்றி சுற்றி வந்து கொண்டிருந்தன. இஸ்மாயில் அவ்வப்பொழுது நாய்களைக் கட்டுப்படுத்தி துரத்திக் கொண்டிருக்க, எச்சில் வழிய அவை அவனின் கால்களை சுற்றி சுற்றி வந்தன. தங்கப்பன் கவனமாக பாஸ்பரஸை சின்ன சின்ன உருண்டைகளாக எடுத்து வெயில் படாமல் சாக்குத் துணியில் சுற்றி வைத்தான். அவன் செய்கிற வேலையின் தீவிரம் புரியாத மற்றவர்கள் அமைதியாகப் பார்த்துக் கொண்டிருந்தனர்.

பெரிய பெரிய துண்டங்களாய் வெட்டி எடுத்த மாட்டிறைச்சியில் துளையிட்டு பாஸ்பரஸ் உருண்டைகளை வைத்து மூடினான். விலங்குகள் அதை முகர்ந்து பார்த்து கண்டுபிடித்துவிடக்கூடாது என்பதற்காக இறைச்சியின் மேல் நல்லெண்ணை ஊற்றி மிளகாய்த் தூளைத் தூவினான். நாற்பது துண்டங்கள் தயாராகியபின் கவனமாக ஐந்து ஐந்து துண்டங்களாய் எடுத்து புலியின் காலடித்தடங்கள் இரண்டு பக்கங்களிலும் வெவ்வேறு இடங்களில் வைத்துக் கொண்டு சென்றான். சமயங்களில் ஒரு கொலை ஏராளமான விசயங்களைக் கற்றுக் கொடுக்கும். வாழ்வாதாரத்திற்கான போராட்டம் என வரும்போது மனிதன் இப்படியான சந்தர்ப்பங்களிலிருந்துதான் தன்னை முன்னைவிடவும் பக்குவப்பட்டவனாய் மாற்றிக் கொள்ள முடிகிறது. கடந்த சில வருடங்களில் தங்கப்பன் இந்த அளவுக்குத் திட்டமிட்டு வேட்டையை நிகழ்த்தியதில்லை. இது அவனுக்கே முக்கியமானதொரு வேட்டையாக இருந்தது.

தமீமுக்கு தங்கப்பன் செய்வது புரிந்திருக்கவில்லை.

“ஏண்ணே கறிய இப்பிடி பக்கத்துல பக்கத்துல வெச்சுக்கிட்டே போற?... தள்ளி தள்ளி வெச்சா நெறயா எடத்துல வெய்க்கலாம்ல...?”

தங்கப்பன் சிரித்தான்.

“புலி என்ன அம்புட்டு வெவரங்கெட்டதுன்னு நெனச்சியா? தள்ளி தள்ளி வெச்சுட்டுப் போனா கஷ்டமே இல்லாம பொறி வெச்சிருக்கத கண்டுபிடிச்சிரும்.... பொறி வெய்க்கிறது முக்கியமில்ல, எந்த மிருகத்துக்கும் சந்தேகம் வராத அளவுக்கு வைக்கனும்...”

இப்போ புலி வந்து திண்ணு செத்துட்டா சரி... அது வர்றதுக்கு முன்ன நாயோ நரியோ வந்து திங்க வாய் வெச்சதுன்னா என்ன செய்றது?”

இந்த கறில யாரோட சாவு எழுதியிருக்கோ அதான் சாகும்... நாம என்ன செய்ய முடியும்?... இதுவொரு முயற்சி தானடா...”

தங்கப்பன் பொறி வைப்பதை தமீம் கவனமாகப் பார்த்தான். பக்கத்திலேயே நான்கு அல்லது ஐந்து இறைச்சித் துண்டங்கள். பின்பு தனது பாதத்தடத்தை அழித்துவிட்டு அதிலிருந்து இன்னும் கொஞ்சம் தள்ளி நான்கைந்து இறைச்சித் துண்டங்கள்.

“எதுக்குண்ணே கறியவும் போட்டுட்டு எலும்பையும் உடச்சு சிதறி-விடற...?”

“கறிக்கடைல வெச்சு விக்கிற மாதிரி இருக்கக்கூடாதுறா... சுத்திலும் கெடக்கறது புலி வேட்டையாடினதுல மிச்சமான மாட்டிறைச்சி மாதிரி இருக்கனும்.... அதுக்குத்தான் மாட்டெழும்பு...”

“அடுத்த பொறி நான் வெய்க்கிறண்ணே...”

தங்கப்பன் திரும்பி தமீமைப் பார்த்தான்.

“சரி வெய்யி எனக்கும் முதுகு வலிக்கிது… நீ எப்பிடி வெய்க்கிறன்னு பாக்கறேன்…”

தமீமிடம் கொஞ்சமும் பதட்டமே இல்லை, லாவகமாக இறைச்சித் துண்டங்களை வைத்துவிட்டு அதைச் சுற்றிலும் எலும்புத் துண்டங்களை சிதறிவிட்டான். தங்கப்பன் என்னவெல்லாம் செய்தானோ அதைத் திரும்பச் செய்தான். தங்கப்பனுக்கும் நிறைவாய் இருந்தது.

“பரவாயில்லடா, இப்போதான் பாத்த, பாத்த உடனேயே கத்துக்கிட்ட. இனி நீயே வெய்யி…”

வரிசையாக இறைச்சித் துண்டங்களை வைத்துவிட்டு ஒருமுறை அவன் வைத்துப் போன திசையை பார்த்தான். புலி இந்தத் திசையில்தான் ஒரு நான்கைந்து மைல் எல்லைக்குள் இருக்க வேண்டும். இன்றோ நாளையோ அது கெடையை நோக்கி வருகிறபோது நிச்சயமாக இந்த இறைச்சியைத் தாண்டித்தான் வரும். எந்த மிருகமும் சந்தேகப்பட முடியாத அளவிற்குத்தான் தங்கப்பனின் பொறி இருந்தது. தமீமும் தங்கப்பனும் புலி பொறியில் மாட்டி சிக்கும் தருணத்தை எதிர்பார்த்தவர்களாய் திரும்பி வந்தனர்.

“வெயிலுக்கு பாஸ்பரஸ் உருகி தானா எரிஞ்சு போகாதாண்ணே…”

“ம்ஹூம்… மார்கழி மாசத்துல காட்டுக்குள்ள எல்லாம் ஊமவெயில் தானடா..ரெண்டு நாளைக்கு மாட்டுக்கறி தாங்கும்… ஒன்னும் பிரச்சனை இல்ல.”

இரண்டு நாட்களுக்குள்ளாக புலியை எப்படியும் பிடித்துவிட முடியுமென தமீம் உறுதியாக நம்பினான். கெடைக்குத் திரும்பி வந்த போது பரணில் இவர்களுக்கு குடிக்க குருதவாலிக் கஞ்சியும், வறுத்த மாட்டுக்கறியும் தயார் செய்து வைத்திருந்தார்கள். கட்டப்பட்டிருந்த நாய்களுக்கு மிச்சம் மீதியிருந்த மாட்டு எலும்புகளை திண்ணப் போட்டிருந்தார்கள். நாய்கள் அந்த எலும்புகளை உற்சாகத்தோடு கடித்து கடித்து விளையாடிக் கொண்டிருந்தன. தங்கப்பன் கஞ்சியைக் குடித்துவிட்டு அங்கிருந்து கிளம்ப நினைத்திருந்தான். ஒரே இடத்தில் தொடர்ந்து அவனால் இருக்க முடியாது, ஒரு நல்ல வேட்டைக்காரன் செய்யக்கூடிய காரியமம் அல்ல அது.

“சரிடா அன்சாரி ரெண்டு மூணு நாளா கருமந்திய ஒன்னும் சுடல … இன்னைக்கு ரெண்ட சுட்டு எடுத்துக்கிட்டு குமுளிக்குப் போயிட்டு வர்றேன், ஏதாச்சும் அவசரம்னா என் குடிசைல போயி வாசி கிட்ட சொல்லிடு… இல்ல அவன் ஆத்தாகிட்ட சொல்லிடு… நான் இன்னைக்கு பொழுசாயத்துக்குள்ள வந்துடுவேன்..”

“சரிண்ணே…”

தங்கப்பன் தனது பையையும் துப்பாக்கியையும் எடுத்துக் கொண்டு காட்டின் உள்பகுதியை நோக்கி நடந்தான். காட்டின் நீண்டு விரிந்த நிசப்தத்தை கிழித்துச் செல்கிற அவனின் காலடிச் சத்தமும் குருவியின் கிறீச் கிறீச் சத்தமும் விடாது கேட்டுக் கொண்டிருந்தன.

தங்கப்பன் காட்டுக்குள் கருங்குரங்கு வேட்டைக்குப் போன பிற்பகலில் சோத்துப்பாறை டேமுக்கு மேலிருந்த இன்னொரு கிராமத்தில் ஒரு மாட்டையும் இடையனையும் புலி அடித்துவிட்டதாக தகவல் வந்தது. பொறியிருப்பதைக் கண்டு கொண்ட புலி திசையை மாற்றியிருந்தது. இந்த மலைப்பகுதியில் முப்பது கிராமங்கள் அங்கும் இங்குமாக பரந்து விரிந்துள்ளதால் புலி எந்தத் திசையில் வேண்டுமானாலும் எளிதில் தன் இரையைத் தேடிக்கொள்ள முடியும். தங்கப்பனுக்கு விசயம் தெரிய வந்தபொழுது புலியை மீண்டும் இந்தத் திசையில் இழுப்பது சிரமமென்பதைப் புரிந்து கொண்டான். இன்னும் இரண்டு மூன்று நாட்கள் அதன் நடவடிக்கைகளைத் தெரிந்து கொண்டபின் அதை நெருங்கலாமென பொறுத்திருந்தான்.

காப்பித் தோட்டங்களில் காவலுக்கு இருக்கும் பழங்குடிகள் இருட்டத் துவங்குவதற்கு முன்பாகவே தங்களின் குடிலுக்குத் திரும்பிட நினைத்தார்கள். குதிரைக்காரர்கள் மலையிலிருந்து பெரியகுளத்திற்கும் தேனிக்கும் பொருள் எடுத்துச் செல்ல அச்சங்கொண்டனர். தனியாகப் போகாமல் நான்கைந்து பேராய் சேர்ந்து சென்றனர். ஒரு நாளைக்கு நாலைந்து முறை அடிவாரத்திற்கு வந்து போகிறவர்கள் ஒரு நடை மட்டுமே வந்தார்கள். தங்கப்பன் வைத்த பொறிகளில் செந்நாய்கள் இரண்டு மாட்டி செத்திருந்தன. பகல் நேரத்தில் முயல் வேட்டைக்காக வந்திருந்த அவை தடிமனான இறைச்சித் துண்டங்களைக் கண்ட ஆசையில் அவற்றைத் தின்னப் போய் செத்துப் போயிருந்தன. ஆட்கள் தினம் ஒரு திசையில் புலியைப் பார்த்ததாய் அச்சத்துடன் சொல்லிக் கொண்டிருந்தனர். அச்சத்தில் அவர்கள் பார்க்கும் ஒவ்வொரு அசைவும் பிரம்மாண்டமானதொரு புலியையே அவர்களுக்கு நினைவுபடுத்தியதால் எல்லா சத்தங்களுக்கும் அச்சங் கொண்டு அடங்கியன அவர்களின் புலன்கள். எந்த நேரத்திலும் ஒரு புலிக்கு இரையாவோமென திடமாக நம்பினர். காட்டுநாயக்கர்களின் கிராமங்களில் இரவு முழுக்க நாய்கள் அவிழ்த்துவிடப்பட்டதோடு புலியை நெருங்கவிடாமல் இருக்க இரவில் பெருஞ் சத்தம் எழுப்பப்பட்டது. உறுமி அடிக்கப்பட்டது. மிருகங்கள் அந்தச் சத்தம் கேட்கும் திசையில் வராதென்பதால் ஆள் மாற்றி ஆள் அந்த கிராமங்களில் இரவு நேரங்களில் உறுமி அடித்தனர். வனமே எழுந்து ஆடுவது போல் இரவில் உறுமிச் சத்தம் அதிர்ந்து கொண்டிருந்தது. உறுமிச் சத்தம் மிருகங்களின் கபாலங்களெங்கும் எதிரொலித்ததில் அந்தக் கிராமங்கள் இருந்த பக்கம் இரவுகளில் எந்த மிருக

நடமாட்டமும் இருந்திருக்கவில்லை.

புலியின் நடவடிக்கைகளிலிருந்து அன்சாரியின் கெடைக்கு வடக்குப் பக்கமாக ஐந்து மைல் தொலைவுக்குள்தான் புலியின் இருப்பிடம் இருக்குமென தங்கப்பன் ஒருவாறு ஊகித்தான். வடக்கில் ஐந்து மைல் எனக் கணக்கிட்டு அதன் எல்லைக்குள் வருகிற எல்லா ஐந்து மைல் தொலைவிலும் இருக்கிற கிராமங்களுக்குள்தான் புலியின் நடமாட்டம் இருந்துள்ளதால் அந்தப் பகுதியில்தான் இருக்குமென உறுதியாக நம்பினான். மேலநாயக்கன் பட்டி பொடவுக்கு அந்தப் பக்கமாய் ஒரு சுனை ஓடும். அந்தச் சுனையின் பாறை இடுக்குகளில் எங்கோதான் புலி ஒளிந்து கொண்டிருக்கவேண்டும். தங்கப்பன் அன்சாரியைக் கூட்டிக்கொண்டு மேலநாயகன்பட்டிக்கும் கீழநாயக்கன் பட்டிக்கும் போய் புலியின் தடங்களைப் பார்த்துவிட்டு அதை உறுதி செய்தான். காட்டு நாயக்கர்களுக்கு இந்தக் காடுதான் ஆதாரமென்றாலும் இது அவர்களின் பூர்வீக சொத்தில்லை. அவர்களைப் பொறுத்தவரை எந்த இடர்ப்பாடுகளுக்குள்ளும் சிக்கிக் கொள்ளாதவர்களாய் இருக்கவே விரும்பினார்கள். தங்கப்பன் காட்டு நாயக்கர்களின் கிராமப் பெரியவர்களை பார்க்கப் போனான்.

“இன்னியில இருந்து ரெண்டு நாளைக்கு உங்க பக்கத்துல விடிய விடிய நீங்க உறுமி அடிங்க... உங்க தெசைக்கு எதிர்த்தெசலை நீங்க புலியத் துரத்திட்டிங்கன்னா மத்தத நாங்க பாத்துக்கறோம்...”

மேலநாயக்கன் பட்டி பெரியவருக்கு தங்கப்பன் எத்தனை பெரிய திறமைசாலி என்பது நன்றாகவே தெரியும், ஆனாலும் பளியர்களையும் அதிகாரிகளையும் பகைத்துக் கொள்ள வேண்டி வருமே என அஞ்சினார்...

“அதெல்லாம் செஞ்சிரலாம் சாமி.. வேற ஏதாச்சும் பிரச்சனைனு வந்தா என்ன செய்றது?..”

“பிரச்சனைன்னு பாத்தா புள்ள குட்டிக நிம்மதியா இருக்க முடியுமா? இல்ல நீங்கதேன் வேல வெட்டி செய்ய முடியுமா? சொல்லுங்க..”

“நெசந்தாங்க....”

பெரியவர் திரும்பி மற்ற ஊர்க்கார பெரியவர்களைப் பார்த்தார்.

“அய்யாமாருக சொல்றதுல எனக்கு ஒப்பு உண்டு... உங்க யாருக்காச்சும் சங்கடம்னா இப்பவே சொல்லிடுங்கப்பா...”

கூட்டம் அமைதியாய் இருந்தது. தங்கப்பன் அங்கிருந்த ஒவ்வொருவரின் கண்களையும் ஆழமாகப் பார்த்தான். எல்லோருக்கும் புலியிடமிருந்து தப்பித்து வாழ வேண்டுமென்கிற ஆழமான விருப்பமிருந்ததால் ஒருவரும் அவர்களை ஆட்சேபிக்கத் தயாராய் இல்லை. ஒருமித்த சம்மதத்தோடு அவர்கள் தங்கப்பன் சொன்னதற்கு ஒப்புக் கொண்டதாக பட்டது.

“செரிங்க.. எங்களுக்கும் இந்த முடிவு சரின்னுதான் படுது... இருக்கற மாடு கன்னுகளக் காப்பாத்தனும்னா வேற என்ன செய்ய முடியும்?... நீங்க சொன்ன மாதிரியே நாங்க ரவைல உறுமியடிச்சு புலிய எதிர்ப்பக்கமா தொறத்தறோம்....”

தங்கப்பன் திருப்தியாகக் கிளம்பினான்.

அன்சாரிக்குக் குழப்பமாக இருந்தது. ஒருவேளை புலி வேறு திசையில் போவதாக இருந்தால் என்ன செய்வது?

“ஏண்ணே... இந்தப் பக்கத்துல இருந்து தொறத்தறாக சரி, அது மறுபடியும் நம்ம பக்கந்தான் வரும்னு என்ன நிச்சயம்?...”

“நம்ம பக்கம் வரும்னு நான் எப்படா உங்கிட்ட சொன்னேன்.... தாம்புக்காட்டுக்கு மேல ஒரு சுனை இருக்கு தெரியுமா?”

“ஆமாண்ணே...”

“அதச் சுத்தி நாலு மூட்ட உப்பப் போடச் சொல்லு ... அங்க சுனைக்குப் பக்கத்திலயே ஒரு ஆலமரம் இருக்கு, அதில பொழுசாயத்துக்குள்ள ஒரு பரண் கட்டனும்... இன்னைக்கு ராத்திரி இல்ல நாள ராத்திரிக்குள்ள வேல முடிஞ்சிடும்...”

தங்கப்பன் கணித்த மாதிரியேதான் நடந்தது. ஒரு வாரத்திற்கும் மேலாக புலிக்கும் அந்தக் காட்டிலிருந்தவர்களுக்கும் இடையில் நடந்த போராட்டம் ஒரு முடிவை நோக்கி நகர்ந்தது. வனமெங்கும் விரிந்து படர்ந்த இருளில் புலியின் நடமாட்டத்தால் அச்சமுற்றிருந்த மிருகங்கள் பாதுகாப்பான இடங்களைத் தேடி ஓடிப் போயிருந்தன. மனிதர்கள் தங்களிடமிருந்து தப்பித்துக் கொள்ள வகுத்துக் கொள்ளும் வியூகங்களை விட சுவாரஸ்யமானவை. மிருகங்கள் மிருகங்களிடமிருந்து தப்பித்துக் கொள்ள வகுத்துக் கொள்ளும் வியூகங்கள். காட்டில் வாழப் பழகிய எல்லா உயிர்களுக்கும் தம்மைப் பாதுகாத்துக் கொள்ளத் தெரியும். எந்தத் தாய் மிருகமும் இதைக் கற்றுத்தரத் தேவையில்லை. காடு தன் நினைவுகளின் வாயிலாக அதைச் சார்ந்த எல்லா உயிர்களுக்கும் அதைக் கற்றுக் கொடுத்திருக்கிறது.

அன்றிரவு சுனை பக்கத்திலிருந்து வந்த உப்பு வாடை புலியை அங்கு ஆர்வத்தோடு தேடி வரச்செய்தது. உப்பு மிருகங்களை கவர்ந்திழுக்கும் வாசனைத் திரவியம். எத்தனை பெரிய புத்திசாலி மிருகமும் இதற்கு விதிவிலக்கல்ல. அதனால் சுனையை நோக்கி வரும் புலி திரும்பிப் போகமுடியாதபடி எதிர்த்திசையில் மேலநாயக்கன்பட்டிக் காரர்களும் கீழநாயக்கன்பட்டிக் காரர்களும் இரவு முழுக்க உறுமியடித்தனர். தொடர்ந்து மூன்று நான்கு நாட்கள் உறுமிச் சத்தம் கேட்டு அச்சமுற்றிருந்த புலி தன் இருப்பிடத்திற்குப் பக்கத்திலேயே கொழுத்த இரை கிடைத்துவிட்ட ஆர்வத்தில் சுனை நோக்கி ஓடிவந்தது. வலை விரிக்கப்பட்ட மாயக்கட்டடங்கள் தன் முன்னாலிருக்க வஞ்சகமறியாத

அதன் கண்களுக்குள்ளோ குட்டிகளுக்கான இரையைக் கண்டுவிட்ட உற்சாகம். மிருகங்களின் தந்திரத்திற்குப் பழக்கப்பட்ட தங்கப்பனின் துப்பாக்கியும் தங்கப்பனும் எந்த சிரமமுமில்லாமல் அதனைக் கொன்றுவிட்டன. விடிவதற்கு முன்பாகவே வேட்டையாடப்பட்ட புலி மொக்கநிலைக்குக் கீழிருக்கும் அன்சாரியின் வீட்டுக்கு கொண்டுவரப்பட்டுவிட்டது.

4

செல்லாயி இப்பொழுது இரண்டாவது முறையாக கருவுற்றிருக்கிறாள். தங்கப்பனுக்கு பெறப்போகும் முதல் பிள்ளை. வாசி பளியனுக்குப் பிறந்தவன், ஆனாலும் வளர்ந்தது தங்கப்பனிடம் தான். தங்கப்பனுக்கு தன் மூன்று மனைவிகளில் இவள் மீது மட்டும் அளப்பெரிய காதல். அவன் கேட்ட எதற்கும் அவள் மறுத்ததில்லை. அதனாலேயே அவள் கேட்ட எதற்கும் தங்கப்பனுக்கும் மறுப்பதில்லை.

"ஒரே ஒரு தடவயாச்சும் புலிய வேட்டையாடனும் மச்சான்..."

தங்கப்பனுக்கு ஆச்சர்யமாய் இருக்கும்.

"ஏண்டி பாட்டான்னு சொல்லி கும்புட வேண்டியத வேட்டையாடனும்னு சொல்றியே நீ என்னடி பளிச்சி?..."

"ஆமா பளிச்சியா இருந்தா பாட்டாவ வேட்டையாடக் கூடாதா?... அதும் காட்டுல இருக்க ஒரு மிருகந்தான... ஒவ்வொருத்தனும் அவனவன் சத்துக்கு உடும்பையும், பன்னியையும் வேட்டையாடறான்... நீ உன் சத்துக்கு புலிய

வேட்டையாடினாத்தான உனக்கு சரியா இருக்கும்....”

தங்கப்பன் சிரித்துக் கொள்வான்.

“புலி இல்லைன்னா என்னாகும்னு தெரியுமா? மான் ஆடு, மாடு எல்லாம் பெருத்துப் போயி காட்டுல பச்சையே இல்லாமப் போகும். புலி, சிங்கம், சிறுத்தை, யானை எல்லாம் இருந்தாத்தான் நல்ல காடு. இது எதும் இல்லாத காடு வெறும் தோப்புதான். கொஞ்ச காலத்துல வெறும் பொதர்க்காடாத்தான் இருக்கும்.”

இவ்வளவும் சொன்ன தங்கப்பன் இன்று தவிர்க்கவே முடியாமல் ஒரு புலியைக் கொல்ல வேண்டியதாகிப் போனது. அதுவும் பெண்புலி. குடிசையில் சோர்வோடு படுத்திருந்தான். இரண்டு மூன்று நாட்களாய் புலியின் தடம் தேடி அலைந்த களைப்பு உடல் முழுக்க பரவிக் கிடந்தது. செல்லாயி அவனுக்குப் பக்கத்திலேயே படுத்துக் கிடந்தாள். தங்கப்பனின் மூத்த மனைவி மாரி குடிசைக்கு வெளியே ஒரு காட்டு அணிலையும், பழ உண்ணியையும் தோலை உரித்து தீயில் வாட்டிக் கொண்டிருந்தாள். பழ உன்னியின் மிருதுவான இறைச்சியின் வாடை காற்றில் பரவியது. இரண்டாவது மனைவி சகாயராணி வாசியைக் கூட்டிக்கொண்டு கீழே கிராமத்திற்கு வேட்டைக் கூலி வாங்கப் போயிருக்கிறாள். இன்னும் திரும்பவில்லை. வாசியை செல்லாயி பெற்றிருந்தாலும் அவனை வளர்த்தது எல்லாம் தங்கப்பனின் மற்ற மனைவிகள்தான். சகாயராணி குமுளிக்கு அந்தப் பக்கமுள்ள மலையாளத்துக்காரி. தங்கப்பனோடு வந்து சேர்ந்து பத்து வருசத்துக்கும் மேலாகிவிட்டது. நான்கு வயது சிறுவனாய் வாசி தங்கப்பனிடம் வந்ததிலிருந்து இவள் தான் பெரும்பாலும் அவனை வளர்த்துக் கொண்டிருக்கிறாள்.

செல்லாயி ஒரு பக்கமாகத் திரும்பி தங்கப்பனின் மேல் காலைப் போட்டுக் கொண்டாள். உடல் களைப்பிலிருந்த போதும் அவன் தயக்கமே இல்லாமல் அவளை தன்னோடு பிணைத்துக் கொள்ள சம்மதித்தான். அவன் காதுகளை வருடியவள்,

“அட போ மச்சான்.... எல்லாத்தையும் திண்ணு பாத்துட்டேன்... இந்தப் புலி எப்பிடி இருக்கும்னு திண்ணுபாத்துடனும்னு நெனச்சேன்... நீ என் ஆசைய கெடுத்துட்ட...”

தங்கப்பன் அவளின் கையைப் பிடித்துக் கடித்தான்.

“புலிக்கறிதான இந்தா இதக் கடிச்சுப் பாரு...”

தன் கைகளைக் கடிக்கக் கொடுத்தவனின் உள்ளங்கைகளை ஆவலோடு கடித்ததுடன் நிற்காமல் தோள்களையும் மார்பையும் இடைவிடாமல் கடித்தாள். தான் வளர்க்கும் நாய்க்குட்டி ஆசையோடு கடிக்கிற குறுகுறுப்பில் தங்கப்பன் கண்களை மூடி ரசித்தான். ஒரு கடி அவனது மார்பில் ஆழமாய் பதிய அவன் ஒரு முறை ‘ஆ’வெனக்

கத்தினான். மூத்தவள் வெளியிலிருந்து எட்டிப் பார்த்தாள்.

“ஏய் சிரிக்கி... புள்ள பொறக்கர வரைக்கும் பொச்ச அமுக்கிட்டு பேசாம இரு... ஒன்னு கெடக்க ஒன்னு ஆயிப்போகும்...”

செல்லாயி வேகமாக அவனிடமிருந்து விலகிக் கொண்டு, “அதெல்லாம் ஒன்னுமில்லக்கா.. மச்சாந்தான் சும்மா இருக்க மாட்டாம புடிச்சு புடிச்சு இழுக்குது.. நீ வந்து என்னன்னு கேளுக்கா....”

“ஆமா ஆமா..நானும் உள்ள வந்து கட்டிப் புடிச்சு படுத்துக் கெடந்தா திங்கறதுக்கு யார் செய்வா?... உன் மச்சானப் போட்டுக் கொஞ்சினது போதும் இங்கிட்டு வா...”

செல்லாயி மெதுவாக வெளியில் வந்தாள். மாலை நேரக் குளிர் மெதுவாக இறங்கத் துவங்கியிருக்க, குடிசை இருக்கும் மேடேறி சகாயராணியும், வாசியும் வந்து கொண்டிருந்தனர். மொக்கநிலை பளியக்குடிக்கு மேலாக சூன்யம் ஒரு கருவளையமென படர்ந்து நீண்டிருக்க, நரிகள் ஊளையிடத் தொடங்கின. சகாயராணிக்கு முரட்டு உடல், கரும்பாறையொன்று மூர்க்கமாய் அந்த இரவில் வியர்க்க விறுவிறுக்க மேலேறி வந்து சேர்வது போல் குடிசையின் முன் வந்தாள். அவர்களுக்கு முன்னால் ஓடிவந்த நாய் பசியோடு செல்லாயி திண்ண எதையாவது எடுத்துப் போடுவாளென அவள் சேலையைக் கவ்வியது. இன்னும் ரெண்டு வயதுகூட ஆகியிருக்கவில்லை, அதற்குள் நாய்க்கு உடல் வலுவேறி அதன் பற்கள் கூட உறுதியாகிவிட்டிருக்கிறது.

“இன்னும் நல்லாக் குதி,அப்பத்தான் வேட்டைக்குப் போறப்போ வேகம் இருக்கும்... ம்.. இன்னும் இன்னும்...”

எக்கி எக்கித் தன்னை நக்க முயலும் நாய்க்கு பயிற்சி கொடுப்பதுபோல் குதிக்கவிட்டு, இன்னும் கொஞ்சம் இங்கும் அங்குமாக சுற்றவிட்டபின் குடிசைக்குள்ளிருந்து கொஞ்சம் வறுத்த இறைச்சித் துண்டங்களைக் கொண்டு வந்து போட்டாள். வேகமாய் அதைக் கடித்து விழுங்கிய நாயின் உடலுக்குள் இறைச்சி கரைந்து இறங்குவது ஒரு கோடாய் வளைந்து நெளிந்தது. அன்சாரி கொடுத்தனுப்பிய நெல் மூட்டையை வாசியும், சகாயமும் ஆளுக்குப் பாதியாய் பிரித்து தூக்கி வந்திருந்தனர். மூட்டையை இறக்கி வைத்துவிட்டு உட்கார்ந்தவளின் உடல் முழுக்க கசிந்த வியர்வையை மாரி சேலைத் தலைப்பால் துடைத்துவிட்டாள்.

“என்ன அவசரம்னு இன்னைக்கு போனவ? நாளப்பின்னப் போயி மெதுவா வாங்கிக்கலாம்னு விடாம...”

சகாயம் சிரித்தாள்.

“அடப் போக்கா... இந்தாளுதான் லூசு மாதிரி மசுரு மட்டும் போதும், ஒன்னும் வேணாம்னு வந்திருச்சு. நம்மளும் அப்பிடி இருந்தம்னா வெளங்கிப் போகும்... நாம கேக்காம விட்டம்னா ஏச்சுப்புருவாய்ங்கக்கா...”

முந்தானை முடிச்சை அவிழ்த்து மடித்து வைத்திருந்த ரூவாய்த் தாள்களைப் பிரித்து மாரியிடம் கொடுத்தாள். குடிசையிலிருந்து இறங்கி பளியக்குடி தெரியும் திசைப் பக்கமாக நடந்த வாசியைக் கவனித்த மாரி,

"எங்க ராசா இந்த நேரத்துல காட்டுக்குள்ள நடக்கிற?..."

"சும்மா பக்கத்துலதாந்த்தா..."

"தூர தொல போகாத... பூச்சி பட்ட இருக்கும்..."

மாரியின் வார்த்தைகள் மிக வேகமாக அவன் காதிலிருந்து மறைவதுபோல் அவன் காட்டை நோக்கி இறங்கி பள்ளத்திற்குள் நடந்து கொண்டிருந்தான். அவன் காலடிச் சத்தம் குறைய, இருட்டுக்குள் அவன் உருவம் பார்க்க முடியாமல் மாரி,

"கிறுக்குப்பயவுள்ள சொல்லச் சொல்லக் கேக்குதான்னு பாரு... இந்த அடுப்பப் பாத்துக்கடி... நான் அவங்கூட போறேன்..."

சகாயம் சிரித்தாள்.

"எக்கா அவென் என்ன சின்னப்பயலா.. விடு ஏதாச்சும் ஒன்னுக்கு ரெண்டுக்குப் போயிட்டு வருவான்..."

சமாதானமாகாமல் போனாலும் இன்னும் கொஞ்ச நேரம் பொறுத்திருந்துப் பார்க்கலாமென மாரி அங்கேயே நின்றிருந்தாள். வேகவைத்த காட்டு அணில் கறியோடு மிளகாய்த்தூளும் சேர்ந்து வாசனை கமகமவென நிறைந்திருக்க, செல்லாயி பெட்ரோமாக்ஸை ஏற்றினாள். சின்னதொரு செடியின் காம்பில் மெதுமெதுவாய் நெருப்புப் பூக்கள் பெருகி வளர்வது போல் வெளிச்சம் அந்தக் குடிசையை ஆக்கிரமித்தது. ஒட்டியொட்டி இருந்த மூன்று குடிசைகளிலும் வெளிச்சம் பிரம்மாண்டமாக சேர்ந்த அதே நேரத்தில் பாறையிலிருந்த குடிசைகளில் ஆங்காங்கே லைட் வெளிச்சத்தைப் பார்க்க முடிந்தது.

அலைச்சலின் சுமையை உடலில் சுமந்து திரிபவனான தங்கப்பனுக்கு அன்று இன்னொரு முறை காட்டுக்குள் செல்ல வேண்டுமென்கிற விருப்பம் மட்டுமே எல்லாவற்றையும் தாண்டி இருந்தது. வியர்வை கசகசத்த சட்டையை கழற்றிப் போட்டுவிட்டு முன்பு பச்சை நிறமாயிருந்து இப்பொழுது நிறம் மங்கிப்போன முரட்டுச் சட்டையை எடுத்து மாட்டிக் கொண்டவனின் கண்கள் வாசியைத் தேடின. குடிசைக்கு வெளியில் இன்னும் ஓயாத சலசலப்பு.

"வாசி..."

ஹெட்லைட்டை எடுத்துக் கொண்ட தங்கப்பன் காட்டை நோக்கி நிதானமாக நடந்தான். வாசி வேகமாக குடிசைக்குள் போய் தங்கப்பனின் துப்பாக்கியை எடுத்துக் கொண்டு அவனைத் தொடர்ந்து நடந்தான். இது தீவிரமான வேட்டையாய் இருக்கப் போவதில்லை,

வழக்கமான கருங்குரங்கு வேட்டை. தங்கப்பன் ஹெட்லைட்டைக் கூட இன்னும் ஆன் செய்திருக்கவில்லை. இந்தக் காட்டின் ஒவ்வொரு மரமும் செடியும் அவனுக்குப் பரிச்சயமே. ஒவ்வொரு அடியிலும் காட்டைத் தெரிந்து வைத்திருப்பதில் தன் அப்பன் சடையனை விடவும் தங்கப்பன் திறமைசாலி என வாசி நம்பினான். ஆனால் அவர்கள் புரிந்து வைத்திருக்கும் காடு வெவ்வேறானது. வாசியும் அந்தக் காட்டைப் புரிந்து கொள்ள விரும்பினான். ஆனால் காட்டின் தோற்றத்தை மீறி ஆன்மாவைத் தேடிக் கண்டடையும் ஆர்வம் அவனுக்கு. முதல் சுனையை நெருங்கியதும், சுனையை ஒட்டியிருந்த பாறையில் ஏறி உட்கார்ந்து கொண்ட தங்கப்பன் நிதானமாக ஒரு சிகரெட்டை எடுத்து அதிலிருந்த புகையிலைகளை எல்லாம் கசக்கி வெளியேற்றினான். வாசி பாறைக்குப் பக்கத்திலேயே சுனையை ஒட்டி நின்றான். சுனையில் நீரோட்டம் குறைவாய் இருந்ததால் சத்தம் சன்னமாயிருந்தது. தங்கப்பன் நிதானமாக சிகரெட்டைப் புகைத்தான். வாசிக்கு அந்தத் துப்பாக்கியின் கனம் தோள்களில் அழுத்த ஒரு தோளிலிருந்து இன்னொரு தோளுக்கு மாற்றிக்கொண்டான். தங்கப்பன் அவனோடு இத்தனை நாட்களில் மிகச் சில வார்த்தைகளை மட்டுமே பேசியிருக்கிறான். பளியக்குடியை விட்டுவிட்டு எதற்காக இவன் தன்னோடு இப்படித் திரியவேண்டுமென்பதை தங்கப்பனால் புரிந்து கொள்ள முடியவில்லை. இந்தக் காட்டிலேயே காலங் காலமாய் கிடக்கிறவர்களுக்கு வேட்டையாடச் சொல்லிக் கொடுக்கத் தேவையில்லை. ஆனால் இந்தக் காட்டை எல்லாவிதங்களிலும் புனிதப்படுத்திப் பார்க்கும் அவர்களுக்கு தாங்கள் வேட்டையாடும் எல்லாவற்றைக் குறித்தும் அச்சமிருந்தது. இந்த அச்சத்திலிருந்து விடுபட வேண்டிதான் வாசி தன்னோடு இருக்கிறானோ என நினைத்துக் கொண்டான். வாசி மீண்டும் துப்பாக்கியை தோள் மாற்றி வைத்துக் கொண்டான்.

“கனமா இருந்துச்சுன்னா இப்பிடி பாறைல வெய்யிடா..”

வாசி அதைக் கவனமாக தோளிலிருந்து எடுத்து பாறையில் வைத்தான். சுனையின் தெற்குப் பக்கத்திலிருந்து நீர்நிலையில் சலசலப்பு பெரிதாகக் கேட்க, தங்கப்பன் கவனமாகப் பார்த்தான். லேசாகப் புன்னகைத்துக் கொண்டவன்,

“வாசி சூதனாமா பாறையில ஏறிவா..” தங்கப்பன் ஒரு கையை அவனை நோக்கி நீட்ட அவன் கையைப் பற்றிக்கொண்டு வாசி பாறையில் ஏறினான். சுனை நீரின் சலசலப்பு நெருங்கி வர வர பேரோசையாய் இருந்தது. இருவரும் ஆர்வத்தோடு சத்தம் வந்த திசையை நோக்கி பார்த்தபடியிருக்க இரண்டு காட்டெருமைகள் மெதுவாக இந்த திசை நோக்கி வந்து கொண்டிருந்தன. இருளின் பிரம்மாண்டமான நகர்ச்சியாய் அந்த மாடுகளின் அசைவு வந்து

கொண்டிருக்க, எந்த மாட்டை தங்கப்பன் சுடப்போகிறானென்கிற ஆர்வத்தில் வாசி மாடுகளையும் தங்கப்பனையும் மாறி மாறிப் பார்த்துக் கொண்டான். இரண்டு மாடுகளும் பாறைக்குப் பக்கமாய் நெருங்கி வந்து ஒன்றோடொன்று முகர்ந்து நக்கிக் கொடுத்துக் கொண்டன. பெண்மாடு சுனையில் உடலை நனைத்துக் கொண்டபடி அதனை வளைத்து நெளித்து ஆண்மாட்டுக்கு மோகிக்கக் கொடுத்தது. தங்கப்பன் சிகரெட் புகையின் மூலம் தனது இருப்பைக் காட்டிவிடக்கூடாதெனக் கவனமாக அதனை அணைத்திருந்தான். உணர்ச்சி வேகத்தில் ஆண் மாடு பெண்மாட்டின் வயிற்றில் தன் முரட்டு நாக்கால் மீண்டும் மீண்டும் நக்கியது. பெண்மாடு கழுத்தை வளைத்து ஒரு மாதிரியாக சப்தம் எழுப்புவதும் பரவசத்தில் வாயில் நுரை நுரையாய் எச்சிலை வழிய விடுவதுமாய் இருந்தது. அந்த மாடுகள் நீண்ட நேரம் தங்களை சரசத்திற்கென தயார் செய்து கொண்டபின் ஆண்மாடு பெண்மாட்டின் மீதேறியது. மூர்க்கமோ, வேகமா இல்லாமல் இயங்கிய மாடுகளை தங்கப்பன் சந்தோசமாகப் பார்த்துக் கொண்டிருந்தான். பாறைக்கு அந்தப் பக்கமாக இறங்கி வாசியையும் இறக்கி விட்டான். இரண்டு பேரும் சுனையிலிருந்து பருத்திபோடு போகும் பாதையில் மெதுவாக நடந்தனர். புதிய துப்பாக்கியொன்றைச் செய்ய வேண்டுமென நினைத்தான். இந்தத் துப்பாக்கி கை பட்டு பட்டுக் கட்டையின் முரட்டுத்தன்மை குறைந்து எண்ணெய்ப் பிசுக்கேறி மினுமினுப்போடிருந்ததுடன் சில சமயங்களில் குறி பார்க்கும்போது குறி தவறுகிறபடி இருக்கிறது. ஆனால் ரொம்பவே ராசியான துப்பாக்கி. அவன் துப்பாக்கியிலிருக்கும் பதினாறு வெள்ளிக்கோடுகளும் பளபளக்கும் பித்தளைத் தகடும் பார்ப்பவர்களைக் கவரும். தங்கப்பனை முழுமையான வேட்டைக்காரனாய் மாற்றிய துப்பாக்கி என்று சொல்லலாம். எத்தனையோ பேருக்குத் துப்பாக்கிகள் செய்து கொடுத்திருக்கிறான், ஆனால் அவர்களால் அதை நீண்ட காலம் பாதுகாத்திருக்க முடியவில்லை. இவன் தன் துப்பாக்கியை தந்தை தன் மகளைப் பாதுகாப்பது போல் பாதுகாக்கிறான்.

பொதுவாக இருட்டுவதற்கு முந்தைய நேரந்தான் வேட்டைக்கு மிகச் சிறந்த நேரம். ஆனால் சிலருக்கு இரவில் விளக்கொளியில் வேட்டையாடுவது பிடிக்காது. விளக்குகளின் பிரகாசத்தில் விலங்குகளை மயக்கி மக்கள் தங்கள் பசியைத் தீர்த்துக் கொள்ள விலங்குகளைக் கொல்வது ஒரு ஏமாற்று வேலை என்பார்கள்.

“நீ வேட்டையாடற மிருகத்துக்கும் உனக்கும் ஒரு அந்நியோன்யமான உறவு இருக்குடா... நீ அதையும் அது உன்னையும் எதிர் கொண்ட பின்னாலதான் எந்த மிருகத்தையும் சுடனும். நல்ல வேட்டக்காரன் ஒளிஞ்சிருந்து சுடக்கூடாது....” இதை சொல்லி சொல்லித்தான் தங்கப்பனின் அப்பா அவனை வளர்த்திருந்தான்.

தங்கப்பனைப் பொறுத்துவரை வேட்டை என்பது அப்பா சொல்லிக் கொடுத்தது போல் வீரம் மட்டும் சம்பந்தப்பட்டதில்லை, கொஞ்சம் சூதும் தெரிந்திருக்க வேண்டும். பகலில் வேட்டையாடும்பொழுது விலங்குகள் திரும்பித் தாக்கலாம் அல்லது தப்பி ஓடிவிடலாம். இதுபோன்ற வேட்டையில்தான் உண்மையில் வேட்டைக்காரனின் திறமையும் சாமர்த்யமும் வெளிப்படும்... அப்படி வேட்டையாடின காலமில்லை இது. கேட்பாரற்றுக் கிடந்த காட்டுக்கு இன்று சொந்தம் கொண்டாட கடல் கடந்து சீமைகளில் இருந்தெல்லாம் துரைமார்கள் வந்திறங்கிவிட்டார்கள். அவர்களுக்கு இந்தக் காட்டை யார் பட்டாப் போட்டுக்கொடுத்தார்களோ தெரியவில்லை. சர்வ சுதந்திரமாய் அவர்கள் அரைக்கால் நிக்கரும், கருப்புக் கண்ணாடியுமாய் சாராயம் குடித்துவிட்டு காட்டுக்குள் சுற்றித் திரிவதைப் பார்க்க தங்கப்பனுக்கு ஆச்சர்யமாய் இருக்கும். போதாக்குறைக்கு மரம் வெட்டக் கூடாது, மான்களை சுடக்கூடாதென ஃபாரஸ்ட்காரர்கள் வேறு.

ஆளுயரத்திற்கு வளர்ந்து கிடந்த நாணல் காட்டிற்குள் நுழைந்தவுடன் துப்பாக்கியை தயார் செய்து வைத்துக் கொண்டவன் வாசியை எதிர்த் திசையில் போகச் சொல்லிவிட்டு மெதுவாக நாணற் காட்டிற்கும் இவன் வந்த திசைக்கும் நடுவிலேயே கிழக்கு நோக்கி நடந்தான். இருட்டில் மரத்தில் இங்கும் அங்குமாக குதிக்கும் குரங்குகளால் கிளைகள் சலசலத்துக் கொண்டிருந்தன. ஒரு முறை இடையன் குருவியைப்போல் தங்கப்பன் ஒலி எழுப்பினான். அவன் ஒலி எழுப்பின சில நொடிகளிலேயே ஒரு இடையன் குருவி அவனுக்குப் பதில் குரல் எழுப்பியது. குரல் வந்த திசை நோக்கி துப்பாக்கியைத் திருப்பியவன் ஹெட்லைட்டை அந்தப் பக்கத்து மரங்களில் பாய்ச்சினான். வெளிச்சத்தைப் பார்த்ததும் குரங்குகள் இங்கும் அங்குமாக தாவிக் குதிக்க தங்கப்பனின் கண்கள் வேகமாக கூட்டத்திலிருந்து பிரிந்த ஒரு குரங்கைக் குறி வைத்தன. அந்தக் குரங்கு அடுத்த மரத்திற்கு தாவிச் செல்கிற நொடியில் இவன் துப்பாக்கி விசையை அழுத்தினான். வினோதமான அலறலோடு கீழே விழுந்த குரங்கின் மீது வெளிச்சத்தைத் திருப்ப அது இன்னும் தனக்கு உயிர் இருப்பதாக நினைத்துக் கொண்டு தப்பிக்க நினைத்து துடித்துக் கொண்டிருந்தது. துப்பாக்கி சத்தம் கேட்டு ஓடிவந்த வாசி ஹெட்லைட்டின் வெளிச்சத்தில் கீழே விழுந்து கிடக்கும் குரங்கை நோக்கி ஓடினான். மிச்சமிருந்த உயிர் கழுத்து கண்கள் நாசி வாய் என எல்லாவற்றின் வழியாகவும் காற்றாய் வெளியேறிக் கொண்டிருக்க, மரத்திலிருந்து அதன் துணைக் குரங்கு அதையே பார்த்து 'விரீச் விரீச்...சென' அலறியது. நரம்புகளைக் குடையும் அந்த அலறலை சகிக்கமுடியாதவனாய் இடுப்பிலிருந்த கத்தியை எடுத்து கண்களை மூடி பளிச்சியை வேண்டியபடியே குரங்கின் கழுத்தை அறுத்தான். அதன் உயிர் முழுமையாக வெளியேறியபின் தான் கொண்டு வந்திருந்த

சாக்குப் பையில் அதைப் போட்டுத் தோளில் தூக்கிக் கொண்டான்.

ஹெட் லைட்டின் வெளிச்சம் அவர்களுக்கு முன்னால் ஒரு நெடும் மஞ்சள் நிறச்சாலையை தற்காலிகமாக உருவாக்கியிருக்க தங்கப்பன் இன்னும் சில அடிகள் முன்னோக்கி நடந்து கொண்டிருந்தான். மரங்களை விட்டு அகலாது கூர்மையாய்த் தொடர்ந்து கொண்டிருந்தன அவன் கண்கள். துப்பாக்கி சத்தத்திற்கு முன் நாணற் காட்டிலிருந்து வந்த சலசலப்புகளெல்லாம் நின்று போய் பூச்சிகளின் உரத்த சத்தமும் ஆங்காங்கே முரட்டுத் தவளைகள் கத்தும் சத்தமும் மட்டும் எதிரொலித்துக் கொண்டிருந்தன. மரங்களுக்கு நடுவில் வானில் மங்கலாக நட்சத்திரங்கள் எட்டிப் பார்த்துக் கொண்டிருந்தன. மேட்டிலிருந்து நாணற்க் காட்டை நோக்கி அவசரமாய் ஒரு குட்டி சருகு மான் ஓடிவந்தது, மூன்றடி உயரம் கூட இல்லாத அதன் உடல் பதட்டத்தோடு அந்தப் பகுதியை கடந்துவிட எத்தனித்திருக்க வேண்டும், இங்கும் அங்குமாகத் தடுமாறி வெளிச்சத்தைப் பார்த்துத் தயங்கி நிற்க, அந்த அவகாசத்தில் மீண்டும் இன்னொரு முறை துப்பாக்கி வெடித்தது. வாசிக்கு அந்தக் குட்டி மான் சாவதில் விருப்பமே இல்லை. பாவம் அம்மாவைத் தேடி அலைந்திருக்கும். சுடப்பட்டு விழுந்த மானை எடுக்கும் மனநிலையில் இல்லாதவனை தங்கப்பன் திரும்பிப் பார்க்க அவன் கொஞ்சமும் அசையாமல் அப்படியே நின்றான்.

“விழுந்து கெடக்கறது தெரியல... போய் எட்றா...”

வாசி அமைதியாக நிற்க, தங்கப்பனின் முகம் மாறியது. நெருங்கிச் சென்றவன்,

“போய் எடுன்னு சொல்றேன் நின்னுட்டே இருக்க...போ...”

தங்கப்பனின் குரல் கடுமையானதில் சடாரென ஒரு நடுக்கம் வாசிக்குள் ஊடுருவியது. ஆனாலும் அவன் அசையவில்லை. துப்பாக்கியை வலது கையிலிருந்து இடது கைக்கு மாற்றிக் கொண்டவன் மாற்றிய வேகத்தில் ரப்பென வாசிக்கு ஒரு அறை விட்டான். முரட்டு அடி. கண்டிப்போன கைவிரல்கள் வாசியின் கன்னத் தோல்களை பிளந்துவிடுமளவிற்கு பதிய, வலியில் கண்கள் சிவந்துவிட்டன. தோளில் வைத்திருந்த சாக்குப் பையை கீழே போட்டுவிட்டு வாசி அங்கிருந்து ஓடப் பார்த்தான். இரண்டு எட்டுகளை வைக்கும் முன்னதாகவே அவன் சட்டையைக் கழுத்தோடு கொத்தாகப் பிடித்த தங்கப்பன்,

“எங்க ஓடற? போ.. போயி எடு.. செத்தது உங்க ஆத்தாளா? இல்ல அப்பனா? மூஞ்சியத் தூக்கி வெச்சிட்டு இருக்க...”

மானை நோக்கி வாசியைத் தள்ளினான். ஒரு பிஞ்சுக் குழந்தையின் ரத்தத்தைத் தொட அச்சங்கொள்வதுபோல் வாசி மெல்ல நடந்து அந்த மானின் பக்கத்தில் உட்கார்ந்தான். அதன் கண்களில் இன்னும்

விலகாது தேங்கிக் கிடந்தது உயிர். கால்களில் மிச்சமிருந்த லேசான துடிப்பு. குண்டடி பட்ட ரத்தத்தோடு அது விழுந்து கிடந்த இடத்தில் சகதியும் ஒட்டிக் கிடந்தது. அதைத் தூக்கி சகதியைத் துடைத்தவன், திரும்பி தங்கப்பனைப் பார்த்தான். ஹெட்லைட்டை அமத்தி விட்ட தங்கப்பன் மரங்களுக்குள் குரங்குளைத் தேடிக் கொண்டிருந்தான். தன்னை மீறிக் கசிந்த கண்ணீரை அடக்கிக் கொண்டு அந்த மானை ஒரு தோளிலும், இன்னொரு தோளில் குரங்கையும் போட்டுக் கொண்டு வாசி தங்கப்பனுக்குப் பின்னால் நடந்தான்.

இருவரும் எதுவும் பேசிக்கொள்ளவில்லை. குளிரில் காது விறைத்துக் கொண்ட ஓநாயைப்போல தங்கப்பனின் காதுகள் பக்கத்தில் ஏதாவது அரவம் கேட்கிறதாவென கேட்க விடைத்துக் கொண்டிருந்தன. வாசி அவனுக்குப் பின்னால் சப்தமெழுப்பாதபடி நடந்தான். தோள்களில் மானின் ரத்தம் வழிந்து அவனுக்குள் பெருகியோடிய குற்றவுணர்வை இன்னும் கொஞ்சம் அதிகமாக்கியது.

“மானச்சுடறதுக்கெல்லாம் யோசிச்சா, நீ எப்டிடா தனியா வேட்டைக்குப் போவ?”

பதில் சொல்ல விருப்பமற்றவனாய் வாசி தங்கப்பனைப் பின் தொடர்ந்து நடந்தான். கேட்ட கேள்விக்கு பதிலெதுவும் இல்லை என்கிற ஏமாற்றத்தில் திரும்பிப் பார்த்த தங்கப்பன் வாசியின் கண்களில் அதீதமான கருணை மட்டுமே நிறைந்திருப்பதைப் பார்த்தான். ‘இவனால் ஒரு போதும் வேட்டையாட முடியாதோ? இந்தக் காட்டைக் குறித்து இவன் அபாரமான கனவுகளில் இருக்கிறானே தவிர இதன் நிஜத்தைப் புரிந்து கொண்டிருக்கவில்லை’ தங்கப்பனின் ஒரே நம்பிக்கை வாசிதான். அவனை வேட்டைக்காரனாய் ஆக்கியே தீருவது எனத் தீர்மானமாய் இருந்தான்.

“நீ வேட்டையாடறது ஒரு மிருகம் அவ்வளவுதான். நீ வேட்டையாட இந்தக் காடு ஆயிரம் மிருகங்களக் கொடுக்கும். எல்லாத்துகிட்டயும் கருணகாட்டிட்டு இருக்கக் கூடாது. நீ வாழ்றதுக்குச் செய்றதுதான் வேட்ட, இது கொலை இல்ல...”

தங்கப்பன் வாசிக்குப் புரிகிற மாதிரி சொல்லவேண்டுமென நினைக்கவில்லை. ஆனாலும் அவன் சொல்வதிலிருக்கும் கொல்பவனின் நியாயத்தை வாசி கவனமாகவே கேட்டான். பெரும்பாலும் தங்கப்பனோடு பேசுவதைத் தவிர்க்கும் வாசி, இதற்கும் பதிலே சொல்லத் தேவையில்லை என்றுதான் கேட்டுக் கொண்டிருந்தான்...

“உனக்கு காட்டப் பத்தியும் வேட்டையப் பத்தியும் நெறய சொல்லிக் கொடுத்துட்டேன்... ஆனா இன்னும் தனியா நீ வேட்டைக்குப் போகல... கூடிய சீக்கிரம் உனக்கு ஒரு துப்பாக்கி செஞ்சு தர்றேன்... அதுக்குப் பெறகு நீ தனியாத்தான் வேட்டைக்குப் போகனும்...”

வாசிக்கு இந்த வார்த்தைகள் கொஞ்சம் உற்சாகம் தந்தன, ஆக கூடிய விரைவில் இவனிடமிருந்து விடுதலை கிடைக்கப் போகிறதென உள்ளூர மகிழ்ந்தான். சரியென தலையாட்டினான். வாசிக்கு தன் அப்பன் சடையனைப் போல் காட்டை நேசிக்கவே பிடிக்கும். ஒவ்வொரு மரத்துடனும் பேசும் சடையனாக இருக்கவே விரும்பினான். கண்ணில் படுகிற எல்லாவற்றையும் அபகரித்துக் கொள்ளும் வேட்கையிலிருந்து தன்னை எப்போதும் தள்ளி வைத்துக் கொள்வதில் எச்சரிக்கையாய் இருக்க நினைத்ததோடு வேட்டைக்கான தேவை உருவாகும் காலங்களில் வேட்டையாடுகிறவனாகவும் இருக்க வேண்டுமென்பதற்காகத்தான் தங்கப்பனோடு சுற்றிக் கொண்டிருந்தான். காடு அப்படியே இருந்தாலும் இந்தக் காட்டை வேட்டையாடுகிறவர்களும் காட்டுக்குள் வந்து போகிறவர்களும் முற்றிலும் மாறிவிட்டதால் அவர்களிடமிருந்தேதான் இந்தக் காட்டைக் காப்பாற்றவும் கற்றுக் கொள்ள வேண்டுமெனவும் நினைத்தான். மனிதர்கள் தங்களின் ஆன்மாக்களை கடலின் வெகு ஆழத்தில் மீன் முட்டைகளைப் போல் பாதுகாப்பாய் பதுக்கிவைத்துவிட்டனர், கருணையின் வசீகர முகங்களை மறந்து போன ஆத்மாக்கள் இப்பொழுது எல்லாக் காடுகளையும் சூரையாடுவது போல் அந்தக் காட்டையும் கொஞ்சம் கொஞ்சமாய் சூரையாடத் துவங்கியிருக்கிறார்கள்.

தன் சட்டைப் பைக்குள்ளிருந்து கடிகாரத்தை எடுத்து மணி பார்த்துக் கொண்ட தங்கப்பன் இன்னொரு குரங்கிற்காக துப்பாக்கியைத் தயார்படுத்தினான். துப்பாக்கி சத்தம் கேட்டு நெடுந்தூரம் ஓடிவிட்ட குரங்குகயைப் போலன்றி அசமந்தமாகவோ அல்லது தன்னைச் சுடமாட்டார்களென்கிற குருட்டுத் தைர்யத்துடன்னோ திரியும் குரங்ககுகளே அவனது அப்போதைய இலக்கு. அவன் நின்ற இடத்திலிருந்து சில நூறு அடிகள் தள்ளி ஒரு மரத்தில் சலசலப்புக் கேட்க வேகமாக அந்தப் பக்கமாய் ஹெட்லைட் வெளிச்சத்தைப் பரப்பினான். ஒரு குரங்கு பித்துப் பிடித்தது போல் கிளையின் மேல் இன்னொரு கிளையென உடலை பரப்பி வளைந்து வளைந்து குதித்துக் கொண்டிருந்தது. குறி வைத்து சுட எத்தனை நேரமானாலும் இப்படியேதான் கிடப்பேனென்கிற பிடிவாதமோ என்னவோ அது லைட் வெளிச்சத்தைப் பார்த்தும்கூட ஓடுவதாக இல்லை. தங்கப்பன் நிதானமாகக் குறிவைத்து அதைச் சுட்டான். சுமந்து கொண்டிருந்த இரண்டு உடல்களையும் வாசி கீழே வைத்துவிட்டு கீழே விழுந்த குரங்கை எடுக்க ஓடினான். இன்னும் தானொரு கிளையில் சுருண்டு கிடக்கிற நினைப்பில் உடலைச் சுருட்டிப் படுத்துக் கிடந்தக் குரங்கை எடுத்துக் கொண்டு வந்தான்.

தங்கப்பன் துப்பாக்கியைத் தோளில் சாய்த்துக் கொண்டு சருகு மானை மட்டும் தூக்கிக் கொண்டு முன்னால் நடக்க, அவனுக்குப்

பின்னால் சுடப்பட்ட குரங்குகளோடு வாசி நடந்தான். அவர்கள் நடக்கும் சத்தம் காட்டின் பெரும் நிசப்தத்தைக் கலைத்து எதிரொலித்துக் கொண்டிருந்தது. லைட் வெளிச்சம் கொஞ்சம் மங்கலாகத் துவங்கியதும் அதை அவ்வப்போது அமத்தி அமத்தி போட்டுக் கொண்டான். முதலில் வந்த வழியிலில்லாமல் நாணல் காட்டை ஒட்டி மொக்கநிலை பளியக்குடிக்குச் செல்லும் பாதையில் அவர்கள் வேகமாய் நடந்து கொண்டிருந்தனர். தங்கப்பனுக்கு எப்போதுமிருக்கும் நிதானமான நடை. நாணற் காடு முடிந்து பளியக்குடி பக்கமாய் போகும் பாதை வந்ததும் திரும்பி ஹெட்லைட்டை வாசியிடம் கொடுத்த தங்கப்பன்

"நீ குடிசைக்குப் போ.... நான் நேர...செண்டு வர்றேன்..."

வேகமாக கொடுவிலார்பட்டிக்குச் செல்லும் மண் பாதையைப் பிடித்து நடந்தான். அவன் நடையின் வேகத்திற்கேற்றபடி செத்துப்போன மானின் தலை ஆடிக்கொண்டிருந்தது. வாசி அந்தப்பாதையிலிருந்து குடிசை இருக்கும் தொலைவை தோராயமாகக் கணக்கிட்டான். மூன்று மைல்களுக்குக் குறையாது. இந்தக் குளிரைப் பொருட்படுத்தாமல் இருளில் தனியாக நடக்க வேண்டுமென்கிற அச்சமெதுவும் இல்லாமல் நடந்தான். தனித்து நடக்கும் போது சின்ன வயதில் கேட்ட பாட்டெல்லாம் நினைவுக்கு வரும். இந்த சந்தோசத்திற்காகவே காட்டில் எப்போதும் தனித்து நடக்க விரும்புவான். இந்தக் காட்டிற்கு எந்தவொரு மனிதனையும் கனவில் ஆழ்த்திவிடும் சக்தியிருக்கிறதென நம்பினான். காட்டின் பெருங்கனவிற்கு தன்னை ஒப்புக் கொடுத்தவனாய் இருளில் மறைந்தான்.

இறுக்கமான பனிக்காலத்து இரவில் கொடுவிலார்பட்டி மொத்தமும் சீக்கிரத்திலேயே உறங்கிப் போயிருந்தது. அன்சாரியின் வீடிருக்கும் ராவுத்தமார் தெருவில் மட்டும் கொஞ்சம் ஆள் நடமாட்டம் தெரிந்ததது. இப்போதைக்கு ஊருக்குள் யார் தங்கப்பனைப் பார்த்தாலும் கூப்பிட்டு உட்கார வைத்து சாப்பிட விட்டுத்தான் அனுப்புவார்கள். பெருங் களியாட்டத்தை பகலில் கண்ட களைப்பு அந்த ஊருக்கு. அதற்கு மொத்தக் காரணமும் இவனே. ராவுத்தர் வீதியிலிருந்து விலகி ஊருக்குத் தெற்குப் பக்கமாய் இருந்த கடைசித் தெருவுக்குள் நடந்தவன் யாரும் பார்த்துவிடக் கூடாதென்கிற எச்சரிக்கையில் வேகமாய் எட்டுகளை வைத்தான். இன்று குடிசையிலிருந்து வெளியேறும் போதே மனம் இந்த வீதியை நோக்கிப் போகச் சொல்லி பரபரத்தது. சிரமப்பட்டுக் கட்டுப்படுத்திக் கொண்டவன் கடந்த சில நாட்களாய்த் தன்னை தன் வசீகரத்தால் சிதறடித்தவளைத் தேடிப் போய்க்கொண்டிருந்தான். புலியை வேட்டையாடுவதற்கான தயாரிப்பு வேலைகளுக்காக அன்சாரியோடு வரும்போதுதான் அவளைப் பார்த்தான். செவக்காட்டில் ராவும் பகலுமாய் வேலை செய்து இறுகிப்போன உடல் அவளுக்கு, மொத்தக் கூட்டத்திலும்

பரபரப்பாய் அவள் வேலை செய்ததைப் பார்த்ததிலிருந்தே கிறங்கிப் போயிருந்தான். ஆனால் பேச அவகாசம் கிடைத்திருக்கவில்லை.

அவள் வீட்டுக்கு முன் வந்து நின்றபொழுது சில நிமிடங்கள் இந்த நேரத்தில் அந்த வீட்டில் யாரெல்லாம் இருக்கக் கூடுமென்கிற தயக்கமும் அச்சமும் ஒரு நிமிடம் வந்து போயின. யாராயிருந்தாலும் இவனைப் பார்த்ததும் கதவைச் சாத்தப் போகிறதில்லை என்பது மட்டும் உறுதி. ஆக, நம்பிக்கையோடு கதவைத் தட்டினான். மூன்று நான்கு முறை தட்டியும் ஆள் யாரும் வராததால் திரும்பிப் போய்விடலாமென யோசித்தவன் கடைசி முறையாக ஒருமுறை தட்டினான். கதவைத் தட்டிக் கொண்டிருக்கும் போதே யாரோ கதவை நோக்கி வேகமாக வரும் சத்தம் கேட்டது. நாற்பது வயது பெண். பாதித் தூக்கத்தில் கதவைத் திறந்தவள் அரையிருட்டில் இவனைப் பார்த்து சில நொடிகள் நம்பமுடியாமல், "ஆத்தி யாரு இது நம்ம கருமாண்டியா? என்ன இந்த நேரத்துல....வா தங்கப்பா...உள்ள வா..."

தங்கப்பன் துப்பாக்கியுடனும், மானுடனும் அவளைத் தொடர்ந்து சென்றான்.

"ஏய் சுப்பு எந்திரிச்சு வந்து யாருன்னு பாரு..."

அந்தப் பேருக்கானவளைத் தேடித்தான் அவனும் வந்திருந்தான். அவர்கள் நடந்து சென்ற இடத்திலிருந்து கொஞ்சம் தள்ளி வீட்டின் முற்றத்தில் தன் பிள்ளைகளுடன் படுத்துக் கிடந்த சுப்பு எழுந்து அவிழ்ந்து கிடந்த கொண்டையை முடிந்தபடி வந்தாள். தங்கப்பனைப் பார்த்ததும் ஆச்சரியத்தில் புன்னகைத்தாள்.

"மலைல கொரங்கு வேட்டைக்குப் போயிருந்தேன். சிறுத்த துரத்திருச்சு. அடிச்சுப் புடிச்சு ஓடியாந்ததுல மூச்சுவிட முடியல அதான் செத்த இப்பிடி உக்காந்துட்டுப் போகலாம்னு வந்தேன் ..."

அவ்வளவு நேரமும் இல்லாத களைப்பை சில நிமிடங்களில் தன் உடலுக்குள் கொண்டு வந்துவிட்டவன், அதனை கச்சிதமாக முகத்திலும் பொருத்தினான். மானை அந்த நாற்பது வயது பெண்ணிடம் நீட்டியவன்,

"இத வெச்சிக்கிட்டு எனக்குக் கொஞ்சம் கஞ்சி கிஞ்சி இருந்தா ஊத்துறியளா, இதுக்குமேல நான் அஞ்சாறு மைல் நடந்து குடிசைல போயி சாப்பிடற வரைக்கும் என்னால பசி தாங்க முடியாது..."

மானை வாங்கிக் கொண்ட அந்தப் பெண்மணி, "நல்லா கேட்ட பாரு... வராத விருந்தாளி வந்திருக்க. கஞ்சி ஊத்தறதாம்ல... கேப்ப ரொட்டி சுட்டுத் தரச் சொல்றேன் சாப்புடு..."

பேசிக்கொண்டிருக்கும் போதே சுப்பு ஒரு சொம்பில் தண்ணீர் கொண்டு வந்து கொடுத்தாள். குளிரை மீறி அவனுடல் வியர்த்துக்

கொட்டியது. சிரமப்பட்டு உடலின் கொதிப்பைக் கட்டுப்படுத்த முயன்றவனுக்கு அவள் அருகிலிருக்கையில் உடல் எரிந்துவிடுமளவிற்கு வெக்கை கொப்பளித்தது. தண்ணீரைக் குடித்தவன் கண்களை விலக்காமல் அவளையே பார்த்துக் கொண்டிருந்தான். புலியொன்று வெறிகொண்டு மானைத் துரத்தும் பார்வை. எல்லோரையும்விட வேட்டைக்காரனின் கண்கள் கூர்மையானவை. அவன் பலம் முழுக்க அந்தக் கண்களின் கூர்மைதான். அந்தப் பார்வைக்கான பொருளை மிக நன்றாகவே சுப்புவும் அறிவாள். குளிருக்கு சேலையை நன்றாக இழுத்து உடலை மறைத்துப் போர்த்திக் கொண்டாள்.

"மாவப் பெசஞ்சு தம்பிக்கு நாலு ரொட்டியச் சுட்டுக் குடு... நான் இப்பிடி சும்மா சாஞ்சுருக்கேன்."

அந்த அம்மா பிள்ளைகளுக்குப் பக்கத்திலேயே படுத்தாள். தங்கப்பன் கூடுதலாக ஒருவார்த்தை கூட அவளிடம் பேசவில்லை. சுப்பு நிதானமாக யோசித்தாள். தங்கப்பன் தன்னை இந்த சில நாட்களில் கவனித்த போது அந்தக் கண்கள் தன்னிடம் எதையெல்லாம் தேடின என்பது புரிந்து உடல் சிலிர்த்துக் கொண்டதுடன் தனக்காக இத்தனை தூரம் வந்திருக்கிறானென்கிற ரகசியம் பிடிபட்டு உடல் அதன் வினோத முடிச்சுகள் தோறும் பூக்கத் துவங்கியது. அந்த இரவில் தானே எல்லாவற்றையும்விட மதிப்புமிக்கவளென்கிற கர்வம் அவள் உடலெங்கும். மாவைப் பிசைந்த சட்டியை எடுத்துக் கொண்டு தங்கப்பன் உட்கார்ந்திருந்த இடத்திற்கு வந்தாள். தங்கப்பன் மிக சின்னதாய் ஒரு புன்னகை செய்ய, அதைவிடவும் சின்னதான ஒரு புன்னகையை பதிலுக்கு அவளும் பகிர்ந்து கொண்டாள். தன் கால்களுக்கு மத்தியில் மாவிருந்த சட்டியை வைத்துக் கொண்டு கைகள் மட்டும் தன்னிச்சையாய் மாவை பிசைந்து கொண்டிருக்க அவளும் தங்கப்பனையே பார்த்தாள்.

"உனக்கு எத்தன பிள்ளைக சுப்பு?"

அவள் சிரித்தாள்.

"ரெண்டு பேரு. ஒரு பயலும் பொட்டையும். அந்தா அவுக அம்மத்தாவுக்குப் பக்கத்துல படுத்துக் கெடக்குதுகள..."

திரும்பிப் பார்த்தான். அந்தக் குழந்தைகள் கனவின் முடிவற்ற பாதையில் கிடந்தனர். எரிந்து கொண்டிருந்த மஞ்சள் நிற குண்டு விளக்கு நாளாகிப் போனதால் ரொம்பவே குறைவான வெளிச்சத்தையே அங்கு நிரப்பியிருந்தது.

"வீட்டுக்காரன்..."

"அது காட்டுக்கு நைட்டு காவலுக்குப் போயிருக்கு.. விடிகாலைல வரும்..."

அந்தப் பதிலில் அவனுக்கான முடிச்சையும் சேர்த்தே தூக்கிப் போட்டாள். இந்த முறை அதைத் தெளிவாகப் புரிந்து கொண்ட தங்கப்பன் இலகுவாக எல்லாம் முடிந்துவிடுமென உறுதியாயிருந்தான்.

"மாவ ரொம்பப் பிசஞ்சிராத ரொட்டி பிடிகெடைக்காமப் போயிரும்.." அவள் கண்களை ஊடுருவி வந்த வார்த்தைகளைக் கேட்டு சிரித்துக் கொண்டே அடுப்படி பக்கமாக நடந்தவள் இந்த இரைக்கு அந்தக் காட்டுப்பூனை ஆவலோடு வருமென எந்த நொடியிலும் அவனுக்குத் தர தயாராக இருந்தாள். அந்தப் பூனை எந்த வேகமும் காட்டாமல் மிக நிதானமாக காத்திருந்து ஒரு வளையத்திற்குள் மிருகத்தைக் கொண்டு வந்து வேட்டையாடுவது போல் அவளை கவனித்தது. இந்தக் காத்திருப்பில் அவள் எரிந்து கொண்டிருப்பாளென்பது இப்போது தெரிந்தாலும் அந்த நெருப்பை வளர்க்க வேண்டியே இன்னும் பொறுமை காத்துக் கொண்டிருக்கிறான் என்பதை அவளும் புரிந்து கொண்டாள். அவ்வப்போது அவனைத் திரும்பிப் பார்த்தபடியே ரொட்டியை சுட்டு எடுத்து வைத்தவள் அவன் நிதானமாக தன்னை அந்த வீட்டில் பொருத்திக் கொண்டிப்பதை உணர்ந்தாள். ரொட்டிகளை எடுத்துக் கொண்டு அவனைச் சாப்பிடக் கூப்பிட்ட நேரத்திற்கெல்லாம் தங்கப்பன் அந்த வீட்டை தன்னுடைய வீடாகவும் அவளைத் தன்னுடைய பொண்டாட்டியுமாகவே நினைப்பானென அவளுக்குப் பட்டது. அவளும் தான் எப்போதோ மறந்து போன வெட்கத்தை சிரமங்கொண்டு மீட்டெடுத்து அவன் முன்னால் தூவிவிட்டாள்.

தங்கப்பன் ரொட்டியையும் அதற்கு தொட்டுக்கொள்ள அவள் வைத்திருந்த கருவாட்டுக் குழம்பையும் ஆசையாய்ச் சாப்பிட்டான். அவன் மீசைகளில் எண்ணி வைத்தது போலிருக்கும் அந்த நாலைந்து நரை முடிகளுக்கு இந்த அரையிருட்டில் அளவில்லாத கவர்ச்சியாயிருந்தது. சாப்பிடும் போது அவன் முகம் கொள்கிற ஒவ்வொரு அசைவையும் சுப்பு ஆசையோடு கவனித்துக் கொண்டிருந்தாள்.

"இந்தத் துப்பாக்கிய எத்தன வருசமா வெச்சிருக்க?"

தங்கப்பன் சிரித்தான்.

"ஏன் உனக்கு வேணுமா?... இந்தத் துப்பாக்கி செய்றதுக்கு முன்னாலயும் வேட்டையாடியிருக்கேன். ஆனா அதெல்லாம் குருட்டு தைர்யத்துலயும் சில சமயம் பதட்டத்துலயும் செஞ்சது. இந்தத் துப்பாக்கிதான் என்னய வேட்டக்காரனாக்குச்சு... இப்போ என் உடம்புல ஒரு பாதி இது..."

அவள் சிரித்தாள்.

"அப்போ நீயில்லாமப் போனாலும் உன் துப்பாக்கி இருந்தாப்

போதும் உன் பொண்ட்டாட்டிகளுக்கு..."

அவனும் சிரித்தான்.

"அதுவும் ஒருவகைல சரிதான். ஆனா என் பொண்டாட்டிகளுக்கு நானே துப்பாக்கி செஞ்சு குடுத்திருக்கேன்... உனக்கு துப்பாக்கி எப்பிடி புடிக்கனும்னு தெரியுமா?"

அவளுடல் இந்த விளையாட்டுகளுக்கெல்லாம் கட்டுப்படுகிற நிலையிலில்லை. வெடித்துவிடும் எல்லையை எப்போதோ கடந்தும் சிரமத்துடன் தன்னைத்தானே கட்டுப்படுத்திக் கொண்டிருந்தது.

"நடுச்சாமத்துல கேக்குற கேள்வியா இது?..."

சாப்பிட்டு முடித்து தட்டிலேயே கையைக் கழுவிய தங்கப்பன் சிரித்துக் கொண்டே எழுந்து தன் துப்பாக்கியை எடுத்து வந்தான். சுப்புவைக் கூட்டிக் கொண்டு வீட்டின் பின்வாசலைத் திறந்து வெளியே சென்றான். இரவுப் பூச்சிகளின் ஒலி மட்டும் வீதியை நிறைத்திருந்தது. அவள் கையில் துப்பாக்கியைக் கொடுத்தவன் அதை எப்படி உடலோடு சேர்த்துப் பிடிப்பதென சொல்லிக் கொடுத்தான். வளைந்து நெளிந்த துப்பாக்கியின் உறுதியான உடல் தங்கப்பனின் இறுகிய புலி உடலாகவே தெரிய, மோகத்தோடு அதைத் தழுவினாள். அவளது கைகள் மீதும் இடையின் மீதும் மெல்லக் கை வைத்த அவன், சரியாக நிற்கவும் துப்பாக்கியில் குறி பார்க்கவும் அவளைப் பணித்தான்.

"இப்போ உன் கண்ணுல என்ன தெரியுது?"

"ம்...எதுவும் இல்ல..."

"அப்டின்னா நீ சுடறதுக்கு இதான் சரியான நேரம் சுடு..."

விசையிலிருந்த அவள் விரலை அழுத்த அவளும் அழுத்தினாள். வெறும் சத்தம் மட்டும் வந்து நிற்க அதற்குள் அவள் உடலெங்கும் தன் கைகளைப் படரவிட்டிருந்த தங்கப்பன் காட்டு மாடு தன் முரட்டு நாவால் தன் இணையை நக்கி மோகம் கொள்ளச் செய்ததுபோல் செய்தான். நட்சத்திரங்களின் வெளிச்சத்தில் மூர்க்கமான இந்த இரண்டு காட்டெருமைகளும் ஒருவரையொருவர் வேட்டையாடும் வெறியுடன் பிணைந்தன. முதல் சில நிமிடங்களிலேயே அவள் வேகத்தைக் கண்ட தங்கப்பன் அவளை தன்வசப்படுத்தப்பட முடியாதென்பது புரிந்து அவள் வசமானான். பல நூற்றாண்டு தேக்கத்தை அந்தக் காட்டு மனிதனின் உடலில் இறக்கி வைக்கும் வேகத்துடனும் தீவிரத்துடனும் அவள் அவனை வேட்டையானாள். பனி அவர்களுடலை எரிக்க தேவையான அளவு குளிர்ச்சியுடன் விழுந்து கொண்டிருக்க அந்த வீட்டின் பின்வாசல் பக்கமாய் ஓடிவந்த நாயொன்று இரண்டு காட்டெருமைகள் வெறிகொண்டு விளையாடிக் கொண்டிருப்பதைப் பார்த்த அச்சத்தில் அங்கிருந்து வேகமாக ஓடி இருளில் மறைந்தது.

5

அறுப்பு முடிந்த நான்காவது நாள் மொக்கநிலைக்குக் கீழிருந்த பளியர்களின் புதிய குடில் நோக்கி ஒரு ஃபாரஸ்ட் ஜீப் வந்தது. முதலில் போலீஸ் காரர்கள்தான் வருகிறார்களோவென எல்லோரும் பதட்டத்துடனிருந்தனர். ஜீப்பிலிருந்து பச்சை நிற உடையணிந்த ஒரு ஃபாரஸ்ட் ரேஞ்சரும், டிவிசன் அதிகாரியும் மட்டுமே வந்திருந்தனர். பூசணியும் இன்னும் சில பெரியவர்களும் என்ன விசயமெனக் கேட்பதற்காக வந்தனர். புதிய குடிசைகளை வெறுப்புடன் பார்த்த டிவிசன் அதிகாரி,

"யாரக் கேட்டுய்யா இங்க வந்து குடுச போட்டிங்க?... இதென்ன உங்கப்பன் வீட்டு எடமா?"

பூசணியும் மற்றக் கிழவர்களும் சிரித்தார்கள்.

"சொன்னாலும் சொல்லாட்டியும் இது எங்கப்பன் வீட்டு இடந்தாங்க. காலங்காலமா இந்தக் காட்டக் கட்டிக் காத்திட்டு இருக்கோம். தேவைக்கு அதிகமா எதையும் இந்தக் காட்டுல இருந்து நாங்க எடுக்கறதில்லன்னு அந்த பளிச்சியாத்தாவுக்குத் தெரியும்..."

“ஆமாய்யா நீங்க நாலு மாசத்துக்கு ஒரு எடம்னு நெனச்ச இடமெல்லாம் குடிசையப் போட்டுட்டு இருக்க காட்ட நாசம் பண்ணுவீங்க, கேட்டா எங்கப்பன் சொத்துதான்னு எளக்காரம் வேற. ஒழுங்கு மரியாதையா எல்லாம் எடத்தக் காலி பண்ணிட்டு ஒன்னு பழைய எடத்துக்கே போங்க... இல்லன்னா காட்ட விட்டுப் போயிருங்க...”

பூசணியின் முகத்தில் கோவத்தின் ரேகைகள் சுருக்கங்களாய் வேகமாகப் பரவி விரிந்தன. சில நொடிகளுக்குப்பின் இயல்பானது.

“இந்தக் காட்ட விட்டுட்டுப் போன்னா நாங்க எங்க சாமி போவோம்...?”

“அதான் அரசாங்கம் உங்களுக்குன்னு இடம் ஒதுக்கிக் குடுக்கறேன்னு சொல்றாங்கல்ல... காட்ட விட்டுப் போயி ஊருகள்ல மனுஷங்களோட வாழுங்கய்யா... உங்க பிள்ளைகளும் படிச்சு நாலு நல்ல உத்தியோகம் பாக்க வேணாமா?”

“இந்தக் காடுதாங்க எங்க ஆசான், இங்க படிக்க முடியாததையா ஊர் உலகம் எங்களுக்கு சொல்லிக் குடுத்துடப் போகுது? வேணாங்க...”

பொறுமையிழந்த டிவிசனல் அதிகாரி, “அதான்யா மரியாதையா சொன்னா நீங்கல்லாம் கேக்க மாட்டிங்க... நாலு நாள் டைம் தார்றேன்... எடத்தக் காலி பண்ணல... பூராப்பயலயும் தூக்கிட்டுப் போயி உள்ள வெச்சிருவேன்...”

ஆவேசமாக அவர் ஜீப்பில் ஏற, வண்டி புழுதியைக் கிளப்பியபடி அங்கிருந்து கிளம்பிச் சென்றது. அடுத்து என்ன செய்வதென பெருசுகள் ஒவ்வொருவரும் பதில் தெரியாமல் ஒருவர் முகத்தை ஒருவர் மாறி மாறி பார்த்தபடி இருக்க பூசணி தளர்ந்து போய் ஒரு குத்துக்கல்லில் உட்கார்ந்தார். அடிக்கு மேல் அடியாய் இவர்களை ஆளாளுக்குத் துரத்தி அடித்துக் கொண்டிருக்கிறார்கள். தளர்ந்து போய்க்கிடக்கும் அவருக்கு ஆறுதல் சொல்ல முடியாமல் எல்லோரும் அமைதியாய்ப் போய்விட்டனர்.

இருட்டத் துவங்கிய நேரத்தில் மாதையனின் குடிலிலிருந்து அவன் மனைவி வேம்பு ஆங்காரத்துடன் அலறும் சத்தம் கேட்டு தங்கள் குடிசைகளிலும் பக்கத்தில் வேறு வேலைகளிலிருந்த ஆட்கள் வேகமாய் ஓடிவந்தனர். அவள் முகம் சிவந்து தலைவிரி கோலமாய் ருத்ரதாண்டவமாடிக் கொண்டிருந்தாள். கண்களில் எல்லோரையும் எரித்துவிடும் உக்கிரம். எத்தனையோ மாதத்திற்குப் பின்னால் பளிச்சி இறங்கியிருக்கிறாள். ஆனால் முன்னெப்போதையும்விட இந்த முறை உக்ரம் அதிகம். பளிச்சியாத்தாளின் வாக்கைக் கேட்க எல்லோரும் பொறுமையோடு காத்திருந்தனர். மார்பிலிருந்து கால் வரை உடலை இறுக்கிக் கட்டியிருந்த முரட்டுச் சேலை அவள் திமிறலில்

கிழிந்துவிடுமளவிற்கு முறுக்கேறிக் கொண்டிருக்க, பளியக்குடியை விட்டு ஓடிவந்தவள் ஊர் இருக்கும் திசையைப் பார்த்து மண்ணை வாரி வாரி தூற்றினாள்.

“எவனையும் காட்டுக்குள்ள விடக்கூடாது.. எவனையும் விடக்கூடாது... போங்கடா... போங்கடா... யாரும் வராதீங்க, போங்கடா...”

அரற்றியவள் வேகமாக பளியக்குடி பெரியாம்பளைகள் பக்கமாய் ஓடிவந்தாள்

“எனக்கு பயமா இருக்கு, இந்தக் காட்டுக்குள்ள இருக்க எனக்குப் பயமா இருக்கு... நான் எங்கயாச்சும் போயிரனும்.. இல்லைன்னா என்னயவும் கொன்னுருவானுக... நான் போறேன்... போறேன்...”

அவள் ஆட்களையும் குடில்களையும் சுற்றிச் சுற்றி ஓடிவர, நின்ற இடத்தில் பூமியோடு பிணைக்கப்பட்டவர்களாய் ஒவ்வொருவரும் அசைவின்றி அப்படியே நின்றனர். அவள் கண்ணீரும் ஒப்பாரியுமாய் அந்தக் காட்டின் ஆதிக் கதை நோக்கி தன்னை நகர்த்திக் கொள்ள நினைத்தவளாகவும் மனிதர்களின் மீதான அச்சத்தில் பைத்தியங்கொண்டவளாகவும் அரற்றினாள். ’மனுசனுக்கு ஒரு பாடுன்னுதான் தெய்வத்துக்கிட்ட போறோம்.... தெய்வத்துக்கு ஒரு பாடுன்னா அது எங்க போவும்...”

கிழவிகள் வாய்க்குள்ளாகவே புழுங்கிக் கண்ணீர்விட்டனர். கட்டையன் அவள் உடலிலிருந்த உடலை ஆட்கொண்டிருக்கிற பளிச்சியை தன் வாழ்வில் முதல் முறையாய் எதிர் கொண்ட அச்சத்தில் கண்கள் விழித்தபடியே நினைவிழந்தவனாகியிருந்தான். இந்தக் காடு அவர்களின் வாழ்வாதாரம் மட்டுமல்ல, அவர்கள் இந்தக் காட்டை நம்பியிருப்பது போலவே இந்தக் காடும் அவர்களை நம்பித்தான் இருக்கிறது. பளியனும் இந்த வனமும் தனி உலகம். இரண்டில் ஒன்று பிரிந்தால் இன்னொன்று வெகு காலத்திற்கு ஜீவித்திருக்காது. பளியக்குடி ஆட்கள் ஒவ்வொருவருக்குள்ளும் அச்சமும் நிராசைகளும் கொடும் வேரென நீண்டு கிளைவிட வேம்பின் உடலிலிருந்து பளிச்சி இறங்கும் நேரத்திற்காக காத்திருந்தார்கள்.

“இந்தக் காட்டுல மனுசனுக்கும் எடமில்ல, சாமிக்கும் எடமில்ல... நான் போனதுக்கு அப்பறம் எல்லாம் சோறு தண்ணி இல்லாம சாகப் போறீங்கடா... சாகப் போறீங்க...”

பளிச்சியம்மனுக்கு அந்த மேட்டுக்குக் கீழிருக்கும் ஊர் அவ்வளவையும் பஸ்பமாக்கிவிட நினைக்கும் ஆக்ரோசமிருந்தாலும் அந்த குடில்களை மட்டுந்தான் சுற்றி சுற்றி வந்து அரற்றிக் கொண்டிருந்தாள். நீண்ட நேரம் ஓயாது கத்தியதில் தண்ணீர் வற்றி தொண்டை கட்டிப்போய் புதுவிதமாய் மாறிய அவளின் குரல்

கொஞ்சம் கொஞ்சமாய்த் தேய, பொம்பளைகள் உப்பையும், காய்ந்த வத்தலையும் எடுத்துக் கொண்டு வந்து ஊரைச் சுற்றி வந்தனர். குளிருக்கு பெருசுகள் தீ மூட்டம் போட்டிருந்தனர். ஊரைச் சுற்றி வந்து கழிப்பு கழித்ததைத் அவர்கள் அந்தத் தீயில் தூக்கிப்போட அவர்களை எதிர்நோக்கியிருக்கும் பீடைகளின் உக்கிரம் அதில் வெடித்து எரிந்தது. ஒருத்தி சின்ன மண்சட்டியில் மஞ்சளைத் தண்ணீரில் கரைத்து அதில் கொஞ்சம் வேப்பிலைகளைப் போட்டுக் கொண்டு வந்து வேம்பின் தலையில் ஊற்றினாள். ஏற்கனவே பாதி மயக்கத்திலிருந்த வேம்புக்கு குளிரில் அந்த மஞ்சத்தண்ணி ஊற்றியதும் உடல் நடுக்கத்தை மீறி மயிர் குத்திட்டு நின்றது. இறுக்கமான அவளது உடையை தளர்த்திவிட்ட பெண்கள் வேறு சேலையை அவள் உடலில் சுற்றி கைத்தாங்கலாய்க் கூட்டிச் சென்று குடிசைக்குள் படுக்க வைத்தனர்.

பசித்து அழும் குழந்தைகளுக்கு இரவு உணவைத் தயாரிக்க பெண்கள் சென்றுவிட, நாய்கள் மட்டும் வேகம் குறையாமல் இருளைப் பார்த்துக் குரைத்துக் கொண்டிருந்தன.

“காலங் காலமா எத்தனையோ பேரு நம்மள இந்தக் காட்டுல இருந்து துரத்திரனும்னுதான் நெனைக்கிறாங்க ... இத்தன வருசமா நம்மளையும் காப்பாத்திக்கிட்டு இந்தக் காட்டையும் காப்பாத்திட்டோம்... நம்ம காலம் முடிஞ்சு இந்தப் பயலுகதான் என்ன செய்யப் போறானுகன்னு தெரியல... பாப்பம்... பளிச்சியாத்தா இருக்கா...” பூசணி பொதுவாக சொல்லிவிட்டுப் போய்விட்டார்.

இரவு வெகுநேரமாகியிருக்கும், ஏதோ சத்தம் கேட்டுத் தூக்கம் கலைந்த கட்டையனுக்கு அந்தக் குளிரில் முகத்தை வெளியே நீட்டுவது கூட கஷ்டமாக இருந்தது. காட்டிலிருந்து பனி ஆறென இறங்கிக் கொண்டிருக்க வேண்டும், மலை முகட்டில் பசுமைக்கு மேலாக எங்கும் அடர்த்தியான வெண்மை. குளிர்ந்த குட்டையில் குளிப்பது போல் உடல் வெடவெடக்க, வெளியில் சில அடிகள் நடந்து வந்தான். வெகு அருகில் காட்டில் பல காலடிகள் சேர்ந்து வரும் ஓசை. மரக்கிளைகளையும் உலர்ந்த புல், புதர் சுள்ளிகளையும் படபடவென்று முறித்துக் கொண்டு தாவிச் சென்றது அந்தச் சத்தம். பொழுது சாயும் நேரமாய் பளிச்சியம்மன் அரற்றியது நினைவுக்கு வர, அச்சத்தோடு குடிலுக்குள் திரும்ப நினைத்தான். அவனைப் போலவே உறக்கம் கலைந்து போன பூசணியும் அவனுக்குப் பின்னால் நின்றபடி காட்டையே பார்த்துக் கொண்டிருந்தார்.

“எய்யா இந்தச் சத்தம் எப்பையுமில்லாம இப்பிடி இருக்கு....?”

“ஊருக்கு ராசா இல்லைன்னா வலுத்தது எல்லாம் ராசாதான. பாட்டா இல்லாததால இனி சிறுத்த கிறுத்த எல்லாம் காட்டு மாடுகளத் துரத்தும்...”

“மாடுக கொள்ள மாடுக இருக்கும் போலயே...”

பூசணியின் கண்கள் காட்டின் மேல் நிலைக்குத்திப் போயிருந்தன. இந்த மாடுகள் என்றில்லை, காட்டில் எல்லாமும் இனி இடம் மாறும். ஓரிடத்திலிருந்து இன்னொரு இடத்திற்கு துரத்தப்படும் அல்லது கொல்லப்படும்.

“செரிய்யா நீ போயி ஒறங்கு விடிகாலைல பேசிக்குவோம்...” கட்டையன் குடிசைவாசலில் தொங்கிய சாக்கை விலக்கி உள்ளே போய்ப் படுத்துக் கொண்டான். மொக்கநிலை குடியென்றால் பாறையிலோ பொடவுக்குள்ளோதான் படுத்துக் கொள்வான். பொடவுக்குள் படுப்பது கருவறைக்குள் படுப்பது மாதிரியான அலாதியானதொரு சுகம். அந்த இருண்மையும், குளிர் காலத்தில் உள்ளிருக்கும் சூடும், வெயில் காலத்தில் உள்ளிருக்கும் குளிரும் விசித்திரமானதாக இருக்கும். இந்தக் குளிர்காலம் அவர்களை வஞ்சித்ததில் மொக்கநிலை குடியைவிட்டு வர வேண்டியதாகிப் போனது. அவன் வந்து உறங்கின நீண்ட நேரத்திற்குப் பின்பும் பூசணி குடிசைக்குள் திரும்பி வந்திருக்கவில்லை. காற்றின் பேரோசை மட்டும் கேட்டுப் பழகிய காட்டுக்குள்ளிருந்து அச்சத்தில் மிருகங்கள் இடம்பெயரும் கொடூர ஒலிகள் அந்த இரவில் தங்களுக்கு அருகில் எதிரொலித்ததை உறங்கமுடியாதவர்களாய் பளியக்குடி ஆட்கள் எல்லோருமே கேட்டனர். பறவைகள் நள்ளிரவில் நீண்ட காலத்திற்குப்பின் சப்தம் எழுப்பியபடி கிழக்கு நோக்கிப் பறந்தன. விடியும் போது காடு கழுவித் துடைத்தெடுக்கப்பட்ட ஒன்றாய் நடக்கப் போகிற எதன் தீவிரத்தையும் அறியாத மௌனத்திலிருந்தது.

கட்டையன் கிழங்கு தோண்டி எடுப்பதற்காக நாணற்காட்டைத் தாண்டி போய்க் கொண்டிருந்தான். வெகு அருகாமையில் மரம் அறுக்கும் ரம்பங்களின் சர் சர் சத்தம். அன்று காலையில் மேலநாயக்கன் பட்டியிலிருந்து முன்பு வந்திருந்த ஆட்கள் வந்திருந்தனர்.

“வார செவ்வாக்கிழம தேர்தல்... நீங்க எல்லாரும் குடும்பத்தோட மேலநாயக்கன்பட்டி பள்ளிக்கூடத்துக்கு வந்திருங்கப்பா.... வெளையாட்டா நெனச்சு வராம இருந்துடாதிக...”

தங்களையும் மதித்துக் கூப்பிடுகிறார்களே என பளியக்குடி பெருசுகள் சந்தோசமாய் தலையாட்டினர். எல்லோரும் பெருமையாய்ப் பேசுற அளவுக்கு இந்த எம்.ஜி.ஆர் கிட்ட என்ன இருக்குன்னு பாக்கறதுக்காகவாவது நாமளும் போகனுமென கட்டையன் எண்ணினான். அவன் இதற்கு முன்னல் எம்.ஜி.ஆரைப் பார்த்ததில்லை. பளியக்குடி கிழவிகள் எம்.ஜி.ஆரைப் பற்றிப் பேசிக் கேட்டிருக்கிறான். அதை தங்களின் ஆகச்சிறந்த ரகஸ்யம் போல் அந்தக் கிழவிகள் காட்டில் கிழங்கு எடுக்கிற நேரங்களிலோ திணை குத்தும் நேரங்களிலோ பேசிக்கொள்ளுவதைப் பார்ப்பதே சுவாரஸ்யமாய் இருக்கும்.

மரம் அறுக்கிற சத்தம் அவன் நடந்த வழியெங்கும் கேட்டபடியே இருக்க, முன்பு ஒன்றிரண்டு பேர் வந்து மரம் வெட்டி எடுத்துப் போனது போய் இப்போது கூட்டமாக வந்துவிட்டார்களே என நினைத்தான். இந்த மரங்களை எல்லாம் வெட்டி எடுத்து மலைக்கு அந்தப் பக்கம் மலையாளத்தானிடம் விற்றுத் தீர்ப்பதில் மரம் வெட்டுபவர்கள் வெறித்தனமாய் இருந்தனர். பாதையை விட்டு மெதுவாக மரம் வெட்டும் சத்தம் கேட்ட திசை நோக்கி நடந்தான். சத்தம் நெருங்கி வர, அச்சத்தில் மரங்களில் கூடு கட்டியிருந்த பறவைகள் பெரும் அலறல் ஒலியெழுப்பிக் கொண்டிருந்தன. அந்த மரங்களைப் பிரிய முடியாத பெருந்துயரோடு அவை மரங்களையே சுற்றி சுற்றி வருவதும் ஒரு மரத்திலிருந்து இன்னொரு மரத்திற்கு பறப்பதுமாய் இருந்தன. முற்றிய ஒரு தோதகத்தி மரத்தை நான்கு பேர் அறுத்துக் கொண்டிருந்தனர். அந்த மரத்திற்கு வயது இரநூறு வருசமாவது இருக்கும், பெரும் பரப்பைக் குளிர்வித்து உயர்ந்திருந்த அதன் அடியில் ஒவ்வொரு பக்கத்துக்கும் இரண்டு பேராய் ஒரே சீரான வேகத்தில் அறுத்துக் கொண்டிருந்தனர். இந்தக் காட்டின் மரம் ஒவ்வொன்றுக்குமான தாய் நிலாவில் இருக்கிறாள். இந்த மரங்கள் அவளின் பிள்ளைகள். இதைக் கொல்கிறவர்களை எல்லாம் அமாவாசை நாளில் நிலாவிலிருக்கும் பாம்பு வெறிகொண்டு விழுங்கிவிடுமென பாட்டா சொல்லி இருக்கிறார். ஆனால் இவர்கள் எத்தனையோ பேர் இந்த மரங்களை அறுத்துக் கொண்டுதானிருக்கிறார்கள். ஏன் அந்த பாம்பு இவர்களை விழுங்குவதில்லை என்கிற தவிப்பு இவனுக்கு எப்போதும் இருக்கும். இந்தக் காட்டின் மரங்கள் ஒவ்வொன்றோடும் எத்தனையோ பளியன்களின் ஆன்மாவும் சேர்ந்தேதான் இருக்கிறது. தன் குழந்தையை பிரசவிக்கும் பளிச்சி அவளாகவேதான் பிரசவம் பார்த்துக் கொள்ள வேண்டும், மூன்று நாட்களுக்கு யாரும் அவளையும் அவள் பிள்ளையையும் தொட மாட்டார்கள். தன் குழந்தையின் தொப்புள்கொடி அறுக்கிறவள் அந்தக் குழந்தையை முதலில் காட்டுவது இந்தக் காட்டிற்குத்தான். பளியன் தாயின் வயிற்றிலிருக்கும் போதே காட்டின் வாசனை அறிந்தவனென்பதால் குழந்தை தானிருக்கும் இடத்தை எளிதில் கண்டு கொள்ளும். அப்படி எத்தனையோ பேர் பார்த்து வளர்ந்து செத்துப் போன பின் அவர்களின் ஆன்மா எங்கும் போவதில்லை. பளிச்சி இந்தக் காட்டோடு என்றென்றைக்குமாக அவர்கள் இருக்கட்டுமென மரங்களில் வாழ அனுமதித்திருக்கிறாள். அந்த ஆத்மாக்களைத்தான் இவர்கள் வெட்டிக்கொண்டு இருக்கிறார்கள்.

அவன் மரம் வெட்டுகிறவர்களை நெருங்கிப் போய்க் கொண்டிருந்தான். அவன் மேல் ஏதோ பட திரும்பிப் பார்த்தான். சடையன் அவனை சைகையில் தன்னிடம் வரச் சொல்லிக் கூப்பிட்டான். அவன் கண்களில் ஏதோவொரு அசம்பாவிதத்தைப்

பார்த்த அச்சம். கட்டையன் அவனிடம் போக சடையன் அவனுக்கு தேக்கு இலை முழுக்க காட்டு நெல்லிக்காயை மடித்துக் கொடுத்தான். புதிதாகப் பறிக்கப்பட்ட நெல்லிக்காய்கள். பல நாட்கள் பளியக்குடியில் சாப்பிடாமல் எப்படி சடையனால் வாழமுடிகிறதென கட்டையனுக்குப் புரிந்தது. சந்தோசமாக வாங்கிக் கொண்டு சிரித்தான். “சித்தப்பா அங்க நெறய பேரு மரம் வெட்டறாக... வா போய் பாப்போம்...” கட்டையன் அவன் கையைப் பிடித்து இழுக்க சடையன் வேண்டாமென தலையசைத்து மறுத்தான். “ வேணாம் வேணாம்... அவங்க மலைக்கு அந்தப் பக்கம் போறாங்க... வேணாம்... வெட்டட்டும் அந்த மரத்தையெல்லாம் வெட்டட்டும் எல்லாத்துக்கும் பாட்டா பழி எடுக்கும்... பாட்டா நிச்சயமா பழி எடுக்கும்...”

கட்டையனுக்குப் புரியவில்லை.

“பாட்டாதான் செத்துப்போச்சே...” சடையன் சிரித்தான். இல்லையென்று தலையாட்டினான்.

“பாட்டா வரும் ... திரும்பி வரும்... அந்த மரத்துக்கெலலாம் பாட்டாவத் தெரியும். பாட்டா திரும்பி வர்றப்போ அது இல்லைன்னா அத கொன்னவங்கள சும்மாவிடாது....” பளியன்களின் ஆத்மா மட்டுமில்லை, அந்தக் காட்டிலிருக்கும் அத்தனை உயிர்களின் ஆத்மாக்களும் மரங்களில் தான் காலா காலத்திற்கும் சேமிக்கப்படுகின்றன. ஆத்மாக்களுக்கு அழிவில்லை என்கிற போது இந்த மரத்தை எப்படி அழித்துவிட முடியும்? கட்டையன் சடையனோடு நின்று மரம் வெட்டுகிறவர்களையே பார்த்துக் கொண்டிருந்தான். அந்த மரம் ஒரு உயிரென்கிற எந்தக் கருணையும் அவர்களின் கண்களில் இல்லை.

சடையன் கட்டையனைப் பிடித்து இழுத்துக் கொண்டு மரங்களுக்குள் வேகமாக நடந்தான். வரிசையாக நிறையப் பேர் மரம் அறுப்பதைப் பார்க்க முடிந்தது. அறுத்து முடிக்கப்பட்டு விழுந்து கிடந்த பிரம்மாண்டமான மரங்களை நான்கு பேர் ஐந்து பேராய் பெரும் கயிறுகளில் கட்டி மலையாள நாட்டுப் பக்கமாய் இழுத்துக் கொண்டு நடந்தனர். அந்த மரத்தை இழுக்கமளவுக்கு முரட்டு வலிமை அவர்களின் உடலில்.

“நேத்து ராத்திரி மாடுக ஓடுன சத்தம் கேட்டுச்சா உனக்கு?”

கட்டையன் ஆமாவெனத் தலையாட்ட, சடையன் அவனை ஒரு பாறையில் ஏற்றிவிட்டு கீழே பார்க்கச் சொன்னான். கட்டையன் பாறையில் ஏறினான். அதற்கு அந்தப் பக்கம் நீண்ட பள்ளத்தாக்கு. கட்டையன் பார்வையைச் சுழல விட்டான். ஓடிவந்த காட்டுமாடுகள் களைப்பின் கொடுமையில் ஆவேசமாய் மேய்ந்து கொண்டிருந்தன. அந்த மாடுகள் மேய்ந்து கொண்டிருந்த இடத்திற்குக் கொஞ்சம்

தள்ளி ஒரு சிறுத்தை தன்னுடைய இரையை சந்தடியின்றி தொடர்ந்து செல்வதை இந்த மலையின் உச்சியிலிருந்து பார்த்தான். ஒவ்வொரு புதரையும், மரத்தையும் கல்லையும் தன்னை மறைத்துக் கொள்ள அது பயன்படுத்துவதைப் பார்த்தவன், வியக்கத்தக்க முறையில் தரையில் அதனால் நீட்டிப் படுத்துக் கொள்ள முடிந்ததையும் கவனித்தான். அது என்ன செய்யப்போகிறதோவென கவலையோடு பார்த்துக் கொண்டிருக்கையிலேயே பாறையில் எறி வந்த சடையன் "ஏய் ஹோ.... ஏய் ஹோ... ஏய் ஹோ... என காடே அலறக் கத்தினான். இவன் கத்தும் சத்தம் கேட்ட மாடுகள் காட்டில் நெருக்கடி காலங்களில் கேட்கும் ஒரு சத்தம் இதுவென்பதைப் புரிந்து கொண்டு வேகமாய் அங்கிருந்து ஓடின. தனது கடைசிக் கட்டமான தாவும் கட்டத்திற்கு முன்னால் யாரோ மாடுகளின் கவனத்தைக் கலைத்து துரத்தி விட்ட ஆத்திரத்தில் பதுங்கியிருந்த சிறுத்தை இரண்டொரு தாவலில் மின்னல் வேகத்தில் இரையைத் தொடர்ந்தது. மாடுகள் பெரும் பாய்ச்சலோடு ஓடிக்கொண்டிருக்க, சிறுத்தை அவற்றின் மீது பாய மிக அருகாமையில் சென்றுவிட்டிருந்தது. முன்னால் ஓடிய சில வலிமையான மாடுகள் ஓடிப்பயனில்லை என வேகம் குறைத்து திரும்பி மொத்தமாய் சிறுத்தைக்கு எதிராய் நின்றன. ஓடிய மாடுகள் மொத்தமாக எதிர்த்து திரும்பி நின்றதைப் பார்த்த சிறுத்தை மெதுவாகப் பின்வாங்கியது. வெறுமனே உறுமியபடியே நின்ற அதை நோக்கி பாய்ந்து வந்த இரண்டு மாடுகள் முட்டித் தூக்கி எறிய சிறுத்தை சில அடி தூரம் தாண்டிப்போய் விழுந்தது. அதன் உடல் முழுக்க காயம், இன்னொரு முறை மாடுகளைத் துரத்தும் திராணியன்றி ஓடிய சிறுத்தையை மாடுகள் பின்தொடரவே இல்லை.

மரத்தை இழுத்துக் கொண்டு போனவர்களோடு காவலுக்கு பத்து பேருக்கு ஒருவனென துப்பாக்கியோடு ஆட்கள் போனார்கள். சடையனும் கட்டையனும் நெல்லிக்காயைத் தின்றபடி பாறையிலிருந்து இந்தக் காடு கொலை செய்யப்பட்டு அதன் உடல் அதன் இன்னொரு எல்லையிலிருக்கும் நகரத்திற்கு புதைக்க எடுத்துச் செல்லப்படுவதை கவலையோடு பார்த்துக் கொண்டிருந்தனர். சடையன் எதுவுமே பேசவில்லை.

"சித்தப்பா நீ ஏன் எப்பப் பாத்தாலும் காட்டுலயே சுத்துற, இருட்டுல பயமே இருக்காதா உனக்கு?"

"ம்ஹூம்... பளிச்சியாத்தா பாத்துக்கும்..."

"பளிச்சியாத்தா எப்பிடிப் பாத்துக்கும்? இந்தக் காட்டையே அதால காப்பத்த முடியல..."

சடையன் திரும்பி ஆக்ரோசமாக முறைத்தான். பக்கத்தில் கிடந்த காய்ந்த இலைகளை அள்ளி கட்டையனின் மேல் வீசியடித்தான்.

கையிலிருந்த நெல்லிக்காயைத் தட்டிவிட்டு கோவமாக எழுந்து போனான். கட்டையனும் அவனுக்குப் பின்னாலேயே வேகமாகச் சென்றான்.

“சித்தப்பா.. சித்தப்பா... எங்க போற? இரு நானும் வர்றேன்...” கட்டையன் பின்னாலேயே ஓடினான். கொடுவிலார்பட்டி போகும் பாதையில் வேகமாய் நடந்த சடையன் நாணற்காட்டு மேட்டின் எதிர்ப்பக்கத்தில் தன்னைப் பார்த்தபடியே வாசி வருவதைப் பார்த்தான். கண்கள் அவனையே பார்த்துக் கொண்டிருந்தன. வாசி எத்தனை வேகமாய் வளர்ந்திருக்கிறானென சடையனின் மனம் பூரித்தது ஒரு கனம். அடுத்த கனத்திலேயே தான் வந்த திசையிலேயே திரும்ப ஓடினான். சடையன் செய்வது எதுவும் புரியாமல் கட்டையன் எதிர்த்திசையைப் பார்க்க, இவர்களைப் பார்த்தபடி வாசி ஓடிவருவதைப் பார்த்தான். திரும்பி சடையனைப் பார்க்க அவன் மரம் அறுக்கிற ஆட்களைத் தாண்டி வெகுதூரம் ஓடிப்போயிருந்தான்.

“எதுக்காக பெத்த பிள்ளையைப் பார்த்து இப்படி ஓடுது சித்தப்பா... கிறுக்குச் சித்தப்பா...” என புலம்பினான்.

உடல் முழுக்க நாணல் புல் அப்ப வாசி மேடேறி வந்து சேர்கையில் கட்டையனை மட்டுந்தான் பார்க்க முடிந்தது. மூச்சு வாங்க தன் அப்பன் ஓடின பாதையைப் பார்த்தான். இந்த முறையும் சடையனிடம் பேசமுடியாமல் போன ஏமாற்றத்தில் தளர்ந்து போனவனாய் ஒரு மரத்தடியில் உட்கார்ந்தான். கட்டையன் மிச்சமிருந்த நெல்லிக்காயை மண்ணைத் துடைத்துவிட்டு வாசிக்குத் தின்னக் கொடுத்தான்.

“இந்தாடா உங்கய்யாதான் புடுங்கிக் கொண்டாந்துச்சு. என் மேல கோவிச்சுக்கிட்டு இந்தப் பக்கமா ஓடியாந்துச்சு. இப்போ உன்னப் பாத்துட்டு வேற பக்கம் ஓடுது...”

வாசி மணலும் தூசியுமாய் இருந்த நெல்லிக்காயை ஊதி ஊதி சாப்பிட்டான். அறுத்து முடிக்கப்பட்ட பெரிய மரமொன்று ஒடிந்து சாயும் சத்தம் கேட்டு இருவரும் திரும்பிப் பார்க்க, பாதி சாய்ந்த நிலையிலிருந்தது அந்த மரம்.

“ஏண்டா உங்கய்யா உன்னய பாத்து பேசமாட்டேன்னு இப்பிடிப் புடிவாதமா இருக்கு...”

பதிலே இல்லாதக் கேள்வியைக் கேட்டால் என்ன சொல்ல முடியும். வாசி அமைதியாக கொஞ்சம் கொஞ்சமாய் சாய்ந்து கொண்டிருக்கும் மரத்தைப் பார்த்தான். ’இந்தக் காட்டைப் போலவேதான் மனிதன் எத்தனை துயர்கள் வந்தாலும் தனது ரகசியமான கனவுகள் குறித்து ஒருபோதும் இன்னொருவனிடம் பகிர்ந்து கொள்வதில்லை. அய்யாவின் கனவைத் தெரிந்து கொள்வதற்காகத்தான் வாசி நினைவு தெரிந்த நாளிலிருந்து அவரைத் தொடர்ந்து ஓடிப்பிடிக்க முயற்சிக்கிறான்.

இது ஒரு வகையான புதிர் விளையாட்டு, கண்ணுக்குத் தெரியாத ஒரு எல்லையை வரையறுத்து அந்த எல்லைக்குள்ளிருக்கும் உலகில் தன்னைத் தேடுவதன் மூலம் வாசிக்கு ஒவ்வொன்றாய் விளக்கமாய் புரிய வைக்க சடையன் திட்டமிட்டே எல்லாவற்றையும் செய்வது போலிருந்தது. கட்டையன் வாசியைப் பிடித்து உலுக்கினான்...

"என்னடா, நான் என்னக் கேட்டுக்கிருக்கேன், உன் நெனப்பு எங்க சுத்திட்டு இருக்கு..."

"எங்கய்யா என்ன நெனைக்கிறார்னு யாரும் எனக்குச் சொல்லத்தேவ இல்லடா, அவரே கூட சொல்ல வேணாம். இந்தக் காடு ஒரு நா சொல்லும். எல்லாரையும் விட இந்தக் காட்ட எப்பிடி அவருக்கு நல்லாத் தெரியுமோ, அதேமாதிரி இந்தக் காட்டுக்கும் அவர நல்லாத்தெரியும்."

"பெறகு என்னத்துக்குடா அவரத் தொறத்திக்கிட்டே இருக்க..."

வாசி சடாரென திரும்பி அவனைப் பார்த்தான்.

"எங்கய்யா கொஞ்ச நாளா காட்டுல நெறய பட்டாம்பூச்சி வந்திருச்சுன்னு சொல்லிட்டே இருக்கா?..."

"ஆமாடா.. ஏன்.."

"பளியக்குடில யாராச்சும் அதோட கண்ணப் பாத்தியளா?"

கட்டையனுக்கு சந்தேகமாயிருந்தது. இந்தக் கேள்விகளுக்கான புதிரான விடைகள் அவ்வளவும் சடையனின் கண்களில் எப்படி இருக்க முடியும். மனிதன் எதையெல்லாம் பார்க்கிறானோ அதையெல்லாம் கனவாய் மாற்றி எப்போதும் சேமித்து வைத்துக் கொள்ள முடியுமா?

"யாரும் பாத்ததா தெரியலையேடா..."

"அடுத்த முற பளியக்குடி வரும்போது பாட்டா கிட்ட சொல்லி பாக்க சொல்லு. எங்கய்யா கண்ணுல ஒரு கண்ணு பூ விழுந்திருக்கும்... அப்பிடி விழுந்திருந்திச்சுன்னா எங்கிட்ட வந்து சொல்லு..."

வாசி அவனிடம் அதற்கு மேல் பகிர்ந்து கொள்ள ஒன்றுமில்லையென மீண்டும் நாணற் காட்டிற்குள் நடந்தான். காற்றில் ஆளுயரப்புல் முரட்டுத்தனமாக அசைந்து கொண்டிருந்தது. வரும்போதே காலில் ஏறியிருந்த அட்டையை சிரமத்தோடுதான் மரப்பட்டையால் வழித்துப் போட்டிருந்தான். திரும்பிப் போகையில் எப்படியும் சில அட்டைகள் ஏறத்தான் போகின்றன. காலில் உப்பு தேய்த்தாலும், மூக்குப்பொடி தேய்த்தாலும் இந்த அட்டை எதற்கும் கட்டுப்படுவதில்லை.

"ஏய் வாசி இருடா.. நானும் வர்றேன்..."

கட்டையன் மூச்சிறைக்க இவனைக் கூப்பிட்டுக் கொண்டே பின்னால் வந்தான். வாசி திரும்பிப் பார்த்தான். புல்லுக்கு மேல் கருத்துப் பழுத்த பனம் பழம்போல் கட்டையனின் மண்டை

மட்டும் துண்டாகத் தெரிந்தது. கட்டையனுக்கு எல்லாவற்றையும் தெரிந்து கொள்ளும் ஆர்வம். அவன் நினைவுகளும் உலகமும் எப்படி இத்தனை சந்தேங்களாலும் கேள்விகளாலும் பின்னப்பட்டிருக்கிறதோ தெரியவில்லை.

“ஏய் நீ ஏண்டா என் பின்னால அலையிற... நீ போ... நான் குடிசைக்குப் போறேன்... எங்க பெரியாத்தா தேடும்.” கட்டையனுக்கு முகம் இறுகியது...

“யார்றா உன் பெரியாத்தா... அந்த மாரியா? உங்க ஆத்தாதான் அப்பிடி போயிருச்சுன்னா நீயும் எதுக்கு அதுகூடயே இருக்க... நீ திரும்பி நம்ம குடிக்கு வா...” வாசி அந்த இடத்தை வேகமாக கடக்கும் முடிவோடு கட்டையனைத் திரும்பிப் பார்க்காமல் நாணற் காட்டிற்குள் அங்குமிங்குமாய் சுற்றி ஓடினான். கட்டையன் கத்திக் கொண்டே ஓடிவந்தான்.

“சொல்றதக் கேளுடா வாசி. பளியக்குடிக்குவா, நீ வந்தா பாட்டா சந்தோசப்படும்...” அந்த சத்தத்திலிருந்து சிரமங்கொண்டு தப்பித்து ஓடியவனைப் பார்க்க முடியாமல் ஒரு எல்லைக்கு மேல் கட்டையன் அப்படியே நின்றான். காற்றின் வேகம் மூர்க்கமேறி வீச நாணல் முழுக்க பனித்துளி ஈரம். மரம் அறுத்தவர்களின் சத்தம்கூட இப்போது நின்றுவிட்டிருந்தது. “வாசி எங்கடா இருக்க... வாசி...” அவன் கத்துவது மொத்த வனத்திலும் எதிரொலித்து மீண்டும் அவனுக்கே சன்னமாய்க் கேட்டது. சூரிய வெளிச்சம் இல்லாத அந்தப் பகலில் அடர்ந்த பசும் நாணற் புல்லுக்குள் கண் இமைக்கும் நேரத்தில் தொலைந்து போன தன் அண்ணனை ஏக்கத்தோடு தேடினான். காற்றில் வெறிகொண்டு ஆடிய நாணல் பேரோசை எழுப்பிய காட்டின் ஒலியை வாங்கித் திருப்பி எதிரொலித்தது. காட்டின் பேரோசை தனித்திருக்கும் மனிதனுக்கு சில சமயங்களில் அழிக்கமுடியாத சுவாரஸ்யம்; வேறு சமயங்களில் எதிர்கொள்ள முடியா அச்சம். கட்டையன் சோர்வோடு பளியக்குடிக்குத் திரும்புவதற்காக வந்த வழியிலேயே ஏறினான். பாறைகளுக்கு மேலிருந்த புல் பனியின் அடர்த்தியில் இப்பொழுது கொஞ்சம் வழுக்கத் துவங்கியிருந்ததால் மெதுவாக நடந்தான். அந்தக் காட்டின் இன்னொரு எல்லையில் ஏறிய வாசி இன்னும்கூட இவனைத் திரும்பிப் பார்க்கும் திராணியில்லாதவனாய் ஓடிக்கொண்டிருந்தான்.

6

குரங்குகளை விற்று வருவதற்காக வாசியோடு தங்கப்பன் கிளம்பி கம்பம் வந்து சேர்ந்த போது வழியெங்கும் திருவிழாக் கோலம். குழாய் ரேடியோக்கள் சாலையெங்கும் விடாமல் அலறிக் கொண்டிருந்தன. எல்லாமே எம்.ஜி.ஆரின் பாடல்கள். தங்கப்பன் எம்.ஜி.ஆரின் படங்கள் என்றில்லை வேறு யாரின் படங்களையும் பார்ப்பதில்லை. வேட்டைக்காரன் என்று பெயர் வைத்திருந்ததற்காக மட்டும் எம்.ஜி.ஆரின் அந்தப் படத்தைப் பார்த்தான். எம்.ஜி.ஆரின் தொப்பி, துப்பாக்கியை எல்லாம் பார்த்து இவனுக்கு சிரிப்பு வந்துவிட்டது. சர்க்கஸ் கோமாளியைப் போலிருந்த அவரையா மக்கள் இவ்வளவு ரசிக்கிறார்களென அவனுக்கு ஆச்சர்யம். ‘இந்தாளுக்கு அழுகவே தெரியல, இவன் எப்பிடி பவுடர் பூசி நடிகனா நடிக்கிறான்...’ தொட்டதற்கெல்லாம் மூஞ்சியை மூடி மூடி அழும் எம்.ஜி.ஆரின் பெண்மையை இவனால் ரசிக்க முடியவில்லை. பேருந்து ஒவ்வொரு அடி நகர்வதற்கும் சில நிமிடங்கள் ஆனது. பேருந்திலிருந்தவர்களெல்லாம் ஏதோ தங்கள் வீட்டு

விசேசம் போல் சந்தோசமாய் இருந்தனர்.

“என்னண்ணே ஒரே திருவிழா கொண்டாட்டமா இருக்கு? என்ன விசேசம்?”

இந்த உலகத்திலிருக்கும் மனிதன்தானா இவன் என்னும் சந்தேகத்தோடு பார்ப்பது போல் பக்கத்திலிருந்தவன் இவனைப் பார்த்துவிட்டு,

“ஏப்பா இன்னைக்கு எம்ஜாரு அமெரிக்காவுல இருந்து இங்க வந்து சேந்துட்டாரு தெரியுமா தெரியாதா?”

தங்கப்பனுக்கு மீண்டும் குழப்பமாயிருந்தது.

“அவரு ஏண்ணே அங்க எல்லாம் போனாரு..?”

இவன் கிண்டலுக்குக் கேட்கிறானா? நிஜமாகவே தெரியாமல் தான் கேட்கிறானாவெனப் புரியாமல் அந்த ஆள்,

“யோவ் தலைவரு சாகப் பொழைக்கக் கெடந்து ஆஸ்பத்திரில இருந்து புது மனுசனா வந்திருக்காப்ளையா?...”

தங்கப்பன் திரும்பி சாலையைப் பார்த்தான், தெருவில் போகிற வருகிறவர்களுக்கு எல்லாம் மிட்டாய்க் கொடுத்துக் கொண்டிருந்தார்கள். வாசி ஜன்னல் வழியாய் கை நிறைய மிட்டாய்களை வாங்கிக் கொண்டான். கொஞ்சத்தை தங்கப்பனுக்கும் கொடுத்தான். வாங்கி வாயில் போட்டுக் கொண்ட தங்கப்பன் ‘நிஜமாகவே எம்ஜாரு பெரியாளுதான்’ என நினைத்துக் கொண்டான். மொட்டையடித்து சந்தனம் தடவிய தலைகளுடன் நிறையப் பேர் மொத்தமாக தலையில் பால்குடம் வைத்து ஊர்வலமாய் நடந்து கொண்டிருந்தனர். ‘அட ங்கொப்பன் மவனே இந்தாள சாமியாவே ஆக்கிட்டாய்ங்களா?...” ஜன்னல் வழியாய் வெளியே எட்டிப் பார்த்தான். முனீஸ்வரன் கோவிலை ஒட்டி கோவிலின் கோபுரத்தை விடவும் உயரமாக எம்.ஜி.ஆரின் உருவப் படம் நின்று கொண்டிருந்தது. அண்ணாந்து பார்த்த போது இவனுக்கே ஒரு நொடி கையெடுத்துக் கும்பிட வேண்டும் போலிருந்தது.

“ச்சீ...ச்சீ... காட்டுல பாட்டாவையும்,கொம்பனையும் பார்த்து திமிரோட நின்னுட்டு இந்தாளுக்குக் கையெடுத்துக் கும்பிடறதா?... த்தூ...” என தன்னைத் தானே திட்டிக் கொண்டான்.

கம்பத்தில் இறங்கி குமுளி போவதற்கான பேருந்திற்காக காத்திருந்தனர். நடக்கிற கொண்டாட்டக் களேபரங்களைப் பார்க்கையில் இன்றைக்குப் போய்விட்டு பொழுதோடு திரும்ப முடியுமாவென சந்தேகமாய் இருந்தது. வாசியின் தோளிலிருந்த சாக்குப் பையில் செத்துப்போன குரங்குகள் வெளி உலகின் கொண்டாட்டங்கள் எதுவும் தெரியாமல் நிம்மதியாகக் கிடந்தன. பேருந்து நிலையத்தின்

நான்கு முனைகளிலும் குழாய் ரேடியோ நான்கு விதமான பாடல்களை ஒலிக்கவிட்டபடியிருக்க, எந்தப் பாட்டைக் கேட்பதெனப் புரியாமல் நின்றான் தங்கப்பன். நாராசமான அந்தச் சத்தத்தில் நிற்பதற்கு பதிலாக திரும்ப ஊருக்கே போய்விடலாமாவென இருந்தது.

பக்கத்திலிருந்த பெட்டிக்கடைக்காரனிடம், "குமுளி போற பஸ் அடுத்து எத்தன மணிக்குண்ணே..." கேட்டான்.

அவன் பேருக்கு கடையை வைத்திருந்தானே ஒழிய யாருக்கும் பதில் சொல்லவும், வியாபாரம் பார்க்க வேண்டுமென்கிற மனைநிலையில் இல்லை.

"குமுளிக்குன்னு இல்ல... எங்க போறதுன்னாலும் இன்னைக்கு பஸ் வந்தாத்தான் ஆச்சு, இல்லைன்னா இல்ல. செத்த நேரம் நின்னு பாரு, நம்மூரு வண்டி இல்லைன்னாலும் கேரளா வண்டி எதும் வரும்.."

தங்கப்பனுக்கு ஏதாவது குடித்தால் தேவலாம் என்றிருக்க, இன்னும் எவ்வளவு நேரம் நிற்க வேண்டுமோ என வெறுப்போடு பேருந்து நிலையத்தைப் பார்த்தான். கடைக்காரனிடம் திரும்பி

"அண்ணே ரெண்டு சர்பத் குடுங்கண்ணே..."

முன்னால் பெட்டியிலிருந்த ஜாமானில் பாதிக்கும் மேலாக ஏற்கெனவே எடுத்து வைத்துவிட்ட கடைக்காரன் வேண்டா வெறுப்பாக இரண்டு சர்பத்துகளைப் போட்டான். வாசிக்கு இந்தக் கூட்டம் கொண்டாட்டம் எல்லாத்தையும் பார்க்க ஆச்சர்யமாய் இருந்தது. பளிச்சியம்மன் திருவிழாவுக்குப் போகும்போது மலையில் பெட்ரோமாக்ஸ் வெளிச்சத்தில் ஆட்கள் கூட்டத்தைப் பார்த்திருக்கிறான். ஆனால் அந்தக் கூட்டமெல்லாம் இதற்கு முன்னால் வெறும் தூசி. இந்தத் திருவிழாதான் அவனுக்குப் பிடித்திருந்தது, பகல் வெளிச்சத்தில் இவ்வளவு மனித முகங்களை ஒரே நேரத்தில் இதற்கு முன் அவன் ஒருபோதும் பார்த்ததில்லை. திரும்புகிற இடமெல்லாம் நாணற் புல்லைப்போல் இடைவெளியில்லாமல் மனிதத் தலைகள். தன்னைச் சுற்றி இருக்கும் ஒவ்வொன்றையும் கனவில் பெருத்து கிளை பரப்பிய காட்டு மரங்களைப் பார்க்கிற பிரம்மிப்போடு பார்த்தான். தங்கப்பன் வாங்கிக் கொடுத்த சர்பத்தைக் குடித்தவன் இன்னொரு கூட்டம் லட்டு கொடுத்துக் கொண்டிருப்பதைப் பார்த்து லட்டு வாங்க ஓடினான். தங்கப்பனுக்கு ஆச்சர்யம், இவன் இத்தனை உற்சாகமானவனா? வாசி இரண்டு கையிலும் லட்டுகளோடு திரும்பி வந்தபோது, சிவப்பு நிறத்தில் கேரளா பஸ் ஆட்கள் நிரம்பி குடைசாயும் அளவுக்கு உருண்டு வந்தது. வாசி லட்டை தங்கப்பனிடம் நீட்ட, தங்கப்பன் பஸ்ஸைக் காட்டி

"பஸ்ஸுக்குப் போடா... இந்த வண்டியவிட்டா வேற வண்டி இல்ல...." வாசி ஆர்வமெல்லாம் கரைய பஸ்ஸைப் பார்த்தான்,

பெருங்கூட்டம் நிரம்பி வழிந்தது. ஜன்னல் கம்பிகளைப் பிடித்துக் கொண்டும் தொங்கிக் கொண்டிருந்தனர். பஸ் பேருந்து நிலையத்தை விட்டுக் கொஞ்ச தூரம் தள்ளிப் போய் நின்றது. நிறையப்பேர் இறங்க, கூட்டம் கலைந்த இடைவெளியில் வாசி குறுக்காகப் புகுந்து பேருந்துக்குள் ஏறினான். அவனுக்குப் பின்னாலேயே தங்கப்பன் குரங்குக் குட்டிகளிருக்கும் சாக்குகளோடு ஓடி வந்து ஏறினான்.

பேருந்து கிளம்பிய நேரத்திற்கெல்லாம் சாக்கிலிருந்த செத்த குரங்கின் ரத்த நாத்தம் கொடூரமாய் வந்ததை பேருந்துக் கூட்டத்திலிருந்தவர்களால் பொறுத்துக் கொள்ள முடியவில்லை. ஆளாளுக்கு மூக்கைப் பிடித்துக் கொள்ளவும் “என்னத்தய்யா கொண்டு போறாய்ங்க... பொண நாத்தம் அடிக்கிது..” என ஒருவன் காறி ஜன்னலுக்கு வெளியே துப்பினான். வாசிக்கு சிரிப்பு வந்தது. கையிலிருந்த லட்டு கூட்டத்தில் நசுங்கிப் போனதால் அதன் மிச்சத்தை வாயில் போட்டான். தங்கப்பன் சாக்கை கால்களுக்கு இடையில் வைத்து நின்று கொண்டான்.

தங்கப்பனோடு இதற்கு முன்னால் காட்டைவிட்டு இவ்வளவு தூரம் வாசி வெளியில் வந்ததில்லை, இன்றுதான் குமுளியைப் பார்க்கிறான். காட்டிலும் மலையிலும் சலிக்காது நடந்த கால்களென்பதால் மொத்த ஊரையும் சுற்றி வந்துவிட வேண்டுமென ஆசையாய் இருந்தது அவனுக்கு. தங்கப்பனின் நடை வேகம் எப்போதும் ஒரே மாதிரியானது. அவன் இதற்கு முன்னால் எப்போதாவது ஓடியிருப்பானா எனப் பார்க்கிறவர்களுக்கு ஒரு நிமிடம் கேட்கத் தோன்றலாம். அவன் நடை அத்தனை நிதானமானது. வாசி அவனைப் போலவே நடக்க முயற்சித்து பின்பு தான் அவனில்லை என்கிற பிரக்ஞை மீள மீண்டும் தன் நடையை மாற்றிக் கொண்டான். காட்டிலிருப்பவனின் பாதங்கள் வரையாடுகளைப் போல் வளைந்திருக்க வேண்டும். எந்தப் பாறையிலும், பொடவுக்குள்ளும் புகுந்து செல்லும் சூட்சுமம் கொண்ட பாதமாய் இருந்தால் மட்டுந்தான் அவன் அந்தக் காட்டுக்குள் வாழ முடியும். தன் பாதங்கள் வரையாடுகளைப் போலிருக்கவே வாசி விரும்பினான்.

சாராயம் குடிக்கவென்றே நிறைய லாரிகளில் ஆட்கள் குமுளிக்கு படையெடுத்துக் கொண்டிருந்தனர். பிற்பகலுக்கு முன் லேசாகத் தூறல் விழும் நேரத்திற்கெல்லாம் சேட்டனின் பட்டறைக்கு தங்கப்பனும் வாசியும் வந்து சேர்ந்துவிட்டனர். சேட்டனுக்கு எப்போதும் தங்கப்பனைப் பார்த்துவிட்டால் உற்சாகம்தான்.

“ஓ தங்கப்பா வரு...வரு.... பஸ் கிட்டியோ? ஞான் றொம்ப பயந்து போச்சு?”

தங்கப்பன் சிரித்தான்.

“கூதிமகனுக, விட்டா பஸ்ஸுலயே நெறிச்சுக் கொன்னுறுப்பானுக... மூச்சு முட்டிருச்சு சேட்டா...”

சேட்டான் சிரித்தான்...

"இங்க பட்டறையாள் ரெண்டேரும் ஆயாளுகளுடே ஸ்னேகிதமாரும் கூட்டமா ஒரு வேனில நேத்து காலைலயே கெளம்பி மெட்றாஸ் போயிடுச்சு, எம்ஜார பாக்க...?

தங்கப்பனுக்குப் புரியவில்லை. எம்.ஜி.ஆரைப் பார்க்க இவர்கள் எதற்காக இங்கிருந்து வண்டிகட்டிப் போக வேண்டும்.

"சேட்டா அவருதான் பொழச்சுக்கிட்டாருல்ல, அப்பறம் எதுக்கு கூட்டம் கூட்டமா போய்ப்பாக்கனும்..."

"ஆயாளுக்கு இது மறுஜென்மமானு... கடவுளில்லே..."

"என்னவோ சேட்டா... காட்ட விட்டு இறங்கி வந்தா மனுசன் செய்ற எதுவும் புரிய மாட்டேங்குது. மிருகங்க பரவா இல்ல போல... எனக்கு அதுக எல்லாம் என்ன செய்யிது எதுக்காக செய்யிதுன்னு புரிஞ்சுக்க முடியுது, மனுஷங்களத்தான் புரிஞ்சுக்க முடியல..."

சேட்டன் தொடையில் தட்டிச் சிரித்தான், கட்டையாய் கனத்து உருண்ட அவனுடல் தின்று கொழுத்து எண்ணெய் வழியும் பளபளப்புடன் மினுமினுவென அவன் சிரிப்பதை அழகாகக் காட்டியது. சேட்டன் மட்டும் பொம்பளையாய் இருந்திருந்தால் எப்போதோ அவனுக்கும் தங்கப்பன் மலையில் ஒரு குடிசையைப் போட்டிருப்பான்.

"பின்னே ஆரானு இது?"

தங்கப்பனின் தோளுக்கு வளர்ந்து நிற்கும் முரட்டு மரமாய் வாசியைப் பார்த்த சேட்டன் தெரிந்து கொள்ளும் ஆர்வத்தில் கேட்க தங்கப்பன் வெறுமனே சிரித்தான்.

"மோனோ..."

தங்கப்பன் ஆமென்று தலையாட்டினான்.

"பேரெந்தா மோனே...?"

தன்னை மகனென்று சொல்ல இவனுக்கு என்ன உரிமை இருக்கிறது. வாசிக்கு அந்த இடத்தில் நிற்க அருவருப்பாயிருந்தது. ஒரு நிமிடத்தில் தன்னை பிணம் தின்னும் கழுகாக்கியிருக்கும் தங்கப்பனின் நடுமண்டையில் குத்திப் பிளக்க நினைத்தான். ரெளத்ரத்தில் உடல் வியர்த்து மயிர்கள் விறைத்து நின்றன. வெறுமனே சேட்டனிடம் "வாசிமலயான்" பேரைச் சொல்லிவிட்டு பட்டறையிலிருந்து வெளியேறி வந்தான். வாசி பளியன், பளியனுக்குப் பிறந்தவன். அகமலைக் காட்டின் மண்ணும், ஈரமும் அந்த ரத்தமும் மட்டுந்தான் அவனுடலில் ஓடுகிறது. அவனால் இன்னொருத்தனை, அந்த மண்ணுக்கு சம்பந்தமில்லாதவனை அப்பனென்று சொல்ல முடியாது. கோவத்தில் மூக்கு விடைத்து விடாமல் நீர்க் கசிந்தது. துடைத்துக் கொண்டே

பட்டறையிலிருந்து நடந்தான். தங்கப்பன் சேட்டனிடம் குரங்குச் சாக்கைக் கொடுத்துவிட்டு பணத்திற்காக நின்றிருந்தான். சேட்டன் உள்ளிருந்து பணத்துடனும் ரெண்டு பாட்டில் சாராயத்துடனும் திரும்பி வந்தான்.

"சேட்டா இன்னைக்கு இதுக்கெல்லாம் நேரமில்ல, இப்போ கிளம்பினாத்தான் நான் ரவைக்குள்ள காட்டுக்குப் போக முடியும்... எனக்கு ஜீப் ஸ்டியரிங் ரெண்டு வேணும்னு கேட்டனே என்னாச்சு?"

சேட்டன் சிரித்தான். "எடா... நீ இரு.... இனி பஸ்ஸில்ல.... பின்ன ஸ்டியரிங் எந்தானு காரியம்..."

மர்மப் புன்னகை ஒன்றின் மூலமாய் கேள்விகேட்ட சேட்டனுக்கு அதே மர்மத்துடன் பதில் புன்னகை கொடுத்தான். சேட்டன் சாராய பாட்டிலைத் திறந்து இருவருக்குமாக ஊற்றினான்.

"தங்கப்பா இன்னொரு சேதி உண்டு... புதுக்கோட்ட ஜமீன் எனக்கு ஸ்னேகிதம் , ஆயாளும் அவரிண்ட சம்சாரமும் காட்டுக்கு வேட்டைக்கு வர இஸ்டப்படுது. உன்னப் பத்தி சொல்லியிருக்கு. காட்டுல அன்சாரியிண்ட வுட் ஹவுஸ் இல்லே, அங்க ஒரு நாலு நாள் தங்கனும்... முடியுமா? ஆயாளும் வேட்டையாடும்..."

இந்த மாதிரி நிறையப்பேர் அவ்வப்போது காட்டுக்குள் வருவார்கள்தான். ஆனால் தங்கப்பன் அவர்களோடு வேட்டைக்குப் போக பெரும்பாலும் விரும்புவதில்லை. இப்படி வருகிறவர்களுக்குக் காட்டைப் பார்த்ததும் ஏற்படும் பிரமிப்பு விலகவே மூணு நான்கு நாட்கள் ஆகிவிடும். அதற்குப் பிறகு அவர்கள் வேட்டையாடினாலும் வேட்டையாடியதைத் தின்று பார்க்க வேண்டுமென்பதில்தான் அக்கறை இருக்கும். அவர்களுக்கு வேட்டையின் சாகசம் புரிவதில்லை. கொன்றதும் தின்று தங்களின் பிறவிப்பயன் அடைந்து விட்டு திரும்பிச் செல்லும்போது சில ரூபாய்த் தாள்களைத் தங்களோடு இருக்கிறவர்களுக்குக் கொடுத்துச் செல்வதன் மூலம் சிறப்பான வேட்டையை நிகழ்த்திவிட்டதாக நம்புவார்கள். அதனாலேயே இவனுக்கு அதில் பெரிதும் விருப்பமில்லை. ஆனாலும் சேட்டன் கேட்டு தட்டமுடியாதென ஒப்புக் கொண்டான்.

இரைச்சலும், கூட்டமுமாய் குமுளியும் களை கட்டியிருந்தது. இந்தப் பக்கத்து ஊர்களில் திருவிழாக்களைக் கூட இத்தனை சிறப்பாய் மக்கள் கொண்டாடியதில்லை என சேட்டன் சொன்னதைக் கேட்டு தங்கப்பன் தரையில் அடித்துச் சிரித்தான். அவர்கள் இருவருக்கும் தாங்கள் எவ்வளவு நேரமாய் சாராயம் குடித்தோம் என்பதே நினைவில்லை.

"ஆக, தங்கப்பன் புது துப்பாக்கி செய்யிது இல்லே..."

"ம்..."

"பழசு என்னாச்சி, ரிப்பேரோ?"

"ம்ஹூம்... புதுசு எனக்கில்ல... என் மகனுக்கு..."

அந்த வார்த்தை முதல் தடவையாய் தன் வாயிலிருந்து வந்தது தங்கப்பனுக்கே ஆச்சர்யமாய் இருந்தது. கூடவே நீண்ட நேரத்திற்குப்பின் தன்னோடு வந்த வாசியின் நினைவு வர, இரண்டு மூன்று முறை அவனைக் கூப்பிட்டுப் பார்த்தான். பதிலில்லை. பட்டறைக்கு வெளியில் வந்து கூப்பிட்டுப் பார்த்தான். இவன் குரல் எட்டும் எல்லையில் அவனில்லை. ஊர் இருக்கும் நிலமையில் இவன் எங்கு போய்த் தொலைந்தானென தங்கப்பனுக்கு கோவம் உச்சத்திலேற, தான் அவனை மகன் என்று சொன்னபோது அவன் பார்த்த பார்வை தங்கப்பனுக்கு போதையிலும் அழுத்தமாக மண்டையில் உரைத்தது. இத்தனை நாட்களாக தன்னை அவன் அப்படி நினைத்திருக்கவில்லை என்பது முதல் முறையாக அவனுக்குப் புரிந்தது. சேட்டனிடம் சொல்லிக் கொள்ளாமலேயே கூட ஆவேசமாக அங்கிருந்து கிளம்பினான். இந்தப் பக்கத்தில் எங்கு விட்டாலும் ஒரு பளியனுக்கு தன் குடிசைக்குப் போவதற்கான வழி தெரியுமென்பதால் தானும் காட்டுக்குத் திரும்பிவிட நினைத்தான். பனி விழுந்த சாலையில் மங்கலான ஹெட்லைட் வெளிச்சத்தில் வந்த ஒரு மஞ்சள் நிற மூக்கு லாரியில் ஏறிக்கொண்டவனின் உடல் முழுக்க தான் அவமானப்படுத்தப்பட்டதின் வெறி நஞ்சுண்ட ஒரு கொடியென வேகமாய் கிளைவிட்டு வளர்ந்தது.

பெருங்காலம் - 2

இளவேணிற் கால நாட்களில்,
வனமெங்கும் விரியும் புதிய உயிர்களின் நெடி

"You can cut all the flowers
but you cannot keep Spring from coming."
- Pablo Neruda

1

மொக்கநிலைக்கு மேல் குரங்காறு போகிற வழியெங்கும் விரவிக் கடந்த மரங்களும், காட்டுச் செடிகளும் அகற்றப்பட்டு புதிய நடுகைக்கு தயாரானதைப் போல் கருப்பு நிற ஈரமணல் எங்கும் எட்டிப் பார்த்துக் கொண்டிருந்தது. தை மாதத்தின் பிற்பகுதியை நெருங்கிவிட்டதால் பளியக்குடி மொத்தமும் தங்களின் தற்காலிகக் குடிசைகளை விட்டு மீண்டும் மொக்கநிலை குடிக்கே வந்திருந்தனர். அவர்களின் குடிலிலிருந்து நூறடி தூரத்திற்கு அப்பால் புதிதாய் ஒரு மண்சாலை போடப்பட்டிருந்தது. அந்தச் சாலையில் நேரங்காலந் தெரியாமல் ஆட்கள் போவதும் வருவதுமாயிருந்தனர். கருப்பு நிறத்தில் முரட்டு ஜீப்புகள் சப்தமெழுப்பியபடியே அந்தக் காட்டை மெல்ல மெல்ல நீண்ட தியானத்திலிருந்து எழுப்பிக் கொண்டிருந்தன. பன்னெடுங் காலமாய் தன் வயிற்றில் சுமந்த மரங்களை எல்லாம் இழந்த துயரிலிருந்த அதன் உடலெங்கும் கஞ்சா செடிகளை நட, தேனியிலிருந்தெல்லாம் கூட இப்போது முதலாளிகள் வந்து இடம் பார்த்துவிட்டுப் போனார்கள். கொடுவிலார்பட்டியிலிருந்துதான்

நிறைய வேலையாட்கள் வருகிறார்கள். நல்ல சம்பளத்தில் தினமும் வேலை கிடைக்கிறதென்கிற உற்சாகம் அவர்களிடம். மேடும் பள்ளமுமாய் கரடு முரடான பாறையாய் இருந்த அந்த மலையை சமதளமென சொல்லிக் கொள்ள முடியாத அளவில் கொஞ்சமாய் சாய்ந்த ஒரு நிலமாய் மாற்றினர். குரங்காற்றிலிருந்து நீர் பெரும் வாய்க்காலைப் போல் திருப்பிவிடப்பட்டு நிலம் செம்மையாக்கப் பயன்படுத்தபட்டது.

நடப்பது அவ்வளவையும் பார்த்து கொஞ்சம் கொஞ்சமாய் அதற்கு பழக்கப்பட்டுப் போன பளியக்குடியில் சிலர் காட்டின் உட்ப்பகுதிக்குப் போய்விட நினைத்தனர். சிலர் எல்லாத்தையும் தூக்கி வைத்துவிட்டு வெளியூர் ஆட்களோடு காட்டை செம்மைப்படுத்தும் வேலைக்குப் போய்விட்டார்கள். தங்களின் சொந்த நிலத்தில் யாரோ முகம் தெரியாத ஆட்களுக்கு அடிமையாய் வேலை செய்கிறோமென்கிற எந்தப் பிரக்ஞையும் அவர்களுக்கில்லை. அடுத்து வரும் கோடை காலம் இந்த முறை சற்று வீர்யமாகவே இருக்குமென அறிகுறிகள் தெரிந்ததால் வழக்கத்தை விட தேவைக்கு அதிகமாகவே எல்லாவற்றையும் சேர்த்து வைத்துக் கொள்ள நினைத்தனர். கஞ்சா காட்டு முதலாளி அன்சாரிக்கு ரொம்பவே நெருக்கமென்பதால் அவரைப் பார்க்க தங்கப்பனும் வந்து சென்றான். தங்கப்பன் பளியக்குடியைக் கடக்கும் போதெல்லாம் அவனிருப்பைக் காணும் பளியன் ஒவ்வொருவனுக்குள்ளும் பெரும் வன்மம் எழுந்தடங்கும். ஆனால் அவனுக்கான தண்டனையை நிச்சயம் ஒருநாள் பளிச்சி தீர்மானிப்பாளென உறுதியாய் நம்பினர். பளிச்சிக்கு இவர்களைப் போன்றவர்களின் குருதி ஒரு பெரும் படையல். அதற்கான நாள் நிச்சயம் வெகு சீக்கிரத்தில் வரட்டுமென வேண்டிக் கொண்டனர். மொத்தக் காட்டிலும் எல்லோரும் யாரோ சிலருக்கு பயந்தனர், அல்லது கட்டுப்பட்டனர். அப்படி எதிலும் சேராமல் தன்னிஷ்டம் போல் தங்கப்பனால் இருக்க முடிந்ததாலேயே அவன் எல்லோரையும் அச்சுறுத்தக் கூடியவனாய் இருக்கிறான்.

இந்தக் காட்டில் எல்லாவற்றுக்கும் இடமுண்டு என்பதுதான் அதன் அடிப்படை விதி, ஆனால் அடிவாரத்திலிருந்து வந்த மனிதர்கள் எல்லோருடைய இடத்தையும் எவ்வளவு முடியுமோ அவ்வளவு எடுத்துக் கொள்ள நினைத்தனர். தாங்கள் வளைத்துப் போட்டிருக்கும் நிலத்தோடு சேர்த்து அதை மூடியிருக்கும் பரந்த ஆகாயத்திலும் பயிர்செய்யும் வெறியோடு இரவும் பகலுமாய் சுற்றித் திரிந்தனர். அவர்கள் விளைவிக்கப் போகும் இந்தப் புதிய பயிரின் ஒவ்வொரு இலையும் பெரும் பணமென்று காட்டு வேலைக்கு போன பளியக்குடி ஆண்கள் பேசிக்கொண்டதைக் கேட்கையில் அது ஒருவேளை பொக்கிஷமாயிருக்குமோ எனப் பளியக்குடி பெண்கள் நினைத்துக் கொண்டனர். காடே அதிரும்படி வந்து போய்க்கொண்டிருந்த

டிராக்டர்கள் மலையைக் குடைந்து சமவெளியாக்கும் தீவிரத்தோடு இரவும் பகலும் ஓடிக்கொண்டிருக்க, புதிய குடிசைகள் காட்டுக்குள் முளைக்கத் துவங்கியிருந்தன. பளியக்குடியைப் போலில்லாமல் நல்ல வலுவான குடிசைகளாய் அவைகள் இருந்தன. கஞ்சாத் தோட்டத்திற்கு வேலைக்குப் போகிறவர்கள் அங்கு குடியேறியதோடு தங்களின் குடிசைகளுக்குப் பக்கத்திலேயே சின்னதாய் நிலத்தைக் கொத்தி தங்களுக்குத் தேவையான தானியங்களையும் விதைத்துக் கொண்டனர்.

காட்டு மரங்கள் இலையுதிர்க்கத் துவங்கியிருந்த மார்ச் மாதத் துவக்கத்தில் குரங்காற்றைச் சுற்றிலும் புதிய கஞ்சாத் தோட்டம் தோன்றியிருந்தது. பூசணி தங்கள் நிலத்தின் மீது நிகழ்த்தப்படும் அத்தனை வன்முறைகளையும் எதிர்க்கத் திராணியற்றவராய் குரல்வளை அறுக்கப்படும் காட்டை ஏக்கத்துடன் பார்த்துக் கொண்டிருந்தார். கட்டையனுக்கு அவரைப் பார்க்கும் போதெல்லாம் தவிப்பாய் இருக்கும்.

“இதுக்கு என்னதான் பாட்டா முடிவு...”

நம்பிக்கையற்று தலையசைத்த பூசணி

“காட்டுக்குள்ள திருடித் திண்ணு பழக்கப்பட்டுட்டா மனுஷன் மிருகமாயிருவான். அவனத் திருத்த முடியாது.. இந்தக் காடு இருக்கற வரைக்கும் இனி இவனுக இருப்பானுக...”

“அப்ப நம்ம கெதி...? இத்தன காலமா இது நம்ம காடுதான?... இன்னைக்கு எங்க இருந்து யாரு இவய்ங்களுக்கு பட்டாப் போட்டுக் குடுத்தது?”

பூசணி மெதுவாக குரங்காற்றின் பக்கமாய் நடந்தார். காற்றில் காட்டு நெல்லி மரங்கள் ஆவேசமாய் தலையாட்டிக் கொண்டிருக்க, தூரத்தில் ஒரு டிராக்டர் அந்த பிரதேசத்தின் மௌனத்தை நொறுக்கியபடி வரும் சத்தம் கேட்டது.

“எவங் கையில அதிகாரம் இருக்கோ அவன் சொல்றதுதான் சட்டம். இத்தன காலமா இந்தக் காட்டுக்குள்ள நாமளும் மிருகங்களுந்தான் இருந்தோம். எந்த மிருகமும் பசியத் தாண்டி வேற எதுக்காகவும் வேட்டையாடாது. மனுஷன் மட்டுந்தான் தனக்குத் தேவையில்லாத எல்லாத்தையும் எடுத்துக்க நெனைக்கிறான்...” கட்டையனின் உடல் துடித்துக் கொண்டிருந்ததில் அவன் ஆவேசமாய் எதையாவது செய்ய நினைத்தான்.

“நாம எதாச்சும் செய்யனும் பாட்டா... இந்தக் காட்டுல இருந்து அவய்ங்களத் துரத்தனும்...”

பூசணி சிரித்தார்.

“எத்தன பிரச்சன வந்தாலும் இந்தக் காட்டுக்கும் தெரியும், இந்தக் காட்டுக்குள்ள இருக்க ஜீவராசிகளுக்கும் தெரியும். இவய்ங்கள நாம துரத்த வேணாம். பளிச்சியாத்தா பாத்துக்குவா... வெய்யக் காலம் வரட்டும் அப்பறம் இருக்கு...”

குரங்காற்றில் நேற்றை விடவும் நீர் வரத்து குறைவாய் இருப்பதைக் கவனித்த பூசணி

“இந்த வருசம் கோட கொஞ்சம் கடுமையாத்தாண்டா இருக்கும். நாம தெண எல்லாத்தையும் கொஞ்சம் சூதானமாத்தான் வெச்சுக்கனும்.”

ஆற்றைக் கடந்து அவர் போக, கட்டையனும் அவருக்குப் பின்னாலேயே சென்றான். தன்னுடன் அவன் வருவதை பூசணி விரும்பவில்லை.

“கட்டையா, நீ இரு... நான் முக்கியமான சோலியாப் போறென்... பொழுசாயத்துக்குள்ள நா வரலைன்னா நீ திரும்பி வா... நான் போற வழில கிள ஒடிச்சு வெச்சுட்டுப் போவேன்...”

முழங்கால் வரையிருந்த கோணிச்சாக்கு சாரத்தை மடித்து இடுப்பு வரை பிடித்துக் கொண்டு கோவணத்துடன் ஆற்றைக் கடந்த பூசணியை மேட்டில் நின்று கட்டையன் பார்த்துக் கொண்டிருந்தான். பாட்டா எல்லா விசயங்களையும் இவனிடம் சொன்னாலும் சில விசயங்களில் அவர் மர்மமானவராகவே இருந்தார். இத்தனை வயதிலும் அவர் எதையோ சதாவும் தேடி அலைந்து கொண்டிருப்பதாக் நினைத்தான். எந்த வகையிலாவது இந்தக் காட்டைக் காப்பாற்ற வேண்டும் என்கிற எண்ணம் அந்த முதியவருக்குள் அவ்வளவு அழுத்தமாய் இருந்தது. பாட்டா இருக்கிறவரை கவலையில்லை . எந்தவொன்றையும் முற்றாக இந்த மனிதர்களால் அழித்துவிடமுடியாது, எல்லா முடிவுகளும் சில எச்சங்களை விட்டுச் செல்கிறதென்பதை இவர்கள் புரிந்து கொள்ளப் போவதில்லை. இந்தக் காட்டின் ஒவ்வொரு எச்சமும் ஒரு பிரபஞ் சத்தின் துவக்கம்தான்.

2

தங்கப்பன் தான் போகுமிடங்களுக்கெல்லாம் வாசியைக் கூட்டிப் போவதை நிறுத்தியிருந்தான். தனக்குப் பின்னால் தன்னை மாதிரியே ஒருவனை உருவாக்கிவிட வேண்டுமென்கிற எந்த அக்கறையும் அவனிடத்தில் இல்லாமல் போனது. காட்டில் வாழப் பழகியவனுக்கு காடு மட்டுமே சொந்தம் என்பதை இன்னொரு முறை வாசி அவனுக்கு புரியவைத்துவிட்டான். தங்கப்பன் எதையும் தனதாக்கிக் கொள்ள விருப்பமற்றவனாகிவிட்டான். வாசி இந்தக் காட்டு வாரிசின் எச்சம், தனது கடமை இந்தக் காட்டிற்கு காவலுக்கென வாரிசுகளைக் கொடுத்துவிட்டுப் போவதென்பதை நன்கறிந்தவன். கழுகொன்று தன் நீண்ட இறக்கைகளை விரித்து எவ்வளவு உயரத்தில் பறக்க முடியுமோ அவ்வளவு உயரத்தில் சுதந்திரமாய் பறக்கும்போதிருக்கும் மனநிலைதான் வாசிக்கு காட்டில் இருப்பதும்.

குமுளியிலிருந்து திரும்பி வந்த இரவில் மலைமேல் ஏறுவதற்கு முன்பாகவே தங்கப்பன் நான்கைந்து பாட்டில் சாராயத்தைக் குடித்துவிட்டான். உக்கிரம் கொண்ட கருப்பன் ஆவேசமாய் இரவில் குதிரையேறி

வரும் முரட்டு நடை. காட்டுச் செடிகள் இரக்கமின்றி மிதிபட்டு சரிந்தன. வாசியின் மீது கனன்று எரிந்து கொண்டிருந்த ரௌத்ரத்தில் நடையின் வேகம் முன்னெப்போதையும்விட அதிகமானது. தங்கப்பன் வருவதற்காகக்யீ காத்திருந்த செல்லாயி தூரத்தில் ஆளரவம் கண்டு குரைக்கும் தன் நாயை "ஏய் கழுத எதுக்கு கத்தற?... இன்னியாரத்துல மச்சாந்தான் வரும். சும்மா கெட.." என அமட்டினாள்.

வருகிறவனின் அடையாளத்தை உறுதிப்படுத்த வேண்டி சத்தம் வந்த திசையில் நாய் வேகமாய் ஓடி கொஞ்ச நேரத்தில் எந்தச் சத்தமும் இல்லாமல் நாக்கைத் தொங்கப்போட்டபடி திரும்பி ஓடிவந்தது. மூச்சு வாங்க அது செல்லாயியையே சுற்றி வந்து நிற்கிற நேரத்திற்கெல்லாம் தங்கப்பனும் குடிசை இருக்கும் மேட்டிற்கு வந்து சேர்ந்திருந்தான். தான் நிராகரிக்கப்பட்டுவிட்டு அவமானரேகைகள் அவன் முகம் முழுக்க. எதுவுமே பேசாமல் செல்லாயியை முறைக்க, புரிந்து கொண்டவள் அவனுக்குக் குடிக்கக் கொஞ்சம் தண்ணீர் மட்டும் குடுத்தாள். வாசியைத் தேடிய தங்கப்பன் அவன் மாரியின் குடிசையில் படுத்திருந்தைப் பார்த்ததும் கொலைவெறி கொண்டான்.

"தாயோளி இவனுக்காக என்னவெல்லாம் செய்ய நினைக்கிறேன், இவன் என்னடான்னா என்னயக் குண்டியத் துடைக்கிற குச்சி மாதிரி ஆக்கிட்டான்.... என்னய அப்பன்னு சொன்னா கசக்குதோ?... ம்ம்ம்ம்..." ஆத்திரத்தில் குடிசைக்குள் புகுந்து மிதிக்கப் போனான்.

மாரி தனது குடிசைக்குள் தங்கப்பனை விடவில்லை. வாசியின் மீதிருந்த ஆத்திரத்தில் மாரியைத்தான் அடித்தான். எவ்வளவு அடித்தும் அவள் அவனை உள்ளே விடுவதாய் இல்லை. மழைக்கு நடுங்கிய கோழிக்குஞ்சென குடிசையின் மூலையில் ஒதுங்கிக் கிடந்த வாசிக்கு தனக்காக அவள் அடிவாங்குவதைப் பார்க்க பாவமாக இருந்தது. ஆனாலும் அவனால் ஓடிப்போய் தடுத்து நிறுத்த முடியவில்லை.

"என்னய அப்பன்னு சொல்ல கசக்குதோ?... அப்பிடின்னா எதுக்கு இங்க உக்காந்து திங்கறான்? பீ திண்ணிப் பய. அவனப் போகச் சொல்லு, அவங்க அப்பங்கிட்ட போகச் சொல்லு. புல்லையும் புழுவையும் தின்னட்டும்..."

தங்கப்பனின் கைகள் இடைவிடாமல் மாரியின் உடலெங்கும் பதிந்தது. அவள் அடிவாங்குகிறோம் என்கிற வலியையோ அடிக்கிறானே என்கிற வெறுப்பையோ எதையும் காட்டிக்கொள்ளாமல் காட்டு மரம் காவலுக்கு நின்றது போல் வாசலை மறித்து நின்றாள்.

"த்தூ... அவிசாரி மவனே... இனிமே என் பின்னால வராதா.. வந்தாக் கொன்னுருவேன்..."

நிற்கவும் முடியாமல் அங்கிருந்து போகவும் முடியாமல் போவதும் வருவதுமாய் செல்லாயியின் குடிசைக்கும் மாரியின் குடிசைக்கும் மாறி மாறி நடந்தான். ஆத்திரத்தில் எச்சிலைக் கூட்டி காறி காறித் துப்பினான்.

செல்லாயிக்கு இதெல்லாம் முன்னயே தெரியுமென்பதால் அவள் தங்கப்பன் என்ன செய்தாலும் அவனிஷ்டம் என விட்டுவிட்டாள்.

“அவன நீ என்ன செஞ்சாலும் உன்னால மாத்திட முடியாது மச்சான். காட்டுக்கு உசுரு இருக்கு, தேவையத் தாண்டி எதையும் எடுத்துக்கக் கூடாதுன்னு நெனைக்கிற பளியந்தான் அவன் எப்பவும்..”

அவள் பல நாட்களாகவே சொல்லி வந்ததை தங்கப்பன் நம்பவேயில்லை. வாசி இயற்கையாகவே வேட்டைக்காரனுக்கான உடலைக் கொண்டிருந்தான். அவன் கண்களில் காட்டின் எல்லா ஆழங்களையும் கூர்ந்து கவனிக்கும் தீவிரம் இருந்ததால் அவனே தவிர்த்தாலும் இந்தக் காடு அவனை வேட்டையாடச் செய்துவிடுமென தங்கப்பன் நம்பியிருந்தான். அப்படி நம்புகிற கனங்களில் எல்லாம் தனது நிழலையே அவனுக்குள் பார்த்திருந்தவனுக்கு இப்போது நிராகரிப்பின் கொடூர ஆயுதம் அவனின் நம்பிக்கைகளை சிதைத்து எறிந்துவிட்டிருந்தது. செல்லாயி இப்பொழுது முழுகாமல் இருக்கிறாள். அவளுக்குப் பிறக்கப் போவது பெண்ணாக இருந்தாலும் ஆணாக இருந்தாலும் வேட்டைக்காரனாகவோ அல்லது வேட்டைக்காரியாகவோ மட்டுமே வளர்க்க வேண்டுமென தங்கப்பன் உறுதியாய் இருந்தான். இரண்டு நல்ல வேட்டைக்கார ரத்தத்திற்குப் பிறக்கும் அந்த உயிர் இந்த வனம் இதுவரை கண்டிராத ஒரு வேட்டைக்காரனாய் இருக்க வேண்டுமென்பது அவன் விருப்பம். குமுளியிலிருந்து கொண்டு வந்திருந்த ஜீப் ஸ்டியரிங்கை அவனே அன்சாரியின் தம்பி பட்டறையில் கொடுத்து துப்பாக்கி செய்யத் தோதாக மாற்றியிருந்தான். இந்தவகை மஸ்கட் துப்பாக்கிகள் இப்போது பழையதாகிவிட்டாலும் ஒரு ஆரம்ப கட்ட வேட்டைக்காரனுக்கு போதுமானதுதான். விருப்பமே இல்லாது போனாலும் அதை வாசியிடமே கொடுக்கச் சொன்னான். என்றாவது ஒருநாள் தேவை ஏற்படும் பட்சத்தில் அந்தத் துப்பாக்கியால் வாசி தன்னையே சுடுவானென்கிற சந்தேகம் அதைக் கொடுத்த நொடியிலிருந்து தங்கப்பனுக்கு இருந்தது. அதனால் ரவையை தேவைப்படும் போது மட்டும் கேட்டு வாங்கிக் கொள்ளும்படி சொல்லியிருந்தான். அந்தத் துப்பாக்கியை ஆர்வமாக வாங்கிக் கொண்ட வாசிக்கு செல்லாயிதான் அதை எப்படிப் பிடிக்க வேண்டுமென சொல்லிக் கொடுத்தாள். குட்டையான காட்டு கருவேல மரம்போலிருந்தாலும் அவள் கைகளில் இருக்கும் உறுதி அபாரமானது. துப்பாக்கியை ஒரு குழந்தையைப் போல் கையில் பிடித்துக் கொண்டு

அதை தன் விருப்பத்திற்கேற்றபடியெல்லாம் பயன்படுத்திக் கொள்ளும் லாவகம் அவளுக்குண்டு. வாசிக்கு தோட்டா எதுவுமில்லாத வெறுந் துப்பாக்கியை மட்டும் வைத்துக் கொண்டு என்ன செய்வதென்கிற குழப்பம். நாள் முழுக்க அதைப் பிடித்துப் பார்த்துக் கொண்டே இருந்தால் மட்டும் கற்றுக் கொள்ள முடியுமா என்ன? அந்தத் துப்பாக்கியின் துளையிலிருந்து தோட்டாக்கள் சிதறித் தெறிக்கும் காட்சியைப் பார்க்க விரும்பினான். இது அவனுக்கே அவனுக்கான துப்பாக்கி. காலம் முழுக்க அவனோடு பயணிக்கப்போகும் அதைக் கொண்டு வேட்டையாடத் தவித்துக் கிடந்தான்.

“ரவ இல்லாம வெறுந் துப்பாக்கிய வெச்சி என்னத்தா செய்றது?...”

செல்லாயிக்கும் வாசி கேட்டதும் உடனடியாக ரவையைத் தூக்கிக் கொடுத்துவிடத் தோன்றவில்லை.

“ஆமா துப்பாக்கி வாங்குன அன்னைக்கேப் போயி யானையச் சுடப் போறியாக்கும்?... முதல்ல கை நடுங்காம புடிச்சுப் பழகு, அதுக்கப்பறம் நானே ரவ வாங்கித் தர்றேன்...” கையிலிருந்தும் பயன்படுத்திக் கொள்ள முடியாமல் இருக்கும் அந்தத் துப்பாக்கியைப் போட்டு உடைத்துவிடலாமென ஆத்திரமாய் இருந்தது வாசிக்கு. மூன்று நான்கு நாட்களுக்குப் பிறகு தனக்காக வைத்திருந்த ரவைகளில் ரெண்டே ரெண்டை மட்டும் செல்லாயி வாசிக்கு கொடுத்தாள்.

“இந்தா ரெண்ட வெச்சுக்க.... ஒரேயொரு காட்டுக் கோழியச் சுட்டுக் கொண்டு வா... அதுக்கப்பறம் அடுத்த ரவ தர்றேன்...’

“காட்டுக் கோழியா?”

“காட்டுக் கோழின்னா அம்புட்டு லேசாத் தெரியுதா? மொதல்ல நீ அதச்சுடறியான்னு பாரு.... போ...”

“ஆமா கோழியச் சுடறதுக்கு ஒரு ஆளு வேற வேணுமாக்கும்..’ முனகிக் கொண்டே ரவையை வாங்கிக் கொண்டு போனான் வாசி.

காட்டுக்கோழிகள் நாட்டுக்கோழிகளைவிடச் சிறியவை, சிவந்த நிறமுடையவை. கத்தி போன்ற அலகுகளுடன் எல்லாக் காலத்திற்கும் ஏற்ற மிகுந்த சுவையான உணவு. குடிசைக்கு அடுத்திருக்கும் மேட்டில் பிற்பகல் நேரங்களில் அனேக காட்டுக் கோழிகளும், வரையாடுகளும் திரிவதை வாசி முன்பே பார்த்திருந்ததால் அந்த மேட்டை நோக்கி நடந்தான். ‘ஒரு வரையாட்டைச் சுட்டாலும் பரவாயில்லை, போயும் போயும் காட்டுக்கோழியாம்...’ என ஆட்டை புலியாக நினைத்துக் கொண்டு நடந்தான். மேட்டிற்குத் தெற்கே வெயிலும் வடக்காக நிழலுமாய் விரவிக்கிடக்க, மேடேறியவன் பாறையிடுக்கில் கோழிகளைத்

தேடினான். செங்கோரை மரங்கள் பழுக்கத் துவங்கியிருந்தன. இளவேனிற் காலம் முழுக்க இந்த பழங்கள்தான் இந்தக் காட்டை வசீகரிக்கச் செய்கிறவை. இதன் வாசணையில் இழுக்கப்பட்டு வரும் கருங்குரங்குகள் வெறி கொண்டு பழங்களைத் தின்று கொழுக்கும். காட்டுக் கோழிகளுக்கும் இந்தப் பழங்கள் ரொம்பவே விருப்பமானவை. வாசி செங்கோரை மரத்தின் கிளைகளெங்கும் பார்வையைச் சுழலவிட்டான். தான் சுடப்போகும் முதல் கோழி எந்த மரத்திலிருந்து வேண்டுமானாலும் எந்த நொடியிலும் குதிக்கலாமென்கிற குறுகுறுப்பு. தூரத்தில் சரிவுகளில் வரையாடுகள் கூட்டமாய் பள்ளத்தாக்கை நோக்கி இறங்கிக் கொண்டிருந்தன. ஆடுகள் பள்ளத்தாக்கில் இறங்கும் சத்தம் கேட்டுத் திரும்பிப் பார்த்தான். தொண்டை கிழிய அவை கத்தும் முரட்டுச் சத்தம் நாரசமாய் எதிரொலித்தது. ஆடுகளின் சத்தத்தைத் தொடர்ந்து மரங்களிலும் சலசலப்பு கேட்க துப்பாக்கியைத் தயார் செய்து கொண்ட வாசி வேகமாக கண்களைச் சுழலவிட்டான். இலைகளின் அசைவை மட்டுமே பார்க்க முடிந்தது. பாறையை ஒட்டி படுத்துக் கொள்வதற்காக நரிகள் பாறையை ஒட்டித் தோண்டி வைத்திருந்த பள்ளத்தில் உட்கார்ந்து கொண்டவன் பாறையின் மறைவிலிருந்து திருட்டுத்தனமாக மரங்களைப் பார்த்தான். ஆள் யாருமில்லையென்கிற தைர்யத்தில் சில காட்டுக் கோழிகள் இப்பொழுது கீழே குதித்தன. துப்பாக்கியில் சரியாக ரவையைப் போட்டுத் தயார் செய்து கொண்டவன் மேட்டில் நின்ற ஒரு பெருத்த கோழியைக் குறி வைத்தான். அது ஆடாமல் அசையாமல் ஒரே இடத்தில் நிற்பதைப் பார்க்கையில் நின்றுகொண்டே தூங்குமோ என நினைத்தான். சரியாக இவன் விசையை இழுத்து அழுத்த அந்தச் சத்தத்தில் கோழி பறந்து போனது. இவன் சுட்ட ரவை பின்னாலிருந்த பெரிய செங்கோரை மரத்தைத் துளைத்தது. சிவப்பும் ஆரஞ்சுமாய் அந்த மரத்தின் பட்டைகள் தெறிக்க சில நொடிகளுக்கு முன்பு வரை அங்கு ஒரு காட்டுக் கோழி இருந்ததற்கான எந்த தடயமும் இல்லை.

துப்பாக்கி வெடித்த சத்தத்தில் அங்கிருந்த எல்லாக் கோழிகளும் பறந்து ஓடிவிட்டன, வேகமாக பள்ளத்திலிருந்து மீண்டும் மேட்டிற்கு வந்த வாசி ஒவ்வொரு மரத்திற்குள்ளும் கண்களை ஊடுருவ விட்டுப் பார்த்தான். கிளைகளையும் இலைகளையும் தவிர்த்து அவனால் எதையும் பார்க்க முடியவில்லை. காட்டுக் கோழிக்குக் குறி வைத்தது சுட்டது எல்லாமே சரியாகத்தான் நடந்தது. ஆனாலும் அந்தக் கோழியை ஏன் கொல்ல முடியவில்லை என்பது பிடிபடாமல் இருந்தது. பாறை மேட்டில் உட்கார்ந்து தப்பித்து ஓடிய கோழியைப் பற்றி யோசிக்கொண்டிருந்தான். அவன் முதுகுக்குப் பின்னால் கோழிகள் சத்தம் கேட்டுத் திரும்பிப் பார்த்தான். எந்தச் சலனமுமில்லாமல் சிதறிக்கிடந்த பழங்களைத் தின்று கொண்டிருந்த கோழிகளைப்

பார்த்ததும் எரிச்சலாகி, 'தாயோளி உன்னய சுடறது அத்தந்தண்டி காரியமா?' என ஒரு பெரிய கல்லைத் தூக்கி எறிந்தான். கல்லெறியும் சத்தம் கேட்டு கோழி பறந்து சற்றுத் தள்ளிப் போய் உட்கார்ந்து கொண்டது. பக்கத்தில் இப்படி ஒருத்தன் இருக்கிறானென்கிற எந்த அக்கறையுமில்லாமல் இயல்பாக பழத்தைத் தின்றது. தன் தோல்வியை ஒப்புக் கொள்ள முடியாமல் வாசி அங்கிருந்து எழுந்து போய்விட்டான். கோழியைந் சுட முடியாமல் போனதற்கு தன் அவசரந்தான் காரணமோ? வேட்டைக்காரனுக்கு பொறுமை இத்தனை முக்கியமா? செல்லாயி எதற்காக தன்னை பொறுத்திருக்கச் சொன்னாள் என்பது புரிந்தது. அவள் கற்றுக் கொடுக்க நினைத்தது வேட்டையை அல்ல, பொறுமையை. வேட்டைக்காரனின் வாழ்வில் பொறுமையின்மையை விடவும் கொடிய பாவங்கள் வேறெதுவுமில்லை என்பதைத்தான். முதல் ரவையை சுட்டபின், மிச்சமிருக்கும் ரவையை வீணாக்கிவிடக் கூடாது என்கிற கவனத்துடன் பேசாமல் குடிசைக்கே திரும்பிவிட நினைத்தான், ஆனால் இது அவனுக்கு ஒருவிதத்தில் தேர்வு. இதில் வெற்றி பெற்றால் மட்டுமே அடுத்தடுத்து இந்தத் துப்பாக்கியை அவன் கையில் எடுக்க முடியும். எப்பாடுபட்டேனும் ஒரு காட்டுக் கோழியைச் சுட்டுவிட வேண்டும். அவனுக்கு மிக அருகிலேயே மீண்டும் காட்டுக் கோழிகளின் இரைச்சல் கேட்டது. ஓடிப்போய் பக்கத்திலிருந்த குழிக்குள் ஒளிந்து கொண்டான். மெதுவாக தலையை மட்டும் தூக்கிப் பார்த்தபோது, கரையான் புற்றின்மேல் இரண்டு காட்டுக் கோழிகள் அமர்ந்திருந்ததைக் கவனித்தான். குழிக்குள்ளிருந்து கோழியின் மார்புக்கு குறிவைத்து சுட்டான். ஒரு கோழி பறந்து செல்வதைப் பார்த்ததும் இந்த முறையும் குறி தப்பிவிட்டதாக நினைத்தான். குழப்பத்திற்கு மாறாக அவன் குறிவைத்துச் சுட்ட கோழி தரையில் விழுந்து கிடந்தது. ஓடிச்சென்று அதைக் கையில் எடுத்தான். வெற்றியுடன் பார்த்தான். உண்மையில் குருட்டு நாய் பலகாரக்கூடையில் அமர்ந்தது போல்தான் அவனின் துப்பாக்கி வேட்டை நடந்திருந்தது.

3

ஒவ்வொரு காட்டிற்கும் ஒவ்வொரு குணமிருக்கும் என்பதைப் புரிந்து கொள்ளாதவர்களால் நீண்ட நாட்கள் ஒரு காட்டிற்குள் இருக்க முடியாது. ஒவ்வொரு காட்டின் உயிரையும் ஆழமாய்த் தெரிந்து வைத்திருப்பது அந்தக் காட்டின் கருமாண்டிகள் தான். எத்தனை மரம், ஒவ்வொரு மரத்திலும் எத்தனை இலைகள் என்று எல்லாவற்றையும் தெரிந்து வைத்திருக்கும் கருமாண்டி தங்கப்பன். இந்த அகமலைக் காட்டில் அவன் கால் படாத இடமில்லை. காட்டுக் கார அதிகாரிகள் சுற்றி வருவதற்கும், காட்டை கணக்கெடுப்பதற்கும் அதிகம் நம்பியிருப்பது கருமாண்டியைத் தான். அகமலைக் காட்டின் வேறு சில இடங்களிலும் கஞ்சாக்காடு வேகமாக வளரத் துவங்கியிருந்த போது காட்டு இலாகா அதிகாரிகளுக்கு நல்ல வருமானம் கிட்டியதோடு வேட்டையாடுவதற்குத் தேவையான துப்பாக்கி ரவைகளையும் அவர்களே தரவும் செய்தனர். அவர்களைப் போலவே கரண்டுக்காரர்களும் துப்பாக்கி ரவைகளை திருட்டுத் தனமாக விற்பதை வாடிக்கையாக்கிவிட்டிருந்தனர்.

காட்டுக்குள்ளிருக்கும் டேமிலிருந்து கரண்டு எடுக்கப்பட்டு கேரளாவிற்கு பெரிய பெரிய மின்சார டவர்களின் வழியாய் செல்கின்றன. இதனை அவ்வப்போது பார்த்துவர கரண்டுக்காரர்கள் ஜீப்பில் செல்வது வழக்கம். இப்படிச் செல்லும் போது கரண்டுக்காரர்கள் தங்களுடன் கன்மேன் (gun man) என்று ஒருவனைக் கூட்டி வருவார்கள். அந்த ஆளுக்கு அரசாங்கமே ஒரு துப்பாக்கியும் தோட்டாக்களும் கொடுக்கும். அவர்களின் பாதுகாப்பிற்காகவே இந்த கன்மேன். மிருகங்கள் தாக்க வந்தாலுமேகூட வானத்தை நோக்கி சுட்டுத் துரத்த வேண்டுமே தவிர எந்த மிருகத்தையும் சுட்டுக் கொல்லக்கூடாது என்கிற கட்டுப்பாடு உண்டு. ஆனால் அவன் தங்களின் பாதுகாப்பிற்குக் கொடுக்கும் துப்பாக்கித் தோட்டாக்களை நல்ல விலைக்கு விற்றுவிடுவான். தங்கப்பனும் சில நேரங்களில் இந்த கன்மேனிடம் தான் தோட்டாக்கள் வாங்குவான்.

எல்லோரையும் போலவே கஞ்சாக்காடு தங்கப்பனையும் வசீகரித்தது. உடலுக்கு ஓய்வு தேவைப்படுகிற நேரங்களில் முதலாளிகள் கொடுக்கிற சீமைச் சாராயம் புதுவிதமான போதையை அவனுக்குள் ஏற்படுத்தியிருந்தது. தங்கப்பப்பன் வேட்டைக்கு போவதை கொஞ்சம் கொஞ்சமாய் குறைத்துக் கொண்டு கஞ்சாக்காட்டுக்கு வந்து போகும் முதலாளிமார்களுடன் காட்டுக்குள் சுற்றுவதை விரும்பினான். இந்தப் புது வாழ்க்கையில் ஒருவித லயிப்பு ஏற்பட்டதோடு தன் மீது மற்றவர்கள் வைத்திருக்கும் மரியாதையைக் கண்டு சின்னதொரு கர்வமும் எழுந்தது. ஒருநாள் பிற்பகலில் தங்கப்பனைத் தேடி குமுளிச் சேட்டன் கஞ்சாத்தோட்டத்திற்கே வந்தான். குரங்காற்றிலிருந்து ஆறேழு மைல் தள்ளியிருக்கும் மேல் மலை கஞ்சாத் தோட்டத்து முதலாளியுடன் தங்கப்பன் தங்கியிருந்தான். முதலாளிக்கு இவன் சொல்லும் வேட்டைக் கதைகளை கேட்பதில் அளவு கடந்த பிரியம். அதனால் தேனியிலிருந்து வரும் போது இவனையும் கூட்டிக் கொண்டுதான் வருவார். சேட்டனுக்கு இத்தனை தூரம் மலையேறி வந்ததில் நாக்குத் தள்ளிப் போனது. குடிசையிலிருந்து வாசிதான் கூட்டி வந்தான். தூரத்திலேயே சேட்டன் வருவதைப் பார்த்துவிட்ட தங்கப்பன் வேகமாக வந்தான்.

“சேட்டா வா வா... என்ன விசேசம்?... என்னயத் தேடி இவ்வளவு தூரம் வந்திருக்க...”

காது, மூக்கு வாய் என எல்லாத் துளைகளின் வழியாகவும் சேட்டன் சுவாசித்து அலுத்துப் போய், “எவ்ளோ தூரம்டா தங்கப்பா... மூச்சு வாங்குது....”

“அப்பப்ப மலையேறனும் சேட்டா அப்பத்தான் உடம்புல இருக்க கொழுப்பு கொறையும்...”

சேட்டன் தன் தொடையில் தட்டி சிரித்துக் கொண்டான்...

"ஆமா... ஆமா.. ஏறனும்... தங்கப்பா நான் முன்ன ஒரு காரியம் சொன்னனே, புதுக்கோட்ட ஜமீன்... ஆயாளு குடும்பத்தோடு நாள காலயில இங்க வரும்.... நீ கூட இருக்கனும் சரியா?..."

தங்கப்பனுக்கு ஜமீன் விசயம் அப்பொழுதுதான் மறுபடியும் நினைவுக்கு வந்தது. சேட்டனைக் கூட்டிக் கொண்டு போய் கட்டஞ்சாயா குடுத்தான். தங்கப்பனிடம் வேட்டைக்காரனுக்கான வாசணைகள் குறைந்து போய் சராசரி மனிதனுக்கான வாசனைகளும் குணங்களும் அதிகமாகிவிட்டதை சேட்டன் கவனித்தான்.

"நீ ஒன்னும் கவலப்படாத சேட்டா.. நான் பாத்துக்கறேன்... இந்தா டீயக் குடி..."

டீயை வாங்கிக் கொண்ட சேட்டன், வெறுமனே தங்கப்பனைப் பார்த்து புதிராக சிரிக்க, தங்கப்பனும் புரிந்து கொண்டு சத்தமாக சிரித்தான்.

"நல்ல சொகுசு இல்லடா..." சேட்டன் கண்ணடிக்க, தங்கப்பன் பதிலுக்கு 'ம்ம்ம்ம்' என மீசையை முறுக்கி விட்டுக் கொண்டான்.

டீயைக் குடித்துக் கொண்டிருக்கும் போதே பரணிலிருந்து முதலாளி இறங்கிவர, சேட்டன் பவ்யமாய் வணங்கி நின்றான்.

"முதலாளி இது நம்ம சேட்டன்... கருமந்திய நம்ம கிட்ட வாங்கி வெளிய விக்கிறாப்ள... குமுளில ஒரு பட்டற உண்டு."

முதலாளி சிரித்தார்.

"ம் தெரியும்டா... இவன் தம்பி ஒருத்தன் கூடலூர்ல டாக்டரா இருக்கானே..."

சேட்டன் ஆமாம் என்று தலையாட்டிக் கொண்டு

"ஆமா முதலாளி, நாட்டு வைத்தியமாக்கும்..."

முதலாளி ஆமோதித்துவிட்டு இறங்கி தோட்டத்திற்குள் நடந்தார். சேட்டன் தங்கப்பனிடம் சொல்லிக் கொண்டு மலையை விட்டு இறங்கினான். வாசி அவ்வளவு நேரமும் கஞ்சா செடிகளுக்குள் சுற்றிவிட்டு வந்தான். சேட்டன் வாசியையும் தங்கப்பனையும் மாறிமாறிப் பார்த்தான்.

"சூதானமா போ சேட்டா, கொஞ்சம் அசந்தா கழுத்தறுத்துப் போட்றுவான்..." தூரத்தில் அவன் சொன்னது வாசிக்கும் லேசாய்க் கேட்டது. தங்கப்பனை முறைத்தான். தங்கப்பன் காறித்துப்பிவிட்டு பரணில் ஏறினான். சேட்டன் எதையும் காட்டிக் கொள்ளாமல்

சிரித்தபடியே வாசியோடு மலையிறங்கினான். காலையில் பெய்த மழையால் நாணலெங்கும் நசநசத்துக் கிடக்க, சேட்டன் ஈரத்தில் கால் வைத்து இறங்க முடியாமல் அவ்வப்போது உடல் பாரம் முழுக்க முன்னால் தள்ளுவதும் பிடிப்பிற்காக வாசியை தாங்கிப் பிடித்துக் கொள்வதுமாய் இறங்கினான். சேட்டனிடம் ஒரு பேச்சுக்கு பார்த்துக் கொள்வதாக வாக்கு கொடுத்துவிட்டாலும் தங்கப்பனால் இன்னும் முழு மனசாக அதற்கு உடன்பட முடியவில்லை. செல்லாயிக்கு நிறைமாசம். எந்த நேரத்திலும் பிரசவமாகிவிடலாம், நேற்றிலிருந்து அவள் தன் குடிசைக்குள் ஒருவரையும் அனுமதிக்கவில்லை. மற்ற விசயங்களிலெல்லாம் தான் பளிச்சி என்பதை மறுத்துவிடுகிறவள் இதில் மட்டும் பளிச்சியாக மட்டுமே இருக்க விரும்பினாள். பளிச்சி தனக்குத் தானே தான் பிரசவம் பார்த்துக் கொள்ள வேண்டும். குழந்தை பிறப்பதற்கு முந்தைய மூன்று நாட்களும், குழந்தை பிறந்தபின் மூன்று நாட்களும் ஒருவரும் அவளைத் தொட்டுவிடக் கூடாது. ஆனாலும் தங்கப்பன் தன் குழந்தையைப் பார்க்க வேண்டுமென்கிற ஆர்வத்தில் அவள் குடிசையையே சுற்றி சுற்றி வந்தான்.

கஞ்சாத்தோட்டம் குடிசைக்குப் பக்கத்திலிருந்ததால் அங்கிருந்து நினைத்த நேரத்திற்கு போய்க்கொள்ளலாம். ஜமீனுடன் காட்டுக்குள் போவதென்றாள் அது லேசில் முடிகிற காரியமில்லை. காட்டுக்குள் வரும் இந்த நாலைந்து நாட்களில் மொத்தக் காட்டையும் வேட்டையாடிவிடும் ஆர்வக்கோளாறில் அவர்கள் ஜீப்புகளில் எல்லா மேடு பள்ளங்களிலும் ஏறி இறங்குவார்கள். நினைத்த மாத்திரத்தில் காட்டைச் சுற்றி வந்துவிடவோ தெரிந்து கொண்டுவிடவோ முடியாது. ஒவ்வொரு காலகட்டத்திற்கும் என்னவாய் இருக்கிறதென்பதை அதனோடே இருந்து கவனிக்க வேண்டும். ஒருவராலும் விலக்க முடியாத நீண்ட மௌனமும் நிதானமும் காட்டுக்கு உண்டு. அத்தகைய நிதானம் கொண்டவர்களுக்கு மட்டுமே காட்டின் தடம் புரியும். வேடிக்கைக்காக வேட்டையாட வருகிறவர்களுக்கு இவ்வளவு இருந்தால் போதுமென்கிற எந்த எல்லையுமில்லாததால் அவர்களை திருப்தி செய்வதும் இயலாத காரியம். ஆனாலும் சேட்டனுக்காக தங்கப்பன் இதைச் செய்துதான் ஆக வேண்டும். சரி வரட்டும் பார்க்கலாம், ஒவ்வொரு வருஷமும் ஏதாவதொரு கோமாளி தன் குடும்பத்துடன் வேட்டைக்கு வந்து போகிறான். இந்தக் கோமாளி எப்படியோ? என மனதிற்குள் சிரித்தவன், மாலையில் குடிசைக்குப் போவதற்கு முன்னால் அன்சாரியின் கிடைக்குப் போய் தகவல் சொல்லி ஏற்பாடுகளைக் கவனித்துக் கொள்ளச் சொல்ல வேண்டும். யாருக்கு சந்தோசமோ இல்லையோ இதுமாதிரியான ஆட்கள் வரும்போது அன்சாரிக்கு எப்போதும் சந்தோசம். காட்டிற்குள் அவனுக்கென ஒரு பங்களா உள்ளது. சின்னதுதான் என்றாலும் தூரத்திலிருந்து வந்து

காட்டிற்குள் தங்க நினைக்கிறவர்களுக்கு இந்தக் காட்டிற்குள்ளிருக்கிற ஒரே நல்ல பங்களா அது மட்டுந்தான். அதனால் அந்தப் பகுதிக்கு வரும் எல்லா முக்கியஸ்தர்களுக்கும் அன்சாரியைத் தெரியும். அன்சாரி ஏதோவொரு வகையில் அவர்களைத் தன் வியாபாரத்திற்குப் பயன்படுத்திக் கொண்டான்.

அடுத்த நாள் காலையில் விடிவதற்கு முன்பாகவே ஜமீன் ஆட்கள் தங்கப்பனின் குடிசைக்கு வந்துவிட்டனர். தமீம்தான் கூட்டிக் கொண்டு வந்தான். மாரி மட்டும் குடிசைக்கு வெளியில் விறகை ஒடித்துக் கொண்டிருந்தாள்.

“எத்தா கருமாண்டி இருக்காப்ளையா?...”

அவள் விறகைக் கீழே போட்டுவிட்டு தமீமைப் பார்த்துச் சிரித்தாள்.

“வாங்க தொர... இன்னைக்கித்தான் பாத தெரிஞ்சதாக்கும்... வந்தவன் எப்பிடி இருக்க மயினி என்னன்னு என்னய ஒன்னும் விசாரிக்கல... நேரா கருமாண்டியதான் கேப்பியளோ?..”

தமீம் சிரித்தான்.

“இல்ல மயினி... உன்னய எப்பன்னாலும் வந்து பாத்துட்டுப் போறேன்... முக்கியமான ஆளுக எல்லாம் வந்திருக்காக.... அதனாலதான் அண்ணனக் கூப்பிட்டேன்...”

தனக்கு சம்பந்தமே இல்லாத வெட்கத்தோடு தமீம் சிரித்துக் கொண்டான்.

“இரு கூப்டறேன்... சும்மாதான் படுத்திருக்காப்ள...”

குடிசைக்குள் போனவள் அவனைத் தட்டி எழுப்பினாள். அவன் எரிச்சலோடு கண்ணைத் திறந்து பார்த்துவிட்டு போக விருப்பமில்லாதவனைப் போல் தலையாட்டினான். அவள் வம்படியாக இழுத்து தூக்க முயன்று கொண்டிருந்தாள். அவள் எழுப்ப எழுப்ப தங்கப்பன் போக விருப்பமில்லாதவனாய் தரையிலெயே மீண்டும் உட்கார்ந்தான். அவளுக்கு சிரிப்பு வந்தது, தன் பலத்தை சோதிக்கிறானோ?... இரண்டு கைகளையும் அவன் வயிற்றில் குறுக்காகக் கொடுத்து வலுவாகத் தூக்கினாள். தங்கப்பனும் சிரித்துவிட்டான்.

“எண்ணேவாண்ணே,... ஜமீன் உனக்காகத்தான் காத்துக்கிருக்காப்ள... மயினிய தெனமுந்தான கொஞ்சற? போதும் வா...”

தமீம் வெளியிலிருந்து சத்தம் கொடுத்தான்.

“என் பொண்டாட்டிய நான் கொஞ்சறேன் உனக்கு ஏண்டா எரியிது.”

வேட்டியை இறுகக் கட்டிக் கொண்ட தங்கப்பன் பக்கத்திலிருந்த ஒரு மிளா எலும்பைத் தூக்கி அவன் மேல் போட்டான். ஜமீனைப் பற்றி யோசித்ததுமே தங்கப்பனுக்கு உறக்கமற்ற ஓநாய் வெறி கொண்டு இரை தேடி ஓடுவது போன்ற அவஸ்தையில் காட்டுக்குள் அலையும் மனிதர்களின் பரிதாபம் நிறைந்த முகங்களே நினைவுக்கு வந்தன. இவன் சரி சொல்கிறவரை ஜமீன் ஆட்களும் கிளம்புவதாக இல்லை என்பது போல் வாசலிலேயே நின்றனர்.

“நான் கஞ்சியக் குடிச்சிட்டு செத்தவடத்துல வந்திர்றேன், நீங்க போங்கய்யா...”

விருப்பமே இல்லாமல் சொன்னான். சிரித்தபடியே ஆட்கள் கிளம்ப,

“வக்காலி நிம்மதியா ஒரு சாவு வந்து தொலைய மாட்டேங்குது. காடென்ன இவய்ங்க அப்பென் வீட்டுச் சொத்தா? நெனச்சா உள்ள போறதுக்கு? கூறு கெட்ட கூதியானுங்க...” மனசுக்குள்ளாகவே முனகிவிட்டு வாயைக் கொப்பளித்தான். சற்றுத் தள்ளி விறகைப் பிளந்து கொண்டிருந்த மாரியின் உடலில் அந்த காலை நேரத்துக் குளிரிலும் வியர்த்து வழிந்தது. அவளை இப்போது கவனிக்கையில் முன்னைவிடவும் இறுகிப்போய் அழகாகியிருப்பதாக நினைத்தான். யாராலும் சாய்க்க முடியாத காட்டு மரம் அவள், அவளாக சாய்ந்தால்தான் உண்டு. ஆசையோடு நெருங்கி அவள் தோள்களை அணைத்தான். திரும்பிப் பார்த்து சிரித்தாள். அவளை இறுக அணைத்துக் கொண்டு கழுத்தில் முத்தமிட்டான். கொஞ்சம் அழுத்தமாக அவன் வயிற்றில் குத்தி மாரி விலக்கி விட்டாள்.

“கஞ்சியக் குடிச்சிட்டு ஆகுறச் சோலியப் பாரு, போ...”

அவன் அவளை விடாமல் மீண்டும் இழுத்துப் பிடிக்க, செல்லாயி கூப்பிடும் சத்தம் கேட்டது. விடாமல் இறுக்கிப் பிடித்துக் கொண்டிருந்த தங்கப்பனை விலக்கிவிட்டு எழுந்து ஓடினாள் மாரி. தங்கப்பனும் மாரிக்குப் பின்னாலேயே போனான். குடிசை வாசலைத் தாண்டி செல்லாயியைப் பார்க்க இப்போதைக்கு மாரி மட்டுந்தான் போக முடியும். அதனால் தங்கப்பன் வாசலிலேயே நின்று பார்த்தான். செல்லாயிக்கு உடல் பூரித்திருந்தது. இவனைப் பார்த்து சிரித்தாள். ஓடிப்போய் அவளை அணைத்துக் கொண்டு முத்தமிட வேண்டுமென நினைத்தான். கட்டுப்படுத்திக் கொண்டு சிரித்தவன் திரும்பி தன் துப்பாக்கி இருக்கும் குடிசைக்கு நடந்தான்.

துப்பாக்கியையும் கொஞ்சம் ரவைகளையும் எடுத்துக் கொண்டவன் மேட்டிலிருந்து இறங்கி கொடுவிலார்பட்டி செல்லும் பாதையில் நடந்தான். கை தானாக இடுப்பிலிருக்கும் பீடிக்கட்டிலிருந்து ஒரு பீடியை உருவியது. காட்டுக்குள் வேட்டைக்குப் போக

வேண்டுமென வரும் பணக்காரர்களுடன் போனால் ஐம்பதோ நூறோ செலவுக்குக் கொடுப்பார்கள்தான். ஆனால் எதை வேட்டையாட வேண்டும், எதை வேட்டையாடக் கூடாது என எந்த அறிவும் இல்லாமல் கண்டதை எல்லாம் சுடுவார்கள். பல சமயங்களில் அரசாங்க அதிகாரிகளே வேட்டைக்கு இவனைக் கூட்டிக் கொண்டு செல்வதுண்டு. கொல்லப்படும் விலங்குகளைப் பற்றின எந்த கணக்கு வழக்கும் யாருக்கும் சொல்லப்படுவதில்லை. யாரும் எதைப்பற்றியும் யாரிடமும் கேள்வி கேட்பதில்லை. அரசாங்கம் உண்மைகளை அல்ல, அறிக்கைகளே மட்டுமே நம்புமென அவனுக்கு எப்படித் தெரியும்.

அன்சாரியின் வீட்டிலிருந்த பரபரப்பை அந்த வீதியில் நுழையும் போதே இவனால் தெரிந்து கொள்ள முடிந்தது. ஆட்கள் நிறைய பேர் ஜமீனைப் பார்ப்பதற்காக வந்து போயினர். ஜமீனின் அம்பாசிடர் கார் அன்சாரியின் வீட்டு வாசலில் நின்று கொண்டிருந்தது. அன்சாரியின் வீட்டை நெருங்க நெருங்க தங்கப்பனின் உடலில் தானாக முறுக்கேறியது. இவன் போகும் நேரத்திற்கு அவர் குளித்து முடித்து தன் மனைவி மற்றும் இரண்டு பிள்ளைகளுடன் வேட்டைக்குத் தயாராக இருந்தார். இவனைப் பார்த்ததும் “யோவ் வாய்யா... வாய்யா... நல்லா இருக்கியா?” எனச் சத்தமாக சிரித்தார். வாய் கொள்ளாத சிரிப்பு. அந்தச் சிரிப்பிலிருக்கும் போலித்தனம் இவனுக்குப் பழக்கமானதுதான். எல்லாப் பணக்காரர்களுக்குமானது. இவனும் தான் பழக்கப்படுத்தி வைத்திருக்கும் ஒரு போலியான சிரிப்பையும் பணிவையும் அவரின் முன்னால் வெளிப்படுத்தினான். ஜமீன் பொண்டாட்டி அப்படியொரு நிறம். பாவாடை சட்டை போட்டிருந்தாள். இவனைப் பார்த்து வாயே திறக்காமல் சின்னதாய் சிரித்தாள். இவன் பேச்சு சத்தம் கேட்டு ஓடிவந்த அன்சாரி மெதுவாகக் காதுக்குள் பேசியபடியே தன்னோடு கூட்டிப் போனான். ஜமீன் தன் பக்கத்தில் நின்றவனைப் பார்த்து சொடுக்குப் போட அவன் போய் வெளியிலிருந்த வேலை ஆட்களைக் கூட்டி வந்தான். வேட்டைக்குப் போக, ஜமீனுடன் உள்ளூர் ஆட்கள் கொஞ்ச பேரும் வேலையாட்கள் சிலரும் தயாரய் இருந்தனர். சின்ன ஊர்வலம் ஒன்று கிளம்புவது போல் அவர்கள் தயாராக, பொருட்களை பெரும் பெரும் மூட்டைகளாகத் தூக்கிக் கொண்டு வேலையாட்கள் ஜீப்பில் ஏற்றினர். ஜமீன் ஜீப்பில் ஏற, வீட்டிற்குள்ளிருந்து அன்சாரியும் தங்கப்பனும் சிரித்த முகத்துடன் வந்தனர். உள்ளே போன அந்த சின்ன இடைவெளியில் இரண்டு பேரும் ஆளுக்கொரு கிளாஸ் சாராயம் குடித்திருந்தனர். மூன்று ஜீப்புகளில் ஜமீன் குடும்பமும், அன்சாரி, தங்கப்பனோடு கொஞ்சம் உள்ளூர் ஆட்களும் போக, வேலையாட்கள் அவர்களுக்கு முன்பாக குறுக்கு வழியில் மலையேறிக் கொண்டிருந்தனர். மொக்கநிலையிலிருந்து பூசைக்கென ஒரு பளியனும் அவன் பொண்டாட்டியும் வந்திருந்தனர். அவர்கள் எந்த மிருகத்தையும்

வேட்டையாடுவதில்லை. வேட்டை முடிந்ததும் பளிச்சியம்மனுக்கு செய்ய வேண்டிய சடங்குகளைச் செய்ய வேண்டியே இவர்களோடு செல்கிறார்கள். வண்டிகள் மொக்கநிலை காட்டின் எல்லைக்குள் நுழையாமல் மேலே குரங்காற்றுக்குப் பின்னால் அகமலைக் காட்டின் மேற்குப் பக்கமாக சென்றன. வெயில் நன்றாகவே ஏறிவிட்டிருந்ததால் மெதுவாக ஊர்ந்த ஜீப்பின் பாதைத் தடங்களெங்கும் ஜொலிக்கும் வெளிச்சம் அவர்களை வரவேற்றது.

கரண்டுக்காரர்கள் காட்டில் ஓய்வெடுக்கும் ஒரு சிறிய கல் கட்டிடத்தின் முன்னால் மேல்நாயக்கன்பட்டி ஆட்கள் கொஞ்சம் பேர் இவர்களுக்காக காத்துக் கொண்டிருந்தனர். ஜீப் வருவதைப் பார்த்ததும் அவர்கள் முகம் பரபரப்படைவதை இங்கிருந்தே தங்கப்பனால் பார்க்கமுடிந்தது, முன்னால் சென்ற ஜீப்பிலிருந்து இறங்கிய ஜமீன் ஒரு குட்டியானையைப் போல் பூமி அதிர நடக்க, அவர் பிள்ளைகளே அவருக்குப் பயந்து சில அடிகள் தள்ளியே நடந்து வந்தனர். அங்கு நின்றிருந்த கூட்டம் தாரை தப்பட்டையோடு தயாராக இருந்து ஜமீனை வரவேற்றது. பகல் நேரங்களில் வேட்டைக்குப் போகையில் இப்படித் தாரை தப்பட்டைகளுடன் போனால் காட்டில் ஒரு திசையிலிருந்து இன்னொரு திசைக்கு மிருகங்களைத் துரத்த முடியும். அதற்காகவே இந்த ஏற்பாடு. மேல்நாயக்கன்பட்டி முக்கியஸ்தர்களோடு சில நிமிடம் பேசியபின் ஜமீன் துப்பாக்கியைத் தோளில் மாட்டிக் கொண்டு நடக்க, ஜீப்பிலிருந்து தேவையான பொருட்களை தூக்கிக் கொண்டு அவருக்குப் பின்னாலேயே வேலையாட்கள் நடந்தனர். தங்கப்பன் அன்சாரியோடு பேசிக்கொண்டே ஜமீனை ஒட்டி நடந்தான். அவர்களுக்கு முன்னால் தாரை தப்பட்டையோடு ஒரு சின்னக் கூட்டம் காட்டுக்குள் சென்றது. ஜமீனின் இரண்டு பெண் பிள்ளைகளும் அந்தக் காட்டை புதிதாக உலகம் பார்க்கும் முயல் குட்டிகளைப் போல் கண்கள் விரிய ஆர்வமாய் பார்த்துக் கொண்டு வந்தனர். ஒருத்திக்கு பதினைந்து வயது இருக்கும். ஜமீனைப் போல் நல்ல தாட்டியான உருவம். சிவப்புமில்லாத கருப்புமில்லாத நிறம். இன்னொருத்தி அவள் அம்மா மாதிரி நாட்டு வாழைப்பழ நிறம். உடல் வெயில் பட்டு மினுங்கியபடியே இருந்தது. பதினெட்டு வயது இருக்கலாம். மான்குட்டியைப் போல் நடந்து வந்தாள். தங்கப்பன் அன்சாரியோடு பேசும் இரண்டு வார்த்தைகளுக்கு ஒரு முறை ஜமீனின் மனைவியைப் பார்த்துக் கொண்டான். தாரை தப்பட்டை சத்தம் கேட்டு மிருகங்கள் மருண்டு ஓடும் சத்தம் காட்டின் சலசலப்பாய் எதிரொலிக்க,

“சரி இங்க இருந்து மூணு குழுவா பிரியிவோம். வழக்கம் போல முதல் வேட்ட என்னோடது. அதுக்கப்பறம் யார் வேணும்னாலும் எத வேணும்னாலும் சுடலாம்....” ஜமீன் சொல்ல, எல்லோரும் சரியென்று தலையாட்டினர்.

திரும்பி தங்கப்பனைப் பார்த்த ஜமீன், “கருமாண்டி, காட்டு மாட்டையும் பன்னியையும் சுட்டா நீ எடுத்துக்க, மான் மட்டும் எனக்குண்டானது சரியா?.. எல்லோருக்கும் சேத்துதான் சொல்றேன். மான் மட்டும் எனக்குண்டானது. மத்ததெல்லாம் நீங்க எடுத்துக்கலாம்.” தங்கப்பனோடு சேர்த்து எல்லோரும் சரியென தலையாட்டினார்கள். அன்சாரியின் வேலையாள் ஒருவன் யானையை விரட்டப் போடப்படும் வெடியை வான் நோக்கி எறிந்தான். டம்மென அது வெடிக்க ஜமீனை சுற்றி இருந்த எல்லோரும் சந்தோசமாய் ஆராவாரம் எழுப்பினர். வேட்டை துவங்குவதற்கான சம்பிரதாயமான அறிகுறி இது. ஜமீன் முன்னால் நடக்க, அவரைத் தொடர்ந்து அன்சாரியும் மேல் நாயக்கன் பட்டி ஆட்கள் சிலரும் நடந்தனர். சற்றுத் தள்ளி இருந்த பாறையில் அவர்களின் உணவுப் பொருட்கள், தண்ணீர் எல்லாம் இறக்கி வைக்கப்பட ஜமீனின் மனைவியும் பிள்ளைகளும் அந்த மேட்டிலிருந்தே எல்லாவற்றையும் பார்க்கும் வகையில் உட்கார்ந்தார்கள். ஜமீன் மனைவியின் கழுத்தில் பழைய மாடல் பைனாகுலர் ஒன்று தொங்கிக் கொண்டிருந்தது. ராணுவ வீரர்கள் பயன்படுத்தும் மாடல். எத்தனையோ வருடங்கள் கடந்து இன்னும் அது நல்ல நிலையில் உள்ளது. அதன் வழியாய் அவள் ஜமீன் போவதையும் தங்கப்பன் போவதையும் மாறி மாறிப் பார்த்துக் கொண்டிருந்தாள். அவர்கள் வருவதற்கு முன்பு வரையிலும் அமைதியாய் இருந்த காடு திடீரென பரபரப்பானதைப் பார்த்தாள். எலிகள் வேகமாக ஓடி மறைவதுபோல் செடிகளுக்குள் வேக வேகமாய் ஊடுருவிச் சென்றனர். தங்கப்பன் ஜமீன் சென்ற திசைக்கு எதிர்த்திசையில் மிச்சமிருந்த ஆட்களை கூட்டிக் கொண்டு நடந்தான். நல்ல வேட்டை இறைச்சியை தின்னும் ஆர்வம் அங்கிருந்த ஒவ்வொருவரின் முகத்திலும். ஜமீன் முதல் மானைச் சுட்ட பின் இரண்டு முறை வான் நோக்கி அடுத்தடுத்து சுட்டால் இவர்கள் வேட்டையைத் துவங்கலாம். அதுவரை எதிர்த்திசையிலிருந்து இவர்கள் ஜமீன் இருக்கும் திசை நோக்கி மிருகங்களைத் துரத்த வேண்டும். தமீம் தான் தங்கப்பனுக்கு ஈடு கொடுத்து வேகமாக நடந்து வந்தான்.

“காட்டுக்குள்ள வரும்போது கூட பொண்டாட்டியக் கூட்டிட்டே வந்திடறாப்ளையே, ஜமீனுக்கு பொண்டாட்டி மேல அம்புட்டு ப்ரியமாண்ணே...”

தங்கப்பன் சிரித்தான்.

“அதெல்லாம் இல்லடா, எங்க தனியா விட்டுட்டு வந்தா வேற எவனும் நக்கிப் பாத்துடுவானோன்னு பயம். பாத்தல்ல, நாப்பது வயசு பொம்பள மாதிரியா இருக்கா. தெனவெடுத்த காட்டு மாடு மாதிரி அவ நடக்கறதப் பாத்தா மரம் செடி கொடிக்கே ஆச வந்துரும். மனுசன் சும்மா இருப்பானா?...”

தமீம் சிரித்தான்.

"ஏண்ணே நீ சொல்றதப் பாத்தா நீ வேட்டைக்கு வந்த மாதிரி தெரியலையே..."

தங்கப்பன் ஒரு பீடியை எடுத்து பற்ற வைத்தபடியே, பற்கள் தெரிய சிரித்தான்.

"ஆச இருக்கு ஆனைய ஏற.... எட்டனுமே. எல்லாத்துக்கும் ஒரு கொடுப்பின வேணும்டா."

தங்கப்பன் துப்பாக்கியை அழுந்தப் பிடித்துக் கொண்டு அதை அவளுடலென உணர்த்தும்படி இறுக்கினான், தமீமுக்கு சிரிப்பு வந்தது. அந்தப் பெண் நடந்து போவதை அங்குலம் அங்குலமாக தங்கப்பன் கவனித்திருந்தான்.

"அவ நடக்கும்போது முன்னால இருந்து நீ பாக்க வேணாம்... பின்னால இருந்து பாரு... வேட்டைக்குப் பழக்கின குதிரையப் பாத்த மாதிரி இருக்கும். அபூர்வம்டா... ஒருநா ரெண்டு நாளுல அடங்கிடாது... பக்கத்துலயே வெச்சுப் பாத்துக்கனும்...."

தமீம் தங்கப்பனின் முதுகில் தட்டி சிரிக்க, பின்னால் வந்தவர்கள் இவர்கள் எதற்காக இப்படி சிரிக்கிறார்கள் என்பதைத் தெரிந்து கொள்ள வேகமாக நடந்து வந்தனர். தாரை தப்பட்டை சத்தத்திற்கும், தங்கப்பன் குழு ஆட்கள் போட்ட சத்தத்திற்கும் மருண்ட மிருகங்கள் ஜமீன் வரும் திசை நோக்கி ஓடின. பழக்க தோசத்தில் தங்கப்பன் மரங்களெங்கும் தாவும் கருமந்திகளை மட்டும் பார்த்தபடியே வந்தான். ஜமீனின் துப்பாக்கி வெடிக்கும் சத்தம் கேட்டது. இவர்கள் வைத்திருக்கும் துப்பாக்கி வெடிக்கும் சத்தத்திற்கும் ஜமீனின் துப்பாக்கி சத்தத்திற்கும் நிறைய வித்தியாசம் உண்டு. சின்ன இடி விழுந்தது போலிருக்கும் ஜமீனின் துப்பாக்கி வெடிக்கும் சத்தம். முதல் தோட்டா வெடித்த அடுத்த சில நொடிகளிலேயே இரண்டாவது தோட்டாவும் வெடிக்கத் தங்கப்பன் தனது துப்பாக்கியை தயாராக எடுத்துக் கொண்டான். அன்சாரியின் துப்பாக்கி இப்போது வான் நோக்கி இரண்டு முறை சுடும் சத்தம் கேட்டது. தங்கப்பனோடு வந்தவர்கள் உற்சாகமாக கூச்சலிட்டுவிட்டு ஆளுக்கொரு திசையில் பிரிந்தனர். இனி எல்லோரும் விரும்பியபடி நினைத்த மிருகத்தை வேட்டையாடலாம். எதிர்த்திசையிலும் எல்லோரும் ஆராவாரம் எழுப்பும் சத்தம் கேட்டது. தங்கப்பனுக்கு கண்டதையும் சுடும் பரபரப்பு எதுவும் இல்லாததால் அவன் கொழுத்த மாடோ அல்லது பன்றியோ கிடைக்கும் வரை சுடாமலேயே நடந்து வந்தான். தமீம் வரையாடுகளைக் கூட விடுவதில்லை என்கிற வெறியோடு கண்ணில் பட்டதையெல்லாம் சுட நினைத்தான். அவனுக்கு இன்னும்

போதுமான பயிற்சியில்லை. பல சமயங்களில் அவன் சுடுவது குறி வைத்த மிருகத்திற்கு பக்கத்திலிருக்கும் மரத்திலோ செடியிலோ பட்டு வெடிக்கும், அதில் சுதாரித்து அந்த மிருகம் ஓடிவிடும். சிரமப்பட்டு ஒரு வரையாட்டை மட்டும் சுட்டான். அவன் துப்பாக்கி பிடிப்பதைப் பார்க்கப் பார்க்க தங்கப்பனுக்கு சிரிப்பாக இருந்தது.

“கிறுக்கா, உன் துப்பாக்கி உன் கிட்டதாண்டா இருக்கும். ஏன் இம்புட்டு இறுக்கமா பிடிக்கிற? துப்பாக்கிய வெச்சு குறி பாக்கறப்போ பயமோ பதட்டமோ இருக்கக் கூடாது. ஒரு வயசுப் புள்ளைய வளச்சு புடிச்சிருக்க மாதிரி நெனச்சுப் புடி..”

தமீமின் கைகளை இலகுவாக்கி துப்பாக்கியை அவனுக்குப் பழக்கப்படுத்தினான். தமீம் எவ்வளவோ முயன்றும் அவனுக்கு அந்த பக்குவம் வரவில்லை.

“என்னண்டோ போடா... பேசாம நீ கூட மட்டும் வா.... சுடறேங்கற பேர்ல நீ இருக்கற கொஞ்ச நஞ்சத்தையும் தொரத்திவிட்றாத....”

தமீமுக்கு விட மனசில்லை.

“அண்ணே இன்னும் ஒரே ஒரு ஆட்டையாவது சுட்டுக்கறண்ணே...”

“நீ ஒரு ஆட்டச் சுடறதுக்குள்ள இங்க இருக்க சருகு அம்புட்டும் ஓடிரும்... வேணாம் பொத்திக்கிட்டு பேசாம வா..”

தங்கப்பன் அவன் கையிலிருந்து துப்பாக்கியைப் பிடுங்கி பின்னால் வந்த ஒருவனிடம் கொடுத்தான்.

எதிர்த்திசையில் ஜமீன் மானையும் மிளாவையும் மட்டும் தேடி தேடிச் சுட்டார். அவர் சுட்ட மிருகங்களை எல்லாம் அவரின் வேலையாட்களும் அன்சாரியின் ஆட்களும் இழுத்துக் கொண்டு வந்து பாறைக்குப் பக்கத்தில் போட்டனர். வெயில் உச்சியைத் தாண்டியது. பிற்பகலில் முற்றிலும் களைத்துப் போக,

“இத்தோட இன்னைக்கு முடிச்சுக்குவமா? போய்ச் சாமியக் கும்பிட்டு வேலய ஆரம்பிச்சம்னா பொழுது சாயறதுக்குள்ள ஊர் போறதுக்கு சரியா இருக்கும்.”

ஜமீன் அன்சாரியிடம் சொல்ல, அவனும் சரியென தலையாட்டினான். எல்லோருமே அந்த வெயிலில் களைத்துப் போயிருந்தனர். தங்கப்பனோடு வந்த ஆட்களும் இவர்களுக்கு மிக அருகில் வந்துவிட்டதால் வேட்டை முடிந்ததற்கான அறிகுறியாக அன்சாரி இரண்டு முறை வான் நோக்கி சுட்டான். சத்தம் கேட்டு புரிந்து கொண்ட எல்லோரும் சுடுவதை நிறுத்தினர். கொஞ்ச நேரம்

ஓய்ந்திருந்த தாரை தப்பட்டை சத்தம் மீண்டும் உற்சாகமாக எழுந்தது. சுடப்பட்ட விலங்குகளை இழுத்து வந்ததில் அந்தக் காட்டின் செடிகள் அவ்வளவும் ரத்தம் குடித்து சிவக்கத் துவங்கின. பாறையை ஒட்டி ஏற்கனவே பெருங் கற்களைக் கூட்டி அடுப்பு வைத்து ஒரு குழு எல்லாவற்றையும் சமைக்கத் தயாராய் இருந்தது. நாணற் புல்லைக் குவித்து, நீண்ட வரிசையில் சுடப்பட்ட அத்தனை மிருகங்களையும் போட்டனர். தங்கப்பன் சுட்ட ஒரு கொழுத்த காட்டு மாட்டையும், பன்றியையும் ஜமீன் ஆச்சர்யமாகப் பார்த்தார்.

“தாயோளி செத்தவடம் காட்டுக்குள்ள இருந்தாலும் உன்னால மட்டுந்தாண்டா இதையெல்லாம் சுட முடியும்.”

தங்கப்பன் வாயைத் திறக்காமல் சிரித்தான். ஜமீன் திரும்பி தன் பொண்டாட்டியைப் பார்க்க அவள் அந்தக் காட்டு மாட்டை ஆர்வத்தோடு பார்த்தாள். ஜமீன் ஒரு கொழுத்த மானையும் மூன்று சருகுகளையும் சுட்டிருந்தார். பாறையில் துப்பாக்கியை வைத்துவிட்டு ஜமீன் உட்கார்ந்து வியர்வையில் நனைந்திருந்த சட்டையை கழற்ற அவர் பொண்டாட்டி உதவி செய்தாள். வெக்கையில் உடலில் வியர்வை அருவியெனப் பெருகியோடியது.

வேட்டையாடப்பட்ட மிருகங்கள் வடக்கு தெற்குமுகமாக வைக்கப்பட்டன. பனைஓலைகளைப் பரப்பி மரக்கட்டைகளை வைத்தார்கள். பின்பு பூஜை துவங்கியது. பூசாரி வனதேவதைக்கும் பளிச்சியம்மனுக்கும் பூஜை செய்தான். தங்கப்பனால் சுடப்பட்ட பன்றியைத் தன் காலடியில் பரப்பி அதன் கழுத்தில் கத்தியை வைத்து அறுத்துவிட்டு, விருந்து துவங்கட்டும் என்றார். ஜமீன் பின்னால் நின்றிருந்த பளியன் பன்றியின் தொடையைப் பிளக்க தன் கத்தியை தீட்டினான். பன்றியின் எலும்புகளைத் தொடாமல் நேர்த்தியாக கறியை மட்டும் துண்டு துண்டாக வெட்டி எடுத்தான். இறுதியில் எல்லோரும் கோஷமிட பன்றியின் தலையை உடலிலிருந்து வெட்டி எடுத்தான். பன்றியின் குடல்கள், ஈரல் எல்லாவற்றையும் எடுத்துவிட்டு முதுகெலும்பை இரண்டாக்கினான். தன் மனைவியை அழைத்து குடல்களைக் கழுவிவர அருகிலிருக்கும் சுனைக்கு அனுப்பினான்.

வனதேவதைக்கு உணவை சமைத்துப் படையலிடும் முன் சமைக்கப்பட்ட இறைச்சியை ஒரு நீண்ட வாழை இலையில் வைத்து அதன் மீது காட்டுப் பூக்களைத் தூவுவார்கள்.

கொல்லப்பட்ட பன்றி முன்னரே அடிப்பட்டு காயமுற்றிருக்கலாம். படைக்கப்பட்டிருக்கும் இறைச்சி அசுத்தமானதாயிருக்கலாம். எதுவாயினும் எதிர்வரும் காலத்தில் காட்டினால் நேரும் துன்பங்களிலிருந்து எங்களைக் காத்தருள்வாய் பளிச்சி - என்பதே

அவர்களின் பிரார்த்தனையாய் இருக்கும்.

பெரும் வேட்டை முடித்த அவர்களை அச்சத்தோடு பார்த்த வனம் எந்தச் சலனமுமில்லாமல் பதுங்கிக் கிடந்தது. பளிச்சிக்கு இவ்வளவு ரத்தம் ஒரே நாளில் சிந்தப்படுவதில் நிச்சயம் கோவமிருக்கும். கொல்லப்பட்ட மிருகங்களின் ஆன்மாக்கள் அவளைச் சேர முடியாமல் ஏக்கத்தோடு அந்தக் காட்டையே சுற்றிக் கொண்டிருந்தன. இன்னும் இந்தக் காட்டிலிருக்கும் தங்களின் இருப்பு நிஜமாகவும் தாங்கள் கொல்லப்பட்டது துயர்மிக்கதொரு கனவாகவும் இருக்க வேண்டுமென நினைத்த அவைகளின் குரலெதுவும் கேட்காதவர்களாய் பெருங் கூட்டமொன்று விருந்தை முடித்து ஜீப்புகளில் மலையிலிருந்து கீழே இறங்கியது.

4

துரத்தி அடிக்கப்பட்டு கொல்லப்பட்ட மிருகங்களின் குருதி வாடை அகமலைக் காடு முழுக்க விரவிக் கிடக்க, சடையன் இந்தக் காலகட்டத்தின் அடுத்த துர்சம்பவம் ஒன்றிற்கான துவக்கமாய் அதனைப் பார்த்தான். தான் சொல்ல நினைப்பதை தனக்கே சொல்லிக் கொள்ள முடியாத நிலையிலிருக்கும் அவனால் எப்படி பளியக்குடிக்கும் மலைமேட்டில் பரந்து கிடக்கும் முப்பது கிராமங்களின் சனங்களுக்கும் சொல்ல முடியும். காலையில் ஜீப்புகள் மலையேறும் போது பளியக்குடி எப்போதும் போல் இன்னொரு நாளாகத்தான் அந்த நாளைப் பார்த்திருக்கும். கஞ்சாத் தோட்டம் வந்த துவக்க நாட்களில் வாகனச் சத்தங்கள் ஏற்படுத்திய தொல்லைகளைக் கூட சமீப காலமாய் அவர்கள் பொருட்படுத்துவதில்லை. அந்த வனம் தனக்கு சம்பந்தமில்லாத அத்தனை பேரையும் தனக்குள் அனுமதிக்கத் துவங்கியிருப்பதின் விபரீதங்களை அந்த வனத்தைப் போலவே அதன் பிள்ளைகளும் அச்சத்தோடு எதிர்நோக்கியிருந்தனர். முந்தின இரவு ஒரு கரட்டுக்குக் கீழ் ஏழெட்டுக் குட்டிகளை ஈன்றிருந்த ஒரு தாய்ப்பன்றி நீண்ட

நேரமாய் முனகிக் கொண்டிருக்கும் சத்தம் கேட்ட சடையன், அதன் ரத்த வாடைக்கு வேறு மிருகங்கள் எதுவும் பக்கத்தில் வந்துவிடக்கூடாதென்பதற்காக கரட்டின் மேட்டிலேயே காவல் காத்துக் கொண்டிருந்தான். தாய்ப்பன்றி எல்லா மிருகங்களையும் விட ஆபத்தானது. தன் குட்டிகளைக் காத்துக் கொள்ள எத்தனை பெரிய யுத்தங்களையும் நிகழ்த்தும். எல்லா மிருகங்களுக்குமான தனித்துவமான குணம் அவைகளின் தாய்மையும் தலைமைத்துவமும் தான். சில மிருகங்கள் தலைமையைக் கூட பின் தொடர்வதில்லை. ஆனால் தாய்மை எல்லா மிருகங்களுக்கும் பொதுவானது. பின்னிரவிற்குமேல் தாய்ப்பன்றியின் முனகலான உறுமல் சத்தம் கேட்டு நரிகள் அந்தக் கரட்டை சுற்றி வட்டம் போட்டன. சடையன் தீப்பந்தம் தயார் செய்து மேடு முழுக்க சுற்றிச்சுற்றி வந்தான். வெளிச்சம் சுற்றி வர வர நிறைய ஆட்கள் இருப்பதான ஒரு எண்ணத்தில் நரிகள் மாறி மாறி ஊளையிட்டன. அவைகளின் ஊளையையும் கரட்டு மேட்டில் தெரியும் வெளிச்சத்தையும் பார்த்த பன்றி முரண்பாடான இந்த இரண்டு சூழலையும் புரிந்து கொள்ள முடியாமல் சில சமயங்களில் அச்சத்தோடும் இன்னும் சில சமயங்களில் கோபமாக உறுமுவதுமாய் எதிர்வினையாற்றிக் கொண்டிருந்தது.

"நீயும் ஏன் உறுமுற? குட்டிக பக்கத்துல பேசாமக் கெட உனக்குக் காவலுக்குத்தான் நான் நிக்கிறேன்..."

அவன் குனிந்து பன்றியிடம் கத்தினான். அவன் தன்னிடம் பேசும் சத்தம் கேட்டு பன்றியும் உறுமியது.

"சும்மா கெடங்கறன்ல.... மூதேவி... நீ கத்தி கத்தியே மாட்டிக்கப் போற..." பன்றிக்கு அவன் முகத்தில் வெளிப்பட்ட நேசம் புரிய உறுமலைக் கொஞ்சமாகக் குறைத்தது. மேட்டில் நின்ற சடையன் நரிகளின் ஊளைக்கு இணையாக தானும் வான் நோக்கி ஊளையிட்டான். அவனுக்கு ஊளையிடவும் உறுமவும் எல்லாமும் தெரியும். எல்லா மிருகங்களுக்குமான மொழியைத் தெரிந்து வைத்திருப்பவன். அவன் குரலுக்கும் பார்வைக்கும் தாமாகவே மிருகங்கள் கட்டுப்படும். அவன் பளிச்சியால் ஆசீர்வதிக்கப்பட்டவன்.

"நீங்க என்ன முட்டு முட்டுனாலும் என்னயத் தாண்டி உள்ள போக முடியாது. விடவும் மாட்டேன்... உன் குட்டியின்னா நீ விடுவியா?.... போ போ... வேற எங்கயாச்சும் போ...."

நரிகளை நோக்கி ஆவேசமாய் கத்துவதும் ஊளையிடுவதுமாய் இருந்தான். விடியும் வரை அவன் அசரவில்லை. மாறி மாறி பந்தங்களைக் காட்டிச் சுற்றுவதும் ஊளையிடுவதுமாய் மேட்டிலேயே நின்றான். தாய்ப்பன்றி சில முறை அவனைப் பார்த்து உறுமுவதும்

இன்னும் சில முறை அவன் தனக்காக செய்கிற காரியம் புரிந்து உடலை வளைத்து அவனுக்கு நன்றி தெரிவிப்பதுமாய் கலவையான உணர்வை வெளிப்படுத்துக் கொண்டிருந்தது. விடியத் துவங்கின நேரமாகத்தான் அவனும் அசந்து கரட்டிலேயே உறங்கிப்போனான். வெயில் உச்சிக்கு ஏறும் நேரமாய் ஜீப்புகள் மலை ஏறி வரும் சத்தம் கேட்டு விழித்துக் கொண்டவன் உட்கார்ந்து மேடேறி வரும் ஜீப்புகளில் ரத்த ருசி தேடி வரும் மனித மிருகங்களை உற்றுப் பார்த்தான்.

“பூதம் வருது... பூதம் வருது...”

திரும்பி பன்றியைப் பார்த்தான்.

“பாரு இப்பப் பாரு எத்தன பூதம் வருதுன்னு பாரு... இனி நீயில்ல, இந்தக் காட்டுக்குள்ள யாரப் பாத்தாலும் இந்தப் பூதங்க எல்லாம் கொன்னு திண்ணும்... நீ கத்தினா போச்சு.., உன்னயவும் திண்ணுடுவாங்க... நா போறேன்... காட்டோட வயித்துக்கே போயிடறேன்... இங்க இருக்க பயமா இருக்கு...”

மேட்டிலிருந்து இறங்கி ஓடினான். வானம் செந்நிறமாய் விடிந்ததைப் பார்த்த பன்றி அதிகாலையிலேயே உறுமுவதை நிறுத்திவிட்டு வானத்தைப் பார்ப்பதும், குட்டிகளை சுற்றி வருவதுமாய் இருந்தது.

“ஊஊஊஊஊஊ....” மரங்களுக்குள்ளும் செடிகளுக்குள்ளும் தன் இஷ்டப்படி ஒலிகளை எழுப்பிக் கொண்டே ஓடியவன் எல்லா மிருங்களையும் எச்சரிப்பது போல் திசை மாறி திசை மாறி ஓடினான். வேட்டை துவங்குவதற்காக தாரை தப்பட்டைகள் வாசிக்கப்பட்டதுமே மரத்தில் ஏறிக்கொண்டவன் மொத்த யுத்தத்திற்குமான சாட்சியாய் எல்லாவற்றையும் பார்த்துக் கொண்டிருந்தான். செத்து விழுந்த மிருகங்களின் ஆன்மாலிருந்து எழும் ஓலம் கேட்டு சகிக்க முடியாமல் மரங்களோடு இவனும் காதுகளைப் பொத்திக் கொண்டான். கொலையுண்ட மிருகங்களின் ஆன்ம ஓலம் மலை முழுக்க அகோரமாய் எதிரொலித்தது. உதிரும் இலைக்குக்கூட உயிருள்ளது என்னும்போது இந்த மிருகங்களின் துயரம் எத்தனை விஸ்தாரமானது. சடையனின் கண்கள் கலங்கிப் போய் காட்டையே வெறுமையோடு பார்த்தன. வேட்டைக்கு வந்தவர்களில் தங்கப்பனையும் பார்த்தபோது பெரும் பூதமொன்றைப் பார்த்த அச்சத்தில் உடலை மரத்தோடு பிணைத்துக் கொண்டான். அவன் பிடிக்குள் தன் குட்டியை பலி கொடுத்துவிட்ட ஏக்கமும் அது தனக்குத் திரும்பக் கிடைக்காதாவென்கிற மருட்சியும் இவனை வாட்டி எடுத்தாலும் கேட்டுப் பெறும் வழி தெரியாது “பூக்குட்டி பூக்குட்டி பூக்குட்டி...” என அவன் வாய் உளறிக் கொண்டிருந்தது. அச்சத்தில் நேரம் ஆக ஆக உடல் ஒடுங்கி மரத்திற்கும் அவனுக்கும் பெரிய இடைவெளி இல்லை என்னுமளவிற்கு ஆகிப்போனது. காடே

மலர்களால் நிறைந்து கிடந்த தினத்தில் பிறந்தவன் வாசி. சடையன் அதனாலேயே வாசியைப் பூக்குட்டியாய்ப் பார்த்தான். மொத்த வனமும் வேட்டையின் ரத்தச் சுவடோடு மௌனித்துக் கிடந்த போது அவனைச் சுற்றி வண்ணத்துப் பூச்சிக் கூட்டம் ஒன்று சந்தோசமாய்ப் பறந்தது. மரத்தின் மறைவிலிருந்து அரைகுறையாய்த் தெரிந்த வானத்தைப் பார்த்தவன்

"பட்டுப்பூச்சி பட்டுப்பூச்சி.... போயிரு... நீ போயிரு.... இன்னும் நான் எங்க ஓடறது... நீ போயிரு.... நீ போயிரு..."

பெரும் கூட்டமாய் வண்ணத்துப்பூச்சிகள் அந்த வனத்தையே மூழ்கடிக்கும் அளவிற்கு காட்டின் மேற்கு திசை நோக்கி பறந்து சென்றன. சடையன் வேகமாக மரத்திலிருந்து இறங்கி பளியக்குடி இருக்கும் திசையில் ஓடினான்.

கட்டையனுக்கு நடக்கப் போகும் கொடூரம் முந்தைய தினத்தின் மாலையிலேயே தெரிந்து விட்டிருந்தாலும் யாரிடம் சொல்லி என்ன ஆகப் போகிறதென அமைதியாய் இருந்துவிட்டான். இந்தக் காட்டை அதை கடந்து செல்லும் எல்லோரும் துண்டாடிக் கொண்டிருந்தார்கள்.

'பளிச்சிக்கு என்ன ஆச்சு? இம்புட்டு நடக்குது எதுக்குமே பதிலடி குடுக்காம எல்லாத்துக்கும் சும்மா இருக்கா? ச்சை.... இன்னும் எத்தன பயலுக்குப் பயந்து ஓடறது?"

தனக்குள்ளாக மட்டுந்தான் அவனால் சொல்லிக் கொள்ள முடிந்தது. ஜமீன் ஆட்கள் வந்திறங்கியிருக்கும் செய்தி சாதாரணமானது என மற்றவர்கள் நினைத்ததால் யாரும் இப்படியானதொரு வேட்டையாடலை எதிர் பார்த்திருக்கவில்லை. பின்னிரவு வரை அவனுக்கு உறக்கம் பிடிக்கவில்லை. பூசணி பாட்டா அவனுக்குக் கூடிய சீக்கிரத்தில் கல்யாணம் முடித்து வைக்க வேண்டுமென சொல்லிக் கொண்டிருந்தார். அவனுக்கு இந்தக் கல்யாணம் என்னும் வார்த்தையே வினோதமாய் இருந்தது. மனதளவில் தன்னை இன்னும் சிறுவனாய் நினைத்துக் கொண்டிருந்தவனை பூசணி வலுக்கட்டாயமாக பெரியவனாக்கப் பார்த்தார். ஒரு பெண்ணோடு தனித்திருக்கும் அளவிற்கு தான் வளரவில்லை என்பது புரிந்தாலும் அவரை எதிர்த்து அவன் எதுவும் பேசவில்லை. மொக்கநிலை பளியக்குடியிலேயே அவனுக்கு இணை இரண்டு மூன்று பேர் இருக்கிறார்கள். ஆனால் கட்டையனுக்கு குயிலம்மாளைத்தான் பிடித்திருந்தது. அவள் இவனை விட ஒரு வருசம் மூத்தவள். அக்கா மகள்தான். வீம்பு செய்தால் பாட்டா கண்டிப்பாக கட்டி வைத்துவிடுவார். அவளை நினைத்துக் கொண்டு ஆட்களோடு பொடவில் படுத்துக் கொள்வது சந்தோசமாக

இருந்தாலும் அடுத்த நாள் நடக்கப் போகும் படுகொலையின் நினைப்பும் அவ்வப்போது வந்து அவனை சலனப்படுத்தியது. “பளிச்சியாத்தா விடியிற பொழுது இந்தக் காட்டுக்கானதா இருக்கனும். மனுஷனுக்கானதா இருந்தா இந்தக் காட்ட நம்பியிருக்க ஊருப்பட்ட சீவராசிக செத்துப் போவும்... நீதான் காப்பாத்தனும்.”

மூன்றாம் ஜாமத்தில் அசந்து உறங்கிப் போனான்.

காலையில் வேட்டையில் பளிச்சி பூசைக்காக பளியன் ஒருவனைத் தேடி அன்சாரியின் ஆள் வந்தபோதுதான் அன்று வேட்டை நடக்கப் போகிற விசயம் பளியக்குடி ஆட்களுக்குத் தெரிய வந்தது. எல்லோருக்குமே போவதில் தயக்கம்.

“இது வேட்டைக்குப் போற கெழம இல்ல, அதும் இல்லாம எல்லா மிருகத்துக்கும் இனவிருத்தி ஆகற நேரம்... இப்ப வேட்டைக்குப் போறது சுத்தமா நல்லமா இல்ல....” பூசணி பட்டும் படாமல் பேசிப் பார்த்தார்.

“எங்களுக்கு மட்டும் ஆசையாப்பே... சமீன் வந்திருக்காரு... வெறுங்கையோட அனுப்ப முடியுமா? இந்த ஒரு வருசம் வழக்கத்த மீறுறதால ஒன்னும் ஆயிப்போகாது...”

தமீம்தான் பதில் சொன்னான். அந்தப் பதிலில் கொஞ்சம் கிண்டலும் கேலியுமிருப்பதைப் புரிந்து கொண்ட பூசணி, “சாமி காரியம் உங்களுக்கு எல்லாம் விளையாட்டாப் போச்சுல்ல... சரி இதுதான் விதின்னா யாரு என்ன செய்ய முடியும்?... கூப்ட்டுப் பாருங்க... யாராச்சும் வந்தாக் கூட்டிட்டுப் போங்க...”

சொல்லிவிட்டு குடிசைக்குள் போய்விட்டார். சிலருக்குத் தயக்கமிருந்தாலும் இன்னும் சிலருக்கு தேவை இருந்தது. தேவைகள் மனிதர்களை எதை வேண்டுமானாலும் செய்யச் சொல்லும். எல்லா இடங்களிலும் மனிதர்கள் தேவைகளோடுதான் இருக்கிறார்கள். ஒரு பளியனும் அவன் பொண்டாட்டியும் பூசைக்குப் போக சம்மதித்தார்கள்.

வேட்டை ஒருவகையான யுத்தம். ஆனால் தாக்குதலுக்கு எதிரியை அனுமதிக்காத யுத்தம் யுத்தமே அல்ல, அது சூது. நல்ல வீரன் மிருங்களை ஓடவிட்டுக் கொல்ல மாட்டான். இப்போது வேட்டைக்குப் போகப்போகிறவர்கள் வேட்டையாடத் தகுதியற்றவர்கள். எந்த மிருகத்தையும் அதன் கண்களை எதிர்கொண்டு அதனோடு யுத்தமிடத் தவறுகிறவன் தன்னைத் தானே கொலை செய்து கொள்கிறான். இவர்கள் அப்படியானவர்கள்தான். கட்டையன் காட்டை வெறுமையோடு பார்த்துவிட்டு பளியக்குடியிலிருக்கப்

பிடிக்காமல், கஞ்சாத் தோட்டத்திற்கு வந்த டிராக்டரில் ஏறி பெரியகுளத்துக்குப் போனான். வெடிச்சத்தமும் துப்பாக்கிச் சத்தமும் கேட்காத எல்லையில் அந்த தினத்தைக் கடந்து விட்டால் போதுமென்றிருந்தது அவனுக்கு. ஒவ்வொரு நாளும் அந்தக் காடு ஆயிரம் துயரங்களை எதிர்கொள்ளும்படி மாறிப்போயிருந்ததை தாங்கக் கூடிய திராணியில்லை அவனுக்கு. ஏன் இந்தக் காடு எதற்கும் எதிர்வினையாற்றுவதில்லை? உணர்ச்சிகளில்லாமல் போய்விட்டதா? ஒவ்வொரு மரத்திற்கும் கோவமிருக்கிறதுதானே? செடி கொடிகள் மிருகங்கள் எல்லாமும் கோவத்தை மீறி அச்சப்படத் துவங்கிவிட்டன. அப்படியே எதிர்வினையாற்றினாலும் அந்தக் காட்டிற்குச் சொந்தக்காரர்களை மட்டுமே பாதிப்பதாகத்தான் இருக்கிறது. பளியன் முன்னைப்போலில்லை. முன்பு அவன் யாருக்கும் அடிமையில்லை. இப்போது எல்லோருக்கும் அடிமை. வெள்ளை வேஷ்டி உடுத்திய எல்லோரையும் முதலாளி என கூப்பிட்டுப் பழகிப்போனான். மனிதனின் அகோரப் பசியும் பேராசையும்தான் இவ்வுலகின் மிக மோசமான ஆயுதங்கள். இந்த இரண்டும் எல்லா யுத்தங்களுக்கும் மனிதர்களைத் தயார்படுத்திவிட்டன.

மாலையில் அவன் பளியக்குடிக்குத் திரும்பும் முன்னால் கொடுவிலார்பட்டிப் பக்கமாய்ப் போய்ப் பார்க்கலாமென சென்றான். ஊரே இறைச்சி வாசனையிலும் மசால் வாசனையிலும் மணத்துக் கிடந்தது. அன்சாரியின் வீடிருக்கும் தெருவில் ஆட்களின் ஆரவாரம். வேட்டை முடிந்து காட்டிலிருக்கும் அன்சாரியின் மரவீட்டிற்கு ஜமீன் சென்றிருந்தார். அவரது வேலையாட்கள் சிலரும், அன்சாரி வீட்டு ஆட்களும் ஜமீனுக்குத் தேவையானதை இங்கிருந்து எடுத்துக் கொண்டு போக வந்திருந்தனர். வேட்டைக்குப் போனவர்களோடு சேர்த்து போகாதவர்களுக்குமாய் இறைச்சி பங்கு போட்டு அனுப்பப்பட்டிருந்தது. கட்டையன்

'இத்தனை பேர் தின்ன எத்தனை மிருகங்களைக் கொன்றிருப்பார்கள்?' என நினைத்தபடியே மலையேறினான். அவன் பார்க்காத மிருகங்களின் மரண ஓலமும் பதைபதைப்பும் சுற்றிலும் எதிரொலிக்க, துர்சம்பவத்தை எதிர்கொள்ளாது தப்பியிருப்பதும் ஒருவகையான துரோகமென்பதைப் புரிந்து கலங்கினான். இயலாமை அவன் வேதனையை இன்னும் அதிகமாக்க பளியக்குடி நோக்கி ஏறிக்கொண்டிருந்தான்.

வேட்டை முடிந்து ஜமீன் குடும்பம் பூரண திருப்தியோடு மர வீட்டில் கொண்டாடிக் கொண்டிருந்தது. விருந்தாளிகளின் எண்ணிக்கை குறைந்திருந்த போதும் அந்த இளங்குளிருக்கு மது ஒரு பெருந்தேவையென இருக்க, குடிப்பதும் ஆடுவதும் குறைவின்றி

நடந்தன. ஜமீனின் மனைவி இறுக்கமான ஒரு இரவு உடை அணிந்திருக்க, மகள்கள் இருவரும் மஃப்ளர் சுற்றிய தலையுடன் ஸ்வெட்டர் அணிந்து வளர்ந்த முயல் குட்டிகளைப் போல் கொண்டாட்டத்திற்கு சம்பந்தமில்லாதவர்களாய் வேடிக்கைப் பார்த்துக் கொண்டிருந்தனர். குறவன் குறத்தி ஆட்டம் ஆடுகிறவர்களை வேறு அன்சாரி வர வைத்திருந்தான். ஜமீன் அவர்களைக் கொஞ்ச நேரம் ஆடச் சொல்லுவதும் பின் நிறுத்திவிட்டு சினிமாப் பாட்டைப் போட்டு எல்லோருமாக ஆடுவதுமென தன் விருப்பம் போல் தானும் ஆடி மற்றவர்களையும் ஆட வைத்துக் கொண்டிருந்தார். அவ்வப்போது குறவனோடு ஆடும் குறத்தியைப் பொறாமையோடு பார்க்கும் ஜமீனின் பொண்டாட்டியும் அவர்களோடு சேர்ந்து சில முறை ஆடினாள். அவளே தயக்கத்தோடு உட்கார்ந்தாலும் ஜமீன் அவளின் கைகளைப் பிடித்து இழுத்து ஆடக் கூப்பிட்டார். அப்பாவின் முன்னால் ஒரு செடியைப் போல் தெரிந்த அம்மாவின் தோற்றத்தையும் வெட்கத்தோடு அவள் ஆட முடியாமல் தடுமாறுவதையும் பார்த்த பிள்ளைகள் உற்சாகப்படுத்தும் விதமாய் கைதட்டிச் சிரித்தனர். அவர்கள் கை தட்டத்தட்ட ஜமீனுக்கு உற்சாகம் அதிகமாகிக் கொண்டே போனது.

தங்கப்பனைத் தேடி மரவீட்டுக்கு வந்திருந்த வாசி, அங்கு நடக்கும் விருந்தையும் எவ்வளவு குடித்தாலும் பத்தாது என்கிற வெறியோடு தங்கப்பன் குடித்துக் கொண்டிருப்பதையும் பார்த்தான். இவனைப் பார்த்து முகத்தைச் சுழித்த தங்கப்பன் திரும்பி அன்சாரியிடம்,

“அந்தக் கூதிவுள்ள எதுக்கு வந்திருக்கான்னு கேளு....”

வாசியைப் பார்த்துக் கை நீட்டிச் சொன்னான். அன்சாரி திரும்பி வாசியைப் பார்த்துவிட்டு

“என்னடா இம்புட்டு தூரம்...? இங்கிட்டு வா...”

என அவனைக் கூப்பிட்டான். கூட்டத்தை நெருங்காமலேயே விலகி வந்த வாசியைக் கவனித்துவிட்ட ஜமீன்

“யார்றா அவென் காட்டுப் பூன மாதிரி பம்மி பம்மிப் போறது?...”

சத்தம் கொடூரமாய் எதிரொலிக்க, உடல் நடுங்கி நின்ற வாசி திரும்பி ஜமீனைப் பார்த்தான். புதிதாக பிறந்த கோழிக்குஞ்சைப் போல் கால்கள் நடுங்கின.

“வாடா இங்க...”

ஜமீன் கூப்பிட்ட குரலுக்குக் கட்டுப்பட்டு அவரை நோக்கி நடந்தான். சுற்றி இருந்த எல்லோரும் அச்சத்தோடு வரும் இவனை சிறுவனென்றும் இளைஞனென்றும் பிரித்துப் பார்க்க முடியாமல் சிரித்தனர்.

“அய்யா, அது நம்ம தங்கப்பன் புள்ள...”

அன்சாரி சத்தமாகச் சொல்ல, ஒரே நேரத்தில் தங்கப்பனும் வாசியும் அன்சாரியை முறைத்தனர். ஜமீனின் முகம் மாறியது. சிரித்தார்.

“ஓ சின்னக் கருமாண்டியா?....”

அவனை இழுத்து தோளைப் பிடித்துக் கொண்டார். அவருக்கு முன்னால் பூச்சி போல நின்றான்.

“ஆடத் தெரியுமா உனக்கு?...”

வாசி தெரியாதெனத் தலையாட்டினான். திரும்பி சுற்றி இருக்கும் எல்லோரையும் அச்சத்தோடு பார்த்தான். எல்லோரின் கண்களும் தன்னையே கவனிப்பது இன்னும் அச்சப்படுத்தியது.

“அதெல்லாம் ஆடலாம்...”

குறவன் குறத்தியைப் பார்க்க அவர்கள் பாதி விட்ட இடத்திலிருந்து ஆடினர். நீண்ட நேரமாய் ஆடுவதும் குடிப்பதுமாய் களைத்துப் போன அவர்களது உடல்கள் ஏதோ சத்தியத்துக்குக் கட்டுப்பட்டது போல் ஆடிக்கொண்டிருந்தன.

“இந்த மாதிரி ஆடனும்... ஆடறியா...”

மாட்டேன் என்பது போல் வாசி தலையாட்ட, ஜமீன் பூமி அதிர குறவன் குறத்திகளோடு ஆடினார். இவனையும் ஆடு ஆடு என்பது போல் உற்சாகப்படுத்தினார். வாசி திரும்பி தங்கப்பனைப் பார்த்தான். அவனோ நடப்பதை எல்லாம் ஒரு பொருட்டாகவே நினைக்காதவன் போல் வேறு பக்கமாகப் பார்த்துக் கொண்டிருந்தான். ஜமீனின் ஆட்டத்தில் தானாகவே வாசியும் ஆடினான். தன்னுடலை தனக்கு விருப்பமில்லாமல் யாரோவொருவர் அசைய வைப்பதும் அதிர வைப்பதும் அவனுக்கு அவமானமாயிருந்தாலும் அந்த இடத்தில் தன்னால் எதையும் மறுக்க முடியாதென்பது புரிந்து அவன் கால்கள் தானாகவே ஆடின. அவன் ஆடாதவனும் அல்ல, ஆடத் தெரியாதவனும் அல்லஞ் காட்டின் நடனம் தெரிந்தவன். பெருநடனங்களுக்குப் பழக்கப்பட்டவன். பளியனுக்கு நடனமும் பாட்டும் ரத்தத்தோடு கலந்த ஒன்று. எல்லாவற்றைப் பற்றியும் பாடவும் முடியும், எல்லாவற்றைப் போல் ஆடவும் முடியும்ஞ் பளிச்சியம்மன் திருவிழாவிற்குப் போகிற நாட்களில் மணிக்கணக்காக ஆடியவன் வாசி. இதுவும் பளிச்சியின் நிலம் தானே. தன் நிலத்தில் எவனோ ஒருவனால் எதையோ ஆட முடிகிறது என்றால், தன்னால் ஏன் ஆட முடியாதென கால்கள் தம்மையும் மீறி ஒரு தாளகதிக்குச் சென்றன. தன்னுடலை யாரோ ஒருவன் இயக்கியதை மீறியும் வெறி கொண்டு ஆடினான். அவன்

ஆட, ஆட ஜமீன் பின்வாங்கி ஒதுங்கினார். எல்லோரும் அத்தனை நேரமும் அவர்களுக்கு முன்னாலிருந்த ஒரு சிறுவன் மறைந்து காடே ஆடுவது போன்ற பிரம்மாண்டத்தைப் பார்த்தனர். தன் கால்களுக்கு எல்லோருடைய கண்களும் கட்டுப்படுவது புரிந்ததும் வாசியின் உக்கிரம் இன்னும் அதிகமானது... 'ஏய்ய்ய்ய்....' என நாக்கைத் துருத்தி பளிச்சி போல் ஆடினான். தன் கால்களின் தாள கதிக்கு ஏற்றாற்போல் அவன் கைகள் தொடையிலும் மாரிலும் தட்டிக் கொண்டன. தங்கப்பன் இத்தனை காலமாய் தான் பார்த்துக் கொண்டிருந்த சிறுவனில்லை இவன் என்கிற உண்மையை அதிர்ச்சியோடு பார்த்தான். ஜமீனின் இரண்டு மகள்களும் மிரட்சியோடு வாசியைப் பார்த்தனர். ஆடி முடித்துக் களைத்து நின்ற வாசி இயல்பிற்குத் திரும்ப சில நிமிடங்கள் ஆனது. மூச்சு வாங்கியபடி நின்றவன், தொட்டியில் புழங்குவதற்காக நிறைத்து வைத்திருந்த தண்ணீரை அள்ளி உடலெங்கும் இரைத்துக் கொண்டான். வயிறு நிறைய தண்ணீரை அள்ளிக் குடித்தவனின் கண்கள் சிவந்து போயிருக்க உடலிலிருந்த வேகம், வன்மம் அவ்வளவும் கொஞ்சம் கொஞ்சமாய்த் தனியத் துவங்கியது.

ஜமீன் அவ்வளவு போதையிலும்கூட தேர்ந்த ஒரு காட்டாளனைப் பார்த்துவிட்ட பிரமிப்பில் அசந்து போயிருந்தார். யாரும் கேட்காமலேயே அங்கு வைக்கப்பட்டிருந்த தட்டில் மிளா இறைச்சியை எடுத்து வைத்து சாப்பிடத் துவங்கினான் வாசி. தங்கப்பனுக்கு எரிச்சலாகிவிட அங்கிருந்து வேகமாக எழுந்து போனான். அவ்வளவு நேரமும் அந்த இடத்தில் தங்கப்பனைப் பற்றித்தான் எல்லோரும் பேசிக் கொண்டிருந்தார்கள். இந்த சிறுவன் மிகச் சில நிமிடங்களில் அங்கிருந்த அத்தனை பேரையும் தன்வசப்படுத்திவிட்டான். காட்டைத் தெரிந்தவனுக்கு மனிதர்களையும் தெரியும். வசியம் செய்வது பெரிய கஷ்டமில்லை என்பதை வாசி தங்கப்பனுக்கு கசப்பான உண்மையாய்ப் புரிய வைத்துவிட்டான்.

அன்சாரி மெதுவாக வந்து வாசியிடம் பேசினான்.

"இந்த நேரத்துல எதுக்குடா இம்புட்டுத் தூரம் இந்த இருட்டுல வந்த?..."

வாசி அவனைப் பார்க்காமலேயே, "விடியக்காலைல ஆத்தாவுக்கு பேறுகாலமாகிரும்... அதான் அந்தாளக் கூட்டிட்டுப் போகனும்னு வந்தேன்..."

அன்சாரி இருட்டில் தள்ளி நின்று கொண்டிருந்த தங்கப்பனைப் பார்த்தான். வாசி சொன்னது தங்கப்பனுக்குக் கேட்டாலும் அவன் பதில் சொல்லவில்லை.

"தங்கப்பா விடிஞ்சா பேறுகாலம், இங்க என்ன செய்யப் போற?...

நீ போயி உன் பொண்டாட்டி பக்கத்துல இரு...” ஜமீன் சத்தமாகக் கூப்பிட்டுச் சொன்னார்.

தங்கப்பனுக்கு அந்த நாளின் மொத்த சந்தோசம், பெருமிதம் எல்லாம் நொறுங்கி தான் ஒரு புழுவானதைப் போலிருந்தது. பதிலேதும் சொல்லாமல் வந்து தன் துப்பாக்கியை எடுத்துக் கொண்டவன், “சரிங்கய்யா. இவன் இருப்பான், பாத்துக்குவான். நான் போயிப் பாத்துட்டு நாளைக்குப் பொழுசாயத்துக்குள்ள வந்திர்றேன்...”

தங்கப்பனுக்கு குரல் கம்மிப் போனது.

“ஒன்னும் அவசரமில்ல, நீ என்ன லேசான ஆளையா கூட விட்டுட்டுப் போற.... எங்களுக்கு ஒரு பயமுமில்ல....”

தங்கப்பன் சிரமத்தோடு சிரித்துவிட்டு அன்சாரியைப் பார்த்தான்.

“ஏதாச்சும் அவசரம்னா ஆள் சொல்லிவிட்றா...”

சொல்லிவிட்டு இருளில் வேகமாக நடந்தான். எல்லோரும் தங்கப்பன் போவதையே பார்த்துக் கொண்டிருக்க சாப்பிட்டு முடித்த வாசி ‘ஏப்ப்ப்ப்’ என பெரிய ஏப்பமொன்றை விட்டான். திடீரென எழுந்த அந்தச் சத்தத்தை ஏதோ பன்றியின் உறுமலோவென நினைத்த அணைவரும் அவன் வாயைத் துடைத்துக் கொண்டு எழுந்ததைப் பார்த்ததும் சத்தமாகச் சிரித்துவிட்டனர். கையைக் கழுவிக் கொண்ட வாசி அன்சாரிக்குப் பக்கத்தில் போய் உட்கார்ந்து கொண்டான். குறுகியும் இறுகியும் வலுவேறியிருந்தாலும் தன் வலு தனக்கே தெரியாத அந்தச் சிறுவனை ஆர்வத்தோடு பார்த்த ஜமீனின் பொண்டாட்டி அவனைக் கூப்பிட்டு தன் பக்கத்தில் உட்கார வைத்துக் கொண்டாள். வாசிக்கு அவள் பக்கத்தில் உட்கார எந்தத் தயக்கமும் இருக்கவில்லை. மஃப்ளர் முகத்துக்குள்ளிருந்து பார்த்த ஜமீனின் மூத்த மகள் அவன் காட்டு மிருகமாகவோ அல்லது மரமாகவோதான் இருக்க வேண்டுமென நினைத்தாள். தொடர்ச்சியாக மூன்று நான்கு ஏப்பங்களை விட்டவன் எழுந்து இருளுக்குள் நடந்தான். மூத்திரம் படிந்த கால்களோடு அவன் திரும்பி வந்தபோது, விருந்து யாரும் முறைப்படி சொல்லாமலேயே அதன் இறுதிக் கட்டத்தை எட்டிவிட்டிருந்தது. ஆடி ஆடிக் களைத்துப்போன ஆட்டக்காரர்கள் குளிருக்கு உடல் நடுங்க இன்னும் கொஞ்சம் சாராயத்தைக் குடித்துவிட்டு வீட்டுத் திண்ணையில் உடலில் போர்வையைச் சுற்றிப் படுத்துக் கொண்டனர். ஜமீன் பாதித் தூக்கத்திலும் முழு போதையிலும் தடுமாறியபடியே எழுந்து தனது அறைக்குள் சென்றுவிட்டார். அன்சாரியும் உட்கார்ந்த நிலையிலேயே சிலமுறை தூங்கி விழுந்தவன், பாதிப்பேர் தூங்கிவிட்டார்களெனத் தெரிந்தபின் வராண்டாவில் போய் படுத்துக் கொண்டான். ஜமீனின் பொண்டாட்டி தன் இரண்டு மகள்களையும் கூட்டிக்

கொண்டு வீட்டிற்குள் போய்விட, சுற்றியிருந்த வேலையாட்களும் சென்றுவிட்டனர்.

“எம்புட்டு நேரத்துக்கு இங்கனயே உக்காந்திருப்ப... போய்த் தூங்குடா...”

அன்சாரி வராண்டாவிலிருந்து சத்தம் போட்டான். திரும்பிப் பார்த்த வாசி வெறுமனே சிரித்தான்.

“நீ தூங்குண்ணே...”

வாசியின் உடலிலிருந்த முறுக்கு அவன் குரலிலும் வெளிப்பட்டது. அன்சாரி அவனுக்கு முதுகு காட்டியபடி திரும்பிப் படுத்துக் கொண்டான்.

இருளில் தெரியும் மலைமுகட்டைப் பார்த்தபடியே உட்கார்ந்திருந்த வாசிக்கு தன் உடலும் குரலும் இன்று முழுமையாய் மாறிப்போயிருப்பது புரிந்தது. அவன் உடல் காட்டோடு வலுவான பிணைப்பைத் துவங்கியிருப்பது புரிந்தது. சடையனின் மகன் அவன். மிருகங்களோடு பேசவும் மிருகங்களைப் போல் ஓடவும் முடிந்த ரத்தம். தலைமுறைக்கு ஒருவன் தான் பளியக்குடியில் இப்படி வருவான். காட்டாளன். அவனுக்கு வேறு எந்தப் பெயர்களும் பொருந்தாது.

நிசப்தத்தில் வனம் பூதாகரமாகி காற்று மெல்லமெல்ல வேகமெடுத்தது. தன்னுடலில் குளிரின் அழுத்தம் உணர்ந்த வாசி எழுந்து வராண்டாவில் படுக்கப் போனான். வேலையாட்கள், அன்சாரி, ஆட்டக்காரர்களென அங்கு அவனுக்கு இடமில்லாமல் போக, வீட்டின் நடுக்கூடத்தில் படுத்துக் கொண்டான். உறக்கம் கொள்ளாவிடினும் சும்மாவேனும் அந்தக் குளிருக்குப் படுத்துக் கொள்வது சுகமாயிருந்தது. இருளின் சத்தம் அந்த வெளி முழுக்க நிறைந்து கிடக்க, வாசி தனது பாட்டனும், பாட்டனின் பாட்டனும் கட்டி ஆண்ட அந்த வனத்தைப் பற்றிய பெருங்கனவுகளில் மூழ்கியபடி படுத்திருந்தான். மொத்த வீடும் மதுவின் கொடும் வீச்சத்தில் நிறைந்து கிடந்ததோடு போதையில் எல்லோரிடமிருந்தும் வரும் நீண்ட மூச்சு சப்தங்கள் சுவர்களெங்கும் பட்டு எதிரொலித்தன. உறக்கத்திற்கு பின்னால் கனவுகள் வருவதுபோல் சமயங்களில் கனவுகளுக்குப் பின்னாலும் உறங்குவது நடக்கிறது. பெருங்கனவுகளைக் கடந்து அசந்து உறங்கிய வாசியின் உடல் இதற்கு முன்னில்லாத ஒரு ஒரு குறுகுறுப்பை உணர்ந்த போது சட்டென விழித்துக் கொண்டு எழுந்தான். விளக்குகள் அணைந்து வனத்தின் இருளிலிருக்கும் நீண்ட வெளிச்சம் மட்டுமே எங்கும் ஊடுருவியிருந்ததால் தனக்கு அருகிலிருப்பது யாரென்பதை அவனால் புரிந்து கொள்ள முடியவில்லை. இன்னும் அந்தக் கை அவன் உடலிலிருந்து மீளவில்லை. அந்தக் கையிலிருந்த மிருதுவான

தன்மையும், வசீகரமான வாசணையும் அவனுக்குப் பக்கத்திலிருப்பது ஒரு பெண்ணென்பதை உணர வைத்தன. அவசரமாக அந்தக் கையை விலக்கி விட்டு எழுந்து கொள்ள முயன்றான். அவள் லாவகமாக அவனை வளைத்து தனது பிடிக்குள் வைத்துக் கொண்டாள். திமிறி வெளியேற முடியாதபடி அவள் உடலோடு பிணைந்தவன் அவளின் அசைவுகளுக்குக் கொஞ்சம் கொஞ்சமாய் தன்னை ஒப்புக் கொடுத்தான். அவன் கட்டியிருந்த வேஷ்டி முழங்கால் வரைக்குமானதுதான். அதைக் களைவது அப்படியொன்றும் சிரமமான காரியமில்லை அவளுக்கு. வாசிக்கு அந்தப் பெண்ணுடலின் சூடு இனம் புரியாததொரு தூண்டுதலைத் தர தன்னை ஆக்கிரமித்திருந்த அவளின் உடலெங்கும் தனது சுவாசத்தை படரவிட்டான். அந்தச் சூட்டின் மூலம் புதிதாக ஒன்றைத் தேடுகிறவனைப் போல் அவளின் உடலெங்கும் தேடியலைந்து மெதுவாக அவளோடு முயங்கினான். நடுக்கூடத்தில் அந்தப் பின்னிரவில் இப்படியானதொரு நிகழ்வை எதிர்நோக்கியிராத பரவசம் வாசியிடத்தில். முதல் சில நிமிடங்களிலிருந்த பதட்டமெல்லாம் கரைந்து தேர்ந்த ஒரு நடனக்காரனுக்கு உண்டான இசைவோடு அவன் அந்தப் பெண்ணின் உடலில் இயங்கினான். குளிர் அவர்களை மேலும் மேலும் இறுகப் பிணைக்க அவள் உடலெங்கும் நீண்ட வலுவான கருங்கொம்பு அலைந்து திரிந்தது. வெக்கையைத் துப்பிய அவனுடலை சலித்து ஒதுக்கி விடாது மீண்டும் மீண்டும் கிளர்ச்சியூட்டி எழுப்பிக் கொண்டிருந்தாள். அவள் மேலேயே சில நிமிடங்கள் சாய்ந்து உறங்கியவனை ஆதூரத்துடன் அணைத்துக் கொண்டாள். காட்டு நாயொன்று பிரியத்துடன் நக்குவதுபோல் அவள் முகத்தை நக்கினான். கண்ணீரின் உப்புச்சுவை அவன் நாவெங்கும் பரவியோடியது. அதிகாலையில் அவள் விலகிப் போகையில் அந்த இருள் இன்னும் சில மணி நேரங்கள் நீண்டிருக்கக் கூடாதாவென்கிற ஏக்கம் அவளிடமிருந்தது. உடலின் வெப்பமெல்லாம் கரைந்து பெருந்தூக்கத்தில் லயித்து உறங்கிய வாசி கனவுகளற்ற அந்த இரவை பூர்ணமாய் அனுபவித்தான்.

காலையில் விழித்துக் கொண்டபோது வாசியின் உடலெங்கும் பூக்கள் ஒரு பெரும் வனமென விரிந்து கிடந்தன. அன்சாரி வந்துதான் எழுப்பினான். இருவரும் சேர்ந்து சுனைக்குக் குளிக்கக் கிளம்பினார்கள். அதிகாலைக் குளிரில் கொஞ்சம் கட்டஞ்சாயாவோடு வீட்டின் பின் வாசலில் ஒரு சாய்வு நாற்காலியில் அமர்ந்திருந்த ஜமீனின் பொண்டாட்டி அவனைப் பார்த்ததும் உற்சாகமானதொரு புன்னகையைப் பகிர்ந்து கொண்டாள். பதிலுக்கு வாசியும் சிரித்தான். அன்சாரிக்கு ஆச்சர்யமாய் இருந்தது.

“ஏண்டா வந்ததில இருந்து அந்தப் பொம்பள யார்கிட்டயும் மூஞ்சி குடுத்தே பேசல, ஒரு ராத்திரில நீ என்னடா செஞ்சா?..”

வாசி சின்னதாக சிரித்தான். தனது உள்ளங்கையை அன்சாரியின் மூக்கில் வைத்தான். இன்னும் அகலாத பெண் வாசனையோடு இருந்த அந்த உள்ளங்கையின் நறுமணத்தை ஆழமாக உள்ளிழுத்துப் பார்த்த அன்சாரி அது யாருடைய நறுமணம் என்பது புரிய,

“களவாணிப்பலே.... அந்த சிரிக்கிய என்னண்டுறா நோண்டுன?... இன்னும் மீசகூட முளைக்கல... அதுக்குள்ளயும்...”

வாசிக்கு வெட்கமாக இருந்தது. எதற்காக அன்சாரியிடம் சொன்னோமென தோன்றினாலும் ஒரு உறவை பிறிதொருவரிடம் வெளிப்படுத்தும் போதுதான் அந்த சந்தோசம் இரு மடங்காகிறது என்பதால் அப்படிச் சொன்னது அவனுக்குப் பிடித்திருந்தது.

“கையக் குடுறா...” அன்சாரி அடிக்கொருதரம் அவனின் உள்ளங்கையை இழுத்து முகர்ந்து பார்ப்பதும் விடுவதுமாக இருந்தான். வாசிக்கு இந்த ஆர்வமான தொல்லைப் பிடித்து போயிருந்ததால் அவனும் சலிக்காமல் தன் உள்ளங்கையை அவனுக்கு முகரக் கொடுத்தான்.

“மொத சவ்வாரியே பெரிய சவ்வாரி.... எல்லாருக்கும் அமையாதுடா... காட்டுக்காரனுக்கு என்னைக்கும் ஒரு யோகமிருக்கு... தங்கப்பனப் பாரு...”

அன்சாரியின் குரலில் சின்னதொரு ஏக்கமும் இயலாமையும் இருந்தது. இருவரும் சுனையில் இறங்கினார்கள். வாசி தனது முழு உடலையும் நீரில் அமிழ்த்தி மிச்சமிருக்கும் சூடு நீரெங்கும் கரைந்து செல்ல அனுமதித்தான். கண்களை மூடிக்கொண்டபோது அந்தச் சுனையும் ஒரு பூரித்த பெண்ணாகத் தோன்றியது. முதல் தடவையாக இதுமாதிரியாகவெல்லாம் தான் யோசிப்பதாகப் பட்டது அவனுக்கு. பெண்கள் குறித்து முன்னெப்போதும் இப்படியாகவெல்லாம் அவன் யோசித்திருக்கவில்லை.

காலை உணவை முடித்துக் கொண்ட பின் ஜமீன் முந்தையை தினத்தைப் போலவே உற்சாகமாக வேட்டைக்குக் கிளம்பி உட்கார்ந்திருந்தார். முந்தைய தினம் அத்தனை உயிர்கள் கொலை செய்யப்பட்டதில் எந்தக் குற்றவுணர்வும் இல்லாமல் அடுத்த பெருங்கொலைக்குத் தயாராகியிருந்த அவரை என்ன சொல்லித் தவிர்க்கலாமென அன்சாரியும் அவன் வேலையாட்களும் தயங்கிக் கொண்டிருந்தனர். ஜமீன் பொண்டாட்டி முந்தைய தினத்தை விடவும் இறுக்கமான உடையில் கிளம்பியிருந்தாள். சுற்றியிருந்த அத்தனை பேரின் கண்களும் அவளை சில நொடிகள் கவனித்துவிட்டுத் திரும்ப, அவள் எந்தக் கூச்சமோ தயக்கமோ இல்லாமல் வாசியை மட்டுமே பார்த்துக் கொண்டிருந்தாள். அவளது பார்வையிலும் உடலிலும்

வழிந்தோடிய காமத்தை எதிர்கொள்ள முடியாமல் வாசி அங்கிருந்து நகர்ந்து போய்விட்டான்.

"ஏய் என்னய்யா அன்சாரி, வேட்டைக்குப் போறமா இல்லையா?"

ஜமீனின் குரல் முந்தைய இரவு களியாட்டத்தால் கட்டையாகிப் போயிருந்ததில் அவர் பேசியது தகரத்தில் தேய்த்தது போலிருந்தது. அன்சாரி சொல்வதா வேண்டாமாவென தயங்கியவனாய், "இல்லிங்கய்யா, நேத்துதான் அம்புட்டு பெரிய வேட்ட நடந்திருக்கு, உடனே இன்னைக்கும் போனா நல்லா இருக்காது. எல்லாத்துக்கும் ஒரு வரமொற இருக்கு."

ஜமீனின் முகம் இறுக்கமானது.

"என்னய்யா வரமொற?... வருசத்துக்கு ஒரு நாலு நாள் வந்து இங்க இருக்கறோம்... அதுக்குமா வரமொற... அதெல்லாம் போகலாம்... சீக்கிரமா கிளம்புங்க."

ஜமீன் அதற்கு மேல் காத்திருக்க வேண்டாமென வேகமாகப் போய் முன்னாலிருந்த ஜீப்பில் உட்கார்ந்து கொண்டார். வேறு வழியில்லாமல் எல்லோரும் பொருட்களை ஏற்றிக் கொண்டு கிளம்பினார்கள். ஜமீனின் மகள்கள் அவர் இருக்கும் வண்டியில் ஏறி அவருக்குப் பக்கத்தில் உட்கார்ந்து கொள்ள, ஜமீனின் பொண்டாட்டி மட்டும் வாசி ஏறிய ஜீப்பில் அவனுக்குப் பக்கத்தில் போய் உட்கார்ந்து கொண்டாள். எல்லோரும் ஆச்சர்யமாகப் பார்க்க, வாசி கூச்சத்தில் நெளிந்தான். இருளில் இது மாதிரியான கூச்சங்கள் தேவையில்லாமலிருந்தது. வெளிச்சத்தில் ஒரு பெண்ணின் அருகாமையை இயல்பாக எடுத்துக் கொள்கிறவனாய் அவனில்லை. முந்தைய இரவு அவள் உடலிலிருந்து கசிந்த அதே வாசனை ஜீப் முழுக்க நிறைந்து வழிய கைகளை சிரமங்கொண்டு கட்டுப்படுத்தியவனாய் வாசி உட்கார்ந்திருந்தான்.

முந்தைய தினம் போன திசையிலில்லாமல் மேல்நாயக்கன் பட்டியையும் தாண்டி காட்டின் மேற்கு எல்லை நோக்கி வண்டிகள் போயின.

"அடுத்தடுத்து பெரிய வேட்டைன்னா பளியங்கள பகைச்சுக்கிட்ட மாதிரி ஆயிரும். இவுக எல்லைக்கு வெளில போயிட்டம்னா கொஞ்சம் பிரச்சனை இல்ல..." அன்சாரி ஜமீனின் மனம் கோணாமலும் அதே சமயத்தில் உள்ளூர் ஆட்களைப் பகைத்துக் கொள்ள முடியாமலும் பேசினான்.

"அதுக்காக எம்புட்டு தூரம்யா போறது?... இன்னைக்கு ஒருநாள் போகட்டும். நாளைக்கு இங்கப் பக்கத்துலயே எடத்தப்பாரு." தனக்காக இதைக்கூட செய்யமாட்டானா என்கிற ஏமாற்றம் அவரின் குரலில்.

வேனிற்காலம் முடியப் போகிற நாட்கள் என்பதால் காட்டில் நீர் ஊற்றுகள் எல்லாம் கொஞ்சம் கொஞ்சமாய் வற்றத் துவங்கியிருந்தன. பெருங்கோடையில் சில சமயம் வனம் கொழுந்துவிட்டு எரிவதுண்டு, அப்படியான ஒரு கோடையை எதிர்கொள்ளப் போவதற்கான எல்லா அறிகுறிகளையும் வனம் இந்த முறை வெளிப்படுத்தியபடியிருந்தது.

தமிழ்நாட்டு வனப்பிரிவின் எல்லைக்கும் கேரள எல்லைக்கும் நடுவிலான இடத்தைதான் அன்றைய தினம் வேட்டைக்காக அன்சாரி யோசித்திருந்தான். தங்கப்பன் இருந்திருந்தால் சில விசயங்களை அவனது கட்டுக்குள் வைத்திருப்பான். இந்தக் காட்டை அவனளவிற்குப் புரிந்து கொண்ட கருமாண்டிகள் ஒருவரும் இல்லை. இன்று அவனில்லாததால் முற்றிலும் தான் பலவீனப்பட்டிருப்பதை அன்சாரி உணர்ந்தான். காட்டிலாகா அதிகாரிகள் செல்வதற்காகப் போடப்பட்டிருந்த மண் பாதையில் வண்டிகள் நிறுத்தப்பட்டு தங்களின் பொருட்களோடு ஆட்கள் மட்டும் இறங்கிச் சென்றனர். பூசைக்கென இன்று பளியனையும் கூப்பிடவில்லை. சில சடங்குகள் முதல் முறை மட்டுந்தான் தேவையே தவிர, ஒவ்வொரு முறைக்குமல்ல.

காலையில் துடைத்து எடுத்து வைத்த தனது துப்பாக்கியுடன் ஜமீன் முன்னால் நடக்க, அவரின் மூத்த மகள் மட்டும் பின்னால் வாசியுடன் நடந்து வரும் அம்மாவை வியப்புடன் பார்த்தபடி போனாள். வனம் ரகசியங்கள் நிறைந்த பெரும் சத்தங்களால் அவர்களை தனக்குள் இழுத்துக் கொண்டிருந்தது. முந்தைய இரவின் பனியில் நனைந்திருந்த செடிகள் இன்னும் ஈரம் உதிர்க்காமலிருந்தன. செடிகளை மிதித்து அவர்கள் நடப்பது, தாவரங்களின் குரல்வளையில் மிதிப்பது போன்ற ஒலியை எழுப்பிக் கொண்டிருந்தது. ஜமீனுக்கு ஈடு கொடுத்து அன்சாரி வேகமாக நடந்தான். அவர்கள் இருந்த இடத்திலிருந்து சில மைல் தொலைவில் காட்டுக் காணி மக்களின் குடில் உள்ளது. அது கேரளா எல்லைக்குள் போகுமென்பதால் அன்சாரி ஜமீனை மீண்டும் கிழக்குப் பக்கமாகவே திருப்ப நினைத்தான்.

“இப்பிடி குறுக்குல எறங்கினம்னா பெரிய பள்ளம் இருக்கு, வேட்டையாடறதுக்கு நல்ல எடம்...”

“ம்ம்ம்... முன்னால போ...”

ஜமீன் அவன் வார்த்தைகளை சட்டை செய்யவில்லை.

அன்சாரி பின்னால் திரும்பிப் பார்த்தான்.

“தாயோளி நம்ம இந்தாளு பின்னால நாய் மாதிரி சுத்திக்கிருந்தா, இவனப் பாரு கெழவியப் பிடிச்சு உருவிட்டு இருக்கான்...”

மனசுக்குள்ளாக நினைத்துக் கொண்டு, “ஏலே வாசி...” சத்தமாகக் கூப்பிட்டான்.

வாசி யாராவது கூப்பிட்டால் தப்பித்து ஓடிவிடலாமென காத்திருந்தவன் பதறியடித்து ஓடிவந்தான்.

“எம்புட்டு நேரந்தாண்டா அந்தக் கெழவி உன்னயப் போட்டுத் தடவிக்கிருப்பா...” அன்சாரிக்கு எரிச்சலாக இருந்தது...

“நீ முன்னால நடந்து இந்தக் கேனக்கூதியானுக்கு வழி காட்டு, நான் பின்னால ஆளுகளோட வர்றேன்...”

“சரிண்ணே...”

வாசி ஜமீனைத் தாண்டி வேகமாக முன்னால் நடந்தான். அவன் நடக்க நடக்க புது உற்சாகத்திற்கு செல்வதும், ஜமீனும் மற்றவர்களும் சோர்ந்து போவதுமாய் இருந்தனர். ஜமீன் கண் காது மூக்கு என எல்லாவற்றின் வழியாகவும் சுவாசித்துக் கொண்டிருந்தார். ஒரு தற்காலிகமான இடத்தைப் பிடித்துவிட்ட வாசி, கொண்டு வந்த பொருட்களை அங்கு வைக்கச் சொன்னான். வியர்த்துக் களைத்திருந்ததில் எல்லோருமே கொஞ்சம் உட்காரலாமென நினைத்தனர். நிற்கவும் முடியாமல் உட்காரவும் முடியாமல் ஜமீனுக்கு மேல்மூச்சு, கீழ்மூச்சு வாங்கியது. உடல் நனைய தண்ணீரைக் குடித்தவர் திரும்பி பின்னால் மெதுவாக நடந்து வந்து கொண்டிருந்த தன் பொண்டாட்டியைப் பார்த்தார். விட்டால் இப்படியே தப்பித்து ஓடிவிடலாமென்கிற அளவிற்கு அவள் முகம் வாடிப்போயிருந்தது.

ஜமீன் ஆட்கள் போதுமான அளவு ரவைகளை எடுத்துக் கொண்டு வந்திருந்தனர். நேற்றைப் போல் பெரிய கூட்டம் இல்லாததால் சலசலப்பும் இல்லாமலிருந்தது. வேட்டைக்குப் போக ஒரு சின்னக் குழு மட்டும் தயாரானது. மற்றவர்கள் அங்கேயே உட்கார்ந்து விட்டனர். அவர்கள் உட்கார்ந்த நேரத்தில் வாசி நான்கு திசைகளிலும் கொஞ்ச தூரம் போய்ப் பார்த்துவிட்டு வந்தான். காட்டின் திசையில் மிருகங்களின் தடம் கண்டுவரச் சென்று திரும்பிய அவன் அவர்கள் முகாமிட்டிருந்த இடத்திலிருந்து தென்மேற்குத் திசையைக் காட்டினான். கோடையை நெருங்கிக் கொண்டிருப்பதால் காற்றின் வேகம் கொஞ்சம் மட்டுப்பட்டதாகவே இருந்தது. காட்டை ஆழ்ந்து பார்ப்பதற்கு கண்கள் மட்டும் போதாது, அறிவும் வேண்டும். அனேக மர்மங்கள் முடிச்சுகளாக கிளைத்திருக்கும். வாசியின் கண்கள் அவனது அத்தனை புலன்களுடனும் நெருக்கமான தொடர்பு கொண்டவை. வனத்தை கூர்ந்து பார்க்க பழகியவனுக்கு மொத்த உடலாலும் பார்க்கும் திறனுண்டு.

அவன் திரும்பி வந்து திசை சொல்ல, ஒரு சின்ன குழுவாக ஆட்கள் வேட்டைக்கு ஆயுதங்களுடன் கிளம்பினர். மலை அதன் அடிவாரத்தின் சுவடும் உயரத்தின் சுவடும் எதுவெனப் பிரித்துப் பார்க்க முடியாது

சேர்ந்திருக்கும் ஒரு அகால வெளி நோக்கி இவர்களை வரவேற்று நின்றது. முந்தைய தினத்தைப் போல இன்று வனம் கருணைமிக்கதாய் இருக்கவில்லை. பறவைகள், மிருகங்கள் என அவ்வளவும் வனத்தின் வயிறுக்குள் ஓடிச்சென்று ஒளிந்து கொண்டிருக்க வேண்டும். பெரும் மௌனத்தை விழுங்கிய அழுத்தத்தோடு இருந்த பாதையில் அந்தக் குழு மெதுவாக நகர்ந்து சென்று கொண்டிருந்தது. ஜமீன் தனது இடுங்கிய கண்களால் சுற்றிலும் பார்வையைத் திருப்பி கண்ணில் படும் முதல் மிருகம் எதுவாயினும் சுட்டுவிடும் வெறியோடு நடந்தார். முந்தையை இரவின் கொண்டாட்டமெல்லாம் இப்போது அவரிடமில்லை. வேட்டை என்பது இவர்களுக்கு சில சமயங்களில் பொழுது போக்கு, பலசமயங்களில் கௌரவப் பிரச்சனை. ஊமை வெயிலுக்கு ஒவ்வொருவரின் உடலிலும் வியர்வை கொப்பளித்துக் கொட்டிக் கொண்டிருந்தது. கண்ணில்படும் எதையும் விட்டுவைப்பதாய் இல்லை என்கிற வெறி அவருக்குள். வெக்கை இன்னும் அதை அதிகப்படுத்திக் கொண்டிருந்தது.

ஒரு மரத்தில் அமைதியாக உறங்கிக் கொண்டிருந்த காட்டு அணிலைத்தான் முதலாவதாக அவர் சுட்டது. எல்லோருமே ஆச்சர்யமாய்ப் பார்த்தனர். முந்தைய தினம் மானைத் தவிர எதையும் சுடமாட்டேன் என்றவருக்கு என்ன ஆகிப்போனது? எல்லோரும் அவரை அச்சத்துடனேயே பின் தொடர்ந்தனர். இத்தனை தூரம் அலைந்ததில் தான் அவமானப்படுத்தப்பட்டதாக அவர் நினைத்திருக்கலாம். காட்டு அணிலைத் தொடர்ந்து ஒரு பன்றியைச் சுட்டார். அது செத்தபின்புமே கூட தொடர்ந்து இரண்டு மூன்று முறை அதன் உடலில் சுட்டார். அந்த இடம் முழுக்க கசிந்த ரத்தத்தின் சூட்டில் கொஞ்சம் ஆறுதலானபின் அங்கிருந்து நகர்ந்தபடியே ஒவ்வொரு மரத்தையும் கவனமாகக் கடந்து போனார். அன்சாரிக்கு அவருடன் நடக்கப் பிடிக்கவில்லை. அவனோடு வாசியும் இன்னும் சிலரும் ஜமீனைத் தொடர்ந்து சென்றனர்.

காட்டு அணில், பன்றி, காட்டுக் கோழி இதிலெல்லாம் அவருக்கு பெரிய விருப்பமில்லை. மான்களைத்தான் நிறைய சுடவேண்டுமென விரும்பினார். ஆனால் ஒரு மான்கூட கண்ணில் படுவதாய் இல்லை.

“ஒன்னுக்குமத்த எடத்துக்கு கூட்டிக்கிட்டு வந்திட்டியேடா அன்சாரி...”

ஜமீனின் குரலும் முகமும் இறுகிப் போயிருந்ததால் ஒவ்வொரு வார்த்தையையும் யோசித்தே அன்சாரி பேசினான்.

“அப்டி எல்லாம் இல்லைங்கய்யா... இந்த எடம் பாக்கறதுக்குத்தான் இப்பிடி இருக்கும். கொஞ்ச நேரம் பொறுத்துப் பாருங்க , மானும்

கருமந்தியும் நம்மளச் சுத்தி திரியும்... பன்னிக வேற இந்தப் பக்கம் அதிகம்...”

ஜமீனுக்கு அவன் வாக்குறுதிகளில் நம்பிக்கையில்லை. அவர் திரும்பி வாசியைப் பார்க்க, அவன் இவரைப் பொருட்படுத்தாமல் கண்களை கவனமாக காட்டின் திசை முழுக்க சுழலவிட்டான். முடிந்த வரையிலும் ஒரு சின்ன காட்டுக் கோழியைக் கூட அன்றைய தினம் சாகவிட்டுவிடக் கூடாதென்கிற தவிப்பு அவனுக்கு. யாருக்கும் எந்தப் பதிலும் சொல்லாமல் நடந்தவன் அவர்கள் கிளம்பிய இடத்தின் எதிர்முனைக்கு அவர்களைக் கூட்டி வந்திருந்தான். ஜமீனுக்கு அவன் மேல் சின்ன சந்தேகம் கூட வந்தது, இந்தக் காட்டை நன்றாக தெரிந்து வைத்திருப்பவன் இவன் மட்டுந்தான். தன்னை வேண்டுமென்றே இப்படி அலையவிடுகிறானோ என யோசித்தவர் மூச்சு வாங்கியபடியே ஒரு பெரும் மரத்தடியில் உட்கார்ந்து கொண்டார். களைப்பில் அதிகமும் யோசிக்க முடியவில்லை.

இவ்வளவு நேரத்திற்குப் பின்னும் தன்னால் இன்னும் ஒரு மானைச் சுடமுடியவில்லை என்பதை அவரால் செரித்துக் கொள்ளமுடியவில்லை. போடிமெட்டுக்குச் செல்லும் பாதையிலிருந்த சின்ன சுனைக்கருகில் உட்கார்ந்திருந்தார்கள். தண்ணீர் குடித்துவிட்டு சற்று ஓய்வெடுக்கலாமென நினைத்து மரத்தில் சாய்ந்து ஜமீன் உட்கார்ந்தார். அவரின் வேலையாள்தான் முதலில் ஒரு மானைப் பார்த்தான்.

“ஐயா ஐயா அங்க பாருங்க நல்லா கொழு கொழுன்னு ஒரு மானு...” எல்லோரும் அந்த திசையில் திரும்ப, ஜமீன் களைப்பையும் மீறி உடனடியாக தயாராகிவிட்டார். இந்த நொடிக்காகவே அந்த பகல் முழுக்க காத்திருந்தது போல் அவரது முகத்தில் அப்படியொரு பரவசம். துப்பாக்கியை எடுத்து மானைக் குறி பார்த்தார். கண்கள் இடுங்கி அவரின் பார்வைக் குறி நூறு சதவிகிதம் மிகச் சரியாக மானின் வயிற்றிலிருந்தது. அவர்கள் இருந்த இடத்திலிருந்து இருநூறு அடி தள்ளி அந்த மான் நின்றது. அதைப் பார்க்கும் ஒருவருக்கும் அதை சுடத் தோன்றாது. அத்தனை பரிதாபகரமாயிருந்த மானின் மீது எந்தவிதமான இரக்கத்தையும் காட்ட அவர் தயாராக இல்லை. வாசி அவசரமாய் ஜமீனின் துப்பாக்கியை மறித்தான். “அய்யா அதச் சுடாதிய... அது செனையா இருக்கு. எந்த நிமிசத்துலயும் குட்டி ஈனும்... விட்டிருங்க...” ஜமீனுக்கு எரிச்சலானது. எப்படித் தன் துப்பாக்கியை மறைத்துப் பிடிக்கும் துணிச்சல் வந்தது அவனுக்கு.

“உனக்கு எப்டிடாத் தெரியும் அது செனையா இருக்குன்னு?...” அவர் உறுமினார்.

“நல்லா பாருங்க அடிவயிறு கனத்து இறங்கிப் போச்சு... சொன்னாக் கேளுங்க...” ஜமீன் அதைக் கேட்கும் மனநிலையில் இல்லை. செனையாய் இருக்கும் எந்த மிருகத்தையும் சுடக்கூடாது. முக்கியமாய் பெண் மிருகங்களை சுடக்கூடாது என்பதே வேட்டையாடுகிறவனுக்கு பொதுவான விதி. ஆனால் மனிதர்களுக்குத்தான் இந்த விதிகளெல்லாம். இந்த ஜமீனை மாதிரியான நாட்டு விலங்குகளுக்கு இந்த விதிகள் எதுவும் பொருந்துவதில்லை.

“அது செனையா இருக்கா இல்லையான்னு சுட்டதுக்குப் பெறகு பாத்துக்கலாம்....”

அந்த மானை இழக்க விரும்பாத அவருக்கு, காலையிலிருந்து மான் எதையும் சுடாததால் தனது வீரம் குறித்து தன் குடும்பம் என்ன நினைக்குமென்கிற தவிப்பு. குறியை மாற்றாமல் மானை நோக்கி சுட்டார். முதல் குண்டு வெடித்து அதிர்ந்து மானின் கழுத்தில் பட்டது, தாமதிக்காமல் விசையை இழுத்து இரண்டாவது முறையும் சுட்டார். இரண்டாவது குண்டு அதன் வயிற்றில் பட மான் சுருண்டு விழுந்தது. சுற்றி இருந்த எல்லோருமே அதை வேட்டை என்பதையும் மீறி படுகொலையாகத்தான் பார்த்தனர். வாசி உச்சபட்சமான கோவத்தில் வேகமாக அவரைக் கடந்து ஓடியவன் ஒரு நொடி நின்று திரும்பி,

“யோவ் உங்களுக்கெல்லாம் என்ன சொன்னாலும் புத்தி வராதா.. ச்சை..”

காறித் துப்பிவிட்டு வேகமாக ஓடினான். மான் இன்னும் துடித்துக் கொண்டிருந்தது. அவனிடமிருந்து அப்படியான கோவத்தைப் எதிர்பார்த்திராத ஜமீனும் அவரின் ஆட்களும் அவனுக்குப் பின்னாலேயே ஓடினார்கள். சுடப்பட்ட மான் தனது கடைசி நிமிடங்களை கண்களை சுழலவிட்டு சுற்றிலும் பார்த்துக் கொள்ள முயன்று தோற்றுக் கொண்டிருந்தது. வாசிக்கு துடிக்கும் அதன் குரல்வளையையும், வயிற்றையும் பார்த்து தொண்டைக்குழி இறங்கிக் கொள்ள, அவசரமாய் தனது இடுப்பிலிருந்து கத்தியை உருவி மானின் வயிற்றை அறுத்தான். வயிற்றுத் தோல் கிழிய கிழிய உள்ளிருந்து குட்டிக் கால்கள் எட்டிப் பார்க்கத் துவங்கின. பின்னால் ஓடிவந்த ஜமீனும் ஆட்களும் உயிருடன் குட்டிக் கால்கள் வெளிவருவதைப் பார்த்து வெளிறிப் போய் நின்றனர். மொத்தமாக வாசி அதன் வயிற்றைக் கிழிக்க அந்தக் மான் குட்டி மெதுவாக வெளியில் வந்தது. தான் பார்த்த புதிய உலகில் மெதுவாக ஒவ்வொரு எட்டாக வைத்து நடந்த அந்த மான் குட்டி எந்தத் திசையில் நடப்பதெனத் தெரியாமல் எல்லாப் பக்கமும் சுற்றி சுற்றி நடந்து விழுந்தது. சுற்றி இருந்த ஒருவராலும் அங்கு நடந்து கொண்டிருப்பதை நம்ப முடியவில்லை. ஜமீனுக்கு தன்னை மீறி கண்ணீர் பெருகியது. வாழ்க்கையில்

சிரிப்பையும் சந்தோசத்தையும் தவிர்த்து எதையும் பார்த்திடாத அந்த மனிதர் சத்தமாக ஓலமிட்டடார். அது வெறும் அழுகையோ அரற்றலோ இல்லை. மனம் குமுறி கத்தினார். கொல்லப்பட்ட மிருகங்களின் மரண ஓலத்தை ஒத்திருந்த அவரின் அரற்றல் மொத்த வனத்திலும் எதிரொலித்தது. கையிலிருந்த துப்பாக்கி முன்னெப்போதையும் விட கனத்தது, தன் தொண்டைக்குழிக்குள் தோட்டாக்கள் இறங்கியது போல் வேதனை. எல்லோரும் பேச்சற்றுப் போய் பார்த்துக் கொண்டிருக்கும் போதே துப்பாக்கியை அப்படியே போட்டுவிட்டு ஓடினார். ஜமீன் ஆட்கள் அவரை நிறுத்தவும் முடியாமல் கூப்பிடவும் முடியாமல் விக்கித்துப் போய் நின்றனர். இங்கும் அங்குமாய் நடக்கத் திணறிய மான்குட்டியை எல்லோரும் ஏக்கத்தோடு பார்த்தனர். தன்னைச் சுற்றியிருந்த மனிதர்களைக் சகித்துக்கொள்ள முடியாத எரிச்சலோடு மான் குட்டியைத் தூக்கிக் கொண்டு வாசி தன் குடிசையை நோக்கி வேகமாக நடந்தான்.

5

பளியக்குடிக்கும் தனக்கும் சம்பந்தமே இல்லை என்பது போல் பிரிந்திருந்த வாசி மான்குட்டியை வளர்க்கத் துவங்கியபின் அதிகமும் பளியக்குடி பக்கமாகவே சுற்றத் துவங்கினான். சடாரென அவன் உடலிலும் மனதிலும் ஒரு பெரிய மனிதத்தனம் வந்துவிட்டிருந்தது அவனுக்கே அந்நியமானதாக இருந்தாலும் அவனையும் மீறி அவனுக்குள் அது நிகழ்ந்துவிட்டிருந்தது. எல்லோரும் அவனது வரவை சந்தோசமாக ஏற்றுக் கொண்டு விட்டனர். தொலைந்து போன குட்டிப் பறவையொன்று மீண்டும் கூடு வந்து சேர்ந்த சந்தோசம். கட்டையனோடுதான் அதிகம் சுற்றினான். பளியக்குடிக்குத் திரும்பிய பின் காட்டின் இன்னொரு முகத்தை தெரிந்து கொண்டதாய் உணர்ந்தான். தன்னை முழுமையான பளியனாய், சடையனின் மகனாய் நினைத்து பெருமிதம் கொண்டான். எல்லா மிருகங்களும் தம் இனத்தோடு சேர்ந்திருக்கும் போதுதான் வலிமையானதாக இருக்கின்றன. தானும் இப்போது அப்படியானதொரு வலிமையை அடைந்துவிட்டதான உணர்வு அவனுக்கு.

மான்குட்டி பளியகுடிக்கும், தங்கப்பனின் குடிசைக்குமாய் ஓடிக்கொண்டிருந்தது. பூசணிக்கு அந்தக் குட்டியைப் பார்க்க சந்தோசமாக இருந்தாலும் அது யாருமற்ற அனாதையாய் தன்னை உணரக்கூடுமென நினைத்தவர்

“ஏலே உன் கிறுக்குத்தனதுக்கு ஒரு அளவு இல்லையா? இதக் கொண்டுபோயி காட்டுல விடுறா...”

என சொல்லிப் பார்த்தார்.

“இல்ல பாட்டா, கொஞ்ச நாளைக்கு இத நானே வளக்குறேன். மனுசங்க கிட்ட இருக்க எல்லா சூது வாதையும் கத்துக் குடுத்து வளத்துப் பாப்போம் என்ன நடக்குதுன்னு..”

பூசணி சிரித்தார்.

“எல்லா மிருகத்துக்கும் சூது வாது தெரியும். காட்டுக்குள்ள தன் இனத்தோட இருக்கப்பதாண்டா எந்த மிருகமும் காட்ட முழுசா தெரிஞ்சிக்கிரும்...”

வாசி சமாதானமாகவில்லை. அந்த மான்குட்டியை ரொம்பவே விரும்பினான். குட்டிக் கால்களால் அது அங்கும் இங்குமாய் தாவிக் குதித்து ஓடுவதைப் பார்க்க அவனுக்கு பேரானந்தமாய் இருந்தது. அதனால் பளியக்குடிக்கு தூக்கி வருவதைத் தவிர்த்துவிட்டு குடிசையிலேயே வளர்த்தான். மாரியின் குடிசைக்குப் பின்னாலேயே சின்னதொரு கூண்டு செய்து அதில் கொஞ்சம் இலைகளையும் கொடிகளையும் போட்டு மான்குட்டி படுத்துக் கொள்ள ஏதுவாய் வைத்திருந்தான். மாரிக்கு அவனைப் பார்க்க ஆச்சர்யமாயிருந்தது. எல்லாவற்றுக்கும் பயந்து நடுங்கி தன்னை ஒளித்துக் கொள்கிறவனாய் இருந்தவன் இப்படி மாறியிருக்கிறானே என.

அத்தனை நாட்களும் அவளுடலை அந்நியமானதாய்ப் பார்த்திராததால் அவளோடு உறங்கவும் ஒரே குடிசையில் இருக்கவும் வாசிக்கு எந்த சங்கடமும் இருந்ததில்லை. ஆனால் தான் ஆணென்பதை ஒரு பெண் அவனுக்கு உணர்த்திய நாளுக்குப் பின் தன்னுடலின் ஒவ்வொரு செல்லிலும் இதற்கு முன்னில்லாத ஒன்றை உணர்ந்து கொண்டவனால் இயல்பாக மாரியிடம் முன்னைப்போல் நெருங்க முடியவில்லை. ஏதோவொருவிதமான தயக்கம் அவன் முன்னால் சிரித்து விளையாடியது. குடிசைக்குள் தூங்குவதை நிறுத்திவிட்டு வாசி மலைப் பொடவிற்குப் போனான். பளியக்குடி ஆட்கள் படுக்கும் பாறையைப் போலவே அவனது குடிசைக்குப் பக்கத்திலேயே தவசி பாறையும் இருக்கிறது. பல நூற்றாண்டுகளுக்கு முன் அவனது பாட்டனின் பாட்டன் தீட்டிய ஓவியங்கள் அந்தப் பொடவில் அனேகமுண்டு.

பகல் நேரத்தில் இப்போதெல்லாம் அதிகமும் அந்த பாறையைச் சுற்றியே கழிக்கிறான். அந்த ஓவியத்திலிருந்த உருவங்களுக்கு எல்லாம் தன்னை அடையாளம் தெரிந்திருக்குமென உறுதியாக நம்பினான். அதனாலேயே நள்ளிரவு வரை விழித்துக் கிடந்து அந்த பாறையில் உறங்குவது ரொம்பவே பிடித்துப் போயிருந்தது அவனுக்கு.

“ஏண்டா இப்பிடி ஆயிட்ட?... ஒருத்திக்கு மூணு பேரு இருக்கோம்... ஆத்தான்னு... ஏன் யார்கிட்டயும் ஒட்டாம திரியிற?...”:

மாரிக்கு, தங்களிடமிருந்து வாசி ஒரு இடைவெளியை எதிர்பார்த்திருக்கிறானோ என பயம். ஆனால் வாசிக்கு அப்படியில்லை. செல்லாயியிடம் இல்லாத அன்பும், நேசமும் மாரியிடமும், சகாய ராணியிடமும் அவனுக்கு உண்டு. இன்னும் சொல்லப் போனால் அந்த நேசம் தான் இன்னும் அவனை தங்கப்பனோடு இருக்க வைத்திருந்தது.

“ஒங்கள விட்டுட்டு நான் எங்க போயிரப் போறேன்... என்னவோ பொடவுல படுத்துக்கறது பிடிச்சிருக்குத்தா... ஆத்தாவோட வயித்துக்குள்ள பத்திரமா படுத்துக்கற மாதிரி இருக்கு... அதான் அங்க போறேன்...”

மாரிக்கு சமாதானமாகவில்லை.

“சரி இருந்துட்டுப் போகட்டும். ரெண்டு நா, அங்க படு, ரெண்டு நா இங்க படு... ஒரேயடியா போயிட்டா என்னண்டோ இருக்குடா... சாமத்துல நீ இருக்கியா இருக்கியான்னு எந்திரிச்சு எந்திரிச்சுப் பாத்துட்டு இருக்கேன்...”

வாசிக்கு அவளின் தாய்மை எத்தனை வீர்யமானது என்பது புரியும். எந்த அளவுக்கு அவள் வலிமையானவளோ, அவ்வளவு தூரம் நெகிழ்ந்தும் விடுகிறவள். அதனாலேயே சில தினங்கள் அவளோடு இருப்பதும் பிறகு பொடவுக்குப் போவதுமாய் இருந்தான்.

செல்லாயி தங்கப்பனை அப்பாவாக்கி இருந்தாள். வாழ்க்கையில் அத்தனை வருட அலைச்சலும் அர்த்தமாகிவிட்டதில் தங்கப்பன் பூரித்துப் போனான். ஒரு குழந்தை எத்தனை பெரிய தவம். இத்தனை வயதிற்குப் பின் எத்தனையோ பெண்களின் உடல் தெரிந்தும் ஒரு குழந்தை கிடைத்திடாத அவனுக்கு அந்தக் குழந்தைதான் வரம். பெண் குழந்தையென்கிற எந்த தயக்கமோ வருத்தமோ அவனிடமோ இல்லை. சுத்தமான வேட்டைக்காரனுக்குப் பிறந்தவள் அந்தக் குட்டி வேட்டைக்காரி. வேட்டையாடவென்றே வளர்க்க வேண்டும். அந்தக் குழந்தையை சுற்றி சுற்றி வருவதிலேயே அத்தனை சந்தோசம் தங்கப்பனுக்கு. ஒரு குழந்தையின் புன்னகையைப் பார்த்துக்

கொண்டிருப்பது இத்தனை சந்தோசமா என அவனே ஆச்சர்யப்பட்டான். எத்தனையோ மிருகங்களைக் கொன்ற மனிதனல்ல அவன் இப்போது; ஒரு குழந்தையால் ஆசீர்வதிக்கப்பட்ட தகப்பன். தங்கப்பன் மொத்தமும் ஒடுங்கி குடிசையே கதியென சுற்றிக் கொண்டிருந்தான். ஜமீனுடன் அவனிருந்த இரவில் வாசி வந்து சொன்னபின் கிளம்பி குடிசைக்கு வந்த போது அவனது மூத்த மனைவிகள் இரண்டு பேரும் செல்லாயியின் குடிசைக்கு வெளியிலேயே அவள் போடும் அரற்றலைக் கேட்டபடி தவிப்போடு உட்கார்ந்திருந்தனர்.

"கேணச் சிறுக்கி, இப்போதான் நீ எங்களோட இருக்கயில்ல. அப்பறம் என்ன பளியச் சடங்கு, மொற எல்லாம்.... நாங்க பாத்துக்கறம்டி..."

மாரி எவ்வளவோ கெஞ்சிப் பார்த்தும் செல்லாயி இறங்கி வருவதாய் இல்லை. என்ன ஆனாலும் இந்த விசயத்தில் தானொரு பளிச்சியாய் மட்டுமே இருக்க வேண்டுமென உறுதியாய் இருந்தாள்.

"இல்லக்கா, ஒவ்வொரு பளிச்சியும் அவ பிரசவத்துல பிள்ளையோட சேந்து அவளும் புதுசா பொறக்கறா... அதனால இத மட்டும் நான் யாருக்காகவும் விட்டுக் கொடுக்கறதா இல்ல.."

தங்கப்பன் குடிசைக்கு வந்த நேரம், மூன்றாம் ஜாமத்தை நெருங்கியிருந்தது, மாரி மட்டும் தான் தூங்காமல் குடிசை வாசலிலேயே சாய்ந்து கிடந்தாள். பளிச்சிக்கு தன் பிள்ளை வெளியேறும் நேரம் காலம் எல்லாம் தெரியும். அவள் உடல் அந்த வனத்தோடும் அந்த வனத்தின் மேலிருக்கும் வானத்தோடும், நட்சத்திரங்களோடும் நெருங்கிய தொடர்பு கொண்டது. நட்சத்திரங்கள் தான் பிள்ளைகளாக பிறக்கிறார்களென்கிற நம்பிக்கை அவர்களுக்குண்டு. அதிகாலையிலேயே பிள்ளையைப் பெற்றுப் போட ஒவ்வொரு பளிச்சியும் விரும்புவாள். செல்லாயி அந்த அதிகாலையில் செவ்வானம் பளீரிடத் துவங்கிய நிமிடத்தில் பெரும் அரற்றலோடு குழந்தையை ஈன்றெடுத்தாள். அப்போதே களைப்பில் பாதி மயக்கம். சத்தம் கேட்டு தங்கப்பனுக்கும் மாரிக்கும் தாங்க முடியாத சந்தோசம். ஆனாலும் இருவரும் உள்ளே போகவில்லை. தங்கப்பன் மட்டும் உள்ளேயே பார்த்துக் கொண்டிருந்தான். பெட்ரோமாக்ஸ் வெளிச்சம் குடிசை முழுக்க நிறைந்திருந்தது. குழந்தையைப் பார்த்தான். நெளுநெளுவென முயல்குட்டியைப் போல் அவளுக்குப் பக்கத்தில் கிடந்தது. அத்தனை மயக்கத்திலும் வேதனையிலும் கவனமாக புது பன்னை அரிவாளால் செல்லாயி தொப்புள் கொடியை அறுத்தெடுத்துக் கொண்டிருந்தாள்..... உடல் வேதனையில் வதங்கியது.

"அக்கா..."

அவள் கூப்பிடும் சத்தம் எங்கோ நட்சத்திர வெளிக்கு அப்பாலிருந்து கூப்பிடுவது போல் அவ்வளவு சன்னமாய் இருந்தாலும் வேகமாக மாரி குடிசைக்குள் ஓடினாள்.

“வலிக்கிதுக்கா... கொஞ்சம் சுடுதண்ணி போட்டுக் குடுக்கா....”

மாரிக்கு தன்னை ஒரு வழியாய் உள்ளே கூப்பிட்டுவிட்டாளென சந்தோசம்.

வேகமாக ஓடிப்போய் அடுப்பைப் பற்ற வைத்தாள். பின்னிரவில் களைத்து உறங்கிப் போன சகாயராணியும் குழந்தையின் முதல் அழுகை சத்தம் கேட்டு உற்சாகமாய் எழுந்துவிட்டாள். வேதனையில் தன்னுடலை சுத்தம் செய்ய செல்லாயி இரண்டு பேரையும் அனுமதித்தாள். மாரிக்கு செல்லாயியைத் தொட பூரிப்பாய் இருந்தது. இன்னொரு முறை அம்மாவாகி இருக்கிறாள். இந்தக் கணம் எத்தனை உன்னதமானது. ஆசையோடு அவளின் நெற்றியில் முத்தமிட்டாள். உடலை வதைக்கும் அந்த வேதனையில் மாரியின் அந்த முத்தம் செல்லாயிக்கு அத்தனை ஆறுதலாய் இருந்தது. தன் தாய்மையை அங்கீகரிக்கும் எல்லோரையும் ஒரு பெண் அதீதமாய் நேசிக்கத்தான் செய்வாள். செல்லாயிக்கு முன்னெப்போதையும் விட மாரியை அன்று பிடித்திருந்தது.

6

வனம் தன்னை கட்டற்ற வன்மத்திற்கு உடபடுத்தி கொள்வதற்காகவே எல்லோரையும் அனுமதித்துவிட்டதாக சடையன் நினைத்தான். எல்லோரையும் அனுமதிப்பதன் மூலம் தன்னுடலை சிதைத்துக் கொள்வதை அது விரும்புகிறதோவென சந்தேகம். ஒவ்வொரு மரத்திடமும் பேசினான்.

“பட்டாம்பூச்சிய எல்லாம் துரத்து, துரத்து, ஏன் துரத்த மாட்டேங்கற?. காடு பூரம் ஆளுக, எல்லாத்தையும் கொடஞ்சு கொடஞ்சு பாக்கறாங்க, போச்சு. இனிமே உன்னய மிச்சம் வைக்கமாட்டாங்க... போ... சீக்கிரம் பட்டாம் பூச்சிய எல்லாம் துரத்து.”

அவன் குரலுக்கு மிருகங்களைப் போல் மரங்கள் பதில் சொல்வதாய் இல்லை. மிருகங்கள் அவன் பேசாமலேயே அவன் நினைப்பதை உணர்ந்து கொள்ளக்கூடியவனாய் இருந்தன. அவன் எவ்வளவு முயன்றும் தன் மனதில் நினைப்பதை மரங்களுக்குப் புரிய வைக்க முடியவில்லை. அந்த மரங்களின் வீழ்ச்சியில் தான் தங்களின் பெரும் செல்வங்களிருப்பதை சமவெளியில் இருக்கும்

பெரியாட்கள் அவ்வளவு பேரும் புரிந்து கொண்டுவிட்டதால் அவற்றை அழிப்பதை தங்களின் குலக் கடமையாய்ச் செய்தனர். கஞ்சாத் தோட்ட வேலைகளுக்காக வந்து குடிசை போட்டவர்கள் கொஞ்சம் கொஞ் சமாய் காட்டிலேயே நிரந்தரமாக தங்குவதை விரும்பினர். மலைக்கு அந்தப் பக்கமிருந்து வந்த மலையாளிகளின் குடிசை ஒரு பக்கமும், தேனி, பெரியகுளத்துப் பக்கத்து கிராமத்திலிருந்து வந்த கூலிக்காரர்கள் கொஞ்சபேர் இன்னொரு பக்கமுமாய் அந்தக் காட்டின் முதல் வந்தேறிகளாய் ஆகிப்போனதை சடையன் அச்சத்தோடு பார்த்துக் கொண்டிருந்தான்.

“எத்தன பேருக்குத்தான் நீ சோறு போடுவ...”

காட்டிடம் கேட்டுக் கேட்டு தவித்துப் போனான்.

அவனது அத்தனை தவிப்பையும் மௌனத்தோடு கேட்டுக் கொண்ட வனம் எந்தப் பதிலும் தனக்கும் தெரியாதென்கிற இயலாமையோடு அமைதியாய் இருந்தது.

சடையனுக்கு பளியக்குடி மேல்தான் பரிதாபமெல்லாம். தினை மாவையும், தேனையும் தின்று வாழ்ந்து பழகிவிட்ட பளியனுக்கு காட்டுக்குள் எல்லாவிதமான காய்கறிகளும் வந்தது கொஞ்சம் சந்தோசமாக இருந்ததில், விளையும் இடமெல்லாம் அவர்களிடமிருந்து அபகரிக்கப்பட்டது என்பதை புரிந்து கொள்ள முடியவில்லை. அன்றாட வாழ்க்கைத் தேவைகளை பூர்த்தி செய்ய வேண்டிய நிர்ப்பந்தங்களுக்கு அவர்கள் மாறிக் கொண்டிருந்ததுதான் அவர்களின் வாழ்வில் முன்னெப்போதும் நிகழ்ந்திராத அவலம். கஞ்சாத் தோட்டத்திற்கு வேலைக்கு போவதை யாரும் இப்போது குற்றவுணர்ச்சியோடு பார்ப்பதில்லை. மிக எளிய தேவைகளுக்காக தங்களின் பூர்விகத்தை மறக்க அவர்கள் தயாராகியிருந்தார்கள்.

பளியக்குடி பக்கமாய் நடமாடத் துவங்கியிருந்த வாசியின் நடவடிக்கைகளை சடையன் யாருக்கும் தெரியாதபடி ஆர்வத்துடன் கவனித்துக் கொண்டிருந்தான். தனக்காகத்தான் அவன் இங்கயேயே சுற்றுகிறான் என்பது தெரிந்தாலும் அவனை நெருங்கிச் செல்ல சடையன் விரும்பவில்லை. இன்னும் அவனொரு முழுமையான பளியனில்லை. இந்தக் காட்டின் ஆன்மாவைப் புரிந்து கொண்ட வாசியை பனியனாகப் பார்க்க நினைத்தான். அதனாலேயே அவனிடமிருந்து விலகியிருந்தான். அவன் தன் மகனிடம் பேச நினைத்ததை எல்லாம் அந்தக் காட்டின் பறவைகள், மிருகங்கள் அவ்வளவிடமும் பேசிக் கொண்டிருந்ததை பறந்த வானத்தைத் தவிர ஒருவரும் பார்த்திருக்கவில்லை. மான்குட்டியை வாசி கையாளும் விதம் இவனுக்குப் பிடித்திருந்தது. முன்னங்கால்களைப் பிடித்து

லாவகமாகத் தூக்கவும், அது சரியானபடி நடக்கக் கற்றுத் தரவும் வாசி எப்படிக் கற்றுக் கொண்டான்? எந்தவொரு மிருகத்தையும் அதன் தாயிடமிருந்தும் இனக்கூட்டத்திடமிருந்தும் பிரித்து வளர்ப்பதென்பது அத்தனை எளிய காரியமல்ல. வாசி அந்தக் குட்டியை அது மான் தான் என்பதை மறந்துவிடாதபடியும் அது வளர்ந்து கொண்டிருக்கும் சூழலைப் புரிய வைத்தபடியுமாய் வளர்த்துக் கொண்டிருந்தான்.

பின்னால் வரும் எல்லாவற்றையும் கண்டு சொல்லும் ஒருவன் ஒவ்வொரு இனக்குழுவிலும் எல்லாக் காலத்திலும் இருக்கவே செய்கிறான், காலமும் வாழ்க்கையும் அது மாதிரியானவர்களைத் தின்று செரித்துவிடுகிறது. சடையன் எதிர்காலத்தைக் கண்டு சொல்வதற்காகவே பளிச்சியால் அனுப்பப்பட்டவன். அவன் சொல்வதையும் சொல்ல முயல்வதையும் கொஞ்சமாவது புரிந்து கொள்வது பூசணி மட்டுந்தான். அவன் உறங்கும் நேரம் தெரிந்த ஒரே ஆள் அவர் மட்டுந்தான். ஆனால் அவர் யாரிடமும் அதைப் பற்றிப் பேசியதும் இல்லை. பளியக்குடியில் எல்லோரும் சடையன் உறங்குவதே இல்லை என்றுதான் நம்பினர். ஒவ்வொருவரின் பார்வையிலும் அவன் ஒவ்வொரு விதமானவனாய் வாழ்ந்து கொண்டிருந்தான்.

பளியக்குடியில் எல்லோருக்குமே வாசியைப் பிடித்திருந்தது, இயல்பாகவே அவன் காட்டுக்காரனாய் இருந்தான். ஒரே சமயத்தில் ஒரு வேட்டைக்காரனின் அருகிலிருந்து வனத்தை பார்ப்பதும், இன்னொரு பக்கம் காட்டை நேசித்துப் பாதுகாக்கும் ஒரு பழங்குடியாகவும் இருந்து இருவேறான உலகம் தன் முன்னே இருப்பதைப் புரிந்து கொண்டிருந்ததோடு அதை தனது மனவெளியில் சமநிலைக்குக் கொண்டு வரத் தெரிந்தவனாகவும் இருந்தான். பதினாறு வயதைத் தாண்டும் முன்பாகவே பளியக்குடிப் பையன்கள் கல்யாணம் முடித்துக் கொண்டு குடும்பஸ்தன்களாகி விடுவார்கள். வாசி பதினாறைத் தாண்டி விட்டான், இன்னும் அவனுக்கு அதுமாதிரியான எண்ணம் எதுவும் வந்திருக்கவில்லையா என பளியக்குடி பெண்கள் ரகசியமாக அவனை நோட்டமிட்டுப் பார்த்தனர். சிறுமிகளென்றும், பெரிய பெண்களென்றும் பிரித்துப் பார்க்க முடியாத சில பெண்கள் சிலர் அந்தக் குடியில் இருந்தனர். எல்லோருக்குமே வாசியைப் பிடித்திருந்தது. அவன் சரியென்று சொன்னால் எல்லோருமே ஒரே நேரத்தில் அவனுக்கு வாக்கப் பட்டுக் கொள்ளவும் தயாராய்த்தான் இருந்தார்கள். இதெல்லாம் ஒரு மாதிரியான கிறுக்குத்தனம் தான். யாராவது ஒருவரின் மேல் ஒட்டுமொத்தமாக எல்லோருமே அன்பு வைப்பது. அவன் பளியக்குடி பெண்களின் பெருமூச்சுகளை எல்லாம் உணர்ந்தும் காட்டிக்கொள்ளாதவனாகவே இருந்தான்.

என்னதான் தப்பிக்க முயன்றாலும் நிச்சயமாய் வாசியால் இந்த

பளியக்குடியின் பிணைப்பிலிருந்து விலகிவிட முடியாதென பூசணி தெளிவாகவே புரிந்து கொண்டிருந்தார். நிச்சயமாக இங்கிருக்கும் பளிச்சி ஒருத்திதான் அவனோடு குடும்பம் நடத்த முடியும். அவள் யாரென்பதை எல்லோருடனும் சேர்ந்து பூசணியும் ரகசியமாகத் தேடிக் கொண்டிருந்தார்.

காட்டுக்குள் தொலைந்து போன ஜமீனை ஒருவரும் அதன் பிறகு பார்த்திருக்கவில்லை. அடுத்த நாளோ, அதற்கடுத்த நாளோ அவர் திரும்பி விடக்கூடுமென்றுதான் எல்லோரும் நினைத்திருந்தனர். நாட்கள் கடந்ததேயன்றி அவர் திரும்பிவரவில்லை. ஒரு பிற்பகல் யானைக்கூட்டம் ஒன்று மூர்க்கத்தோடு காட்டிலிருந்து இறங்கி மொக்கநிலை எல்லை வரைக்கும் போய் வந்தது. எல்லோருக்கும் அந்த நாள் அச்சமான ஒன்றாக மாறி இருந்ததோடு, தொலைந்து போன ஜமீனை யானைக்கூட்டத்துடன் பார்த்ததாய் இடையன் ஒருவன் சொன்னதை யாராலும் நம்ப முடியவில்லை. ஜமீன் எப்படி இன்னும் உயிரோடு இருக்க முடியுமென எல்லோரும் நினைத்தனர். அதன்பிறகு ஊர்க்காரர்கள் சிலரும் பார்த்த பின்புதான் அது உண்மையென்று நம்பினர்.

ஜமீனின் குடும்பம் கிளம்பிப் போன போது கொடுவிலார்பட்டி ஊர் முழுக்க தாங்க முடியாத வேதனையிலிருந்தது. யாரும் எதிர்பார்த்திராதபடி நிகழ்ந்துவிட்ட அந்தத் துயரை எப்படி அந்தக் குடும்பத்தால் தாங்கிக் கொள்ள முடியும். தொலைந்து போன ஒரு மனிதன் திரும்பி வருவானா மாட்டானா என்பது தெரியாமலேயே அவர்கள் கிளம்பிச் சென்றனர். ஜமீனின் மனைவிக்கு உடல் முழுக்க குற்றவுணர்ச்சி, முந்தைய இரவு தான் அப்படி நடந்து கொண்டதனால் தான் இப்படி எல்லாம் நடந்திருக்கிறதோவென நினைத்து அழுதாள். எப்படி ஒரு மனிதனுக்கு இப்படி நிகழ முடியும். வேட்டைக்குச் சென்றவன் தன்னையே வேட்டையாடிக் கொண்டது போலாகிவிட்டது. ஊரே பார்க்க கொண்டாட்டத்தோடு வந்த அந்தக் குடும்பம் கண்ணீரோடு செல்வதை ஒருவராலும் சகித்துக் கொள்ள முடியவில்லை. மூன்று நாட்களாக இரவும் பகலுமாய் காட்டின் மூலை முடுக்கெல்லாம் அன்சாரி ஆள் வைத்து தேடிப் பார்த்துவிட்டான்; தொலைந்து போன ஜமீன் கிடைப்பதற்கான எந்த அறிகுறிகளும் இல்லை. வாசி தான் வேதனையோடு சொன்னான் :

“தொலஞ்சு போனா தேடிக் கண்டுபிடிக்கலாம். ஒளிஞ்சிக்கிட்டவன எப்படிக் கண்டுபிடிக்கிறது?... அவரால இனி இந்தக் காட்டத் தாண்டிப் போக முடியாது. எல்லா உசுருக்கும் வலிக்கும் அதுக்கும் ஆத்மா இருக்கும்னு அவருக்கு இப்போ புரிஞ்சிருக்கும்...”

அன்சாரி பதில் சொல்லவில்லை. ஜமீனை மீட்டுக் கொடுக்கவே

நினைத்தான். வாசியின் மீது ஏற்கனவே கோவத்திலிருந்த தங்கப்பன் இவ்வளவுக்கும் அவனே காரணமென்று நினைத்தான். ஏதோவொரு வகையில் தன்னைத் தொடர்ந்து வாசி அவமானப்படுத்துவதாக நினைத்தான். அவனது இருப்பு தங்கப்பனுக்கு மாபெரும் ஒவ்வாமையாகவே இருந்தது. அவனை முற்றிலுமாக விலக்கி வைத்துவிட முடிவெடுத்தவன் மாரிக்காக மட்டும்தான் யோசித்துக் கொண்டிருந்தான். நிச்சயமாக அவள் ஒத்துக் கொள்ள மாட்டாள். தேவைப்பட்டால் அவளையும் சேர்த்து அனுப்பி விடலாமென வாசியின் மீதிருந்த வெறுப்பு அவனை நேசிக்கிறவர்களையும் சேர்த்து விலக்கி வைக்கத் தூண்டியது. வெறுப்பு ஒரு மாபெரும் நாக்கு, யாரோ ஒருவரின் மீது ஒருமுறை சுழன்று திரும்பிவிட்டால் பின்பு ஒருபோதும் அவரை விடுவதில்லை. வாசி தங்கப்பனை ஒருவகையில் கடந்து போகக்கூடியவனாய் மாறிப்போயிருந்தான். காடு தங்கப்பனுக்குத் தெரிந்ததை விடவும் பிரம்மாண்டமானதெனத் தோன்றியது. அதன் ரகசியங்கள் நிலையானவை அல்ல, ஒவ்வொரு காலகட்டத்திற்கும் மாறக்கூடியவை. மாறிக் கொண்டிருக்கும் எல்லாவற்றையும் தங்கப்பனை விடவும் தான் புரிந்து கொள்ளமுடியுமென்பது அவனது அசைக்க முடியாத நம்பிக்கை. யாரிடமும் யாசகம் கேட்டு நிற்காத வாழ்வைத் தந்ததோடு எல்லாவற்றையும் கட்டிக் காக்கும் திராணியையும் காடு அவனுக்குத் தந்திருக்கிறது. வாசி காட்டாளன், வேட்டைக்காரன், காட்டின் சகலமும் தெரிந்த கானகன்.

பெருங்காலம் - 3 : கோடை காலம்

கடுங்கோடையின் வறண்ட கனவுகளும்,
வாழ்விற்கான சில முன் தயாரிப்புகளும்

1

பருவ காலங்கள் மாறுவதைப் பறவைகள்தான் முதலில் மனிதர்களுக்கு உணர்த்துகின்றன. கோடை துவங்குவதற்கு சில நாட்களுக்கு முன் சாம்பல் நிறப் பறவைகள் சில வனத்தின் மேற்கு வானம் நோக்கி பறந்து சென்றன. நாணற்காடு உலர்ந்து சாயத்துவங்கிய நாளில் அகமலை முழுவதிலும் வெக்கை நிரம்பித் ததும்பியது. மிருகங்கள் இடம் பெயரும் பருவம் இது. நீருக்காகவும் உணவுக்காகவும் மனிதனைப் போல் அவையும் ஒரு இடத்திலிருந்து இன்னொரு இடத்திற்கென மாறும் இந்த வழக்கமான காலம் இத்தனை வருடங்களாய் குழப்பமில்லாமல் இருந்தது. இந்த முறை அப்படியில்லை. நள்ளிரவில் நீரருந்த முடியா விலங்குகள் ஆங்காரத்தோடு ஓலமிடுவதை காட்டிலிருந்த பளியர்களும், காட்டு நாயக்கர்களும் தினமும் கேட்பது வழக்கமாகிவிட்டது. சித்திரை மாதம் நெருங்கி வருவதால் பளியர்கள் யாரும் சொல்லிக் கொள்ளாமலேயே பளிச்சி பூசைக்கு த் தயாராகிவிட்டனர். இந்த முறை எல்லோரிடமும் கொஞ்சம் துட்டு சேர்ந்திருக்கிறது, அதனால் முன்னெப்போதையும் விட சிறப்பாக செய்ய

நினைத்தனர். திரும்பிய எல்லோரிடமும் கஞ்சாக் காட்டுக்காசு. அவர்களிடமிருக்கும் பணத்தைப் போல் பல்லாயிரம் மடங்கு காட்டுக்கார முதலாளியிடம் சேர்ந்தது. முன்னெப்போதும் பணம் வைத்து வாழப் பழகியிராத பளிகனுக்கு பணம் புதுவகையான போதை. டிராக்டரும், ரேடியோக்களும் அவர்கள் பார்க்காத அனேக விசயங்களை அவர்களிடம் கொண்டு வந்து சேர்த்திருந்தன. ஆனாலும் காட்டின் மீதான அச்சம் முழுமையாய் விலகியிருக்கவில்லை. தாங்கள் ஏதோவொரு வகையில் பளிச்சிக்கு துரோகம் செய்துவிட்டதால் நிச்சயம் தங்களின் மீது அவள் கோவமிருக்குமென நம்பினர். பளிச்சி பூசை நல்லபடியாய் முடிந்தால்தான் காட்டின் கோவம் அடங்கும்.

காட்டுக்குள் சடையன் மிருகங்களோடு பேசிக் கொள்வது அதிகமாயிருந்தது. தன் அப்பனின் தடத்தைத் தொடர்ந்து செல்கிறவனாய் வாசி மாறிப்போனான். தான் கற்றுக் கொள்ள நினைக்கும் அந்த வனத்தின் மொத்த ரகசியங்களையும் அப்பனிடமிருந்தே தெரிந்து கொள்ள முடியுமென உறுதியாக நம்பினான். அந்தக் காட்டின் ஆன்மா எதுவென்று சடையனுக்கு மட்டுந்தான் தெரிந்திருந்தது. தங்கப்பனால் எந்தவொன்றையும் வேட்டையாட முடியும். எதற்குள்ளும் ஊடறுத்துச் செல்ல முடியும். ஆனால் எதன் ஆத்மாவோடும் உரையாட முடியாது. அது சடையனால் மட்டுமே முடியும். அந்த ஆன்மாவை தரிசிக்கவே வாசியும் விரும்பினான். வேட்டையாடுதல் என்னும் சாகசத்தை விரும்புகிறவனாய் தன்னை பொருத்தி பார்த்துக் கொள்ள முடியவில்லை. மிருகங்களின் சமிக்ஞைகளுக்கு இவனும் பழகிவிட்டதால் காட்டில் அவனுக்குப் பாதை பற்றிய அச்சங்கள் முன்னைப் போல் இப்போது இருப்பதில்லை.

கஞ்சாத் தோட்டம் அந்த மலையின் முக்கியத்துவத்தை முன்னைவிடவும் அதிகமாக்கியதில் பருத்திப் போடுக்கு மேல் புதிதாக இன்னொரு கஞ்சாத் தோட்டம் போட வேலையைத் துவக்கினார்கள். ஏற்கனவே குரங்காற்றையும் அதைச் சுற்றியிருந்த சின்ன சின்ன சுனைகளையும் முதலில் தோட்டம் போட்ட தேனிக்கார முதலாளி ஆக்கிரமித்துக் கொண்டிருந்தார். பருத்திப்போட்டில் சுனைகள் அதிகமென்பதால் கோடைகாலத்தில் இடம் பெயரும் யானைகள் பெரும்பாலும் அந்தப் பகுதியில்தான் தஞ்சமடையும். அந்த இடத்தை ஆக்கிரமித்துத்தான் புதிய தோட்டம் வளர்ந்து கொண்டிருந்தது. நடந்து செல்லும் ஒற்றையடிப் பாதையாய் இருந்த தடத்தை கொஞ்சம் கொஞ்சமாய் அகலமாக்கி டிராக்டர் போகுமளவிற்கு மாற்றியிருந்தனர். புதிதாகக் காட்டு வேலைகளுக்கென்று உசிலம்பட்டியைச் சுற்றியிருந்த கிராமங்களிலிருந்து குடும்பம் குடும்பமாய் ஆட்களும் வந்து குடிசை போட்டனர். தங்களின் குடிசைகளுக்குப் பக்கத்திலேயே நல்ல ஈர மண் இருந்ததால் அவர்கள் செய்த முதல் காரியம் பக்கத்திலேயே

மொச்சை செடிகளை விதைத்தது தான். வேகமாக அங்கு ஒரு கிராமம் உருவாவதை அவ்வப்போது காட்டுக்குள் வந்து போகும் கரண்டுக்காரர்களும், ஃபாரஸ்ட் ஆட்களும் ஆச்சர்யத்துடன் பார்த்து விட்டுச் சென்றனர்.

புதிய தோட்டம் உருவான சில நாட்களிலேயே யானைகளின் வருகை கொஞ்சம் கொஞ்சமாய் அந்தப் பகுதியில் அதிகமாகியது. தங்களின் வழக்கமான இடத்தில் தங்களுக்கு சம்பந்தமில்லாதவர்கள் இருப்பதைக் கண்டு குழம்பிப் போன யானைகள் முதலில் அச்சத்துடன் விலகிச் சென்றன. யானை வருவது தெரிந்ததும் வானில் வெடிகளை எறிந்து அவற்றைத் துரத்துவதை எளிய காரியமென மக்கள் செய்து கொண்டிருந்தனர். பின்பு சில நாட்கள் யானைகள் வராமல் இருந்தன. ஆனால் அந்தக் கோடை எல்லோரையும் சம அளவில் கவனிக்குமளவிற்கு இரக்கம் கொண்டதாய் இல்லை. சுனைகளும் ஆறுகளும் வேகமாக வற்றிப் போனதால் வெறி கொண்ட யானைகள் அடுத்த முறை ரௌத்ரத்தோடு பருத்திப்போட்டுக்குள் இறங்கின. இக்கட்டில் மாட்டிக் கொள்ளும் முயல்கூட புலியைக் கடிக்க முயற்சி செய்யும், எனில் வெறி கொண்ட யானைகள் சாகும் வரை போராடாமல் என்ன செய்யும்?

யானைகளைத் துரத்துவது ஒன்னும் சிரமமான காரியமில்லை என நினைத்திருந்த ஆட்களுக்கு தாங்கள் எதிர்கொண்டிருப்பது ஒரு மிருகத்தின் கோவத்தை அல்ல, இந்தக் காட்டின் கோவத்தை என்பது புரியத் துவங்கியதும் அங்கிருந்து தப்பித்து ஓடவே நினைத்தனர். முதலாளிகளிடம் அவர்கள் வாங்கிய கடன் அந்த மலையைத் தாண்ட அனுமதிக்கவில்லை. இப்போது யானைகள் தங்களின் இஷ்டம் போல் வரத் துவங்கின. கோடையில் நீர் வற்றும் போது மிருகங்கள் இப்படி வெறிகொள்வது இயல்புதான். கண்ணுக்கெட்டிய தூரம் வரை இருந்த அத்தனை சுனைகளையும் ஊற்றுகளையும் ஆட்கள் ஆக்கிரமிக்கத் துவங்கியதால் வந்த வினை அவ்வளவும். பருத்திப் போட்டில் யானைகள் இறங்குவது வழக்கந்தான், ஆனால் இத்தனை வெறியோடு இந்த முறை இறங்கியிருப்பதைக் கவனிக்கையில் ஏதோ பெருங்கோவத்துடன் அவைகள் கிளம்பியிருப்பது தெரிந்தது. மெதுவாக வளரத் துவங்கியிருந்த கஞ்சாச் செடிகளுக்குள் யானைகள் புகுந்து சென்றதில் அந்த முதலாளிகளுக்கு பெரும் இழப்பு. அவர்களும் வெடி போட்டுத் துரத்தியும், துப்பாக்கியால் சுட்டும் பார்த்துவிட்டனர். யானைகளின் மூர்க்கத்திற்கு முன்னால் எதுவும் நிற்கவில்லை. எதிரில் படும் எல்லாவற்றையும் சிதைத்து சின்னாபின்னமாக்கும் வெறி கொண்டு யானைகள் சுற்றித் திரிந்தன.

யானைகள் வயல்களுக்குள்ளும், ஊருக்குள்ளும் இறங்குவதை சடையன் நல்ல சகுனமாய்ப் பார்த்தான். எல்லா மிருகங்களுக்கும்

தெரியும் இந்தக் காடு யாருக்கானதென. அதனால் பளியனுக்கு ஒருநாளும் பிரச்சனையில்லை. புதிதாக வந்தேறிய அத்தனை பேரையும் எச்சரிக்கை செய்வது போலிருந்தது வனத்தின் ரௌத்ரம். சடையன் உற்சாகமாக யானைகளின் தடம் தேடி சுற்றிக் கொண்டிருந்தான். அவை இறங்கி சின்னாபின்னப் படுத்திய கஞ்சாத் தோட்டத்திற்குள் உற்சாகமாக அவன் ஓடிவருவதைப் பார்க்கும் கூலியாட்கள் சமயங்களில் யானைகளை இப்படி ஏவிவிடுவது இவனாகத்தான் இருக்குமோ என அஞ்சினர். சிலர் அவனைக் கிறுக்கன் என்று சொல்லிக் கொண்டாலும் அவன் வார்த்தைக்கு எல்லா மிருகங்களும் கட்டுப்படுமென்பது ஒரு சுவாரஸ்யமான ரகசியமாக அங்கிருந்து எல்லோருக்கும் தெரிந்திருந்தது. வாசிக்கு சடையனைப் புரிந்து கொள்ள முடியவில்லை. அவன் எங்கெல்லாம் போகிறான், எப்போது தூங்குவான் என்பது எதுவும் தெரியாமலிருந்தது. பூசணியிடம் எது கேட்டாலும் குறிப்புகளாக சில வார்த்தைகளை மட்டுமே சொல்லுவார்.

“பாட்டா... அய்யா ஏன் இப்பிடியே சுத்திக்கிருக்கு... எல்லாரும் அதுக்கு புத்திசுவாதினம் இல்லைன்னு சொல்றாக.... புத்திசுவாதினம் இல்லாதவன் எப்பிடி சீவராசிக கூட எல்லாம் பேச முடியும்...?”

பூசணி சிரித்தார்.

“மனுசனத் தவிர யார்கிட்டப் பேசினாலும் புத்தி சுவாதினம் இல்லாதவன்னுதான் மனுஷங்க நெனைக்கிறாங்க... உங்க அய்யா ஞானம் உள்ளவன். இந்தப் பளியக்குடிக்கு அவந்தாண்டா இன்னைக்கு வழிகாட்டி...”

“அப்பறம் ஏன் யாரும் அவர இங்கயே தங்க வைக்க மாட்டேங்கறீங்க?...”

பூசணி அவனைக் கவனமாக பார்த்தார்.

“குடிசைல ஒடுங்கிப் படுக்கற ஆளாடா சடையன். அவன் உடம்புக்குள்ள இந்தக் காடு இருக்கு... அவன் தூங்கினா காடும் தூங்கிடும்....”

கூடு சேர்ந்து தாய்ப்பறவையுடன் ஒண்டிக்கொள்ளத் துடிக்கும் சின்னப் பறவையைப்போல் வாசியின் முகமெங்கும் பரவிக்கிடந்தது தவிப்பு. பூசணி அவன் மனம் விட்டுப் போகக் கூடாதென நினைத்தவராய் “பளியன் குடிசைக்குள்ளயே ஒடுங்கிக் கிடந்தா காடு கைய விட்டுப் போயிரும். இந்தக் காட்ட சுத்திக்கிட்டே இருக்கனும். அது கூட பேசிக்கிட்டே இருக்கனும். இந்தத் தலமுறைல அப்பிடி காட்டோட பேசிக்கிட்டு இருக்க பளிச்சியா பாத்து அனுப்புனது உங்க அப்பன...”

வாசி சமாதானமாகவில்லை.

“இத்தன பேர்ல பளிச்சிக்கு வேற யாரும் கிடைக்கலையா? எங்க அய்யாதான் கிடைச்சாரா?”

அவனைச் சமாதானப் படுத்த முடியாதென்பதைப் புரிந்து கொண்ட பூசணி, “மொத உங்க ஆத்தாவ நீ பளியக்குடிக்கு மீட்டு வர முடியுமான்னு பாரு... அப்பறம் உங்க அய்யனப் பத்திப் பேசுவோம்.”

வாசிக்கு அதற்கு மேல் பேச வார்த்தைகள் எழவில்லை. அத்தனை நாட்களும் அவனுக்கு அந்த விசயம் தோன்றவில்லை. அவரின் முகத்தைப் பார்க்க முடியாமல் எழுந்து நின்றான்.

“எங்கய்யா போற?...”

“குடிசைக்குப் போறேன்....”

பூசணி சிரித்தார்.

“இந்தக் குடியில இருக்க எல்லாக் குடிசையும் உன் குடிசதான்....”

வாசி மறுத்து தலையசைத்தான்.

“எங்க ஆத்தா கிட்ட போறேன்....”

தயங்கி தயங்கி நடக்கத் துவங்கினான்.

“உங்க ஆத்தா உனக்கு என்ன செஞ்சிருக்கான்னு இன்னும் அவகூடயே இருக்கனும்னு நெனைக்கிற?... இந்தப் பளியக்குடில இத்தன வருசத்துல உங்க ஆத்தாவ மாதிரி எந்தப் பொம்பளையும் நடந்துக்கிட்டதில்ல. ஆனா உனக்கு அவதேன் முக்கியம் இல்ல...”

பூசணியின் வார்த்தைகள் இறுக இறுக, பதில் சொல்ல முடியாமல் வாசி அமைதியாகவே நின்றான்.

“நீ இனிமே இங்கதான் இருக்கனும். அங்க போகாத... உனக்குள்ளயும் வெறி மட்டுந்தான் சேரும். எதையுமே நேசிக்கத் தெரியாமப் போகும்.”

தன்னால் அப்படி ஒரேயடியாக பளியக்குடியில் இருக்க முடியாது, செல்லாயி கூட அவனில்லாமல் இருந்துவிடுவாள். மாரியாலும் சகாய ராணியாலும் இருக்க முடியாது. இவன் இவ்வளவு வளர்ந்த பின்னும் கூட ஒரு சிறுவனைப் பார்த்துக் கொள்கிற மாதிரிதான் மாரி இவனைப் பார்த்துக் கொள்கிறாள். வாசிக்கும் அவள் அருகாமை பிடித்திருந்தது. வளர்ந்துவிட்டதில் கூச்சமிருந்தாலும் அவளோடு இருப்பதற்குத்தான் விரும்பினான். ஆனாலும் பூசணியை காயப்படுத்த விரும்பாமல்,

“சரி பாட்டா கொஞ்ச நாள் போகட்டும். நான் இங்கயே வந்து இருந்துக்கறேன்...”

பூசணிக்கு அவன் வார்த்தைகளில் பெரிதாக நம்பிக்கையில்லாமல் போனாலும் இந்தக் குடியின் மேல் வாசிக்கு இருக்கும் பாசமும், அப்பனைப் புரிந்து கொள்ளத் துடிக்கிற தவிப்பும் அவனை எப்படியும்

இங்கு கொண்டு வந்து சேர்க்குமென நம்பினார்.

சடையன் ஒரு பிற்பகலில் யானைக்கூட்டத்தை அடையாளம் கண்டு கொண்டான். அந்தக் காட்டில் நிறைய யானைக் கூட்டங்களிருந்தாலும் இந்த கூட்டத்தின் மூர்க்கம் அவற்றின் உடலில் தெரிவதை சடையன் கவனித்தான். நிச்சயமாக இந்த யானைகள்தான் தங்களின் இழப்பிற்கு வஞ்சம் தீர்த்துக் கொண்டிருக்க வேண்டும்.

“பளிச்சி எறங்கியிருக்கா... பளிச்சி எறங்கியிருக்கா.. இனிமே இந்தக் காட்டுக்குள்ள யாரையும் விடமாட்டா...”

அவன் உற்சாகமாக அந்த யானைக் கூட்டத்தை நோக்கி ஓடினான். நாணற் புல்லை ஒடித்துத் தின்று கொண்டிருந்த யானைகளில் ஒன்று இவனைத் திரும்பிப் பார்த்தது. இவன் அதே வேகத்தில் யானையை நோக்கி ஓடிக் கொண்டிருக்க மூர்க்கமாக ஒருமுறை பிளிறியது. சற்றுத் தூரத்திலேயே நின்று விட்டவன் அந்த யானையையே பார்த்தான். அது வேகமாக எதிர்த்திசையில் நடக்க, அதனுடன் இருந்த மற்ற யானைகளும் அதன் பின்னாலேயே சென்றன. சடையனும் யானைகளுக்குப் பின்னாலேயே ஓடினான். ஆனாலும் யானைகளை நெருங்க முடியவில்லை.

“இது பளிச்சியேதான்.... பளிச்சியேதான்...”

இந்தக் காட்டிற்கு இனி எந்தப் பிரச்சனையுமில்லை என தனக்குத் தானே சமாதானம் சொல்லிக் கொண்டவன் பளியக்குடி பக்கமாய் ஓடிவந்தான். ஒரு பாறைப் பிளவில் நீண்ட நாட்களாய் எடுக்காமலிருக்கும் தேன் கூட்டின் நினைவு வர பாறைப் பக்கமாக ஓடினான். வழியில் தேடிப்பிடித்து மூங்கில் கொம்பு ஒன்றை உடைத்து எடுத்துக் கொண்டான். வாசிக்கு கொடுக்க வேண்டும். சடையன் அவனுக்கு எதுவுமே கொடுத்ததில்லை. தனக்கிருக்கும் தவிப்பு அவனுக்கும் இருக்கிறது என்பது தெரிந்திருந்தாலும் அவனை நெருங்கத் தயங்கினான். தனது அருகாமை வாசியையும் அலைக்கழித்துவிடுமோ என்கிற அச்சம். சாதாரண ஒரு பளியனாய் சந்தோசமாக அவன் வாழ வேண்டும் என்பதைத்தான் விரும்பினான். இந்த அகமலைக் காடு இருக்கும் காலம் வரையிலும் சடையனின் ஆன்மா இருக்கும். இறந்த பின் தன்னுடலை பறவைகளுக்கு இல்லாமல் மிருகங்களே தின்ன வேண்டுமென விரும்பினான். பறவைகள் ஒரு வகையில் நாடோடிகள். அவற்றுக்கு நிரந்தரமான இடமில்லை. இந்தக் காட்டைச் சேராத ஒருவருக்கு தன்னுடலைத் தர அவனுக்கு விருப்பவில்லை. அவனைத் தின்னும் மிருகம் இந்தக் காட்டில் வாழ வேண்டும். அந்த மிருகத்தின் உடலில் புகுந்து கொண்டபின்னும் தன் ஆன்மா இந்தக் காட்டையே சுற்றிக் கொண்டிருக்க வேண்டுமென விரும்பினான்.

செல்லாயி இன்னொரு குழந்தை பெற்றிருக்கிறாளென்பது

சடையனுக்கும் தெரிந்திருந்தது. ஒரு ராட்சஷனுக்கும் தன் மனைவிக்கும் பிறந்திருக்கும் அந்தக் குழந்தை எப்படியிருக்கிறாளென்பதை பார்க்க வேண்டுமென ஆவலாய் இருந்தான். சில முறை செல்லாயியின் குடிசைப் பக்கமாக சென்று சுற்றிச்சுற்றி வந்தான், ஆனாலும் ஏதோவொருவித அச்சம் காரணமாக குழந்தையைப் பார்க்க முயற்சிக்கவில்லை. ஒரு பின்னிரவில் தன் குடிசைக்குப் பின்னால் மனித அரவம் கேட்டு விழித்துக் கொண்ட செல்லாயி சிம்னி விளக்கை எடுத்துக் கொண்டு வந்தாள். வெளிச்சம் வெளியேறி வருவதைப் பார்த்த சடையன் காட்டை நோக்கி நடந்தான். தூரத்தில் செல்லும் அவனைப் பார்த்ததும் புரிந்து கொண்டவளுக்கு அவளையும் மீறி ஒரு நொடி கண்ணீர் கசிந்தது. “இன்னும் தன்னை எவ்வளவு நேசிக்கிறான். இவனுக்கு யாரையுமே வெறுக்கத் தெரியாது. இவன் ஏன் தன்னை நெருங்காமலேயே இருக்கிறானென” தவிப்போடு நின்று பார்த்தாள். வெளிச்சம் தன்னையே பார்த்துக் கொண்டிருப்பது உணர்ந்து சடையன் திரும்பிப் பார்த்தான். கண்ணீரோடு நின்ற செல்லாயியின் முகம் பார்த்ததும் கோடைகாலத்தின் வெண் பறவைகள் மேற்கிலிருந்து பறந்து வந்த காட்சிகளெல்லாம் நினைவுக்கு வந்தன. அந்த இடத்தை விட்டு தன்னால் ஒரு அடி கூட இனி நகரமுடியாதெனப் புரிந்து கொண்டவன் திரும்பி அவளை நோக்கி ஓடிவந்தான். செல்லாயி சந்தோசமும் ஆச்சர்யமுமாய் நின்று கொண்டிருக்க, பாதி நிலாவை விழுங்கியிருந்த வானம் பிரிந்து கிடந்த இரு உயிர்கள் சேரப்போவதைக் காணும் ஆவலோடு விலகி நிலவுக்கும் வழிவிட்டது. இருவரும் கட்டிக் கொண்டனர். தன் பிடியிலிருந்து செல்லாயி அவனை விடவே இல்லை. கையைப் பிடித்து குடிசைக்குள் கூட்டிச் சென்றாள். தொட்டிலில் தூங்கிக் கொண்டிருந்த பளிச்சியைப் பார்த்த சடையனின் கைகள் அவளைத் தூக்கிக் கொள்ள பரபரத்தன. அவன் கண்களில் தெரிந்த வெளிச்சத்தைக் கவனித்தவள்

“புள்ளயப் பாக்கனுமா?...”

“ம்...”

ஆவலோடு தலையாட்டினான்.

“நான் தூக்கித் தர்றேன்... இரு...”

தொட்டிலுக்குள்ளிருந்து உறங்கிக் கொண்டிருந்த அந்தக் குட்டி தேவதையை துக்கி சடையனின் கையில் கொடுத்தவள்

“நல்ல ஒறக்கத்துல இருக்கா, பாத்துப் பிடி என்னத் தவிர யார் தொட்டாலும் கண்ணு முழிச்சு அழுதிருவா...”

சடையன் லாவகமாக குழந்தையை வாங்கிக் கொண்டான்.

அவன் கண்கள் கலங்கி நின்றன. அந்தக் குழந்தையின் கண்கள், மூக்கு எல்லாமும் செல்லாயினுடையது. மென்மையாக அவளின்

குட்டி கன்னத்தில் முத்தமிட்டான். குடிசைக்கு வெளியே வந்து நட்சத்திரங்களுக்கும் நிலாவிற்கும் குழந்தையைக் காட்டி இது என் குழந்தை எனச் சொல்வது போல் அறிவித்துவிட்டு மீண்டும் செல்லாயிடமே குழந்தையைக் கொடுத்தான்.

குழந்தையைத் தொட்டிலில் போடாமல் மடியிலேயே வைத்துக் கொண்டாள். தொடர்ந்து நிற்பதா வெளியேறிச் செல்வதா என்னும் தயக்கம் அவனிடத்தில்.

"உக்காரு... ஏன் இன்னியாரத்துல இப்பிடி சுத்திக்கிருக்க..."

உட்கார்வது அத்தனை சரியானதில்லை என சடையன் நினைத்தான். ஆனாலும் இத்தனை நாட்களுக்குப் பிறகு அவளின் அருகாமை அவனுக்கு வேண்டியிருந்தது. குடிசயின் ஒரு மூலையில் போய் உட்கார்ந்தான். செல்லாயி சிரித்தாள். நகர்ந்து போய் அவன் பக்கத்தில் உட்கார்ந்தாள். அவன் கேட்காமலேயே அவன் தலையைக் கோதி விட்டாள். சடையன் கண்களை மூடி அவளை அனுமதித்தான்.

"காடெல்லாம் பட்டாம்பூச்சி அதனால எனக்கு தூக்கம் வர மாட்டேங்குது... இதெல்லாம் போகனும்... போனாத்தான் தூங்குவேன்.... எல்லாம் போகனும்..."

"எதுவும் இங்க இருந்து போகாது, நாமதான் இதுகளோடயும் இருந்து வாழப் பழகிக்கனும்..."

சடையன் மறுத்து தலையாட்டினான்.

"நீயும் பெரிய பட்டாம்பூச்சி... நீயும் போயிரு... இந்தக் காட்டுக்கு வராத... போ... போயிரு..."

அவனை சமாதானம் செய்வது அத்தனை எளிதானதில்லை என்பதைப் புரிந்து கொண்டவள்

"சரி உனக்கு என்மேலதான வெறுப்பு, வாசி என்ன செய்வான்... அவங்கூட பேசினா என்ன? உன்னயப் பாக்கனும்னு தான் அவன் குடிக்கு வர்றான்னு எனக்குத் தெரியும்... ஏன் அவங்கிட்ட இருந்து ஓடற..."

சடையன் பூரிப்போடு சிரித்தான்..

"வரனும்... பாட்டாவத் தேடி அவன் வரனும்... என்னயத் தேடி இல்ல.. பளிச்சியத் தேடி... பளிச்சியாட்டாம் இருக்கு அவனுக்குள்ள.. நான் பாத்தேன்.. இந்தக் காடே அதிர அவன் ஆடினத நான் பாத்தேன்... அவன் என்னயத் தேடி வரவேணாம்ஞ் நான் தேடி வர்றேன்..."

செல்லாயிக்கு அவன் பேசுவது புரிந்தும் புரியாமலும் இருந்தது.

அவன் அவளிடமிருந்து விலகி அங்கிருந்து கிளம்ப நினைத்தான். இன்னும் விடியாத அந்தப் பின்னிரவில் அவனை வெளியே அனுப்ப இவள் விரும்பவில்லை. தங்கப்பன் கஞ்சாத்தோட்ட முதலாளியோடு

தேனிக்குப் போயிருக்கிறான். திரும்ப எப்படியும் நாளை பிற்பகல் ஆகிவிடும். அதனால் தைர்யமாகவே இவனைத் தன்னோடு இருக்க வைத்துக் கொள்ளலாம். விளக்கு வெளிச்சத்தைக் குறைத்துவிட்டு குழந்தையைத் தொட்டிலில் போட்டவள் அவன் மடியிலேயே படுத்துக் கொண்டாள். சடையனுக்கு அந்த நொடி தான் மீண்டும் பளியக்குடிக்குள் வந்துவிட்டோமோ எனத் தோன்றியது. ஏன் இவள் இப்படியெல்லாம் செய்கிறாள்?

"நான் உங்கிட்ட வந்திருக்கக் கூடாது... நான் போறேன்... விடு விடு..." சடையன் அழுவது போல் கேட்டான்.

"ஏன் எங்கிட்ட வரக்கூடாது... இப்பவும் நீ என் புருஷந்தான..."

"இல்ல, நான் இல்ல... நான் இல்ல... அவந்தான்..."

அவளைத் தன்னிடமிருந்து விலக்கினான். தன்னுடலில் காட்டுப் புழுக்கள் ஊர்வது போன்ற அருவருப்பில் உடலைத் தேய்த்து விட்டுக் கொண்டான். அவனை வாரி அணைத்துக் கொண்ட செல்லாயி அதற்கும் மேல் அவனை பேச அனுமதிக்கவில்லை. சடையன் அவளுடலில் கரையத் துவங்கினான்.

"என்னய விடு.. நான் போறேன்ஞ் நானும் பட்டாம் பூச்சியா ஆயிருவேன்... விடு..." எனப் புலம்பினான்.

ஆனால் சடையனின் உடலிலிருந்த காட்டிற்கும் ஒரு ஓய்விடம் தேவைப்பட்டது, ஒரு தாய்மை தேவைப்பட்டது. அந்த வனம் விழித்துக் கொள்ள வேண்டுமானால் இவன் களைத்து உறங்க வேண்டும். செல்லாயி அவனை தன்னுடலோடு கூடுமானவரை இறுக்கமாக சேர்த்துக் கொண்டாள். நீண்ட காலத்திற்குப்பின் ஒரு நேர்த்தியான வேட்டைக்காரனாய் அவளுடலில் தனது படகைச் செலுத்த அவனைத் தூண்டினாள். சின்னதாய் பிசிறுகள், மறுதலிப்புகள் எல்லாம் தாண்டி இரண்டு பேரும் ஒரு லயத்திற்கு வந்த போது செல்லாயியின் பெருமூச்சு அந்தக் குடிசை முழுக்க நிறைந்து வழிந்தது.

"நீ எங்க ஓடினாலும்... நா எங்க ஓடினாலும் நாம புருஷம் பொண்டாட்டிதான்... எத்தன வருசமானாலும் நீ என்னயத் தேடி வரனும்... இந்தக் காடு இருக்கற வரைக்கும் நானும் இருக்கனும்... நீயும் இருக்கனும்..."

செல்லாயி எந்தவிதமான பிதற்றலும் இல்லாமல் ஆத்மார்த்தமாக மனதிலிருந்ததை எல்லாம் அவன் காதுக்குள் சொல்லிக் கொண்டிருந்தாள். எப்பவோ இதையெல்லாம் சொல்ல நினைத்தவள் தான். ஆனால் தான் வேட்டைக்குச் செல்வதை நிறுத்தி விடுவானோ என்கிற தயக்கத்தில் தான் சொல்லியிருக்கவில்லை. ஒருத்தி ரெண்டு ஆம்பளைகளின் ஆசை வைப்பது என்ன பெரிய பாவச் செயலா என்ன? அவளுக்கு மனம் கரைந்திருந்தது. தன் மீது எந்தக் குற்றவுணர்ச்சியுமில்லை. இவனும்

அவனும் வேறு வேறானவர்கள் தான், இந்த இருவேறு உலகமும் அவளுக்குப் பிடித்திருந்தது, வேண்டியிருந்தது. பாஞ்சாலி கதை கேட்டு வளர்ந்தவள் தான் அவளும்.

"பாஞ்சாலி அஞ்சு பேருக்கு பொண்டாட்டியா இருந்திருக்க, நான் ரெண்டு பேருக்கு இருக்கக் கூடாதா என்ன?..."

சடையனின் காதில் முனகினாள். அவசரமாய் அவளுடலிருந்து விலகி எழுந்து கூர்மையாக கண்களைப் பார்த்தவன் முன்னை விடவும் இறுக்கமாக அவளைக் கட்டிக் கொண்டான். களைத்து ஒதுங்கிய சடையனின் மார்பில் படுத்துக் கொண்டவள் அவன் முகம் தெளிவாகி இருப்பதைப் பார்த்தாள். கண் மூடிக் கிடந்த சடையன் தலைக்குள் பறவைகள் செவ்வானம் எங்கும் பறந்து கொண்டிருப்பதைப் பார்த்தான். இடைவெளியில்லாமல் எங்கும் பறவைகள். என்னவிதமான உணர்வென்று சொல்லமுடியாத பரவசம். கண்ணைத் திறந்து பார்த்தான். ஒரு மாபெரும் பறவையாய் அவன் மேல் செல்லாயி படுத்துக் கிடந்தாள். சிரித்தான். அவளும் புரிந்து கொண்டு சிரித்தாள். தன் மாரை மறைத்திருந்த துணியை விலக்கி முந்தின இரவு பளிச்சி குடிக்காமல் விட்ட தாய்ப்பாலை அவனுக்கு அருந்தக் கொடுத்தாள். சடையன் இன்னொரு முறை அவளிடமிருந்து பிறக்கட்டும். அவனை தன் வயிற்றுக்குள் மொத்தமாக புதைத்துக் கொள்ள வேண்டும். ஒரு குழந்தையின் ஆர்வத்தோடு குடித்த சடையன் ஆழ்ந்து அவள் மடியிலேயே உறங்கிப் போனான்.

அதிகாலையில் பளிச்சி விழித்துக் கொண்டு அழுதபோதுதான் செல்லாயியும் சடையனும் கண் விழித்தார்கள். எத்தனையோ நாட்களுக்குப் பின் முதல் தடவையாய் செல்லாயிக்கு ஒரு ஆணின் அருகாமை வெட்கப்பட வைத்தது. குழந்தையை தொட்டிலில் இருந்து எடுத்து பாலூட்டியவள் அவனுக்குக் குடிக்க தண்ணீர் கொடுத்தாள். சடையன் எந்தவிதமான உணர்ச்சிகளையும் காட்டிக் கொள்ளாமல் வாங்கிக் குடித்துவிட்டு தனது இடுப்பில் முடிந்து வைத்திருந்ததைப் பிரித்தான். ஏராளமான பறவைகளின் இறகுகள். வெவ்வேறு நிறங்களிலிருந்த அதனை அழகாக அவன் கட்டி ஒரு குட்டி மகுடம் போல் அவளுக்குக் கொடுத்தவன்,

"பளிச்சி தலைல இது இருக்கனும்... அவ இந்தக் காட்டுக்காரி..."

அந்தக் குடிசையிலிருந்து வெளியேறினான். அவன் கொடுத்துவிட்டுப் போன இறகு மகுடத்தையே பார்த்துக் கொண்டிருந்தவள் ஆசையோடு ஒரு முறை அதை பளிச்சியின் தலையில் வைத்து அழகு பார்த்தாள்.

"உனக்கு ரெண்டு அப்பனுங்கடி செல்லக்குட்டி...."

குழந்தை அவள் சொல்வது புரிந்தோ புரியாமலோ சிரித்தது.

2

வாசிக்கு காட்டு வேலைகள் பிடித்திருந்தாலும் மாரியோ சகாய ராணியோ அதைச் செய்ய விடுவதில்லை. செல்லாயி புதிதாக பிறந்த குட்டிப்பாப்பாவைப் பார்த்துக் கொள்வதில்தான் நேரத்தை செலவிட்டாள். என்ன செய்தாலும் நம்பிக்கையான வேட்டைக்காரனாக முடியாது என்பது அவளுக்குக் மட்டுமே தெரிந்திருந்த ரகசிய உண்மை. வாசி இந்தக் காட்டின் மிகச் சிறந்த கருமாண்டியாக மட்டுந்தான் இருக்க முடியும். அவன் வேட்டை மிருகங்களுக்கு எதிரானவனல்ல; மனிதர்களுக்கு எதிரானவன்தான். அவனது அருகாமையை கொஞ்சம் அச்சத்துடன் தான் செல்லாயியும் கவனிக்கத் துவங்கினாள். தங்கப்பனுக்கு வாசியின் மீது வெறுப்பிருந்ததைப் போலவே தங்கப்பன் மீது வாசிக்கும் வெறுப்பிருந்தது. வெறுமனே இரண்டு தனிமனிதர்களுக்கு இடையிலான வெறுப்பில்லை அது, ஆனாலும் முழு மனிதனாக வளர்ந்து நிற்கும் தன் பிள்ளையைப் பார்த்துப் பூரித்துப் போகத்தான் செய்தாள். இந்தக் காட்டை கட்டியாள்வான் என நம்பினாள். எதிரிலிருக்கும்

எவரையும் வசீகரிக்கும் தன்மையிருந்தது அவனிடம். மான்குட்டியை அவன் வளர்க்கும் பார்த்து ஆச்சர்யப்பட்டாள். மான்குட்டி அவனுக்கு அடுத்தபடியாக மாரியிடம் மட்டும் தான் ஒட்டியிருக்கிறது. மான் குட்டி மிக வேகமாக வளர்வது என்பதால் அதை நன்றாக மேயவும் விட வேண்டும். குடிசையிலிருந்து பளியக்குடிக்கான தடத்திற்கு அந்த மான்குட்டியை அவன் பழக்கியிருந்தான். எங்கு சுற்றினாலும் அந்தக் குட்டி மான் பளியக்குடிக்கோ அல்லது குடிசைக்கோ வந்து சேர்ந்துவிடும். எப்படி இத்தனை சீக்கிரம் அதைப் பழக்கப்படுத்தினான்? வாசி செல்லாயியுடன் பேசுவது குறைந்து போனது. ஆனால் அந்தக் குழந்தையை ரொம்பவே விரும்பினான். செல்லாயியின் முகவாகு. அவளும் பாதி பளிச்சிதானேஞ். ஆசையாக தூக்கிக் கொள்வான். அந்தக் கனங்கள் செல்லாயிக்கு பேரானந்தமிக்கவை. எல்லோருமாக சேர்ந்து அவளுக்கு 'பளிச்சி' எனப் பெயர் வைத்திருந்தார்கள். நேரடியாக பளிச்சியாத்தாளின் பெயரை மிகச் சிலருக்குத்தான் வைப்பார்கள். இந்தக் குழந்தை ஏதோவொரு வகையில் அபூர்வமானவள் என்பதால் இந்தப் பெயரே இருக்கட்டுமென செல்லாயி பிடிவாதமாக இருந்தாள். வாசியும் அவளை பளிச்சியாக பார்க்கவே விரும்பினான்.

வாசி மான்குட்டியை மேய்ச்சலுக்காக ஒரு மாலை நேரத்தில் தவசிப் பாறைக்கு கூட்டிக் கொண்டு சென்றான். அது இங்கும் அங்குமாய் துள்ளிக் கொண்டு ஓடுவதைப் பார்க்க சந்தோசமாக இருந்தாலும் அதன் வேகத்திற்கு ஓட முடியாமல் ரொம்பவே சிரமப்பட்டான். அதைக் கட்டியிருந்த கயிற்றை இறுக்கமாக பிடித்துக் கொள்வதே சிரமமாக இருந்தது. வீட்டிலிருந்த நாயோடும் குட்டி மான் நெருக்கமாகிவிட்டது. அந்த நாய் முன்னால் ஓட இவர்கள் அதைத் தொடர்ந்து செல்வார்கள். இது அவர்களின் தினசரி வழக்கம். இந்த நேரத்தை ரொம்பவே விரும்பினான். தானே ஒரு குழந்தையைப் பெற்றெடுத்து வளர்ப்பது போல் அப்படியொரு சந்தோசம். அந்த மானின் கண்களின் வழியாய் இந்தக் காட்டைக் காண வேண்டுமென்பதே அவன் விருப்பமெல்லாம். அது ஒரு ஆர்வத்தில் வேகமாக ஓடும்...

"அடி வாங்கப் போற... ஒழுங்காப் போக மாட்டியா?...ம்ம்ம்ம்.."

அவன் குரல் கேட்டதும் கொஞ்சம் மெதுவாக நடக்கும். ஒரே இடத்தில் மேயப் பிடிக்காது அதுக்கு. இங்கும் அங்குமாய் தலையை சிலுப்புக் கொண்டு ஓடும்...

"ஏய் கிறுக்குக் கழுத... ஒரு இடத்துல மேய வேண்டிதான... எதுக்கு இங்கயும் அங்கயுமா குதிக்கிற?..."

கயிற்றைப் பிடித்து அழுத்தி நிறுத்துவான். பசும்புல் மேடுகளுக்கா அந்தக் காட்டில் பஞ்சம்?

"நீ பெரிய மானா வளந்ததுக்கு அப்பறம் உன்னயக் கொண்டு போயி

உன் கூட்டத்தோடயே விட்றுவேன்... அதுக்கப்பறம் நீ என்னயத் தேடி வருவியா?..." அவன் கேட்டதும் இரண்டு முறை துள்ளிக் குதிக்கும்.

"மாட்டியா?"

மெதுவாக அவனுக்குப் பக்கத்தில் நின்று அவன் முகத்தையே பார்த்துவிட்டு அவன் கால்களைச் சுற்றிக் கொள்ளும். அவன் இடுப்பு உயரத்திற்கு வளர்ந்து விட்ட அந்த மான்குட்டி அவன் சொல்வதை எல்லாம் புரிந்து கொண்டது போல் ஒவ்வொரு வார்த்தைக்கும் ஏதாவதொரு எதிர்வினை புரிந்து கொண்டிருந்தது. தவசிப் பாறை வந்ததும் வழக்கமாக தன் உட்காரும் இடத்தில் உட்கார்ந்து கொண்டவன் மான்குட்டியை மட்டும் தனியாக விட்டான். நாய் அதற்கு முன்பாக அங்கும் இங்குமாக ஓட மான்குட்டி அதன் பாதுகாப்பில் புல்லை மேய்ந்து கொண்டிருந்தது. பாறையில் சாய்ந்து படுத்தவன் செங்காவி நிறத்தில் பாறையில் திட்டுத் திட்டாக நீண்டிருந்த ஓவியங்களில் பார்வையைச் செலுத்தினான். எதை சொல்லிவிட்டுப் போவதற்காக இதையெல்லாம் வரைந்து வைத்துவிட்டுப் போயிருப்பார்கள். பூசணி பாட்டாவிடம் கேட்க வேண்டுமென நினைத்துக் கொண்டான். ஒவ்வொரு உருவத்திற்கும் ஒரு பொருள் நிச்சயம் இருக்கவே செய்யும். நாய் சில முறை குரைத்து அவனின் கவனம் கலைத்ததும் அவசரமாக எழுந்து பொடவுக்கு வெளியில் வந்தவன் நாய் குரைத்த திசையைப் பார்த்தான். சடையன் வேக வேகமாய் நடந்து போனான். 'நம்மளத் தொடர்ந்துதான் அய்யா வந்திருக்கனும்.' என நினைத்தபோது சந்தோசமாக இருந்தது. ஆனால் 'ஏன் பேசாமலேயே போகிறார்...'

"ஏய் என்னத்துக்கு கத்திக்கிருக்க... பேசாம இரு நம்ம அய்யாதான்..."

அவன் குரலுக்குக் கட்டுப்பட்டு குரைப்பதை நிறுத்திவிட்டாலும் வந்து போன ஆளின் மீதான சந்தேகம் விலகாமல் இன்னும் யோசித்து யோசித்து நாய் குரைத்தது. அவன் சத்தம் போட்டு நாயை அமைதிப்படுத்துவதையும், நாய் இடைவெளி விட்டு விட்டு கத்துவதையும் பார்த்து மான்குட்டிக்கு சந்தோசமாகிவிட அது நாய்க்கும் இவனுக்கும் இடையில் குதித்து குதித்து ஓடியது. பொடவுக்குப் பின்பக்கமாய் பார்வையைத் திருப்பினான். நீண்ட அழகான மூங்கில் குடுவை. 'ஏதோவொன்றைக் கொடுத்துவிட்டுப் போகத்தான் வந்திருக்கிறார்' என்பது தெரிந்ததும் ஆர்வத்தோடு போய் எடுத்தான். தழும்பி நிறைந்திருந்த தேன் அவன் கைகளில் கொஞ் சமாய் வடிந்தது. பொறங்கையில் வழிந்திருந்த தேனை நக்கினான். அத்தனை சுவை. இது மாதிரியான தேன் கிடைப்பது அபூர்வம். திணைமாவையோ, வாழைப்பழத்தையோ தொட்டு சாப்பிடும் போது அத்தனை பிரமாதமாய் இருக்கும். சாதாரண மூங்கில் குடுவையை நாரால் அழகாக பிண்ணியிருந்தான். வாசி மூங்கில் குடுவையை

அழுத்தி இலைகளால் கட்டி வைத்துவிட்டு அய்யா போன திசையைப் பார்த்தான். வானில் ஏராளமாய் பறவைகள் பறந்து கொண்டிருந்தன. அய்யா அவற்றோடு பேசிக் கொண்டிருக்க வேண்டுமென நினைத்துக் கொண்டான்.

பருத்திப்போடு பகுதி முழுக்க யானைகள் எல்லாத் திசைகளிலிருந்தும் கஞ்சாத் தோட்டத்திற்குள்ளும், குடிசைகளுக்குள்ளும் இறங்கிக் கொண்டிருப்பதாய் ஆட்கள் பேசிக்கொண்டது முதலில் ஒரு செய்தியாக மட்டுமே பரவியது. பின்னர் அது ஒரு அச்சமாய் அந்தக் காட்டிலிருந்த ஒவ்வொரு கிராமத்துக்கும் பரவிச் சென்றது. யானைகள் மட்டுமில்லாது சிறுத்தைகளும் ஊர்களுக்குள் இறங்கி மாட்டுக் கிடைகளிலிருந்தும், ஆட்டுக் கிடைகளிலிருந்தும் இரையெடுத்துச் செல்வதை சம்சாரிகள் அச்சத்தோடு பார்த்தனர். ஊருக்கு வெளியே மேய்ச்சலுக்கு ஆடு மாடுகளை பத்திச் செல்வதை கூடுமானவரை ஊர்க்காரர்கள் தடுத்தனர். ஆனால் சிறுத்தைகள், ஆடு மாடுகளை விட்டுவிட்டு அவற்றை மேய்க்கும் இடையன்களை வேட்டையாடின. யானைகள் கொஞ்சமும் இரக்கம் காட்டாமல் காப்பித் தோட்டங்களிலும் கஞ் சாத் தோட்டங்களிலும் இறங்கி மிதித்துச் சென்றன.

பளியக்குடியிலிருந்து வெளியில் வேலைக்கு போனவர்கள் கூட தங்கள் மீதும் பளிச்சியாத்தாளின் கோபம் பாயமோ என உள்ளூர பயந்தனர்.

“காடே திரண்டு வர்றாப்புல அப்புடியொரு மூர்க்கம்டா... உடம்பெல்லாம் நடுங்குது... விருவிருன்னு போயி மரத்துல ஏறுனவந்தான், மொத்த யானக் கூட்டமும் போற வரைக்கும் எறங்கல....”

யானைகள் கூட்டமாய் காட்டுக்குள் ஓடியதைப் பார்த்த ஒரு பளியன் முகத்தில் அச்சம் விலகாமல் சொல்லிக் கொண்டிருந்தான். அந்தக் காட்சியைப் பார்க்க முடியவில்லையே என ஏக்கம் வாசிக்கு.

“ஏண்ணே எத்தன யான இருக்கும்?...”

“அது இருக்கும்டா வாசி... பெருசுக ஒரு நாலு, மூணு பொட்டைக... ஒரு குட்டி. எல்லாத்துக்குமா சேத்து வழிகாட்டி யான ஒன்னுன்னு மொத்தமா ஒம்போது யானைக...”

“எதுக்குண்ணே காடுகளுக்குள்ள போயி அழிச்சாட்டியம் செய்யனும்... புல்லும் தண்ணியும் இருந்தா அதுக்குப் போதும்.. அத விட்டுப்புட்டு இந்தக் காட்டப் போட்டு நோண்டிருக்கிருந்தா அதுக்கு என்ன கெடச்சிரப் போகுது....”

வாசிக்கு அந்த மிருகங்கள் ஏன் இத்தனை மூர்க்கமாய் நடந்து கொள்கின்றன என்பது புரியாமலே இருந்தது. மிருகங்கள் தேவையில்லாமல் வேட்டையாடும் வழக்கம் கொண்டவை அல்ல.

“அதுக்கு புல்லும் தண்ணியும் இருந்த எடத்தத் தானடா இவனுக வெட்டி மட்டப்படுத்தி கஞ்சாத் தோட்டமாக்கி இருக்காய்ங்க... காலங் காலமா அங்கயே புல்லத் திண்ணு பழக்கப்பட்டு இந்த மாசத்துக்கு இந்த எடத்துக்குப் போன இது இருக்கும்னு யானைக வருதுக... வந்து பாத்தா இங்க ஒன்னும் இருக்கதில்ல.... கோவத்துல நாணப்புல்லத் தேடி மொத்தக் காட்டையும் சுத்துதுக... இந்த மிருகங்க பூராம் பாவம்டா..”

வாசிக்கும் அது உண்மையென்றுதான் பட்டது.

“எதுவுமே கிடைக்காதவன் என்ன செய்வான் பாவம்... கிடைக்கிற இடத்தைத் தேடுவதுதானே இயல்பு... அந்த யானைகள் எல்லாவற்றையும் கலைத்துப் போட்ட பின்பாவது தனக்கான புல்லையும் நீரையும் அடைந்து விட வேண்டுமென்றே துடிக்கின்றன. சரியான பருவத்தில் குட்டி ஈன்று அதற்கு சரியான பருவத்தில் தீணி தரமுடியாத போது தாய் யானைகள் மூர்க்கங்கொள்ளாமல் என்ன செய்யும்.’

வஞ்சிக்கப்பட்ட அந்த யானைகளுக்கானதே இந்தக் காடு. இங்கு மனிதர்கள் தான் அத்துமீறி நுழைந்திருக்கிறார்கள் என்பது புரிந்ததும் வாசி இழப்புகளுக்காக வருத்தப்படுவதை நிறுத்திக் கொண்டான். காட்டில் என்ன நடக்கிறது என்பதைத் தெரிந்து கொள்ளும் ஆர்வமும், புதிய நீர்த்தடங்களைத் தேடி பளியக்குடி ஆட்களோடு சுற்றுவதும் அவனது நாட்களைக் கடத்தின. கட்டையன் கூடவே சுற்றினான். பளியக்குடியிலிருந்து தங்கப்பனின் குடிசைக்கு வாசியைத் தேடிப் போகுமளவிற்கு வாசியும், கட்டையனும் நெருக்கமாகிவிட்டனர்.

காட்டுக்குள் முன்னெப்போதும் இல்லாதபடி புதிதாக மருத்துவ முகாம் நடத்துகிறோமென ஒருநாள் மஞ்சள் நிற வேனில் கொஞ்சம் பேர் வந்து சேர்ந்தார்கள். மேல்நாயக்கன்பட்டியிலிருந்து அந்த வேன் பளியக்குடிக்கும் பின்பு கஞ்சாத் தோட்டத்தில் வேலை பார்த்தவர்கள் தங்கியிருந்த இடத்திற்குமாய்ப் போனது. பளியக்குடியிலிருந்து முதலில் யாரும் அந்த டாக்டரைப் போய்ப் பார்க்கவில்லை. இவர்கள் எல்லோரையும் அருவருப்பான ஜீவராசிகளாய்ப் பார்த்த மருத்துவர்கள் முடிந்தவரை தவிர்த்துவிடவே நினைத்தனர். கஞ்சாத் தோட்டத்தில் வேலை பார்த்த ஆட்கள் மட்டும் கொஞ்சம் பேர் வந்து பார்த்தார்கள். எல்லோருக்கும் இருமல் இருந்தது, எல்லோருக்கும் சுவாசப் பிரச்சனை இருந்தது. நோயென்று சொல்லிக் கொள்ள அனேகம் இருந்தாலும் அவர்களைத் தொந்தரவு செய்ததென்னவோ இவை இரண்டும் தான். டாக்டர் தள்ளி நிற்க வைத்தே எல்லாவற்றையும் பார்த்துவிட்டு எல்லோருக்கும் ஒரே மாதிரியான மஞ்சள் நிற திரவத்தை வாயில் ஊற்றினான். பின்பு பெரிய வெள்ளை மாத்திரைகளைக் கொடுத்தான். வாயில் போட்டதும் குமட்டிக் கொண்டு வரும் அந்த மாத்திரையை

நாயோ பூனையோ முகர்ந்து பார்த்தாலே ஓங்கரித்து வாந்தியெடுக்கும். அத்தனை கொடுமையான வீச்சம்.

ஆஸ்பத்திரிக்காரர்கள் போகும் போது பளியக்குடியில் எல்லோரிடமும் நோட்டீஸ் கொடுத்துவிட்டுப் போனார்கள்.

'மலைவாழ் மக்களுக்கான நல அமைப்பு ஒன்றைத் துவங்கி இருக்கோம், உங்களுக்கு எதாச்சும் உதவிண்டா வந்து கேளுங்க...'

ஒரு டாக்டர் சிரித்த முகத்துடன் சொன்னார். பூசணிக்கு புரியவில்லை. நமக்கு உதவின்னா இவய்ங்க...? என்ன செய்வாய்ங்க...? திரும்பி ஊர்க்கார பெரியவர் ஒருவரைப் பார்த்தவர்,

"ஏண்டா நமக்கு இப்போ தேவ இந்தக் கஞ்சாக்காட்டுக்காரனத் தொறத்தரதுதான். இவய்ங்க கிட்ட சொன்னா செய்வாய்ங்களா?..."

அந்த ஆள் சிரித்தான்.

"அட போ பாட்டா... அதுக்கும் நாலு மாத்திரக் கட்டி குடுக்கட்டான்னு கேப்பாய்ங்க. கேணப்பயலுக..."

பூசணி சிரித்துக் கொண்டார். காட்டைக் காக்க நம்மளை விட நிறையபேருக்கு அக்கறை வந்துவிட்டதோ? எல்லோருக்கும் காடு வேண்டும், தனக்குத் தேவையான ஒன்றை என்ன விலை கொடுத்து வேண்டுமானாலும் வாங்க வேண்டுமென நினைப்பதுதானே மனித இயல்பு. ஒவ்வொரு அங்குலமாக மரம் செடி கொடிகள் மிருகங்கள் எல்லாவற்றையும் பிய்த்தெடுக்கத் துவங்கி இருக்கிற இந்த நாட்களை எப்படிக் கடப்பது? இத்தனை காலம் கட்டிக் காத்த நம்மால் ஏன் இப்போது முடியவில்லை. பூசணி இப்போதெல்லாம் மற்றவர்களிடம் அதிகம் பேசுவதில்லை. தனக்குத் தானே பேசிப் புரிந்து கொள்ள ஏராளமான விசயங்களிருந்தன அவருக்கு.

3

அன்சாரி கூப்பிட்டிருக்கிறான் என்றதும் முதலில் போக வேண்டாமென்றுதான் தங்கப்பன் நினைத்தான். எப்போதும் போல் தனது துப்பாக்கியோடும் கருமந்திகளோடும் பொழுதைக் கழிக்கவே விரும்பினான். மொக்கநிலையிலிருக்கும் க...சாத்தோட்ட முதலாளியோடு நல்ல சினேகம் இருந்ததால் எல்லாச் செலவுகளையும் அவரே பார்த்துக் கொண்டார். கஞ்சாக்காடு எப்போதும் அவனது வருகையை அனுமதித்திருந்தது. அதனால் அவன் பெரிய வேட்டைகளுக்கோ அல்லது கருமாண்டியாக யாருடனும் போகவோ விரும்பவில்லை. கூடுமானவரையிலும் குடிசையில் குழந்தையுடன் இருப்பதைத்தான் விரும்பினான். கூப்பிட்ட எல்லா இடத்துக்கும் போய் பெரிதாக சேர்க்கவும் அவனுக்கு விருப்பமில்லை. இந்தக் கர்வமும் நிம்மதியும் போதுமென நினைத்தான்.

பருத்திப்போடு கஞ்சாத்தோட்ட முதலாளி அன்சாரியின் மூலமாய் தங்கப்பனை உதவிக்குக் கூப்பிட வந்தான். யானைகள் முதலில் கஞ் சாத் தோட்டங்களுக்குள்ளும் தொடர்ந்து அங்கு

வேலைகளுக்காக வந்தவர்களின் குடிசைகளுக்குள்ளும் இறங்கி வரத் துவங்கியபோது அங்கிருக்கும் நாட்களை ஒவ்வொருவரும் அச்சத்துடனேயே எதிர்கொண்டனர். வேலைகள் நிறுத்தப்பட்டு மீண்டும் காட்டைச் சரிப்படுத்துவதே பிரதான வேலையாய் இருந்தது. ஆட்கள் தனியாகச் செல்வதைத் தவிர்க்கத் துவங்கினர். குறைந்தபட்சம் யானைகளை அந்த எல்லையிலிருந்து துரத்திவிட்டால் போதும் என்ற முடிவில் தான் முதலாளி தங்கப்பனைத் தேடி வந்திருந்தார். அன்சாரியின் வீட்டில் கஞ்சாத்தோட்ட முதலாளியும் அவர் ஆட்களுமாய் ஒரு சின்னக் கூட்டம் திரண்டிருந்தது. தங்கப்பன் ஒருவிதமான தயக்கத்தோடே அங்கு உட்கார்ந்திருந்தான். அந்த முதலாளி சின்னமன்னூர்க்காரன். ஆனால் பேசுவது பாதி மலையாளமும் பாதி தமிழுமாய்த்தான் இருந்தது.

“மேக்காட்டுக்குள்ள நெலம சுத்தமா சரியில்ல தங்கப்பா... யாரும் ஒரு வேல வெட்டிக்குப் போகமுடியல... ஒருநா ரெண்டு நான்னா பரவா இல்ல... யானையும், கரடியுமா காட்டுக்குள்ள மாறி மாறி அட்டகாசம் பண்ணுதுக. பதிலுக்கு நாம ஏதாவது செஞ்சாத்தான் இந்தப் பக்கம் வராமையாச்சும் இருக்கும்....”

அவனை எப்படியும் வேட்டைக்கு சம்மதிக்க வைத்துவிடும் பிரயத்தனத்தோடு முதலாளி பேசினார். தங்கப்பன் யோசித்தபடியே அமைதியாய்க் கேட்டுக் கொண்டிருந்தான்.

“எதுக்குய்யா இம்புட்டு யோசிக்கிற? என்ன இதுக்கு முன்ன நீ சுடாத யானையா? புலியா? என்னவோ காட்டப் பாத்து பயப்படற மாதிரி இருக்க...”

தங்கப்பன் சிரித்தான்.

“பயமா? ஒத்த ஆளா புலிய சுட்டுப்புட்டு ஒன்னும் வேணாம் புலியோட மீச மசுரு போதும்னு பிச்சுப் பாத்துட்டு வந்தவன் நானு... எனக்கென்ன பயம்?...”

”அப்பறம் என்ன, ஆளும் பேருமா கெளம்பிப் போவோம்... இதுக்கு ஒரு முடிவு வேணுமில்ல...”

ஏதோவொன்று தங்கப்பனுக்கு உறுத்தியபடியே இருந்ததால், அவன் கொஞ்சம் பிடிகொடுக்காமல் இருந்தான்.

“அதுக்கில்லங்க... நெலம இப்போ முன்ன மாதிரி இல்ல... ஃபாரஸ்ட்காரனுக யார் என்ன செய்றாங்கன்னு பாத்துக்கேதான் இருக்காய்ங்க... உங்க காடு வேற கேரளா ஃபாரஸ்ட் கண்ட்ரோல்ல வருது... வீம்புக்குன்னாலும் அவய்ங்க நம்மகிட்ட ஒரண்டு இழுப்பாய்ங்க...”

கஞ்சாத்தோட்ட முதலாளி சிரித்தான்.

"யோவ் மனுஷப்பயலப் பத்தி நீ ஏன் கவலப்படற? காசு கொடுக்கறென்னு சொன்னா எவன்னாலும் குனிஞ்சு நிப்பான். அதப் பத்திக் கவலப்படாத... எக்கச்சக்கமா காச இந்தக் காட்டுக்குள்ள போட்றுக்கேன். அம்புட்டு சீக்கிரத்துல விட்டுற மாட்டேன்."

முதலாளியின் மீசையையும் உருவத்தையும் பார்க்கிற எவருக்கும் அந்த ஆளை நம்பலாம் என்றுதான் தோன்றும், தங்கப்பனுக்கும் காட்டு உடல் தான். ஆனால் பெருத்து உருண்டு திரண்ட உடலில்லை. இந்த ஆளின் உடல் இரண்டு ஆலமரத்திற்கு சமம். உருண்டு திரண்டு ஒரு பாறையைப் போலிருக்கும் அவன் முகம்.

"இல்லங்க... கேசு கீசுன்னு வந்துச்சுன்னா எப்பிடியும் அஞ்சாறு வருசம் போட்டுப் பாத்திருவானுக... முன்ன மாதிரின்னா பரவா இல்ல... இப்போதான் மக பொறந்திருக்கா... நானும் எனக்கென்னன்னு விட்டுட்டுப் போயிரக்கூடாதுல்ல..."

எல்லோருக்கும் ஆச்சர்யமாய் இருந்தது. தங்கப்பனா இப்படியெல்லாம் பேசுகிறானென. அன்சாரி சிரித்தான்.

"தங்கப்பண்ணே... நீயாண்ணா இப்பிடியெல்லாம் பேசற?... வேட்டைக்குன்னா யாரும் சொல்றதுக்கு முன்னால வந்து நிக்கிற ஆளு... இன்னைக்கு மக வந்ததுக்கு அப்பறம் இம்புட்டு யோசிக்கிறியே மக மேல அம்புட்டு பாசமாண்ணே..."

தங்கப்பன் தன்னை எல்லோரும் புதியவனாய்ப் பார்ப்பதை விரும்பவில்லை. ஆனாலும் தான் அப்படியான ஒருவனாய் இருக்கவே விரும்பினான். பாசமான ஒரு அப்பா எத்தனை பாதுகாப்பானவன்?.

"ச்சே... ச்சே.. அப்டி எல்லாம் இல்லடா அன்சாரி, காட்டுக்குள்ள மூணு பொட்டச்சிகளும் தனியா இருக்காளுக... வாசிய நம்பி விட்டுட்டுப் போக முடியாதுடா... அவனும் சின்னபயதான... பாப்பா கொஞ்சம் வளந்துட்டா நாம கொஞ்சம் தைர்யமா இருக்கலாம்..."

"அதெல்லாம் ஒன்னும் கவலப்படாதண்ணே, மொதலாளி ரொம்ப நல்ல மனுசன்... அவருக்கு ஒன்னுன்னு வர்றப்போ யாராச்சும் உதவி செஞ்சா, அதுக்குப் பதிலா காலம் முழுக்க அவங்களுக்கு திருப்பி செய்வாரு... ஒரு பிரச்சனையும் வராதுண்ணே... தைர்யமா போ.."

தங்கப்பன் அரைகுறையான மனதோடு சம்மதித்தான்.

"உங்களுக்காக செய்றேன் முதலாளி.... ஆனா இது அம்புட்டு லேசான காரியமில்ல.. மொத ஒரு ரெண்டு நாளைககச்சும் நோட்டம் பாக்கனும். அதுக்கப்பறந்தான் என்ன செய்யலாம்னு ஒரு முடிவுக்கு வரமுடியும்."

தங்கப்பன் அந்த நொடியே அந்த வேட்டைக்கு முழுமையாக தயாராகிவிட்டிருந்தான். அவனுடல் பெரும் ரத்தம் குடிக்கும்

வேட்கையில் ஊறத் துவங்கியது.

"உனக்கு என்ன வேணுமோ கேளு... செஞ்சு தர்றேன்..."

முதலாளியும் நம்பிக்கை கொடுக்க, தங்கப்பன் திரும்பி அன்சாரியைப் பார்த்தான்.

"நாளைக்குக் காலைல உன் ஜீப்ப எடுத்துக்கிட்டு ஒரு சுத்துப் போவோம். நம்ம கூட மொதலாளி ஆளுக ரெண்டு பேரு வரட்டும். தேவப்பட்டா வாசியக் கூப்டுக்கலாம். துப்பாக்கி நம்ம கிட்ட இருக்கது பத்தாது..."

முதலாளி சிரித்தார்.

"துப்பாக்கியப் பத்தியெல்லாம் கவலப்படாத... நம்மகிட்ட நெறையா இருக்கு... எத வேணும்னாலும் எடுத்துக்க... ஆளுக எத்தன பேர வேணும்னாலும் கூட கூப்ட்டுக்க..."

முதலாளி எழுந்து கொண்டு வேட்டியை இறுக்கமாக கட்டினார். எட்டு மொழ வேட்டி அந்த உருவத்திற்குப் போதாமல் இறுக்கமாக இருந்தது. இடுப்பிலிருந்து கொஞ்சம் ரூவாய்த் தாள்களை எடுத்து தங்கப்பனிடம் நீட்டினார்.

"இத செலவுக்கு வெச்சுக்கய்யா..."

சொல்லிவிட்டு அன்சாரியைக் கூட்டிக் கொண்டு வண்டியை நோக்கி நடந்தார். தங்கப்பன் அன்சாரி திரும்பி வரட்டுமென காத்திருந்தான். எதற்கும் ஒரு வார்த்தை நம்ம முதலாளியிடம் சொல்லிக் கொள்ள வேண்டுமென நினைத்துக் கொண்டான். பல வருடங்களுக்குப் பிறகு அவன் செய்யப்போகும் சவாலான வேட்டை இது. ஒற்றை மிருகத்தைத் தேடி வேட்டையாடுவது பொதுவாக வேட்டைக்காரர்களுக்கு எளிதான விசயம். அதில்லாமல் வேட்டைக்குப் போகிற போக்கில் என்ன எதிர்ப்படுகிறதோ அதை வேட்டையாடுவதுதான் வழக்கம். ஆனால் சில சமயங்களில் இப்படி ஒரு மிருகக் கூட்டம் தொடர்ந்து ஊர்களுக்குள்ளும் வயல்களுக்குள்ளும் இறங்கும் போது அந்தக் கூட்டத்தைத் தேடிச் சென்று வேட்டையாடுவது அகமலைக் காட்டில் அபூர்வமாகவே நடக்கும். தவளை நாடு முழுக்கவே மிருகங்கள் பளிச்சியின் வாக்குக்குக் கட்டுப்பட்டவை. பளியன்களின் வயல்களுக்குள்ளோ அவர்களின் குடில்களுக்குள்ளோ ஒருநாளும் அவை அத்துமீறுவதில்லை. அதையும் மீறி அட்டகாசம் செய்யும் மிருகங்களை பளியன் தொந்தரவு செய்வதில்லை. ஒன்று அம்மிருகம் பெரும்பசியில் இருக்க வேண்டும், அல்லது கிறுக்குப் பிடித்துப் போனதாய் இருக்க வேண்டுமென மன்னித்துவிடுவான். தன்னைத் தொந்தரவு செய்யாத வரை உண்மையில் இந்த வனம் யாரையும் தொந்தரவு செய்வதில்லை. இங்கே புதிதாக குடியேறியவர்கள் எவ்வளவு வேகமாக முடியுமோ அவ்வளவு வேகமாக அந்தக் காட்டை அழிப்பதிலேயே குறியாய்

இருந்ததால்தான் இந்த முறை காடும் முன்னெப்போதும் இல்லாத மூர்க்கத்தை வெளிப்படுத்திக் கொண்டிருக்கிறது.

அன்சாரி திரும்பி வரும்போது தங்கப்பன் அடுத்து என்ன செய்ய வேண்டும் என்பது குறித்து தெளிவானதொரு முடிவிற்கு வந்துவிட்டிருந்தான். யானைகள் அதிக தூரம் இடம்பெயர விரும்புகிறவை அல்ல. ஆக ஒரு ஐந்தாறு மைல்களுக்குள் தான் அங்குமிங்குமாக சுற்றிக் கொண்டிருக்க வேண்டுமென உறுதியாக நம்பினான்.

"என்னண்ணே என்ன செய்யலாம்னு யோசிச்சிருக்க..."

தங்கப்பன் சிரித்தான்.

"சொல்றண்டா... முதல்ல நாம மேலநாயக்கன் பட்டி வர ஒரு எட்டுப் போயிட்டு வருவோம் கௌம்பு..."

அன்சாரிக்குப் புரியவில்லை. மேலநாயக்கன்பட்டி இருப்பது பருத்திப்போட்டுக்கு எதிர்முனையில். இவன் ஏன் அங்கு போக வேண்டுமெனச் சொல்கிறான்.

"எதுக்குண்ணே அங்க?..."

"எல்லாத்தையும் விளக்கமா சொல்லனும் அப்பத்தான் வருவ.... கூட வா... உனக்கே தெரியும்..."

தங்கப்பன் ஒரு சுருட்டை எடுத்துப் பற்ற வைத்துக் கொண்டான். காற்றில் சுருட்டின் நெடி பரவி அந்த வீதி முழுக்க கமந்தது. தங்கப்பனும் அன்சாரியும் ஜீப்பில் கிளம்பி அந்த வீதியைத் தாண்டிச் செல்கையில் பஸ் விட்டு இறங்கி வந்த சுப்பு ஜீப்பில் பாதி உடலை வெளியில் வைத்து உட்கார்ந்திருக்கும் தங்கப்பனைப் பார்த்து சிரித்தாள். இருளிலும் வெளிச்சத்திலும் அடையாளம் மாறாத ஒரே மாதிரியான சிரிப்பு. தங்கப்பனும் சிரித்தான். அன்சாரிக்கு ஆச்சர்யமாக இருந்தது. இந்த விசயத்தில் மட்டும் இவன் ஏன் எத்தனை பார்த்தாலும் போதுமென சொல்கிறவனாய் இருக்க மாட்டேனென்கிறான்.

'தாயோளி ஒவ்வொருத்தனுக்கும் ஒரு ராசி.... இதுக்கும் ஒரு யோகம் வேணுமே...'

சிரித்தபடியே ஸ்டியரிங்கில் அடித்துக் கொண்டான்.

"என்னடா சிரிப்பு...?"

"நீ எப்ப ஊருக்குள்ள வர்ற போறன்னே தெரியல... ஆனா எப்பிடிண்ணே இந்த வேலைய மட்டும் கரெக்டா செஞ்சிர்ற..."

செம்பட்டை ஏறிய மீசையை முறுக்கிவிட்டுக்கொண்ட தங்கப்பன்

"பொம்பள வாசம் இருக்கற வரைக்கும் தாண்டா, ஆம்பளைக்கு உடம்புல வேகமும் தெம்பும் இருக்கும். ஒரு பொம்பளைக்காக

எதையும் செய்ய தயாரா இருக்க ஆம்பளதாண்டா எம்புட்டு பெரிய காரியத்தையும் அசராம செய்வான்..."

இதை வேறு யார் சொன்னாலும் நம்பாமல் இருந்துவிடலாம். தங்கப்பன் சொன்னால் சரியாகவே இருக்கும். இரண்டையுமே தங்கப்பன் செய்து கொண்டிருக்கிறான். அவனுடலிலிருக்கும் வேகமும் லாவகமும் இந்தக் காட்டில் வேறு எவனுக்கும் கிடையாது.

"நீ சொன்னா சரித்தாண்ணே..."

ஜீப் காய்ந்து போன செம்மன் தடத்தில் ஏறி இறங்கிக் குலுங்கியபடியே சென்று கொண்டிருந்தது. எதற்காகப் போகிறோமென்கிற விசயம் அன்சாரிக்கு பிடிபடாததால் அமைதியாகவே வண்டியை ஓட்டினான்.

ஊரை நெருங்குவதற்கு முன்பாகவே

"அன்சாரி வண்டிய காட்டுக்காரய்ங்க வீதிப்பக்கமா விடு..."

அன்சாரிக்கு இப்போதுதான் ஒருமாதிரியாக விசயம் புரிந்தது. ஓரளவுக்கு பருத்திப் போடுக் காட்டின் எல்லைகளைத் தெரிந்து வைத்திருப்பவர்கள் அந்தப் பகுதியில் அதிகம் சுற்றும் காட்டு நாயக்கர்கள்தான். மலையிலிருந்து காப்பிக் கொட்டைகளை எடுத்துக் கொண்டு கீழே ஊர்களுக்குக் கொண்டு வர வெவ்வேறு பாதைகளை அவர்கள் உருவாக்கி வைத்திருந்தனர். இதுவரையிலும் அசம்பாவிதங்கள் நடந்ததாய் காட்டுக்காரர்கள் சொன்னபோது அதில் ஒரு காட்டுநாயக்கன் கூட பாதிக்கப்பட்டிருக்கவில்லை. யானை இடைமறிக்காத வழி அவர்களுக்குத் தெரிந்திருக்கிறது. ஆக யானை எங்கு இருக்குமென்பதும் ஓரளவு அனுமானமாய் அவர்களுக்குத்தான் தெரிந்திருக்க வேண்டும்.

"நீ கில்லாடிண்ணே... எந்த வேலைக்கு யாரப் பாத்தா சரியா வரும்னு டப்புன்னு கண்டுக்கிட்டியே...."

"இந்தக் காட்ட ஒவ்வொருத்தனும் ஒவ்வொரு விதத்துல தெரி...சி வெச்சிருப்பாண்டா அன்சாரி. நமக்குத் தேவைன்னு வரும்போது இன்னொருத்தங்கிட்ட கேக்கறதும் அவனுக்குத் தேவைன்னு வர்றப்போ நம்மகிட்ட கேக்கறதுமா இருந்தாத்தான் செய்ற வேல சரியா இருக்கும்."

அந்தப் பகுதியில் எல்லோருக்குமே தங்கப்பனை தெரியுமென்பதால் அவனது வருகை என்பது அவசியமான விசயமாக மட்டுமே இருக்குமென்பதை எல்லோருமே தெரிந்து வைத்திருந்தனர்.

காப்பிக் கொட்டை எடுத்துச் செல்லும் ஆட்கள் ரெண்டு பேர் ஜீப்பில் இவனைப் பார்த்ததுமே வண்டிக்குப் பக்கத்தில் வந்துவிட்டனர். ஒரு குடிசைக்கு வெளியில் இரண்டு மூன்று கயிற்றுக் கட்டில்களில்

ஆட்கள் உட்கார எந்தவிதமான தயக்கங்களும் இல்லாமல் தங்கப்பன் நேரடியாக விசயத்திற்கு வந்தான்.

"பருத்திப்போடு முழுக்க யானைக செய்ற அட்டகாசம் உங்களுக்கே தெரியும். அந்த எடம் முன்னமாதிரி இல்ல இப்போ, அத நம்பி பத்து நூறு குடும்பம் கஞ்சி குடிச்சிகிருக்கு... யானையத் தொறத்தினாதான் அவுக அங்க பொழைக்க முடியும்...."

காட்டு நாயக்கர்கள் அவன் சொல்வதை அமைதியாகக் கேட்டனரே தவிர ஒருவரும் பதில் சொல்லவில்லை, ஒரு பெரியவர் மட்டும் மெதுவாக பேசத்துவங்கினார்.

"எத்தனையோ தலமுறையா இந்தக் காட்ட நம்பி நாம வாழறோம், நமக்கு எதுவுமே நடந்ததில்லையே தங்கப்பா.... ஏன் புதுசா வந்தவங்களுக்கு நடக்குதுன்னு யோசிச்சுப் பாத்தயா?..."

விளக்கங்கள் அல்ல, தீர்வையே தங்கப்பன் விரும்பினான்.

"எல்லாம் எனக்குப் புரியிது பெருசு... ஆனா அதுக்காக மனுசனுக்கு ஒரு பிரச்ச்னைன்னு வர்றப்போ அப்டியே பாத்துட்டு இருக்க முடியுமா?... நம்ம இன்னைக்கு ஒரு அவசரம்னு இருக்கப்போ அவங்களுக்கு செஞ் சாதான அவங்க நாளைக்கு நம்மளுக்கு செய்வாங்க...."

"என்னமோப்பா, எனக்கு இந்தக் காட்டத் தவிர்த்து எதுவும் தெரியாது... உனக்கு மனுஷங்க தான் முக்கியம்னா இங்க இருக்கவங்க கொஞ்ச பேர் உனக்கு என்ன தகவல் வேணுமோ சொல்லுவாங்க... பாத்துக்கோ..."

அவர்தலையாட்டிவிட்டு எதுவும் பேசாமல் எழுந்து சென்றுவிட்டார். இதுமாதிரியான பொதுவிசயங்கள் பேசும் போது ஒருவர் எழுந்து செல்வது என்பது அந்த விசயத்தை மறுப்பது போலத்தான். அவர் போனாலும் கூட சிலர் உட்கார்ந்து தங்கப்பனிடம் பேச ஆர்வமாக இருந்தனர். முதலாளிகளுக்காக இல்லாவிட்டாலும் தங்கப்பனுக்காக செய்ய வேண்டுமென்றுதான் எல்லோருமே விரும்பினர். எத்தனையோ முறை ஆபத்தான் காலகட்டங்களில் தங்கப்பன் மட்டுந்தான் இவர்களுக்கு பாதுகாப்பு. அதனால் அக்கறையோடு ஒரு தீர்வு சொல்லவே விரும்பினர்.

"ராமரண்ணே பருத்திப் போட்டச் சுத்தி எத்தன பாத இருக்கு, எத்தன பள்ளம் இருக்குன்னு உங்களுக்கு மட்டுந்தான் தெரியும். அதனாலதான் யானைக இத்தன தடவ உள்ள எறங்கியும் நம்ம ஆளுகளுக்கு இதுவரைக்கும் ஒன்னும் பாதிக்கல...."

"நெசந்தேன் தங்கப்பா, புதுசா வந்தவய்ங்களுக்கு எங்க எத செய்யனும் செய்யக் கூடாதுன்னு தெரியல. அதுதான் இம்புட்டு பிரச்சனைக்கும் காரணம். ஒரு குளம் குட்ட சுனைன்னு எதையும்

விடாம தண்ணிய பூராம் எடுத்துப்புட்டாய்ங்க.... குடிச போட்டுறுக்கது எல்லாம் யான போற தடத்துல. அப்பறம் உள்ள எறங்காம என்ன செய்யும்..."

தங்கப்பன் அவர் சொல்வதை ஆமோதித்தான். ராமருக்கு அந்தப் பகுதி காட்டுநாயக்கர்களிடம் நல்ல மரியாதை உண்டு, பொதுக் காரியங்கள் பேச சரியான ஆளென்று நம்பிச் செல்வார்கள்.

"நீ சொல்றது புரியிதுண்ணே... அவய்ங்களும் பாவம் ஊருப் பக்கம் பொழைக்க முடியாமத்தான இங்க வர்றாய்ங்க, கொஞ்ச நாள் போகட்டும் நானே மொதலாளி கிட்ட பேசி எடத்த மாத்தச் சொல்லிடறேன்... இப்பயும் கூட எந்த யானையும் நான் கொல்லப் போறதில்ல. மேக்க மலையாளத்தான் எல்லப் பக்கமா துரத்திதான் விடப்போறேன்.... எல்லாத்துக்கும் நீங்கதான் வழி சொல்லனும்..."

ராமருக்கு தங்கப்பனின் பேச்சில் நம்பிக்கை வந்தது.

"சரி தங்கப்பா இப்ப சொல்லு நாங்க என்ன செய்யனும்..."

தங்கப்பன் இந்த நிமிடத்துக்காகத்தான் காத்திருந்தான். ஆனால் மிக கவனமாக பேச வேண்டும். சிறிது பிசகினாலும் கூட காரியம் கெட்டு விடும் என்பதால் யோசித்தே பேசினான்.

"இப்ப யான அதிகமா வந்து போறது பருத்திப் போட்டுக்கு கெழக்கதான். நம்ம ஊர் வடக்க நாலு மைலுக்கு இந்தப் பக்கம் இருக்கு, இதுக்கு இடைப்பட்ட ஏதோவொரு எடத்துல தான் யானைக சுத்திக்கிருக்கனும்... நீங்க இப்ப எந்தப் பாதைல போயிட்டு வந்துட்டு இருக்கய்ங்கன்னு சொன்னா அத விட்டுட்டு மத்த பாதையில பள்ளம் தோண்டச் சொல்லிடுவேன்.."

ராமருக்கு அவனது யோசனை ஒரு மாதிரியாக புரிந்துவிட்டாலும் அது சரிவருமா என சந்தேகமாய் இருந்தது.

"இல்ல தங்கப்பா, பள்ளத்த பாத்தா கோவம் இன்னும் அதிகமாத்தான ஆகும்..."

"அப்டி இல்லண்ணே, நீங்க போற பாதையில இருந்து நாங்க தொரத்தி விடுவோம்... மேக்குப் பக்கத்த விட்டுட்டு மத்த மூணு பக்கத்துலயும் பள்ளம் தோண்டிட்டம்னா ஆகக் கடைசியா அதுக மேக்க கேரளா எல்லைக்குள்ளதான் போகனும்... யாருக்கும் எந்த பாதிப்பும் இருக்காது..."

ராமருக்கும் அதுதான் சரியெனப்பட்டது. எல்லோரிடமும் சம்மதம் கேட்கும் தோரணையில் ஒருமுறை திரும்பிப் பார்த்துக் கொண்டார். எல்லோரும் சரியெனத் தலையாட்டினர்.

"சரி தங்கப்பா எங்க பக்கத்துல இருந்து என்ன உதவி வேணும்னாலும் செய்றோம்.."

தங்கப்பனுக்கு நிறைவாக இருந்தது.

“சரிண்ணே, நாளைக்கு நான் பள்ளந் தோண்டச் சொல்லிடறேன்... காணிக்காரய்ங்கள விட்டுத்தான் பள்ளம் தோண்டனும். ஒரு ரெண்டு நாளைக்கு நீங்க யாரும் காப்பிக் கொட்ட எடுக்கப் போக வேணாம். நான் பாதைய முழுக்கப் பாத்துக்கிறேன்...”

“சரிப்பா... நாங்களும் போகல... மத்தவங்க கிட்டயும் சொல்லி வெச்சிடறேன்... ஆனா ஒன்னு, ஃபாரஸ்ட் காரன் முன்ன மாதிரி இல்ல. அதனால கொஞ்சம் கவனமா மட்டும் இருங்க...”

”எங்களால உங்களுக்கு எந்த பிரச்சனையும் வராதுண்ணே... நீங்க தைர்யமா இருங்க...”

அன்சாரியும் தங்கப்பனும் அங்கிருந்து கிளம்பினார்கள். இரவு பகலாக வேலை பார்த்தாக வேண்டும்.

“அன்சாரி காணிக்காரய்ங்க கொஞ்ச பேர அனுப்பி வேலைய ஆரம்பிக்க சொல்லு. மொதலாளி கிட்ட இன்னும் கொஞ்சம் துட்டு கேட்டு வாங்கனும்...”

ஜீப் மேலநாயக்கன்பட்டியில் இருந்து வடகரைக்குக் கிளம்பியது. இதற்கு முன்பில்லாத புது உற்சாகம் அவனுக்குள் புகுந்த கொண்டது. மகளுக்கு யானைத் தந்தத்தால் தொட்டில் செய்து கொடுக்க வேண்டுமென நினைத்துக் கொண்டான்.

4

இரவு பகலாக காட்டைச் சுற்றி பள்ளம் தோண்டி பெரும் வேட்டைக்கு பருத்திப்போடு தயாராகியிருந்தது. வாசிதான் முதலாளியிடமிருந்து துப்பாக்கிகளை வாங்கிக் கொண்டு வந்து தங்கப்பனிடம் கொடுத்தான். கோடைகாலத்தில் யானைகள் மூர்க்கம் கொள்வது இயல்புதான் என்றாலும் அவற்றை ஒரு இடத்திலிருந்து இன்னொரு இடத்திற்கு துரத்தினால் முன்னைவிடவும் அதிகமாய் வெறி கொண்டு விடும். அதனால் பொறுமையாகவே இந்த வேலையைச் செய்ய வேண்டும். அன்சாரி தங்கப்பனின் குடிசைக்கும் பருத்திப் போட்டுக்குமாய் போய் வந்து கொண்டிருந்தான். ஒரு பக்கம் வேலை நடக்க வேண்டுமென்கிற கவனமும் கூடவே சமீபமாய் சகாய ராணியின் மீதிருந்த ஆர்வமும் அவனைத் தொடர்ந்து அங்கு வந்து போகச் சொன்னது.

காட்டில் பதிமூன்று இடங்களில் பெரும் பள்ளங்கள் தோண்டியிருந்தனர். தங்கப்பன் மொத்த எல்லையையும் சுற்றிச்சுற்றி வந்தான். இது ஒன்றும் பெரிய வேட்டை இல்லைதான். ஆனால் துரத்தப்படப் போவது யானைகள்

மட்டுமல்ல, யானைகளோடு சேர்த்து அந்தப் பகுதியிலிருக்கும் எல்லா மிருகங்களையும் துரத்தவே வேலை நடந்து கொண்டிருந்தது. ஒருவேளை கொல்லப்பட்டாலும் அப்படித்தான் நடக்கும். ஃபாரஸ்ட் காரரர்கள் நடக்கப் போவதை தெரிந்து கொண்டதால் விடுமுறை எடுத்துக் கொண்டு செல்ல நினைத்தனர். ஒருசிலர் தேவையான அளவு பணத்தை வாங்கிக் கொண்டு தங்கப்பனுக்கு உதவியாக இருந்தனர். தங்கப்பன் முதலாளியையும் அன்சாரியின் வீட்டிற்கு வரச் சொல்லிவிட்டான். கஞ்சாத் காட்டில் வேலை செய்த ஆட்களை எல்லாம் தற்காலிகமாக முதலாளி இடம் மாற்றி இருந்தார். நான்காவது நாள் இரவில் வேட்டையை நடத்தலாமென முடிவெடுத்திருந்தனர்.

தங்கப்பனால் இரண்டு மூன்று நாட்கள் குடிசைக்குப் போகமுடியவில்லை. மகளின் நினைப்பு அவ்வப்போது வந்து போனாலும் வேட்டை முடிகிற வரை வேண்டாமென்றே தவிர்த்தான். வாசிக்கு தங்கப்பனோடு செல்ல விருப்பமில்லை. இது நடந்தால் ஒருவேளை அதிகம் பாதிக்கப்படப் போவது பளியக்குடிதான். பேருக்கு ஃபாரஸ்ட்காரரர்கள் கேஸைப் போட்டு ஆள் கணக்குக் காட்ட பளியன்களைத்தான் தூக்கிச் செல்வார்கள். ஆனால் இன்னொரு வகையில் வாசியும் வேட்டைக்குப் போகும் பட்சத்தில் யானைகளையோ மிருகங்களையோ கொல்லப்படாமல் காப்பாற்ற முடியுமென நம்பினான். அதனாலேயேதான் செல்லாயி கேட்டதும் சம்மதித்தான்.

“வார வியாழக்கெழம பளிச்சி கோயில் பூச, எப்பவும் போல உங்க குடி ஆளுக வந்திரனுமப்பா...”

லோயர் கேம்ப் குடியிலிருந்து பெரியாட்கள் தகவல் சொல்லி அனுப்பி இருந்தார்கள்.

பூசணி இந்த ரெண்டு நாட்கள் தான் சந்தோசமாய் இருப்பார். பளியன் மத்த நாளெல்லாம் எப்படி இருக்கிறானோ தெரியாது, இந்த இரண்டு நாட்கள்தான் பளிச்சியாத்தாளின் பிள்ளையாய் காட்டை நேசிக்கிறவனாய் இருப்பான். குடியிலிருந்த எல்லோரையும் வரச் சொல்லி அனுப்பினார். பாதிப்பேர் கஞ்சாத் தோட்ட வேலைக்குப் போய்விட்டதால் ஆட்கள் குறைவாகவே வந்திருந்தனர்.

“வெயாழக்கெழம பளிச்சி பூச... நாம எப்பவும் போல மொத்த குடியும் போயிட்டு வரனும்... தயார் பண்ண வேண்டியதெல்லாம் தயார் பண்ணிக்கங்க...”

பளிச்சி கோவில் பூசைக்கு போவதா வேண்டாமா என பளிச்சியன்களுக்குள்ளாகவே பேச்சு எழுந்தது. எத்தனை கஷ்ட நஷ்டமென்றாலும் சித்ரா பௌர்ணமிக்கு பளிச்சி கோவில் போக வேண்டும். அவளுக்கு செய்ய வேண்டியதை சரியாக செய்ய

வேண்டும். இரண்டு நாள் பூசைக்கு மொக்கநிலையிலிருந்து எல்லோரும் போய்த்தான் ஆகவேண்டும். பூசைக்குப் போனால் மட்டும் என்ன ஆகப்போகிறதென பெண்கள் சிலர் சலித்துக் கொண்டர். ரெண்டு நாள் வேலை கெடும், கூலி இல்லாது போவதோடு பூசைக்குப் போய்வரச் செலவும் வீண்.

“வருசா வருசம் நாமளும் பூசையப் போட்டுட்டுத்தான் இருக்கோம். எங்க விருத்தியாகுது. ஒருநாளைக்கு ஒருநா நம்ம பொழப்பு வெளங்காமத்தான் போகுது… எங்கிருந்தோ இந்தக் காட்டுக்குப் பொழைக்க வர்றவனுக்கெல்லாம் இந்த பளிச்சியாத்தா நல்ல வழியக் காட்டிடறா…”

சத்தமே இல்லாமல் ஒருத்தி முனக, பூசணி அவளைக் கடுமையாகப் பார்த்தார். அவள் அங்கிருந்து கொண்டு இப்படி யோசிப்பது நல்லதல்ல எனப்புரிந்து கொண்டு நகர்ந்துவிட்டாள். இந்த புதுவிதமான எதிர்வினை அவருக்கு அச்சமூட்டியது. ‘எப்படி இவ்வளவு சீக்கிரத்தில் பளியன் தன் தாயைப் புறக்கணிக்கத் துவங்கிவிட்டான்.’ எத்தனை பேர் போகப் போகிறமோ என நம்பிக்கையில்லாமல் இருந்தார்.

பளியர்கள் காட்டுக்குள் புதிதாக வந்தேறியவர்களிடமிருந்து இதுவரை அங்கு இல்லாத ஏராளமனா விசயங்களை கற்றுக் கொள்ளத் துவங்கியிருந்தனர். அந்த மக்கள் பயன்படுத்தும் ஒவ்வொன்றையும் ஒரு மகத்தான கண்டுபிடிப்பெனவும் இந்தக் காட்டுக்கு வெளியிலிருக்கும் உலகம் நிச்சயமாக ஆசீர்வதிக்கப்பட்டதாகத்தான் இருக்க வேண்டுமெனவும் நம்பினர். பளியக்குடிக்குள் ரேடியோ வரத் துவங்கியது இப்படித்தான். பாதிக்கும் மேல் ஆட்கள் இப்போது அதிகாலை செய்தி கேட்கிறார்கள். காட்டு வேலைக்குப் போன பெண்கள் சேலை கட்டும் மாறியது. அதன் மூலமாய் தங்களை முன்னைவிடவும் கொஞ்சம் உயர்வாக நினைத்துக் கொண்டனர்.

முன்பே பூசைக்கென எடுத்து வைத்த பொருட்களெல்லாம் பத்திரமாகத்தான் இருக்கிறது, தனிப்பட்ட முறையில் ஆட்கள்தான் பின்வாங்குகிறவர்களாய் இருந்தனர். கட்டையனுக்கு வேம்பு அக்காவின் மகள் குயிலம்மாவின் மீது விருப்பமிருந்தது. கொஞ்ச நாளாகத்தான் அதுவும். கோவிலுக்குப் போகிற நாளில்தான் அவளோடு பேசிப் பழகி நெருக்கமாக வேண்டுமென நினைத்திருந்தான். சின்ன வயதிலிருந்து பார்த்துப் பழகி ஒன்றாக வளர்ந்தவர்கள்தான், இப்பொழுது அவள் பெரிய மனுஷியானபின் பார்க்கையில் வேறு ஒருத்தியாய் இருந்தாள். அவளும் கஞ்சாக் காட்டு வேலைக்குப் போவதால் பேச்சு, உடை எல்லாம் கொஞ்சம் நறுவிசாகத்தான் இருந்தது. அவள் மீதிருக்கும் ஆசையை யாரிடமும் சொல்லியிருக்காத கட்டையன் வாசியிடம் மட்டும் தயங்கி தயங்கி சொன்னான்.

“ஏண்ணே நீ யாரக் கட்டிக்கிலாம்னு இருக்க?..”

கட்டையனிடமிருந்து இந்தக் கேள்வியை எதிர்பார்த்திருக்காத வாசி, “என்னடா திடீர்னு கேக்கற? ஏன் நீ யாரையாச்சும் கட்டிக்கனும்னு நெனச்சிருக்கியா?..”

கட்டையன் வெட்கத்தில் சிரித்தான்.

“ஆமா.. யாருன்னு அப்பறம் சொல்றேன்... நீ மொதல்ல சொல்லு....”

இதெல்லாம் புதிதாய் இருந்தது. தனக்கு அப்படி இதுவரை யார்மீதும் விருப்பம் வந்திருக்கிறதாவென யோசித்துப் பார்த்தான். நினைவுக்கு எட்டியவரை இல்லை. கட்டையனிடம் திடீரெனப் புகுந்து கொண்ட உற்சாகம் இவனுக்கும் பிடித்துப் போனதால்

“அப்படி எல்லாம் ஒன்னும் யோசிக்கலடா... அதுக்குள்ளயும் நமக்கு பொண்டாட்டி கட்ற வயசாகிடுச்சா என்ன?”

“என்னண்ணே இப்பிடி சொல்லிட்ட.... நம்ம பூசணி பாட்டனுக்கு கல்யாணம் ஆகறப்போ பதிமூணு வயசுதான்... உனக்கு இப்போ பதினேழு முடியப் போகுது. எனக்குப் பதினாறு... இப்போ கட்டாம பின்ன கெழண்டு போனதுக்கு அப்பறம் பொண்டாட்டி கட்டி என்ன செய்ய?”

வாசிக்கு ஒரு மாதிரியாக விசயம் புரிந்து விட்டது.

“சரிடா நான் கட்றது இருக்கட்டும், நீ யார நெனச்சுட்டுத் திரியிறன்னு சொல்லு.... நம்ம பளிச்சியா? இல்ல வடகரப் பக்கம் எங்கயும் வேற பொம்பளையப் பாத்துட்டியா?”

கட்டையன் அவசரமாக மறுத்தான்....

“ச்சீ ச்சீ... நான் போயி வேற பொம்பளைய நோங்குவனா? நம்ம குடியிலயே இருக்க சுத்தமான பளிச்சிதாண்ணே...”

“நம்ம குடியிலயா? யார்றா?”

கட்டையனுக்கு உடலெங்கும் பூரிப்பும் வெட்கமுமாய் இருந்தது. வாசியை எதிர்கொண்டு பார்க்க முடியாமல் திணறி எங்கயோ பார்த்தபடி சொன்னான்,

“நம்ம வேம்பக்கா மகள்ணே...”

அவளின் உருவத்தை நினைவுக்குக் கொண்டு வர வாசிக்கு சில நொடிகள் பிடித்தது. சடாரென அவள் உருவம் வந்ததும் நிறைவாக சிரித்தான்.

“அட நம்ம குயிலம்மாளா... நல்ல பிள்ளடா... கெட்டிக்கார பிள்ள...” வாசி ஆமோதித்ததில் கல்யாணமே நடந்துவிட்டது போல் சந்தோசப்பட்டான்.

இப்போது சமயம் வாய்த்திருக்கிறது. வியாழக்கிழமைக்காக காட்டுப் பூனையைப் போல் உறங்காமல் இங்கும் அங்குமாய் சுற்றிக் கொண்டிருந்தான்.

மூன்றாம் நாள் இரவில் எல்லா ஏற்பாடுகளும் தயாராகி வடகரையிலிருந்து ஆட்கள் கிளம்பி அன்சாரியின் கிடைக்குப் போய்விட்டனர். நான்கு ஜீப்புகள், தங்கப்பனுக்கு துணையாக பத்து பதினைந்து ஆட்கள், கூடவே துப்பாக்கிகளென தங்கப்பன் வலுவான தயாரிப்புகளோடு சென்றிருந்தான். சின்னதொரு யுத்தத்திற்கு தயாராவது போலிருந்தன அந்த ஏற்பாடுகள். முதலாளி எல்லோருக்கும் சாராயம் வாங்கிக் குடித்திருந்தார். பின்னிரவு வரை குடித்துவிட்டு எல்லோரும் உற்சாகமாய் இருந்தனர். தங்கப்பன் அதிகம் குடிக்காமல் பேசுவதிலேயே கவனமாக இருந்தான். முதலாளி என்ன சொல்லப் போகிறானென்பதைத் தெரிந்து கொள்ள ஆர்வமாக இருந்ததால் அவரும் குறைவாகவே குடித்தார்.

“ரெண்டு குழுவா பிரிஞ்சிக்கிருவோம் முதலாளி... ஒரு குழுவுல எங்கூட நாலு பேர் வரட்டும், இன்னொரு குழுவுல வாசியும் அன்சாரியும் இருந்தானுகன்னா அவய்ங்களுக்கு தொணைக்கு மூணு பேர் போதும். காப்பிக் கொட்ட கொண்டு போற பாதையில கெழக்கு எல்லையில நானும், வடக்கு எல்லையில அவனும் சேந்து துரத்தி வந்தம்னா மேக்க கேரளா காடு எல்ல வரை துரத்திட்டு வந்திரலாம்... அதுக்கப்பறம் பருத்திப்போடுக்கு மேல ஒரு பெரிய சொன இருக்கு. அந்த சுனைக்குத்தான் யானைக வந்து சேருங்க... ஒன்னு அங்க வெச்சு அத்தன யானையையும் சுட்டுரனும், இல்ல அங்க இருந்து விடிய விடிய வெடியப் போட்டுத் தொரத்திரனும்...”

தங்கப்பன் சொல்லும் போதே மொத்தப் பாதையும், திட்டமும் முதலாளிக்கும் உடன் இருந்த எல்லோருக்கும் புரிந்துவிட்டது. யானைகளைக் கொன்றுவிடலாமென தங்கப்பன் சொன்னதைக் கேட்டு எல்லோருமே அதிர்ந்து போனார்கள். எல்லோருக்குமே எல்லையை விட்டுத் துரத்தினால் போதும் என்பதுதான் நினைப்பு. முதலாளிக்குமே ஒரு மாதிரியாக இருந்தது.

“எதுக்கு தங்கப்பா யானையச் சுடனும், தொரத்தினா பத்தாதா?”

தங்கப்பன் சிரித்தார்.

“என்ன மொதலாளி திடீர்னு இப்டி சொல்றிய?... நாம என்ன சும்மா இருக்கற யானையவா சுடப் போறோம்... எல்லாம் வெறி புடிச்சுத் திரியிதுக... முடிஞ்ச வர தொறத்தப் பாப்பம்... மொத்தமா எல்லாம் சேந்து நம்மள வெரட்டி வந்துச்சுன்னா சுட்ற வேண்டியதுதான்...”

முதலாளி வெறுமனே தலையை மட்டும் ஆட்டி சம்மதித்தார்.

அன்சாரிக்கு தொண்டைக்குழிக்குள் எதுவோ இறங்கியது போலிருக்க

"எண்ணே, வாசிக்குத் தெரிஞ்சா கண்டிப்பா சம்மதிக்க மாட்டான்..."

தங்கப்பன் திரும்பி அன்சாரியை முறைத்தான்.

"மயிரு, தெரியாமயா அவனக் காலைல வாடான்னு சொன்னேன். நம்மளத் தவிர யாருக்கும் தெரியக்கூடாது. முக்கியமா வாசிக்குத் தெரியக்கூடாது. அவன் ஒருத்தனுக்குத் தெரிஞ்சாப் போதும் மொத்த யானையவும் வெச்சு நம்மளக் கொன்னுருவான்..."

தங்கப்பன் சொன்னதைக் கேட்டு முதலாளிக்கே ஆச்சர்யமாய் இருந்தது. "என்ன சொல்ற தங்கப்பா.. அப்பறம் என்னத்துக்கு அவன இழுத்துக்கு திரியனும்..?"

"மொதலாளி எனக்கு காட்ட மட்டுந்தான் தெரியும், அவனுக்கு காட்டோடயும் காட்டுக்குள்ள இருக்க மிருகங்களோட பேசவும் தெரியும். பளிச்சி பிள்ள மொதலாளி... நாளைக்கு ராத்திரி பாப்பீங்க அவென் நம்மளுக்கு எம்புட்டுத் தேவைன்னு..."

தங்கப்பன் சுடச் சுட சாராயத்தை எடுத்துக் குடித்தான். காட்டத்தில் தொண்டை எரிந்து அடங்க யாரிடமும் எதுவும் சொல்லாமலேயே எழுந்து போனான். முதலாளி திரும்பி அன்சாரியைப் பார்த்தார்.

"அவன எங்கயும் கூடக் கூட்டிப் போகக்கூடாதுன்னு நெனச்சிட்டு இருந்தாப்ள... இன்னைக்கு பெரிய காரியம்ங்கறதால அவன் தேவைப்படுவான்னு வரச் சொல்லி இருக்காரு.."

வேலை நல்லபடியாக முடிந்தால் போதுமென முதலாளியும் அதற்கு மேல் எதையும் கேட்டுக்கொள்ளவில்லை.

அதிகாலையில் பளியக்குடியில் பாதிப்பேர் வேலைகளுக்குக் கிளம்பிக் கொண்டிருந்தனர். குடியில் நாய்கள் மட்டும் இடைவிடாது குரைத்துக் கொண்டிருந்தன. கட்டையன் இன்னும் பொடவிலிருந்து எழுந்து வரவில்லை. பூசணி மட்டும் அடுத்த திணை நடவுக்கு நிலத்தைப் பார்ப்பதற்காக குடியிலிருந்து கொஞ்சம் தள்ளி இருந்த நிலத்தை எல்லாம் சுற்றி வந்து பார்த்துக் கொண்டிருந்தார். அதிகாலைப் பனி சற்றுத் தள்ளி இருக்கும் மரங்களையும் செடிகளையும் கூடவே பாதையையும் சேர்த்து மறைத்திருந்ததால் அவரை நோக்கி வேக வேகமாக வந்த வாசியை பார்க்க முடியவில்லை.

"பாட்டா, விடியக்காலையிலயே இங்க என்ன செய்றீக?"

பக்கத்தில் வாசியின் சத்தம் கேட்டதும் இவ்வளவு சீக்கிரத்தில் வந்திருக்கிறானே என அவரும் வியப்போடு பார்த்தார்.

"நீ என்னய்யா இன்னியாரத்துல?... எதுவும் முக்கியமான சமாச்சாரமா?"

வாசி அவரையே பார்த்தான்.

“ஆமா, இங்க வெச்சுப் பேச வேணாம்... வாங்க பொடவுக்குப் போவோம்...” அவனிடமிருந்த கவனமும் வார்த்தைகளிலிருந்த சிக்கனமும் அவன் சொல்லப் போவது மிக முக்கியமானதொரு விசயம் என்பதைப் புரிய வைத்தன. அதனால் பொடவுக்குப் போகிற வரை எதுவும் கேட்டுக்கொள்ளாமல் அமைதியாக நடந்தார். வேக வேகமாய் எட்டு வைத்து நடந்தவனை சில அடிகள் தள்ளி நிதானமாக தொடர்ந்து வந்தார். பொடவிலிருந்து எல்லோரும் போய்விட்டார்களா என ஒரு முறை பார்த்துக் கொண்டவன் கட்டையன் மட்டும் இன்னும் தூங்கிக் கொண்டிருப்பதைப் பார்த்துவிட்டு,

“பொழுது விடிஞ்சு எம்புட்டு நேரமாச்சு, இன்னும் ஒறங்கறாம் பாரு பாட்டா...” சொல்லியபடியா அவன் குண்டியில் எத்தினான். கட்டையன் சொரணையே இல்லாமல் பாறையோடு சேர்ந்து திரும்பிப் படுத்துக் கொண்டான். அவன் சொல்லப் போகிற விசயத்தை கேட்க பூசணி தயாராகி இருந்தார்.

“என்ன விசயம்னு சொல்லுடா வாசி...”

“நம்ம குடியில இருந்து எப்ப பூசைக்கு கௌம்பறீக...?”

“நாள மறுநா ராத்திரி பூச, அன்னைக்கு காலைல கௌம்பினா சரியா இருக்கும்டா...”

வாசி யோசித்தான்...

“கொஞ்சம் முன்னயே கௌம்பிட்டா என்ன பாட்டா?..”

“எதுக்குடா முன்னாலயே அங்க போயி என்ன செய்யப் போறோம்?”

“எல்லாங் காரணமாத்தான் சொல்றேன்... நம்ம ஆளுகளக் கூட்டிக்கிட்டு இன்னைக்கு பொழுசாயமே நீங்க பளிச்சி கோயிலுக்குப் போயிருங்க... பூசையெல்லாம் முடியிற வரைக்கும் இங்க யாரும் இருக்க வேணாம்...”

பூசணி அவன் விசயத்தை சொல்லாமல் மழுப்புவதைப் புரிந்து கொண்டு கோவமானார்.

“யோசன மயிரெல்லாம் நீ சொல்லாத, வந்த விசயம் என்னன்னு சொல்லு... அதுக்கப்பறம் பாப்போம் எப்போ போறதுன்னு...”

அந்த வயதிலும் அவரின் கடுமையான முகத்திலிருந்த அச்சுறுத்தலைக் கண்டவன் ஒரு நொடி பின்வாங்கி,

“பெரிய பிரச்சன இருக்கு பாட்டா, இன்னைக்கு ரவைக்கி பெருங்கூட்டமா பருத்திப்போடு காட்டுக்குள்ள நொழஞ்சு யானய தொறத்தப் போறாய்ங்க. பருத்திப் போட்ட சுத்தி பண்ணெண்டு எடத்துல பெரும் பெரும் பள்ளந் தோண்டியிருக்காய்ங்க. யான

மெரண்டு ஓடுனா ஒன்னு மேக்க கேரளா பக்கமா ஓடனும், இல்லன்னா நம்ம பளியக்குடி பக்கமாத்தான் வரனும். அப்பிடி வந்துச்சுன்னா இங்க ஒன்னு மிஞ்சாது...”

அந்த விசயம் நடக்கும் என்பதற்கான சாத்தியங்கள் பாதிதான். அப்படி நடக்கும் பட்சத்தில் ஏற்படப் போகும் இழப்புகளை நினைத்துப் பார்த்தார். கலக்கமாய் இருந்தது.

“தாயோளி என்ன மயித்துக்குடா யானைய தொறத்தப் போறாய்ங்க... எவண்டா இந்த வேலையச் செய்யிறான்...”

தானும் போகப் போவதைச் சொல்ல வாசிக்கு வெட்கமாக இருந்தது, வேறு வழியில்லை.

“பருத்திப்போடு கஞ்சாத்தோட்ட மொதலாளியும், வடகர அன்சாரியும் சேந்து ஆள் புடிச்சிருக்காய்ங்க. தங்கப்பந்தான் தலம....”

பூசணி அவனைக் கவனமாகப் பார்த்தார்...

“ஏன் மென்னு முழுங்கற?... அப்ப நீயும் அந்தக் கூட்டத்தோட போற?’

வாசி அமைதியாக ஒப்புக் கொண்டான். பூசணி சொத்தென அவன் கன்னத்தில் அறைந்தார்.

“வெக்கமா இல்ல? இந்தக் காட்டுல பொறந்த பளியன் இங்க இருந்து ஒரு ஈ எறும்பக் கூட வெளிய தொறத்தக் கூடாதுறா...”

இத்தனை கோவம் கொள்வாரென வாசி எதிர்பார்த்திருக்கவில்லை. அவர் அறைந்ததில் பொறி கலங்கிப் போய் நின்றான்.

“புரியாம பேசாத பாட்டா, நானும் போக மாட்டேன்னு சொல்லிட்டா அவய்ங்க யானையத் தொறத்த மாட்டானுக, கொன்னுருவானுக. எதையும் சாகக் குடுத்துறக் கூடாதுன்னுதான் நானும் வரேன்னு சம்மதிச்சேன்...”

பூசணிக்கு இன்னும் கோவம் அடங்கியிருக்கவில்லை. அவன் சொன்னதிலிருந்த நியாயத்தை யோசித்தார்.

‘போகிற எல்லோருமே யானைகளை விடவும் பல மடங்கு வெறி கொண்டவர்கள். வாசி சொல்வதும் சரிதான். இவன் அவர்களோடு போவது நல்லதுக்குத்தான்.’

கண்கள் கலங்க அவனை இழுத்து அணைத்துக் கொண்டார்.

“எத்தன கருமாயம் பட்டாலும் இந்தக் காடு நம்மளக் கைவிடாதுறா... நாமளும் இந்தக் காட்டக் கைவிட்றக் கூடாது...”

அவருக்கு நா தழுதழுத்தது.

“இந்தக் காட்டுல இருக்க கடைசி பளியன் சாகற வரைக்கும் இந்தக்

காடு நம்ம சொத்து பாட்டா. ஒருநாளும் யாருக்காகவும் விட்டுக் குடுத்துற மாட்டோம்."

அவனை அந்தக் கனத்தில் முதிர்ச்சியான ஒரு பளியனாய்ப் பார்த்தார்.

"சரிடா, இங்க ஆளுகளப் பத்தி நீ கவலப்படாத. நான் இன்னைக்குப் பொழுசாயமே எல்லாத்தையும் கூட்டிக்கிட்டு கெளம்பரேன்... நீ கொ...சம் கவனமா இரு..."

பூசணி ஒரு நிமிடம் கூட அதற்கு மேல் வீணாக்க விரும்பவில்லை. வேக வேகமாய் குடியை நோக்கி நடந்தார். பொடவு மேட்டில் நின்று அவரையே பார்த்துக் கொண்டிருந்தவன் நடக்கப் போகிற வேட்டையில் தொரத்தப்படப் போவது ஆகக் கடைசியில் பளியன் தானோ என உள்ளூர அச்சம் கொண்டான். என்ன நடந்தாலும் அதன் எல்லை வரை பார்த்துவிடுவதுதான் என நினைத்துக் கொண்டவனாய் திரும்பி குடிசை நோக்கி நடந்தான். பொடவுக்கு மேல் அன்றைய பகலின் செவ்வானம் ஏதோவொரு துர்சம்பவத்தை முன்னறிவிப்பது போல் வேகமாய் விரிந்து கொண்டிருந்தது.

மேல் நாயக்கன் பட்டி முனியாண்டி கோயிலில் முதலாளி ஆட்கள் சகிதமாய் சின்னதாய் ஒரு பூசையை நடத்திக் கொண்டிருந்தார். பொழுது வேகமாய் இருட்டத் துவங்கியிருக்க, நரிகள் பசியில் மூர்க்கமாக ஊளையிட்டுக் கொண்டிருந்தன. வாசி தன்னோடு நின்றவர்களை எல்லாம் பெரும் அச்சத்தோடு பார்த்துக் கொண்டிருந்தான். பூசை முடிந்து ஆட்கள் ஆயுதங்களோடு இரண்டு குழுக்களாக பிரிந்தனர். இரண்டு ஜீப்புகளும் பிரிந்து செல்ல, அந்த இருளில் அகமலைக்காடு தன்னை அதன் மாபெரும் காவலனாக நம்பிக்கையோடு பார்த்திருக்கிறது என நினைத்துக் கொண்டான். எனக்கு முன்னால் என் இனம் இங்குதான் விருத்தியானது, எனக்கு பின்னால் வரும் சமூகமும் இங்குதான் விருத்தியாக வேண்டும். உள்ளிருந்து இவர்களுக்கு எதிராக போராட வேண்டுமென வாசி உறுதியாய் இருந்தான். இந்தக் காட்டிலிருக்கும் மரம் செடி கொடிகளும் மிருகங்களும்தான் பளியனைக் காத்து வாழ வைக்கின்றன. பதிலுக்கு இந்தக் காட்டைக் காக்க வேண்டியது அவன் வாழ்நாள் கடமை.

தொலைவில் சென்று மறைந்த ஜீப்புகளின் வெளிச்சம் காட்டுக்குள் அடங்கியிருந்தது. தங்கப்பன் துரத்துவது அல்ல சுடுவதே இலக்கென உறுதியாய் இருந்தான். நல்ல வேட்டைக்காரன் தான் குறி வைக்கும் விலங்கை தப்பிக்க விடுவதில்லை. துரத்தப்படும் மிருகங்களின் பெருமூச்சில் வனங்கள் கொழுந்து விட்டு எரிகின்றன. அவை பின்னொரு நாள் திரும்பி வரும். காடும் மலையும் அதிர தங்களின் இழப்பிற்கு ஈடு செய்யத் தொடுக்கும் அவற்றின் வேட்டை மனிதன் கற்பனை

செய்து கொள்ள முடியாதளவிற்கு கொடூரமானது. வெறி கொண்ட மிருகங்கள் எப்போதும் காற்றைப் போன்றவை, தன் திசை பற்றி எந்த இலக்குகளும் இல்லாது அவை வஞ்சம் தீர்த்துக் கொள்ள மட்டுமே முனையும். அதனால் தன் எல்லைக்குள் வரும் அத்தனையையும் கொல்ல வேண்டுமென தங்கப்பன் நினைத்தான். சுனைக்கு பக்கமாக அவன் மொத்த யானைக் கூட்டத்தையும் துரத்த நினைத்ததே அந்தப் பள்ளங்களைக் கடக்க யானைகள் எடுத்துக் கொள்ளும் அவகாசத்தில் அவற்றை எளிதில் சுடலாம் என்கிற கணக்கில் தான். நாளை காலையில் அந்தக் காட்டின் முரட்டு யானையொன்றின் தந்தத்தை தான் சுமந்து செல்ல வேண்டுமென நினைத்து சிரித்துக் கொண்டான்.

பருத்திப் போட்டுக்கு வடக்கு எல்லையிலிருந்து வாசி வரிசையாக வெடிகளைப் போட்டு பெரு... சத்தங்களை உண்டாக்கினான். உறங்கிக் கொண்டிருந்த காடு நீண்ட நாட்களுக்குப் பின் விழித்துக் கொண்டது போல் அந்த திடீர்ச் சத்தத்தில் மிருகங்கள் அவ்வளவும் அந்தச் சூழலை எதிர்கொள்ள முடியாது செடிகளுக்குள் ஓடின. உயரமான மரங்களில் குதித்துக் கொண்டிருந்த கருமந்திகள் வானில் பெரும் சத்தத்தோடு வெடிக்கும் வெடிகளின் வெளிச்சத்தை கண்டு சாத்தானின் முகங்களைப் பார்த்தது போல் அச்சத்தோடு ஓடின. வாசி மிக நிதானமாக ஒவ்வொரு அடியையும் கடந்து வந்தான். அவன் பாதையில் ஒன்றிரண்டு கரடிகளும், நரிக்கூட்டமும்தான் அதிகம் இருந்தன. கூடுமான வரையில் அவை பள்ளங்களுக்குள் ஓடிச் சென்று மறைந்து கொள்ள அவகாசம் கொடுத்தபடியே நகர்ந்தான். அவனது கண்கள் யானைகளைப் பார்ப்பதற்காக காத்துக் கிடந்தன. தங்கப்பனின் கண்களில் படுவதற்கு முன்னால் தன் கண்ணில் பட்டுவிட்டால் அவற்றை பருத்திப்போடு எல்லையிலிருந்து மேல்நாயக்கன்பட்டி பக்கமாக விரட்டிவிடலாமென யோசித்துக் கொண்டு வந்தான். உண்மையில் இது யானைகளுக்கும் மனிதர்களுக்குமான யுத்தமல்ல, ரகசியமாக தங்கப்பனுக்கும் வாசிக்கும் இடையில் நடக்கும் யுத்தம். அது அவர்கள் இரண்டு பேருக்கும் தெரிந்தும் இருந்தது.

தங்கப்பன் கண்ணில் படும் எதையும் விட்டுவைப்பதில்லை என்கிற முடிவுடன் தன் எல்லையிலிருக்கும் அவ்வளவையும் சூறையாடினான். இந்த மூர்க்கம் திடீரென எங்கிருந்து தனக்குள் வந்தது என அவனுக்கும் புரியவில்லை. துப்பாக்கிகள் ஏராளமாய் இருந்ததால் அவற்றைப் பயன்படுத்தி பார்க்க நினைத்த ஆர்வமா? அல்லது தற்காலிகமாய் வேட்டைக்கு ஓய்வு கொடுத்திருந்த இடைவெளியை நிரப்பிக் கொள்ள இதுவொரு சந்தர்ப்பமா? அவன் பலவாறாக யோசித்துப் பார்த்தான். அடிப்படையில் கொல்வது அவனுக்குப் பிடித்திருந்தது. ரத்தம் சிதற ஒரு மிருகத்தை சுட்டு வீழ்த்தும் போது தான் கடவுளாலும் சாத்தானாலும் ஒருசேர ஆசீர்வதிக்கப்பட்டவன் என்கிற கர்வத்தை உணர்ந்தான்.

அந்தக் கர்வம் மேன்மேலும் கொல்லச் சொன்னது. இந்தக் கர்வத்தை விரும்பினான். அவனோடு வந்தவர்கள் எல்லோருக்கும் அவனைத் தொடர்ந்து செல்லவே அச்சமாய் இருந்தது. வாசியைப் போல் இவன் பெரிதும் வெடிகளைப் பயன்படுத்தவில்லை. சுட மட்டுமே செய்தான். தப்பிக்க விடுவதல்ல, கொல்வதுதான் இப்போது இலக்கு என்பதால் கவனமாக எல்லையை இறுக்கமாக்கினான்.

யானைகளின் சலசலப்பை காப்பிக் கொட்டைத் தடத்திலிருந்து கிளம்பிய கொஞ்ச நேரத்திலேயே தங்கப்பன் கண்டு கொண்டான். இனிக் கவலை இல்லை. முடிந்தவரை இந்த யானைகளைப் பிடியிலிருந்து தப்பிக்க விடாமல் பார்த்துக் கொண்டால் போதும் முதல் நாளே சுற்றிலும் பள்ளம் தோண்டி வைக்கப்பட்டிருப்பதை யானைகள் நிச்சயமாக கவனித்திருக்க வேண்டும். ஆக சர்வ நிச்சயமாய் அவன் திட்டப்படி யானைகள் சுனைக்குப் பக்கமாகத்தான் போயாக வேண்டும். அவன் நம்பிக்கையோடு சின்ன விலங்குகளைச் சுடுவதை நிறுத்துவிட்டு ஜீப்பை இன்னும் வேகமாக ஓட்டச் சொன்னான். எதிர்ப் பக்கத்தில் வாசியின் வெடிச் சத்தமும் நெருங்கி வந்து கொண்டிருந்தது இன்னும் நம்பிக்கை தந்தது. தன்னுடன் வந்தவர்களை இடைவிடாமல் காட்டுக்கள் ஃப்ளாஷ் லைட்டை அடித்தபடியே இருக்கச் சொன்னான். காட்டில் வெளிச்சம் திரும்பிச் சென்ற இடமெல்லாம் செடிகள் அசைவதும் மரங்களுக்கிடையில் ஏதாவதொரு விலங்கு ஓடி மறைவதுமாய் இருந்தன.

தங்கப்பனின் பக்கம் அதிகம் வானை நோக்கி வெடிகள் போடப்படவில்லை எனபதைக் கவனித்தவுடன் வாசிக்கு சந்தேகம் வந்தது. அன்சாரியைத் திரும்பிப் பார்த்தான்.

“எண்ணே அந்தப் பக்கம் என்ன நடக்குது உண்மையச் சொல்லு, யானையத் தொறத்தனும்னா வெடி போடனும்ல. ஏன் அதச் செய்யாம சுட்டுகிட்டே வர்றாய்ங்க...”

இத்தனை சீக்கிரத்தில் வாசி கண்டுபிடித்துவிடுவானென அன்சாரி எதிர்பார்த்திருக்கவில்லை. என்ன பதில் சொல்வது? உண்மையைச் சொன்னால் கூட இனி தங்கப்பனிடமிருந்து அந்த யானைகளைக் காப்பாற்ற முடியாது.

“எனக்கும் தெரியாதுடா தம்பி... வேட்டைக்குன்னு காட்டுக்குள்ள வந்துட்டாதங்கப்பன்எல்லாமிருகத்தையும்விட கொடூரமானவண்டா... என்ன வேணும்னாலும் செய்வான்...”

தங்கப்பனுக்கு அன்சாரி மறைமுகமாக சொல்ல வந்தது புரிந்துவிட்டது. தான் இருக்கும் திசையில் யானைகள் இருப்பதற்கான தடயமும் இல்லை. ஆக தங்கப்பன் மிகச் சரியாக திட்டமிட்டிருக்கிறான். வாசி வேகமாக யோசித்தான். யானைகள்

அவ்வளவு சீக்கிரத்தில் சோர்ந்து போகிறவை அல்ல, ஆக அவை எதிர்த்துப் போராட வேண்டிய நேரத்தை மட்டும் இப்போது விரைவு படுத்தினால் போதும். வாசி என்ன செய்யலாமென யோசித்தான். ஜீப் ஹெட்லைட்டின் வெளிச்சத்தில் அவர்கள் இருக்கும் இடத்தை குத்துமதிப்பாக அடையாளம் பார்த்தான். நேரமும் அப்படி ஒன்று அதிகம் கடந்திருக்கவில்லை. கொஞ்சம் வேகமாகப் போனால் இருபது நிமிசத்துக்குள் சுனைக்குப் போய்விடலாம். சுனைக்கு யானையைப் பத்திக் கொண்டு வரச் சொன்னது துரத்துவதற்காக அல்ல என்பது இப்பொது தெளிவாகப் புரிந்தது. அந்த யானைகளுக்கு முன்னால் சுனையை அடைந்துவிட்டால் போதும், குறைந்தபட்சம் அந்தக் கூட்டத்தில் பாதியையாவது காப்பாற்றிவிடலாம்.

"அன்சாரியண்ணே வெடி போட்டது போதும். இனி போட வேணாம்... வண்டிய மூங்கிக்காட்டுக்கு குறுக்கால விடச் சொல்லுங்க... நாம அவய்ங்களுக்கு முன்னால சுனைக்குப் போகனும்...'

அன்சாரிக்கு அந்த யோசனையிலிருக்கும் விபரீதம் முழுவதும் புரியாமல் போனாலும் ஒரு பாதி புரிந்திந்தது.

"என்னடா சொல்ற?... வர்றது எல்லாம் மதம் புடிச்ச யானக் கூட்டம். நாம எதுத்துப் போனம்னா என்னாகும்னு தெரியுமா?..."

"நாம எதுத்து சண்டைப் போடப் போகலண்னே, அதுகளக் காப்பாத்தப் போறோம்..."

அவனுடன் இருந்த எல்லோருமே அவன் சொல்வதை கிறுக்குத்தனமாகத்தான் பார்த்தனர். ஆனால் வாசி தெளிவாக இருந்தான். கொல்லப்படுவதற்கு முந்தைய கனம் வரையிலும் போராடிப் பார்ப்பதுதான் காட்டுக்காரனின் குனம். இந்த மிருகங்களைப் போலவே அவனுக்கும் அந்தக் குணம் இருக்கிறது. வாசியின் வண்டி சுனையை நோக்கி வேகமாகச் சென்று கொண்டிருந்தது. இப்போது யானைகள் இருக்கக் கூடிய இடத்தை வாசியுமே தோராயமாக தெரிந்துகொண்டு விட்டிருந்தான்.

சுனைக்கு வெகு அருகில் வந்துவிட்ட பின்பாகத்தான் யானைகள் தாங்கள் மாட்டியிருப்பது சூதின் வலைக்குள் என்பதைப் புரிந்து கொண்டன. இரண்டு ஆண் யானைகள், இரண்டு பெண் யானைகள், மூன்று வளர்ந்த குட்டிகளென அது சின்ன கூட்டம் தான். ஆனால் எதிரிகளோடு போரிட பெரும் பலத்தோடு தயாராகவே இருந்தன. சுனையை நோக்கி ஓடுவதைத் தவிர தங்களுக்கு வேறு ஏதேனும் சின்ன வாய்ப்பு கிடைத்தாலும் ஓடிவிடலாம், இல்லாத பட்சத்தில் சண்டையைத் துவக்கலாமென தெளிவாக திட்டமிட்டுக் கொண்டன. தங்கப்பனின் வண்டி யானைகள் ஓடிக் கொண்டிருந்த இடத்திலிருந்து சில நூறு அடிகள் தள்ளி வந்து கொண்டிருந்தன. வண்டியிலிருந்தவர்கள்

இடைவிடாது ஃப்ளாஷ் லைட்டை அடித்தபடியே வர, வெளிச்சம் நோக்கி திரும்ப முடியாமல் யானைகள் திணறின. முன்னால் பாதுகாப்பிற்காக ஓடிய ஆண் யானைகள் இரண்டும் மற்ற யானைகளை விட்டு அவற்றுக்குப் பாதுகாப்பாய் இப்பொழுது பின்னால் ஓடி வந்தன. தங்கப்பன் இதற்காகத்தான் காத்திருந்தான்... காவலர்களை முதலில் வீழ்த்த வேண்டும், மற்றவை இவை கொல்லப்பட்டால் அச்சத்திலேயே சரணடைந்துவிடும். வரிசையாக இரண்டு மூன்று துப்பாக்கிகளில் தோட்டாவை நிரப்பி அவனுடன் இருந்தவர்கள் கொடுக்க தங்கப்பன் கடைசியாக ஓடிய யானையின் வாலுக்கு மேல் சுட்டான். முதல் குண்டு பட்டதும் அந்த யானை ஆவேசமாய் ஒருமுறை பிளிறியது. ஓடுகிற வேகம் ஒரு நொடி குறைந்தாலும் விடாமல் மீண்டும் வேகமெடுத்தது. இப்போது முன்னால் ஓடிய பெண் யானைகள் சுனைக்குள் இறங்காமல் வாசி வந்த இன்னொரு எல்லைப் பக்கமாய் யானைகளைத் திருப்பின. தங்கப்பன் முதலில் சுட்ட யானையின் மீது இரண்டாவது முறையும் சுட்டான். இந்த முறை குண்டு அதன் அடிவயிற்றில் பட்டதும் யானை அத்தனை தூரம் ஓடிவந்ததில் களைத்தும் போயிருந்ததால் ஒரு முறை விழுந்து எழ முடியாமல் திணறிக் கிடந்தது. பின்னால் விழுந்து கிடக்கும் யானையைத் திரும்பிப் பார்க்க முடியாமல் மற்ற யானைகள் ஓட, தங்கப்பன் இடைவிடாமல் அதனை நோக்கிச் சுட்டான். விழுந்த பின்னும் அந்த யானை அசந்துவிடவில்லை, தனக்கு எட்டிய தொலைவிலிருந்த சின்ன மரங்களைப் பிடுங்கி ஜீப்பை நோக்கி வீசியது. இடைவிடாது பிளிறியபடியே இருந்த அதன் பிரம்மாண்டத்தை அருகில் வந்தபோதுதான் தங்கப்பன் கவனித்தான். அந்த யானையின் கடைசி உயிர் மட்டும் மிச்சமிருக்க அதன் முன்னால் வண்டியை நிறுத்தியவன் கர்வத்தோடு அதன் தலையில் சுட்டான். யானை கண்களை மூடவேயில்லை. மெதுவாக அப்படியே சரிந்தது. முன்னால் ஓடிய யானைக்கூட்டம் ஏற்கனவே நீண்ட தூரம் ஓடியிருந்ததால் களைத்துப் போய் ஓட முடியாமல் திணறியது. தங்கப்பன் கொல்லப்பட்ட யானையை விட்டுவிட்டு வண்டியை மற்ற யானைகளை நோக்கி வேகப்படுத்தினான். அவனுடன் இருந்தவர்களுக்கெலலம் ஒரு ராட்சசனுடன் இருக்கும் அச்சம். பேசவே பயந்தனர். வண்டி அந்த யானைக் கூட்டத்தை நெருங்கிக் கொண்டிருந்தது. இப்போது யானைகள் ஓடிக் கொண்டிருந்த திசையிலிருந்து வடக்காக மீண்டும் மேல் நாயக்கன்பட்டி நோக்கி திரும்புவதைப் பார்த்ததும் தங்கப்பனுக்கு சந்தேகம் வந்தது. இது என்ன புது குழப்பமென அவன் யோசித்துக் கொண்டிருக்கும் போதே, யானைகளுக்கு அந்தப் பக்கத்திலிருந்து வாசியின் வண்டியிலிருந்து வெடி வான் நோக்கிப் பறந்தன. உசாரான யானைகள் தங்களுக்கு இன்னொரு பாதை திறந்துவிட்டதைப் புரிந்து கொண்டு இப்பொழுது நம்பிக்கையோடு ஓடின.

தங்கப்பனுக்கு ஆங்காரம் எழுந்தது.

“தாயோளி இவன் என்னண்டு இதக் கண்டுபுடிச்சான்...” முனகியபடியே வண்டி ஓட்டியவனை ஓங்கி எத்தினான்.

“ங்கோத்தாலோக்க, வேகமா ஓட்றா... அதுல இன்னும் ரெண்டையாச்சும் கொன்னாத்தான் நாம வந்ததுக்கு அர்த்தம்.. ஓட்றா வேகமா...”

தூரம் அதிகமாய் இருந்த போதும் தாமதிக்கக் கூடாதென பின்னால் ஓடிய யானையை குறி வைத்தான். இன்னும் கொஞ்ச தூரம் போனால் வாசி கடந்து வந்த மூங்கில் காடு. ஜீப்புகள் வேகமாக வர முடியாது. அதனால் முடிந்தவரை வேகமாக அதற்குள் புகுந்துவிட யானைகள் துடித்தன. பின்னால் ஓடிய ஆண் யானை ஒரே சீராய் இல்லாமல் இங்கும் அங்குமாய் ஓடியது., இருட்டில் அதன் பின்னாலிருந்து தங்கப்பனின் ஆட்கள் அடித்த வெளிச்சம் ஒருவகையில் முன்னால் வேகமாக ஓட அவற்றிற்கு உதவியாகத்தான் இருந்தது இப்போது. தங்கப்பன் அடுத்தடுத்து இரண்டு முறை சுட்டும் குறி தவறிப்போனது., ஆத்திரத்தில் இன்னும் இரண்டு முறை சுட்டான். ஒரு குண்டு மட்டும் யானையில் பின்னங்காலுக்கு மேல் பட்டது. அதுவொன்னும் பெரிய காயமில்லை. தொடர்ந்து அவன் சுடப்போவதற்கு முன்னால் இவர்கள் ஜீப் போன திசையில் அவர்களுக்கு முன்னால் ஒரு வெடி வந்து விழுந்தது. திடீரென வந்து விழுந்ததும் ஜீப்பை ஓட்டியவன் பிரேக் அடித்து நிறுத்தப் போய் வண்டி சாய்ந்தது, தங்கப்பன் கடைசியாக சுட அந்தக் குண்டும் அந்த யானையின் முதுகில் பட்டு ரத்தம் தெறித்தது, வண்டி சரிந்து விழ கீழே விழுந்த தங்கப்பன் யானை ஓடின திசையில் இன்னொரு துப்பாக்கியை எடுத்துக் கொண்டு ஓடினான். முதலாளி அவனுக்கு கொடுத்திருப்பது எல்லாமே விசைத் துப்பாக்கிகள். அதனால் ஒரு பிரச்சனையும் இல்லை. ஓடியபடியே அந்த யானையை குறிவைத்து சுட்டான். அவனுக்கு முன்னால் அந்த யானைகளை துரத்தியபடி வாசியின் ஜீப் விரைந்து கொண்டிருக்க தங்கப்பனின் துப்பாக்கிக் குண்டு இந்த முறை அந்த யானையை சரியாக வீழ்த்தியது. அந்த யானை பெரும் அலறலோடு வாசியின் ஜீப்பின் முன்னால் விழுந்தது. இந்த உலகத்திலிருந்து தனக்கான விடுதலையை வேண்டி நிற்கும் அதன் கண்களில் இன்னும் சில காலம் உயிர் வாழ ஆசைப்பட்டு முடியாமல் போன நிராசைகள் கண்ணீராய் கசிந்து கொண்டிருந்தன. வாசி துடித்துப் போனான்.

“இந்தத் தேவிடியா மவனுக்கு ஏன் இப்பிடி கொலவெறி ஏறிப் போயிருக்கு”

வண்டியிலிருந்து இறங்கி அந்த யானைக்கு முன்னால் ஓடிப்போய் நின்றான். வெறுமனே அந்த யானை தனது துதிக்கையால் காற்றை

அளைந்தது. தன் கைகளால் அதைப் பிடித்துக் கொண்டவன் பரிவோடு அதன் பக்கத்தில் உட்கார்ந்தான். மரணத்தை நோக்கிய பெருமூச்சு அந்த யானையிடமிருந்து ஆவேசமாய் வெளிப்பட்டது. கண் திறக்க முடியாமல் யானை சரிந்து விழ, மிச்சமிருந்த உயிர் அதன் வாலில் இங்கும் அங்குமாய் அசைந்து துடித்துக் கொண்டிருந்தது. இந்தக் காட்டை ஆண்ட யானைகள் அவை இரண்டும். அதன் வேதனையை காணச் சகிக்காமல் அதன் உடலில் சுட்டான். அந்த யானையின் உயிர் அடங்க தூரத்தில் தங்கப்பன் நிதானமாக இந்த யானை நோக்கி நடந்து வருவது தெரிந்தது. வாசி துப்பாக்கியால் ஆவேசமாக அவனை நோக்கிச் சுட்டான். ஜீப்பிலிருந்த அன்சாரிக்கு நடப்பது இன்னும் பெரிய விபரீதம் என்பது புரிய வேகமாக இறங்கி ஓடிவந்தான்.

"ஏலே சுடாதறா... சொல்றதக் கேளு,... அவசரப்படாத வாசி,.. இருடா..."

கத்திக் கொண்டே வந்து அவனிடமிருந்து துப்பாக்கியைப் பிடுங்கினான். தங்கப்பனிடம் சின்ன சலனம் கூட இல்லை, நிதானமாக நடந்து யானையின் பக்கத்தில் வந்தான். காறி அதன் மேல் துப்பியவன் திரும்பி வாசியைப் பார்த்தான். அன்சாரி முடிந்த மட்டும் இறுக்கமாக அவனைப் பிடித்து வைத்திருக்க ஓங்கி வாசியின் வயிற்றில் தங்கப்பன் எத்தினான். அடிவயிறு கலங்க வாசி கீழே விழுந்தான்.

"உங்க ஆத்தாளையா சுட்டேன்... கோவம் பொத்துக்கு வருது... வேட்டைக்குன்னு வந்தா எதையும் மிச்சம் வைக்கக் கூடாது. நீ தப்பிக்க விட்ட மிருகம் நாளைக்கு உன்னையத் தேடி வந்து கொல்லும்டா கேணக்கூதி..."

ஆத்திரம் தீர வாசியை மிதித்தான். வாசி சிலமுறை சிரமப்பட்டு எழுந்திருக்க முயன்றான் முடியவில்லை. கையில் வைத்திருந்த துப்பாக்கியால் தங்கப்பன் அவன் முதுகிலும் நாலு அடி போட்டான். சுருண்டு மயங்கிய வாசியை அன்சாரியும் அவனுடன் இருந்தவர்களுமாக சேர்ந்து தூக்கி ஜீப்பில் போட்டனர்.

கொல்லப்பட்ட இரண்டு யானைகளின் பெருந் தந்தங்களை அவற்றின் தலையோடு எடுத்துக் கொண்டு தங்கப்பனின் ஜீப் நள்ளிரவில் அன்சாரியின் வீட்டுக்கு வந்தபொழுது அங்கிருந்த எல்லோருக்குமே அந்தக் காட்சி அச்சுறுத்தக் கூடிய ஒன்றாகத் தெரிந்தது. கொஞ்ச நாள் எந்த வேட்டைக்கும் போகாமல் தன் பொண்டாட்டி பிள்ளை என்று இருந்தவனுக்குள் எங்கிருந்து இப்படியொரு வெறி வந்தது என ஒருவருக்கும் புரியவில்லை. முதலாளி அவனிடம் பேசவே பயந்தார். அவ்வளவு பெரிய உருவத்துக்கு பயத்தில் வியர்த்துக் கொட்டியது. வண்டியை விட்டு இறங்கிய தங்கப்பன்,

'என்ன மொதலாளி அப்படி பாக்கறீக.... ரெண்டு தலையும்

உங்களுக்குத்தான். கொண்டு போயி வீட்டுல மாட்டி வைங்க... ஒரு தலைல இருக்க தந்தத்த மட்டும் எனக்குக் குடுங்க போதும்."

இன்னும் பொழுது விடிய நிறைய நேரம் இருக்கிறது. ஊர்க்காரர்கள் யாரும் இவன் வந்த கோலத்தைப் பார்க்கவில்லை என்பதால் இப்போதைக்கு பெரிய பிரச்சனையில்லை. ஆனால் கொல்லப்பட்ட யானையின் உடலை நாளைக்குப் பார்க்கும் ஃபாரஸ்ட்காரன் நிச்சயம் லேசில் விடமாட்டான். யானைகளைத் துரத்துவதற்கு மட்டுந்தான் அவர்கள்சம்மதித்திருந்தனர். கொல்லப்பட்டிருப்பது இரண்டு யானைகள் மட்டுமில்லை என்பதால் இது எங்கு போய் முடியப்போகிறதோ என்கிற பயம் எல்லோருக்குமே இருந்தது. அன்சாரியின் ஜீப்பில் மயங்கிக் கிடந்த வாசி இன்னும் எழுந்திருக்கவில்லை, முதலாளி வாசியையும் தங்கப்பனையும் மாறி மாறிப் பார்த்தார்.

"இந்த திருட்டுத் தாயோளி வந்துதான் வேட்டையக் கெடுத்துப்புட்டான்... என்னண்டு நம்ம திட்டத்தக் கண்டுபிடிச்சான்னு தெரியல, மொத்தமா எல்லாத்தையும் சொனைக்கி பக்கமா கொண்டு வந்த நேரமாப் பாத்து கௌச்சு விட்டுட்டான். இல்லாட்டி மொத்தக் கூட்டத்தையும் கொன்னுருப்பேன்..."

தங்கப்பன் கடுப்போடு காறித் துப்பினான். முதலாளிக்கு வாசி வேட்டைக்குப் போனது எத்தனை நல்லது என்பது இப்போது புரிந்தது. இவனும் இல்லாமல் போயிருந்தால்?...

"சரி தங்கப்பா, எதுவா இருந்தாலும் காலைல பேசிக்குவோம்... மொதல்ல இப்பிடி ஒரு சம்பவம் நடந்தது ஊருக்குள்ள யாருக்கும் தெரியக்கூடாது. விடிஞ்ச ஒடனேயே காட்டுக்குள்ள ஆளுகள அனுப்பி யானைய எந்தத் தடமும் இல்லாம காலி பன்னிரனும்..."

அன்சாரி திரும்பி முதலாளியைப் பார்த்தான்.

"என்ன சொல்றிங்க மொதலாளி... அது என்ன நடக்கற காரியமா? செத்துக் கெடக்கறது ரெண்டும் நாயோ, பன்னியோ இல்ல. யான.... அதக் கொண்டு போயி எங்க பொதைப்பிங்க?"

தங்கப்பனுக்கு இதெல்லாம் தேவையில்லாத ஒன்று.

"ஏலே நீ என்னமோ செய்யி, நாலு நாளா நான் சரியாத் தூங்கல என்னயக் கொண்டு போயி என் குடிசைல விட்று..."

அவன் வேகமாகப் போய் வாசி மயங்கிக் கிடந்த ஜீப்பில் முன் சீட்டில் உட்கார்ந்து கொண்டான். அன்சாரி திரும்பி பக்கத்தில் இருந்த ஒருத்தனைப் பார்க்க அவன் எதுவும் பேசாமல் ஜீப்பை எடுக்கக் கிளம்பினான். முதலாளிக்கு இன்னும் நடுக்கம் குறைந்திருக்கவில்லை.

"எவ்வளவு முடியுமா அவ்வளவு துண்டு துண்டா வெட்டி பாதிய பொதச்சிருவோம். மீதியக் காட்டுக்குள்ள அங்கங்க போட்டுட்டம்னா

நரியும், சிறுத்தையுமா தின்னு தீத்திருங்க....”

அன்சாரி அவர் சொன்னதன் சாத்தியம் எதுவும் தெரியாமல் குழப்பத்தோடு அங்கிருந்து நகரப் போனான். முதலாளிக்கு அதோடு சேர்த்து இன்னொரு காரியத்தையும் செய்துவிடலாமெனப் பட்டது.

“ஏண்டா அன்சாரி மொக்கநெல கஞ்சாத் தோட்டம் ஓரளவுக்கு நல்லா இருக்குல்ல....”

அந்தக் கேள்வியின் உள்ளர்த்தம் புரியாமல்

“ஆமாண்ணே... எந்தப் பிரச்சனையும் இல்ல... வேலைக்கும் ஆளுக வந்து போறதுக்கு ஈஸியா இருக்கு...”

முதலாளிக்குக் கொஞ்ச நாட்களாகவே பளியக்குடியின் மேல் ஒரு கண் இருந்தது. ஏற்கனவே அந்த இடத்தைக் காலி செய்யச் சொல்லி வனத்துறை அதிகாரிகள் அவர்களைத் துரத்துவதும் தெரியும் என்பதால் வேறு விதமாக கணக்குப் போட்டார்.

“அந்த பளியங்க இருக்க எடம் தோட்டம் போடறதுக்கு எப்பிடி இருக்கும்?...”

இப்போது அவரின் குரூரமான விருப்பம் புரியவும் அன்சாரிக்கு தூக்கி வாரிப்போட்டது.

“மொதலாளி அப்பிடி எல்லாம் செஞ்சிராதிக... அதவிட பாவம் வேற எதுவும் இல்ல... ஏற்கனவே செஞ்ச பாவத்தக் கழிக்கவே இன்னும் எத்தன வருசம் ஆகும்னு தெரியல... விட்றுங்க மொதலாளி.. அவய்ங்கள எதுவும் செஞ்சிட வேணாம்...”

முதலாளி சிரித்தார்.

“பாவம் புண்ணியமெல்லாம் பாத்தா பொழைக்க முடியாதுரா.... இதச் சாக்கு வெச்சுத்தான் அந்த எடத்த கைப்பத்தனும்... நீ எதுவும் செய்ய வேணாம், நானே பாத்துக்கறேன்...”

இடுப்பிலிருந்து இறுகி கால்களைச் சுற்றியிருந்த வேட்டியை மடித்துக் கட்டிக் கொண்டு முதலாளி அங்கிருந்து கிளம்ப அடுத்த என்ன நடக்கப் போகிறதெனத் தெரியாமல் குழப்பத்தோடு அன்சாரி உட்கார்ந்துவிட்டான். மனிதன் தனது ஆசைகளில் நிறைவு கொள்ள முடியாத பெரும் பசி கொண்ட மிருகமென்பதை முதலாளியின் மூலமாய் இன்னொருமுறை அன்சாரி தெரிந்து கொண்டான்.

5

மனிதனும் மிருகமும் ஒருசேர அபாயத்தை எதிர்கொண்டு தப்பிக்கையில் மனிதனிடமிருந்து மிருகங்களும் மிருகங்களிடமிருந்து மனிதர்களும் மிக முக்கியமான சில விசயங்களை கற்றுக் கொண்டவர்களாய் இருக்கிறார்கள். முந்தைய இரவு தப்பித்த யானைகளுக்குத் தெரியும் அடுத்து என்ன செய்ய வேண்டுமென. வாசி இரண்டு நாட்களாக அப்படியேதான் கிடந்தான். மாரிதான் அவனைப் பார்த்துக் கொண்டிருந்தாள். உடலெங்கும் அவனுக்கு ரத்தம் கட்டிப் போய் வீங்கியிருந்ததால் சட்டை எதுவும் போடாமல் வெறும் வேஷ்டியை மட்டும் சுற்றி விட்டிருந்தாள். வலியில் இடைவிடாது முனகிக் கொண்டிருந்தான். உடலில் மிகுந்திருந்த வேதனையை விடவும் இரண்டு யானைகளைக் காப்பாற்ற முடியவில்லையே என்கிற வேதனைதான் அவனை அதிகமும் துன்புறுத்தியது. ஆனாலும் அவன் சில விசயங்களைக் கற்றுக் கொண்டான், உயிருக்காக விடாது போராடிய அந்த மிருகங்களிடமிருந்தும், அந்த மிருகங்களை விடவும் அதீத வன்மங் கொண்ட தங்கப்பனிடமிருந்தும். தங்கப்பன் தன்னை மீறிச்

செல்கிற ஒருவனை எதிர்கொள்ள முடியாத அச்சத்தில் தான் தன்னை அடித்திருக்கிறான் என்பதை வாசி புரிந்து கொண்டான். தங்கப்பனுக்கு தன் மேல் இருப்பது வெறுப்பில்லை, பயம். அதனால் அந்தக் காயம் வாசியை உள்ளூரப் பலப்படுத்தவே செய்திருந்தது.

எழுந்து நடக்கும் நாளுக்காக தன்னை முழுமையாகத் தயார்படுத்திக் கொள்ள நினைத்தான். பூசைக்குப் போன பளியக்குடி திரும்பியிருக்கும், என்ன ஆகியிருக்குமோ என உள்ளூர கலக்கமாய் இருந்தது. ஒரு இரவில் இத்தனை கொடூரமான அழிப்பை தாங்கிக் கொள்கிற சக்தி பூசணிக்கு இல்லை. பாட்டன் தன்னையும் சேர்த்து தவறாகத்தான் நினைக்கக்கூடும். அவருக்கு எப்படி சொல்லிப் புரியவைப்பதெனத் தெரியவில்லை.

“எத்தா மொக்கநெல பக்கமா போனயின்னா பளியக்குடி ஆளுக என்ன செய்றாகன்னு கொஞ்சம் பாத்துட்டு வா...”

வாசி முதலில் மாரியிடம்தான் கேட்டுப் பார்த்தான். அவள் அவனை விட்டு எங்கும் போவதாக இல்லை. ஒரு அவசரத்துக்கு அவன் ஒன்னுக்கு ரெண்டுக்குப் போவதற்குக் கூட அவள் உதவி தேவையாய் இருந்தது. அது தனக்கான உரிமை என்னும் உறுதியோடு அவள் செல்லாயியையும், சகாய ராணியையும் வாசியின் பக்கத்தில் விடவில்லை.

“மொதல்ல உனக்கு மேல் சொகமாகட்டும். அதுக்கப்பறம் பளியகுடிக்குப் போறதப் பாப்பம்... நீயே பல்லத் தொறந்து படுத்துக் கெடக்கற, இதுல என்ன ஊர்மேல அக்கற...” என கண்டித்தாள். அவள் எப்படிக் கேட்டாலும் போய்ப் பார்த்துவரமாட்டாள் என்பது வாசிக்குப் புரிந்து விட்டதால் சகாயராணியிடம் கேட்கலாமென நினைத்துக் கொண்டான்.

இரண்டாம் நாள் காலையில் தங்கப்பன் பேருக்கு ஒரு முறை வந்து குடிசைக்கு வெளியில் நின்று இவனை எட்டிப் பார்த்தான். இப்போது வாசிக்கு தங்கப்பனை எதிர் கொண்டு பார்ப்பதில் எந்த அச்சமும் இல்லை. தன்னுடல் மெலிந்து சோர்ந்திருந்தாலும் தனக்கு எதிரில் இருப்பவன் ஏதோவொரு வகையில் தன்னைக் கண்டு அஞ்சுகிறான் என்பது தெரிந்ததால் அவனை தைர்யமாகவே பார்த்தான். தங்கப்பனுக்கு அவன் மேலிருந்த வெறுப்பு இப்பொழுது மாரியின் மீதும் திரும்பியது.

“அவென் என்ன சின்ன நொட்டையா, அவனத் தூக்கி தூக்கி பாத்துக்கிருக்க... விட்டுட்டு வாளா...”

தங்கப்பன் மாரியை முறைத்தான்.

“உனக்கு எதுக்கு பொச்செரியுது. அவனுக்கு என்ன செய்யனும்னு எனக்குத் தெரியும். நீ உன் வேல மயித்தப் பாத்துட்டு போ...”

வேகமாக குடிசைக்குள் வந்து அவளை முதுகில் மிதித்தான். அவள் கொஞ்சமும் அசரவில்லை. வாசி தங்கப்பனை முறைத்துப் பார்த்தான். தங்கப்பனுக்கு இன்னும் வெறி அதிகமாகிவிட மாரியைப் போட்டு அடித்தான்.

"தேவிடியா முண்ட... இந்த தாயோளி மகன் என்னயக் கொல்லப் பாத்தாண்டி... அவனுக்குப் பீ மூத்திரம் அள்ளிப் போடற... த்தூ..."

காறி காறித் துப்பினான். மாரி அவனை இறுகப் பிடித்து வெளியே இழுத்துக் கொண்டு போனாள்.

"உனக்கு எத்தனைய கொன்னாலும் வெறியடங்காது, அதுக்கு அந்தப் புள்ள என்ன செய்யும்... பாக்கறேன் இன்னும் எத்தன நாளைக்கித்தான் நீயும் இந்த ஆட்டம் ஆடறன்னு பாக்கறேன்... நரம்புல தெம்பு இருக்கற வரைக்கும்தான... பத்து நாளைக்குப் பல்லத் தொறந்து படுத்துப் பாரு அப்பறம் தெரியும்..."

"ஒரு சிரிக்கியும் இங்க இருக்காதிங்க... திங்கறதுக்கு படுக்கறதுக்கு எல்லாத்துக்கும் நான் வேணும்... ஆனா நான் செத்தாலும் பரவா இல்ல உங்களுக்கு அவென் முக்கியம்... யாருடி உனக்கு புருஷன்... நானா அவனா?... களவாணி முண்ட..."

தங்கப்பன் அவளை நோக்கி காறித் துப்பிவிட்டு விறுவிறுவென செல்லாயியின் குடிசைக்குள் போனான். வாசியின் மான்குட்டி அவன் பக்கத்தில் வராமல் போனதால் கத்தியபடியே துள்ளிக் கொண்டிருந்தது. இத்தனை நாட்களா அதன் இருப்பும், சத்தங்களும் தங்கப்பனுக்கு எரிச்சலைத் தந்ததில்லை. இன்று அந்த மான்குட்டி போடும் சத்தம் உச்சபட்சமான எரிச்சலூட்டியது. முதல் சிலமுறை அது கத்தும் போது பொறுத்துப் பார்த்தவன் தொடர்ந்து அது கத்தியபடியே இருக்க வேகமாக வெளியில் வந்து அதைக் கட்டியிருந்த கயிற்றை அறுத்துவிட்டு ஒரு கையில் பிடித்துத் தூக்கினான். மான்குட்டி முன்னைவிடவும் சத்தமாய் அச்சத்தோடு அலற வேகமாக பக்கத்திலிருந்த தேக்கு மரம் நோக்கி நடந்த தங்கப்பன் 'சத் சத் சதென மான்குட்டியை மரத்தில் அடித்தான். சில நொடிகளில் அந்தக் குட்டிமான் சுவடே இல்லாமல் சிதறிப்போனது. அந்த வன்மம் முழுக்க வாசியின் மீதிருந்த வன்மம்.

"கூதிவுள்ள கெட்ட கேட்டுக்கு மான்குட்டி வேற... த்தூ..." ஆவேசமாக துப்பிவிட்டுப் போனான்.

அத்தனை நாட்களும் தான் பொத்திப் பொத்திப் பாதுகாத்த மான்குட்டி ஒருநொடியில் நாசமாகிப் போனதை தாங்கிக் கொள்ள முடியாமல் வாசி கதறி அழுதான். மாரி எவ்வளவு முயன்றும் அவனைத் தேற்ற முடியவில்லை.

6

பளிச்சி பூசைக்காக ஆட்களை வாசி சொன்னபடி பூசனி முன்கூட்டியே வேக வேகமாய் கூட்டிப் போயிருந்தார். வழி நெடுக என்ன நடக்குமோ ஏது நடக்குமோ என்கிற தவிப்புதான். அகமலைக் காட்டில் இரண்டு யானைகள் கொல்லப்பட்ட செய்தி அடுத்த நாள் பிற்பகலுக்குள்ளாகவே அந்த வட்டாரம் முழுக்க பரவியிருந்தது. யானைகளோடு சேர்த்து சின்னதும் பெரியதுமாய் ஏராளமான விலங்குகள் கொல்லப்பட்டதில் அந்தக் காடு பெரும் சுடுகாட்டைப் போலாகிவிட்டது. இதை சாக்காக வைத்து அந்த இடத்தை எப்படியாவது காலி செய்து கொடுத்துவிடச் சொல்லி முதலாளி ஃபாரஸ்ட் ஆட்களுக்கு பெருந் தொகை ஒன்றைக் கொடுத்திருந்தார். முதலாளியின் பெருந்தொகை ஃபாரஸ்ட் ஆட்களை முன்னைவிடவும் தீவிரமாக வேலை செய்ய வைத்தது. பளியக்குடியில் கண்ணில் படும் எல்லா ஆண்களையும் தூக்கிச் சென்றுவிடும் வெறி ஏறியிருந்தது அவர்களுக்குள். நியாயமாக யார் யாரின் மீதோ இருந்திருக்க வேண்டிய வெறி சம்பந்தமே இல்லாமல் இவர்களின் மேல் நிலை

கொண்டிருந்தது. பூசைக்காக போயிருந்த பளியர்கள் வெள்ளிக்கிழமை மாலை திரும்பி வந்த போது மொக்கநிலை பளியக்குடி சின்னபின்னமாய் இருந்ததுடன், நாய்களும் ஆடுகளும் அங்கிருந்து துரத்தப்பட்டிருந்தன. வந்தது மிருகங்களா மனிதர்களா என்பதை பளியர்களால் புரிந்து கொள்ள முடியவில்லை. ஒருவருக்கும் உறக்கம் பிடிக்காமல் சிதைந்து கிடந்த தங்களின் குடிசைகளை சரி செய்து கொண்டிருந்தனர். நள்ளிரவிற்கு மேல் ஜீப் வரும் சத்தம் கேட்டு பொடவில் படுத்திருந்த ஆட்கள் விழித்துக் கொண்டு குடிக்கு ஓடி வந்தனர். ஜீப்பிலிருந்து இறங்கிய ஃபாரஸ்ட்காரர்கள் யாரிடமும் எதையும் விசாரிக்கவில்லை.

"தாயோளிகளா காட்டுக்குள்ள கெடைக்கிறத தின்னுட்டு அமுக்கிட்டு இருக்கறதுக்கு என்னடா?... நீங்க கெட்ட கேட்டுக்கு வேட்ட கேக்குதோ?..."

என எதிர்ப்பட்ட ஆண்கள் ஒவ்வொருவரிடமும் கேட்டு அடித்தனர். அடித்தவனுக்கும் அடிவாங்கியவனுக்கும் தெரியும் வேட்டையாடியது யாரென. அடிவாங்கியவன் தானில்லை என்று சொல்ல முடியாமல் அடிக்க அடிக்க அலறிக் கொண்டிருந்தான். பத்து பதினைந்து ஆட்களைப் பிடித்துக் கொண்ட ஃபாரஸ்ட்காரர்கள் அவர்களுக்காக பேச வந்தவர்களையும் அடித்தனர்.

"எதுக்குய்யா எங்க ஆளுகள புடிச்சிட்டு போறீங்க... நாங்க என்ன தப்பு செஞ்சோம்..."

பூசணி தங்களுக்காக பேசுவதற்கென ஒருவரும் இல்லையே என்கிற தவிப்போடு கேட்டார்.

"யோவ் கெழட்டுத் தாயோளி... எதுக்குப் புடிச்சிட்டுப் போறோம்னு ஒனக்கு வெளக்கம் வேற குடுக்கனுமா? ஏன் உனக்குத் தெரியாது?... முந்தாநாள் ராத்திரி இவய்ங்கதான பருத்திப் போடு காட்டுல வேட்டையாடினது..."

பூசணி கண்ணீரும் கோவமுமாய் அவர்களைப் பார்த்து

"சும்மா இல்லாததையும் பொல்லாதையும் சொல்லாதீங்கய்யா.... நாங்க மொத்த குடியும் பூசைக்குப் போயிட்டு இன்னைக்கு பொழுசாயமாத்தான் வந்தோம்... யாரோ செஞ்ச தப்புக்கு ஏன் எங்கள பலியாக்கறீங்க..."

பூசணி நேரடியாக கேட்டுவிட்டதும், ஃபாரஸ்ட் ரேஞ்சருக்கு கோவம் தலைக்கேறியது...

"இந்தக் காட்ட விட்டுட்டுப் போய்த் தொலைங்கடா கூதிமகனுகளான்னு சொன்னா கோவம் பொத்துக்கிட்டு வருது... நீங்க சந்தனமரத்த வெட்டுவீங்க, யானையச் சுடுவீங்க கேட்டா நாங்க செய்யலன்னு சொல்லுவிங்க..."

ஆத்திரத்தோடு அவரை அடிக்க ஓடிவந்தான். அவ்வளவு நேரமும் அவர்கள் அடித்ததை எல்லாம் பொறுத்துக் கொண்டிருந்த ஆட்கள் பூசணியை அடிக்க அவன் கையை ஓங்கியதும் திருப்பி அடிக்கத் துவங்கி விட்டார்கள். காரணமில்லாமல் தாங்கள் தண்டிக்கப்படுகிறோம் என்கிற கோவம் இப்போது இன்னும் அதிகமாகிவிட சுற்றியிருந்த எல்லோருக்குமே வெறி கொண்டுவிட்டது. வந்திருந்த ஃபாரஸ்ட் ஆட்களிடம் துப்பாக்கி இருந்தாலும் அதனை எடுத்து அவர்கள் பயன்படுத்துவதற்கான அவகாசத்தை பளியர்கள் கொடுத்திருக்கவில்லை. கட்டையன் உரக்கக் கத்தினான்.

“ஒரு அவுசாரி மகனையும் விடக்கூடாது... மொத்தமா வண்டியோட வெச்சுக் கொழுத்திருவோம் பாட்டா...”

அவன் உறும, ஒருவன் வைக்கோல் பந்தங்களில் நெருப்பிட்டு அதை ஜீப்புக்குள் எரிந்தான். வைக்கோல் பந்தங்கள் ஒன்றும் இரண்டுமாய்ச் சேர்ந்து பெரிய திரளாய் ஜீப்பை எரிக்குமளவிற்கு வளர்ந்தது. இத்தனை நாட்களும் தாங்கள் நினைத்தபடி எல்லாம் ஆட்டிவைத்த இவர்களுக்கு எங்கிருந்து இவ்வளவு தைர்யம் வந்ததென்று புரியாமலும் அடுத்து என்ன நடக்குமோ என்கிற அச்சத்திலும் ஃபாரஸ்ட் ஆட்கள் நடுங்கத் துவங்கினர். ரேஞ்சர் பூசணியின் காலில் விழுந்தான்.

“அய்யா எங்கள விட்றுச் சொல்லுங்க... எங்களுக்கு வேற வழியில்லாமத்தான் இப்பிடி செஞ்சோம்.. இனிமே இந்தப் பக்கமே வரமாட்டோம்... விட்றச் சொல்லுங்க....”

பூசணி அவன் மூஞ்சியைப் பார்க்கவே இல்லை,

‘டே கட்டையா... இங்க வாடா...”

கட்டையனும் அவனோடு இன்னும் சிலரும் அவரின் முன்னால் வந்து நின்றனர்.

“இவய்ங்கள நம்ம பளிச்சி மரத்துல கட்டிப் போடுங்கடா... தாயோளி மேலதிகாரிக தேடி வரட்டும் அதுக்குப் பெறகு பேசிக்கிருவோம்...”

அவர் சொன்ன நிமிடமே ஆட்கள் ஃபாரஸ்ட் ஆட்களை வலுக்கட்டாயமாக பிடித்து இழுத்து மரத்தோடு கட்டிப்போட இழுத்துப் போயினர். பளியக்குடியில் ஏதோ பிரச்சனை என்கிற விசயம் மட்டும் நள்ளிரவில் வடகரைக்கு வந்தபோது அவசரமாக அன்சாரி ஃபாரஸ்ட் ஆபீசுக்குப் ஃபோன் போட்டுப் பார்த்தான். ரெய்டுக்காக போன ஆட்கள் இன்னும் திரும்பி வரவில்லை என்று சொன்னதை அன்சாரியால் நம்பமுடியவில்லை.

வாசி தூக்கம் களைந்தும் படுக்கையிலிருந்து எழுந்து கொள்ளாமல் படுத்தே கிடந்தான். கொஞ்சம் வலி குறைந்திருந்தாலும் உடல் தளர்ந்து போயிருந்ததால் அவனால் இன்னும் முழுமையான பலத்தோடு

எதையும் செய்ய முடியவில்லை. சகாயராணி வியர்க்க விறுவிறுக்க ஓடிவந்தாள். மாரி குடிசைக்கு வெளியே இவனைக் குளிப்பாட்ட சுடு தண்ணி வைத்துக் கொண்டிருந்தாள். குடிசைக்குள் வந்த சகாயராணியின் பதட்டத்தைக் கவனித்த வாசி மெதுவாக எழுந்து உட்கார்ந்தான்.

"என்னத்தா எதுக்கு இப்பிடி வேர்க்க விறுவிறுக்க வந்திருக்க?..."

சேலைத் தலைப்பால் முகத்தைத் துடைத்துக் கொண்டவள்

"ஒன்னுமில்லய்யா, வடகரைக்குப் போயிருந்தேன், அங்க நம்ம பளியக்குடியப் பத்தி பேசிக்கிருந்தாக கேட்டதும் உங்கிட்ட சொல்லனும்னு ஓடியாந்தேன்."

குடியைப் பற்றி என்றதும் வாசி வேகமாக எழுந்து அவளுக்குப் பக்கத்தில் உட்கார்ந்தான்.

"நேத்து ராத்திரி காட்டு அதிகாரிய குடிக்குள்ள போயி, நீங்கதானடா வேட்டைக்குப் போனதுன்னு கேட்டு அடிச்சு ஆளுகள இழுத்துட்டுப் போக முயற்சி செஞ்சிருக்காக.... பளியகுடி ஆளுக பொறுத்துப் பொறுத்துப் பாத்துட்டு முடியாமப்போயி அதிகாரிகள அடிச்சு கட்டி வெச்சிருக்காக. இவய்ங்க போன ஜீப்பையும் எரிச்சுப்புட்டாங்களாம்... பிரச்சன பெருசாகுமோன்னு எல்லாரும் பயப்படறாய்ங்க..."

முதல் தடவையாய் இத்தனை வருடத்தில் பளியன் திருப்பி அடித்திருக்கிறானென்கிற சந்தோசம் வந்தாலும் அடுத்த நொடியே இது முடிவல்ல பெரும் துயரங்களுக்கான துவக்கம் என்கிற உண்மை அவனுக்கு அச்சமூட்டுவதாய் இருந்தது. என்ன செய்தாலும் இனி காட்டு அதிகாரிகள் சும்மா இருக்கப் போவதில்லை. இந்த விசயத்தில் விட்டுவிட்டாலும் இனி மற்ற விசயங்களில் விடவே மாட்டார்கள். வாசியின் மனம் பதறியது. என்ன செய்தால் அப்போதைக்கு பளியக்குடி ஆட்களைக் காப்பாற்றலாமென யோசிக்கத் துவங்கினான். ஒன்றும் பிடிபடுவதாக இல்லை.

அவ்வளவு நாட்களும் வெளியில் யாருக்கும் பெரிய அளவில் தெரியாமலிருந்த மொக்கநிலை பளியக்குடி அந்த வட்டாரத்தில் எல்லோருக்கும் பேசுபொருளானது. அடுத்த நாள் பிற்பகலுக்கு மேல் இரண்டு மூன்று ஜீப்புகளில் வனத்துறை அதிகாரிகளும், போலீஸ்காரர்களும் மொக்கநிலைக்குள் நுழைந்த போது பளியர்கள் மட்டுமல்லாமல் அவர்களுக்கு ஆதரவாக இன்னும் கொஞ்சம் ஆட்கள் திரண்டிருப்பதைப் பார்த்ததும் சமாதானமே இப்போதைக்கு சாலச் சிறந்த ஒன்றென போலீஸ்காரர்கள் முடிவெடித்தனர். கட்டி வைக்கப்பட்ட வனத்துறை அதிகாரிகள் அரைமயக்க நிலையிலிருந்தனர். காட்டில் மரம் வெட்டுவதற்கும், அங்கிருக்கும் பழங்குடி மக்களை துரத்துவதற்கு எதிராகவும் போராடி வந்த கம்யூனிஸ்ட் கட்சி ஆட்கள் தான் மொக்கநிலை பிரச்சனையைப் பற்றிக் கேள்விப்பட்டதும்

விடிந்தும் விடியாததுமாக வந்து நின்றனர். இவ்வளவு நாட்களும் தங்களுக்காக பேசுவதற்கு ஒருவருமில்லை என அச்சங்கொண்டிருந்த பளியர்களுக்கு பெரிய தைரியம் வந்திருந்தது. வந்திருந்த ஆட்களைப் பற்றி அவர்கள் இதற்கு முன் எதுவும் கேள்விப்பட்டதில்லை. அவர்கள் பேசிய வார்த்தைகளில் பாதி புரிந்திருக்கவில்லை. ஆனாலும் அவர்கள் எந்த வித்தியாசமும் காட்டாமல் தங்களிடம் இணக்கமாய் நடந்து கொண்டது எல்லோருக்குமே பிடித்திருந்தது.

போலீஸ்காரர்கள் முடிந்த அளவில் கோபத்தை வெளிக்காட்டாதவர்களாகவே பேச நினைத்திருந்ததால் சமாதானம் பேச பழங்குடிப் பெரியவரே சரியான ஆளென வனத்துறை அதிகாரிகள் பூசணியிடம் சென்றனர்.

“அய்யா நடந்ததுக்கு நாங்க மன்னிப்புக் கேட்டுக்கிறோம். இந்த ஒரு தடவ மட்டும் மன்னிச்சு விட்றுங்க...”

பூசணி திரும்பி குடியாட்களைப் பார்த்தார், எல்லோருமே கடுமையான கோவத்திலிருந்ததால் யாரும் பதில் சொல்ல விரும்பவில்லை.

“அது என்ன ஸார் காட்டுக்குள்ள என்ன பிரச்சனைன்னாலும் எங்க ஆளுகதான் காரணம்னு முடிவுக்கு வந்துடறீங்க, கேக்க யாருமில்லைங்கறதாலயா?”

வந்திருந்த சிவப்புத் துண்டுக்காரர் ஒருவர் பேசத்துவங்கினார்.

“நடந்த வேட்டைக்கு யார் காரணம்னு உங்களுக்கும் தெரியும், இந்தக் காட்டச் சுத்தி வாழ்ற எல்லாத்துக்குமே தெரியும்... போயி காசு குடுத்து செய்யச் சொன்ன முதலாளிய கைது செஞ்சிருக்கனும், இல்லாட்டி வேட்டைக்குப் போனவங்கள கைது செஞ்சிருக்கனும்... அத விட்டுப்புட்டு எங்கயாச்சும் இளிச்சவாயங்க கெடச்சா போதும்னு எதுக்கு இவய்ங்கள வந்து அடிக்கனும்... எதாச்சும் ஒரு சாக்கு வேணும் இவய்ங்கள காட்ட விட்டுத் தொறத்தறதுக்கு?”

வனத்துறை அதிகாரிகளிடம் எந்தப் பதிலும் இல்லை. ஆனால் இது கோபப்படவோ, அமைதியாய் இருக்கவோ அனுமதிக்கப்பட்டிருக்கும் நேரமல்ல.

“ஐயா, நீங்க எங்க நெலமைய கொஞ்சம் நெனச்சுப் பாக்கனும்... பெரிய ஆளுக மேலிடத்தப் பாத்துடறாங்க... இங்க மேலிடத்துல சொல்றதத்தான் நாங்க கேக்கறதா இருக்கு.... இந்த மொற நடந்ததுக்கு உங்க கிட்ட மன்னிப்புக் கேட்டுகறேன்...”

சிவப்புத் துண்டுக்காரர் சிரித்தார், அவருடன் இருந்தவர்களும் சிரித்தார்கள். இத்தனை வருடங்களில் முதல் தடவையாய் தங்களுக்காக ஆட்கள் சிலர் இவ்வளவு விவரமாய் பேசுவது பளியர்களுக்கு சந்தோசமாக இருந்தது.

“எந்த மேலிடத்த ஸார் பாத்தாங்க.... இங்க இருக்க எல்லா மேலிடத்துக்கும் சொல்லிட்டா கேரளாவுக்கு மரம் கடத்தறாய்ங்க.... அந்தப் பக்கத்துல இருந்து சாராயம் கொண்டு வர்றாய்ங்க... தெனமுந்தான் காட்டுக்குள்ள வேட்டைக்கு ஆளுக போறாய்ங்க.... அவய்ங்கள எல்லாம் பிடிக்கிறீங்களா என்ன?...”

சிவப்புத் துண்டுக்காரர் விடுவதாக இல்லை. இதற்கு மேல் அவர்களிடம் பேசிப் பயனில்லை என்பதால் வனத்துறை அதிகாரிகள் முடிந்த வரை இறங்கிப் போக நினைத்தனர்.

“இந்த முற மன்னிச்சுக்கங்கய்யா... இனிமே இது மாதிரி திரும்ப நடக்காது...”

பளியன் ஒருவனும் பேசவில்லை. மொத்தக் கூட்டமும் அமைதியாய் இருக்க சிவப்புத்துண்டுக்காரர் முடிவுக்கு வந்தவராய்

“சரிங்க ஸார்... மொத்த ஊரும் இங்கதான் நிக்கிது, நாங்க செஞ் சது தப்புதான்னு உங்க ரேஞ்சரய்யாவ ஊர்ப்பெரியாள் கால்ல விழந்து மன்னிப்புக் கேக்கச் சொல்லுங்க... மன்னிச்சு விட்டுர்றோம்....”

சுற்றியிருந்த போலீஸ்காரன் ஒவ்வொருவனுக்கும் ரத்தம் கொதித்தது. போயும் போயும் இந்த காட்டுப் பயகலின் காலில் விழுவதா? என ஒரு பக்கம் எரிச்சலாக இருந்தாலும் உருமாறி இருக்கும் இந்தப் பிரச்சனையை இத்தோடு நிறுத்தாவிட்டால் மேலும் விபரீதமாகும் எனப் புரிந்து கொண்டவர்களாய் சிவப்புத் துண்டுக்காரர் சொன்னதுக்கு சம்மதித்தனர். கட்டி வைக்கப்பட்டிருந்த ஆட்களை பளியர்கள் விடுவிக்க இரவு முழுக்க உடல் நெரிந்த களைப்பில் வந்த அவர்களுக்கு சுற்றி இருந்த அவ்வளவு பேரின் உருவமும் மங்கலாய்த் தெரிந்தது. மேலதிகாரிகள் சொல்வதற்கு முன்பாகவே பூசணியின் காலில் விழுந்தவர்கள்

“அய்யா தெரியாம செஞ்சுட்டோம்... இனிமே இந்தப் பக்கமே வரமாட்டோம்... எங்கள விட்றுங்க...”

எனக் கதறினர். பூசணிக்கு இதெல்லாம் தேவையில்லை. இதற்கு மேலும் தங்களை யாரும் வந்து தொந்தரவு செய்யக் கூடாது அது மட்டுந்தான் வேண்டியிருந்தது. அகமலைக் காட்டில் நீண்ட நாட்களுக்குப் பின் பளியன் அன்று கர்வத்தோடு நின்றான். விடுவிக்கப்பட்ட வனத்துறை ஆட்களை கூட்டிக் கொண்டு கிளம்பப் போன அதிகாரிகளை மீண்டும் சிவப்புத் துண்டுக்காரர்கள் மறித்து நிறுத்தினர்.

“இவய்ங்கள பிடிக்காமப் போயிட்டா முடிஞ்சு போச்சா?... வேட்டைக்குப் போனவன எப்பப் பிடிப்பிங்க?... வேட்டைக்குப் போகச் சொல்லி ஏவி விட்டவன எப்பப் பிடிப்பிங்க?...”

போலீஸ்காரர்களுக்கு கோவம் அதிகமானது.

"அய்யா... உங்க சோலிய மட்டும் பாருங்க... எத எப்ப செய்யனும்னு எங்களுக்குத் தெரியும். கோளாறு மயிறெல்லாம் எங்க கிட்ட சொல்ல வேணாம்..."

"ஓ... அப்ப எங்க வெச்சுப் பேசனுமோ அங்க வெச்சுப் பேசிக்கிறோம்... நீங்க எப்பிடி இந்தக் காட்டுக்குள்ள திரும்ப வர்றீங்கன்னு நாங்களும் பாக்கறோம்..."

சிவப்புத் துண்டுக்காரர் கொஞ்சமும் அச்சமில்லாமல் அவர்களை மிரட்டினார். அவர்கள் அதைச் செய்யக் கூடியவர்கள்தான் என்பது போலீஸ்காரர்களுக்குத் தெரியும். அனாவசியமாக இதை அரசியல் பிரச்சனையாக்க வேண்டாமென நினைத்தவர்கள்

"இன்னும் ரெண்டே நாள்ல ஆளப் பிடிச்சு உள்ள போடறோம்... எங்கள நம்புங்க..."

ஊர்க்காரர்களும் சிவப்புத் துண்டுக்கார்களும் வனத்துறை ஆட்களுக்கும் போலீஸுக்கும் வழிவிட ஜீப்புகள் மெதுவாக அங்கிருந்து கிளம்பின. பெரும் பகை ஒன்றிற்கான துவக்கமாய் அந்தப் பகல் பொழுது வெயிலின் உக்கிரத்தோடு வன்மத்தையும் சேர்த்து வளர்த்தபடி சென்றது. பளியக்குடி ஆட்களுக்கு சிவப்புத் துண்டுக்கார ஆட்களிடம் கொஞ் சம்கூட அந்நியம் ஏற்படவில்லை. பலகாலம் அவர்களின் குடிசையில் அவர்களோடு சேர்ந்து வாழ்ந்தவர்கள் போலத்தான் இருந்தது. பூசணி ஏற்கனவே இவர்களைப் பற்றிக் கேள்விப்பட்டிருந்தார். லோயர் கேம்ப் பக்கத்திலிருக்கும் குடியிலிருந்து பளியர்களைத் துரத்த வனத்துறை ஆட்கள் முயன்ற போது முதல் ஆளாகப் போய் பிரச்சனையை சரிசெய்து கொடுத்ததும் இவர்கள்தான். இத்தனை வருசத்தில் இந்தக் காட்டுக்காரர்களின் மீது யாருக்கும் இல்லாத நிஜமான அக்கறை அவர்களுக்கு இருக்கிறதில் பூசணிக்கு நிம்மதியாய் இருந்தது.

7

வனத்தில் அமைதியைத் தொடர்ந்து பெரும் அமைதி ஒருபோதும் வருவதில்லை, அபாயங்களைத் தொடர்ந்து பெரும் அபாயங்கள் வந்தபடியேதான் இருக்கின்றன. பளியர்களும் சிவப்புத் துண்டுக்காரர்களும் இத்தனை பிடிவாதமாய் இருப்பார்களென்பதை போலீஸ்காரர்கள் எதிர்பார்த்திருக்கவில்லை. நடந்த சம்பவத்திற்கு நியாயம் வேண்டுமென கொஞ்சம் பேர் வனத்துறை அலுவலகத்தின் முன்னால் போராட்டம் நடத்தினர். போதாக்குறைக்கு பத்திரிக்கையிலும் செய்தி வந்துவிட, அப்போதைக்கு அதை முடித்து வைக்க தங்கப்பனை கைது செய்யலாமென முடிவெடுக்கப்பட்டது. இத்தனை வருடத்தில் எத்தனையோ வேட்டைகளுக்குப் பின்னாலும் கூட தங்கப்பன் ஒருமுறைகூட ஜெயிலுக்குப் போனதில்லை. பருத்திப்போடு முதலாளி அவனுக்கு வாக்குக் கொடுத்தோம் என்பதற்காக எவ்வளவு முடியுமோ அவ்வளவு முயன்று பார்த்தார். நிலமை சீரடைவதாக இல்லாமல் போக ஒரு அதிகாலையில் வனத்துறையினரின் ஜீப் தங்கப்பனின் குடிசைக்கு

வந்தது. பளியக்குடி மாதிரி இது பிரச்சனைக்குரிய இடமில்லை என்பதால் இவனைத் தைர்யமாகவே கைது செய்யலாம். போயிருந்த எல்லோருமே தங்கப்பனுக்குத் தெரிந்தவர்கள் தான். அவன் தன்னை கைது செய்ய வந்திருப்பதை கடைசி வரையிலும் கூட நம்பியிருக்கவில்லை.

"என்ன ரேஞ்சரண்ணே, புதுசா இருக்கு... ஏன் இதுக்கு முன்ன எல்லாம் நான் வேட்டைக்குப் போனதில்லையா?..."

ரேஞ்சர் அவனுக்குப் பதில் சொல்வதை விடவும் வேலையைச் செய்வதே முக்கியமென நினைத்தான்.

"நெலம முன்னமாதிரி இல்ல தங்கப்பா, காட்டுக்குள்ள என்ன நடந்தாலும் வெளிய தெரியாத வரைக்கும் தான் பாதுகாப்பு. தெரிஞ்சிட்டா பிரச்சனதான்... இப்போ தேனி வட்டாரத்துல எல்லாரும் இதப்பத்திதான் பேசிக்கிருக்காய்ங்க... இந்த ஒருதடவ உன்னய கைது செய்றதத் தவிர வேற வழி இல்ல..."

தங்கப்பனுக்குப் புரியவில்லை.

"எதுக்குண்ணே என்னயக் கைது பண்ணனும்... யானைய கொல்லச் சொன்னது பருத்திப்போடு தோட்ட முதலாளி. ஏன் கஞ்சாத் தோட்டம் போடக்கூடத்தான் அனுமதி இல்ல,அவங்க திருட்டுத்தனமா போடறது இல்லையா? அதை எல்லாம் விட்டுப்புட்டு இதப் போயி தொங்கிக்கிருக்கீங்க.."

தங்கப்பன் பேசுவதிலிருக்கும் நியாயம் ஊர் உலகத்திற்கு தெரியாததா என்ன? ஆனால் பணக்காரன் பிரச்சணையை பொதுவில் வைத்துப் பேச விடமாட்டார்கள். அது காட்டுக்கு வெளியில் போகப்போவதில்லை. அந்த அளவிற்கு அதை நம்பி சில குடும்பங்கள் ஜீவனம் செய்து கொண்டிருக்கிறார்கள். இங்கே தங்கப்பன் என்கிற தனிமனிதன் யாருக்கும் முக்கியமில்லை. தேவை ஏற்படும் போது அவன் ஒரு தற்காலிக நிவாரணி அவ்வளவுதான். எல்லோருக்கும் நிரந்தரமாய் படியளக்கும் முதலாளியல்ல. இதை எப்படி அவனுக்குப் புரிய வைப்பது.

"இது ஒன்னும் பெரிய பஞ்சாயத்து இல்ல தங்கப்பா, ஒரு நாலு நா நம்ம ஃபாரஸ்ட் ஸ்டேசன்ல இரு.... அதுக்குள்ள முதலாளி ஜாமீன் எடுத்துருவாப்ள... அவர் கிட்டயும் நாங்க பேசிட்டோம்..."

தங்கப்பனுக்கு ஜெயிலுக்குப் போவது, ஜாமீன் எடுப்பது எதைப் பற்றியும் பெரிய அறிவில்லை. ஆனால் முதலாளி சொல்லி இருக்கிறார் என்று அவர்கள் சொன்னதால் நம்பிக்கையோடு போக முடிவுசெய்தான். அவ்வளவு நேரமும் அங்கு நடந்த உரையாடலைக் கேட்டுக் கொண்டிருந்த சகாயராணியும் செல்லாயியும் இறுதியாக தங்கப்பன் அவர்களோடு ஜெயிலுக்குப் போகப் போகிறானெனக் கேட்டதும்

அதிர்ந்து போனார்கள். சகாய ராணி தான் கதறி அழுதாள்.

"அய்யயோ ராசா, இத்தன வருசமா இல்லாம இன்னைக்கு உன்னய போலீசு புடிச்சுட்டுப் போகுதே! அய்யா, அவர் என்ன செஞ்சாரு? முதலாளி மாருக சொன்னதத்தான செஞ்சாரு. விட்றுங்கய்யா... விட்றுங்க...'"

வழியை மறித்துக் கதறினாள். செல்லாயிக்கு வேதனை இருந்தாலும் அவள் உடைந்து அழுமளவிற்கு பலவீனமானவள் இல்லை. மாரி குடிசையிலிருந்து வெளியில் வரவே இல்லை. தங்கப்பன் அவளை அடித்ததிலிருந்து அவனோடு பேசுவதை நிறுத்தி விட்டிருந்தாள். சகாய ராணி விடாமல் கதற, தங்கப்பன் அவள் தோளைப் பிடித்து நிறுத்தி

"ஏளா, கேணச் சிறுக்கி, புடிச்சுக் கொண்டுபோயி என்ன தூக்குலயா போடப் போறாய்ங்க...போயிட்டு நாலு நாள்ல திரும்பி வந்துருவேன்.. சூதானமா இருந்துக்கங்க...." திரும்பி மாரியின் குடிசையைப் பார்த்தான். அவள் வெளியில் வரவே இல்லை. எரிச்சலானது அவனுக்கு..

"அந்த அவுசாரி முண்டையையும் சூதானமா இருக்கச் சொல்லு... அவென சின்ன நொட்ட மாதிரி உருவிக்கிருக்கான்னு தெரிஞ்சிச்சின்னா திரும்பி வந்து ரெண்டு பேத்தையும் சங்கறுத்துப் போட்றுவேன்னு சொல்லு...'

காறித்துப்பிவிட்டு ஜீப்பில் ஏறி உட்கார்ந்தான். மலை மேட்டிலிருந்து ஜீப் இறங்கிச் செல்ல, மாரி மெதுவாக குடிசைக்குள்ளிருந்து வந்து பார்த்தாள். நீண்ட நேரமாய் சிரமப்பட்டு அடக்கிய அழுகை முகத்தை ஈரமாக்கியிருக்க வாயை மூடிக்கொண்டு அழுதாள்.

உடல் தேறியிருந்த வாசி இரண்டு நாட்களுக்குப்பின் பளியக்குடிக்கு வந்தான். இந்த முறை குடிக்குப் போவதற்கு பெருமையாய் இருந்தது. எல்லோரும் பூசை முடிந்து வந்ததிலிருந்து புது மனிதர்களாய் ஆகியிருக்கிறார்களெனப் பட்டது. இன்று பாட்டாவிடம் குறி கேட்க வேண்டுமென நினைத்திருந்தான். பூசணி அபூர்வமாகவே குறி சொல்வார். என்னவோ இதற்குமுன் ஒருபோதும் யாரிடமும் குறி கேட்க வேண்டுமெனத் தோன்றியிருக்காத வாசிக்கு அன்று அந்த ஆர்வம் தன்னை மீறி எழுந்தது. வெக்கை ஒரு நீண்ட படலமென மரங்களை ஊடறுத்து மொக்கநிலை முழுக்க விரிந்து கிடந்தது. காட்டுக்குள் வாழ்கிறவன் எப்போதுமே சவாலான வாழ்க்கைக்குத் தயாரானவன், பளியன் பல காலமாய் இது மாதிரியான பிரச்சனைகளையும் தொல்லைகளையும் எதிர்கொண்டவன் தான். ஆனால் யாரிடமும் சரணடையவில்லை. ஒரு மனிதன் அல்லது இனம், சரணடைவதற்கு முன்பாக மரணத்தைத் தேர்வு செய்யும் ஆன்ம பலத்தைக் கொண்டிருக்காவிட்டால், அடிமையாவதுதான் தவிர்க்க முடியாத விளைவாக இருக்கும். மிருகங்களின் தற்கொலை என்னும் ஆன்ம பலத்தை முன்மாதிரியாக

மேற்கொள்ளும் எவரும் ஆளுமைமிக்க நாயகனாகலாம். காட்டில் வாழ்கிறவர்களுக்கு அந்த குணம் இயல்பிலேயே உண்டு. பளியன் பளிச்சியால் வானத்திலிருந்து அனுப்பப்பட்டவன், தன் பிரச்சனைகள் எல்லாவற்றையும் தானே எதிர்கொண்டு சமாளிக்கும் சாதுர்யம் அவனுக்குண்டு. அந்தக் காட்டில் அவன் கடமை முடிந்த பின் அவன் ஆன்மாவும் அந்தக் காட்டோடே என்றென்றைக்குமாய் இருக்கும். சொல்லப்போனால் அந்தக் காடு பளியர்களின் ஆன்மாவால் இயங்கிக் கொண்டிருந்தது. மரங்களும் செடி கொடிகளும் அவர்களின் மூச்சை வாங்கித்தான் சுவாசித்துக் கொண்டிருக்கின்றன. மக்கள் தங்களுடைய வேலைகளை முடித்துவிட்டு மற்றதை வனதேவதையின் பொறுப்பில் விட்டுவிடுவார்கள்.

பளியர்கள் எப்போதும் போல் கஞ்சாக் காட்டுக்கு வேலைக்குப் போவதும், திணை வயல் போடத் தயாராவதுமாய் இருந்தார்கள். மற்றவர்களுக்குத்தான் அவர்களிடம் இப்போது புதிதாய் அச்சம் வந்திருந்தது. வேலைக்குப் போகிற இடத்தில் இவர்களிடம் பேசும் போது மற்றவர்கள் கொஞ்சம் கவனமாகவே இருந்தனர். குரங்காற்றில் வேகமாக தண்ணீர் குறைந்ததோடு பளியர்களின் சுனையும் வற்றிக் கொண்டிருந்தது. தண்ணீர் முற்றிலும் வற்றும் போது காட்டுக்குள் இன்னும் கொஞ்ச தூரம் போய் நீர் இருக்கும் இடமாகப் பார்த்து தற்காலிக குடிசை போட வேண்டுமென நினைத்திருந்தார்கள். வெளியில் மற்றவர்கள் இவர்களைக் கண்டு பயந்தாலும் இவர்களுக்கு உள்ளூர எந்த நேரத்தில் வேண்டுமானாலும் அசம்பாவிதங்கள் நடக்குமென்பது போல்தான் இருந்தது.

வாசியின் வருகையை எதிர்பார்த்து இரண்டு மூன்று நாட்களாகவே காத்திருந்த பூசணி உடல் முழுக்க ஊமைக் காயங்களோடு வந்தவனைப் பார்த்து கலங்கிப் போனார். இந்த வயதில் அவனுக்கு இருக்கும் பக்குவம் அபாரமானது. கஞ்சாக் காட்டுக்கு வேலைக்குப் போன இடத்திலெல்லாம் வாசியைப் பற்றித்தான் பேச்சு. குடியிலிருந்து வேலைக்குப் போன எல்லோருக்கும் அப்படியொரு பூரிப்பு. அவர்கள் மூலமாகத்தான் பூசனிக்கும் நடந்த விசயங்கள் தெரிந்திருந்தன.

“கொஞ்சம் சூதானமா இருந்திருக்கக் கூடாதாய்யா...”

குடிசைக்கு வந்தவனை கயிற்றுக் கட்டிலில் உட்கார வைத்தார். கட்டையன் ஓடிப்போய் வேம்பின் வீட்டிலிருந்து கொஞ்சம் தேனும், வாழைப்பழமும் எடுத்து வந்தான்.

“சூதானமா இருந்ததாலதான் பாட்டா உசுரு பொழச்சிருக்கேன்... இல்லயின்னா கொன்னுருப்பான்...”

உடல் முழுக்க அவனுக்கிருக்கும் காயங்களை பாட்டாவால் உணர முடிந்தது. ஆறுதலாக அவன் தோள்களைப் பிடித்துக் கொண்டார்.

“நீ செஞ்சிருக்கது எம்புட்டு காரியம் தெரியுமா?... உன்னயப் பாத்தா சந்தோசமாவும் பொறாமையாவும் இருக்கு. இம்புட்டு சீக்கிரத்துல பொறுப்ப கைல எடுத்துக்கறதுக்கான பக்குவம் வந்திருச்சு ஒனக்கு... நல்லா வருவய்யா... இன்னும் கொஞ்ச காலத்துக்கு நம்ம ஆளுகளுக்கு எந்த பிரச்சனையும் இருக்காது....”

வாசி நிறைவாய் இருந்தான். ஆனாலும் பாட்டா சொல்வதெல்லாம் பெரிய வார்த்தைகள். அதில் அவரின் அன்பை மட்டுமே பார்த்தவன்

“என்ன பாட்டா பெரிய பெரிய வார்த்தையெல்லாம் பேசிக்கிட்டு... நீ வளத்த புள்ளதான நான்... நான் என்ன தனியா செஞ்சுட்டேன்... நீங்க எல்லாம் சேந்து செஞ்சதுதான் பெரிய காரியம்...”

பூசணி சிரித்தார். உண்மைதான் பளியன் பதிலுக்குப் பதில் அடிக்கிறானெனத் தெரிந்த எல்லாக் காட்டுக்காரர்களுக்கும் இப்போது தைர்யம் வந்திருக்கிறது. தவளை நாடு முழுக்க இருக்கும் முப்பத்தி சொச்ச பளியக்குடியிலும் மொக்கநிலை பளியக்குடியைப் பற்றிதான் பேச்சு. பளிச்சி இறங்கியிருக்கிறாளென சந்தோசமாக பேசிக்கொண்டார்கள்.

“ஆமாய்யா... இன்னைக்குத்தான் பளியன் பேச ஆரம்பிச்சிருக்கான்... ஒவ்வொருத்தன் மூஞ்சிலயும் இருந்த கோவத்தப் பாக்கனுமே? ஏய் ஆத்தே... பெருமையா இருந்துச்சு... ஆனா இந்தப் போலீசு, கேசுன்னு எதுவும் வருமோன்னு பயந்தோம்... நல்ல வேளையா சிவப்புத் துண்டுக்கார ஆளுக வந்தாக....”

வாசிக்கு ஆச்சர்யமாய் இருந்தது. எப்படி எந்த ரத்த சம்பந்தமும் இல்லாமல் யாரோ சிலர் இவர்களின் பிரச்சனைக்காக வந்து பேச முடியும்.

“யாரு பாட்டா அவுக எல்லாம்... இம்புட்டு நாளா நம்மளுக்கு ஒன்னுன்னா ஒரு நாயும் வராதுக... இவுகளுக்கு என்ன அக்கற நம்ம மேல...”

பூசணி சிரித்தார். அவருக்கும் உண்மையில் அவர்கள் யாரென்று தெரியவில்லை.

“எனக்கும் தெரியலைய்யா... வந்தாய்ங்க... நாம எல்லோருமே ஒன்னுதான், சட்டம் நமக்கும் பொதுதான்.. பயப்படாதியன்னு தைர்யம் சொன்னாய்ங்க... அப்பறம் ஏதோ பொதுவுடமையாமாம், அவுக எல்லாம் அந்த ஆளுகல்லாம்... நம்மளுக்கு ஒன்னுன்னா இனி எப்பயும் வருவம்னு சொன்னாய்ங்க... ஆனா பார்றா வாசி... வந்தாய்ங்க போலீசுகூட சண்டையப் போட்டாய்ங்க... உரிமையா சாப்பிட ஏதாச்சும் இருந்தாக் குடுங்கன்னு வாங்கிச் சாப்பிட்டானுங்க... வேல முடி... சதும் ‘எந்த பிரச்சனைன்னாலும் சொல்லி விடுங்கன்னு சொல்லிட்டுப் போயிட்டாய்ங்க... என்னமோடா இந்தக் காலத்துலதான் இப்பிடியும்

மனுஷங்க இருக்காய்ங்க..."

எந்த எதிர்பார்ப்பும் இல்லாமல் யாரோ சிலர் தங்களுக்கு எந்த சம்பந்தமும் இல்லாதவர்களுக்காக போராட முடியுமா?... வாசி உள்ளூர மகிழ்ந்தான். இப்போது பாட்டாவிடம் பேச வேண்டிய நேரம்... அவரையே பார்த்தான். அவன் நினைப்பதை குறிப்பால் உனர்ந்து கொண்டவர்

"எதுக்கு ஒரு மாதிரியா இருக்க... என்னாச்சு?"

"இல்ல பாட்டா.... இன்னைக்கு உங்கிட்ட குறி பாக்கனும்னு நெனச்சேன்.. ஆனா கேக்க யோசனையா இருந்துச்சு..."

பூசணி அவன் கண்களை கவனமாகப் பார்த்தார். இந்தக் காட்டையும், வாழ்க்கையையும் ஒருசேர கூடிய வேகத்தில் தெரிந்து கொள்ள முனையும் வேட்கை அவனுக்குள் பெரும் ரேகைகளாய் நீண்டு வலுவாக முடிச்சிட்டிருந்தன. எந்த ரகசியத்தையும் தனக்குள்ளிருந்து வெளியேற்ற விரும்பாத தோற்றம்.

'என்னய்யா புதுசா? காட்டுக்குள்ள இருப்பமா மாட்டமான்னு சந்தேகமா? இல்ல யாராவது பிள்ள மேல ஆச வந்துடுச்சா?..."

"இந்தக் காட்ட விட்டு எங்க பாட்டா போகப் போறேன்... அதெல்லாம் இல்ல, ஏதோ ஒன்னு எனக்கு வேணும்னு தோணுது. அது என்னன்னு என்னாலயே கண்டுபிடிக்க முடியல... ரவைல தூங்கினா மண்டக்குள்ள என்னென்னவோ நெனப்பு... ஆனா பிடிபடல.... எனக்குத் தெரியாதவங்களதான் இப்போ அதிகமா பாத்துட்டு இருக்கேன்.. யாரு அவங்கல்லாம்னு தெரியல..."

பாட்டா கவனமாகக் கேட்டுவிட்டு

"அப்பிடியெல்லாம் ஒன்னுமில்லடா.. நீயா குழப்பிக்காத. உன் மனசுக்குத் தெரியிற எல்லாம் யாரோ இல்ல, உனக்கு முன்னால இங்க இருந்த நம்ம தாத்தன் பாட்டந்தான்... பயப்படாத..."

அவர் ஆதரவாகச் சொன்னாலும் வாசிக்கு உடனடியாக நம்பிக்கை வரவில்லை. தயக்கத்தோடே அவரைப் பார்த்துக் கொண்டிருந்தான்.

"ஒரு விசயம் சொல்லட்டா.... இந்தக் காட்டுல பளியன் எல்லாத்துக்கும் இப்பிடி நடக்காது. உனக்கு நடக்குதுன்னா நீ சாதாரண மனுசனாப் பொறந்தவன் இல்ல... இந்த சனத்துக்கு ஏதோ செய்யனும்ங்கறதுக்காகக் பளிச்சி அனுப்பி இருக்கானு நெனச்சுக்கோ.. நம்ம பாட்டய்ங்களோட பார்வ இருக்கு உன்மேல... வீணாக்கிராத..."

வாசி அதை ஏற்றுக்கொண்டு சம்மதித்தான். பூசணிக்கு அவன் மேல் எவ்வளவு நம்பிக்கை இருந்ததோ அதேயளவு அவன் குறித்தான அச்சங்களும் இருந்தன. அவன் வளர்கிற இடம்

அவரைக் குழப்பத்திற்குள்ளாக்கியது, ஏன் அவன் குடிக்கு வந்துவிட மறுக்கிறான்... காட்டிலிருப்பவனுக்கு வேட்டை தவிர்க்கமுடியாதது, அத்யாவசியமானதும் கூட. ஆனால் தங்கப்பனைப் போல் நினைத்த நேரத்திற்கெல்லாம் சுட்டுக் கொண்டே இருப்பதல்ல வேட்டை. வேட்டை ஒரு கொண்டாட்டம். சூரியனுக்கு ஒளிவட்டம் அமைவதைப் போல் நிலவுக்கும் ஒளிவட்டம் அமைகிறது. தொலைவிலிருக்கும் ஒருவருக்கு மேய்ப்பர்கள் சைகை செய்வதாக இருந்தால், கையால் வானில் ஒரு வட்டமிடுவார்கள். வட்டமென்பது எல்லா இனத்திலுமே ஒரு ஆன்மீகக் குறியீடுதான். மிருகங்கள் மனிதர்களை விடவும் வேகமாய் கடவுளிடமிருந்து சமிக்ஞைகளைப் புரிந்து கொள்கின்றன. அப்படியான சமிக்ஞைகளை எல்லா உயிர்களிடமிருந்தும் பெற முடிந்தவனே நல்ல வேட்டைக்காரன், சுத்தமான கருமாண்டி... வாசிதான் இப்போது அக்காட்டிலேயே சிறந்த கருமாண்டி. அவன் அதைப் பயன்படுத்தி ஒருநாளும் கொடூரமாக வேட்டையாடுகிறவனாக மாறிவிடக்கூடாது என்பதுதான் அவரது பிரார்த்தனைகளெல்லாம்.

வாசியும் பாட்டாவும் பொடவை நோக்கி நடந்தார்கள். கட்டையன் பூசைக்கு தேவையான அவசியமான சில சாமான்களை மட்டும் எடுத்துக் கொண்டு ஓடினான். பொழுது சாயத் துவங்கியிருந்ததால் காடு இருளும் பச்சையுமாய் ரம்மியமான நிறத்திலிருந்தது. பொடவு மேட்டில் கட்டையன் ஒரு கோழியைத் தூக்கிப் பிடித்தபடி நின்றான். பாட்டா கண் மூடி உட்கார்ந்திருக்க, பக்கத்திலேயே வாசி ஓரமாய் நின்று கொண்டான். பூசைக்கென கொண்டு வந்த சாமான்களை ஓரமாய் வைத்துவிட்டு போவதா நிற்பதா என்பது தெரியாமல் கட்டையன் இருவரையும் மாறிமாறிப் பார்த்துக் கொண்டிருந்தான். வாசி தனது பார்வையால் அவனை கிளம்பிப் போகச் சொன்னான். தயக்கத்தோடு விருப்பமே இல்லாமல் அங்கிருந்து இறங்கிச் சென்ற கட்டையன் ‘நமக்கும் சேர்த்து குறி கேட்டிருக்கலாமென நினைத்துக் கொண்டான்.’ பாறையைத் திரும்பிப் பார்த்தபடியேதான் வந்தான், வாசி கூப்பிடவில்லை. கண்ணை மூடியிருந்த பூசணி மீண்டும் கண் திறந்தப் போது பெரும் அரற்றல் ஒன்றோடு எழுந்து நின்றார். அவரது உடல் ஒரு நிலையிலில்லாமல் ஆடியது. வாசிக்கு தானாகவே உடலில் ஒரு அச்சமும் பணிவும் வந்துவிட அவன் அவரின் காலில் விழுந்து வணங்கினான்.

“எதுக்குடா வந்த? என்ன வேணும்...”

“உனக்கு என்ன தேவ இருக்குன்னு குறி கேக்கற?... உன் கனவுல எந்த கெட்ட சகுணத்தையோ நல்ல சகுணத்தையோ நான் காட்டலையே அப்பறம் என்ன? ம்ம்ம்... சொல்லுடா...”

‘எனக்கு கனவுல பிரச்சன இல்ல, முழிச்சிருக்கும் போதே மனம் எங்கெங்கயோ போகுது... எனக்கு சம்பந்தமில்லாத என்னென்னவோ

நடக்குது?..."

"ஏய்... முழுங்கி முழுங்கிப் பேசாத... என்னய ஏமாத்த முடியாது. நெசத்தச் சொல்லுறா...."

வாசி பணிவோடு அவரின் பக்கத்தில் உட்காந்தான்.

"இப்போ எல்லாம் பகல்ல காட்டுல நடக்கறப்போ யாரோ என்னயத் தொடர்ந்து வர்ற மாதிரியே இருக்கு. யாருன்னு திரும்பிப் பார்த்தா எந்த உருவமும் இல்ல... மஞ்ச நெறத்துல ஏதோவொண்ணு வேகமாப் போகுது...."

பூசணி சத்தமாக சிரித்தார். அந்தக் குரல் ஆணுமில்லாத பெண்ணுமில்லாத ஒன்றாய் வெளிப்பட, வந்திருப்பது பளிச்சியென்பதைப் புரிந்து கொண்டுவிட்ட வாசி தான் பேச நினைத்ததை எல்லாம் இன்னொருமுறை ஒவ்வொன்றாக வரிசைப் படுத்திக் கொண்டான். பூசணியின் உடல் இன்னும் அதிர்ந்து கொண்டிருக்க வாசி தீவிரமாக அவரைப் பார்த்தபடியே அவர் சொல்லப் போகும் பதிலுக்காக காத்திருந்தான்.

"அதெல்லாம் உன் கற்பனையும் இல்ல, கனவும் இல்ல.... நெஜந்தான்... உனக்குப் பக்கத்துல நடக்கறது என்னன்னு தெரிஞ் சிக்கிறதுக்கு உனக்கு இத்தன நாள் ஆகியிருக்கு.... உன் பார்வைல அடிக்கடி பட்டுட்டு இருக்கது என்னன்னு உனக்குப் போகப்போகத் தெரியும்."

வாசிக்கு இந்தப் புதிர் பிடிக்கவில்லை. அவனுக்கு தன்னைத் தொடர்வது உருவமா அல்லது அருவமா என்பதில் அச்சமில்லை. ஆனால் அது என்னவாய் இருக்கக்கூடுமென்பதை தெரிந்து கொள்ளும் ஆர்வமிருந்தது. அதைத் தெரிந்து கொள்ள எவ்வளவு நேரத்தை வேண்டுமானாலும் செலவழிக்கலாம் என நினைத்துக் கொண்டான். ஆனால் பாட்டா அதற்கு அவகாசம் கொடுக்கவில்லை. பக்கத்திலிருந்த உடுக்கயை எடுத்து அடித்தார். குறி சொல்வதற்கான வெறியல்ல அது... அந்த இசையின் மூலம் இவனை உறக்கத்திலிருந்து எழுப்ப நினைத்திருந்தார். உடுக்கை சத்தத்தில் மொக்கநிலைக் காடு கொஞ்சம் கொஞ்சமாய் கிளர்ந்து ஆடத் துவங்க பெருங்காற்று அவர்களைச் சூழ்ந்தது. வாசி தன் உடலில் ரத்தம் வேகமாவதை உணர்ந்தான், கால் நரம்புகள் இழுத்துக்கொண்டன. உடல் கனத்தது... பாட்டாவிடம் தான் கேட்க நினைத்த சந்தேகங்களுக்கெலாம் இதுதான் பதிலோவென நினைத்து அந்த இசைக்குக் கொஞ்சம் கொஞ் சமாய் தலையையும் உடலையும் ஆட்டினான். உடுக்கை சத்தம் ஏற, ஏற, பளியக்குடியிலிருந்த அத்தனை பேரும் அச்சத்தோடு பொடவை நோக்கி வந்தனர். சத்தம் ஓய்வதாக இல்லை. நாய்கள் மிரண்டு வால்களை கால்களுக்கிடையில் சுருட்டிக் கொண்டு முடங்கிக்

கொண்டன. வாசி எழுந்த ஆடத் துவங்கினான். ஆணுமில்லாத பெண்ணுமில்லாத ஒரு ராட்சஷனாய் அவன் ஆட ஆட பொடவைச் சுற்றி வந்திருந்த பளியர்கள் அணைவருக்கும் அது பளிச்சி என்பது புரிந்தது.... பாட்டா கொஞ்சம் நிறுத்தினார்... அவனும் மூச்சிறைக்க நின்றான்.

“ஏண்டா உடுக்கைய நிறுத்தின?...” பற்களை நற நறவென கடித்த வாசியின் குரல் பளிச்சியின் குரலாக விகாரமாக எழ, பாட்டா அதே ரௌத்ரத்துடன்

“இந்த சின்னப்பையனுக்கு எத சொல்லனுங்கறதுக்காக அவன ஒறங்க விடாம செஞ்சிட்டு இருக்க.... இந்தக் குடில இத்தன பேர் இருக்கமே உன் கண்ணுக்குத் தெரியலையா?...”

பளிச்சி சிரித்தாள்.

“ரத்தம் வேணும்... பலி வேணும்... உங்க கிட்ட கேட்கமுடியாதுறா... த்தூ... நீங்க எல்லாம் பன்னிக்கூட்டம்...... இவந்தான் செய்யனும்....”

பளிச்சியின் ரௌத்ரத்தை அதிகப்படுத்த மீண்டும் உடுக்கையடித்தார். பளிச்சி மீண்டும் ஆட ஆட கால்களிலிருந்து குருதி கசிந்தது. உடுகையை அடிப்பதும் நிறுத்துவதுமாய் இருக்க, அதற்கேற்றபடி அவளும் ஆடுவதும் ஓய்வதுமாய் இருந்தாள்.

“யாரோட ரத்தம் வேணும்...”

“சொல்ல மாட்டேன்... இன்னும் கொஞ்ச நாள் பொறுத்துப் பாரு தெரியும்... உடுக்கைய நிறுத்தாம அடி.... அடிடா....”

ஆடத் துடித்த பளிச்சியின் உடலிலிருந்த வெறியைக் கண்ட எல்லோரும் அஞ்சினர். கட்டையன் வேக வேகமாக குடிசைக்கு ஓடினான். பாட்டாவுக்கு உடுக்கையடித்து உடல் களைத்துப் போனாலும் பாதியில் விடக்கூடாதென மீண்டும் அடிக்கத் துவங்கினார் பூசணி. திரும்பி வந்த கட்டையனின் கையில் ஒரு சேவல் துடித்துக் கொண்டிருந்தது. மெதுவாக பாறையில் ஏறியவன் கண்கள் சிவந்து எல்லோரையும் எரித்துவிடுவது போல் பார்த்துக் கொண்டிருந்த பளிச்சியின் கைகளில் கொடுத்தான்... சேவல் பலிக்குத் தயாராகிவிட்ட அச்சத்தில் அலறியபடியே துடிக்க பளிச்சி ஆவேசமாக அதன் தொண்டையைக் கடித்தாள். வாயெல்லாம் குருதி வழிந்தோட சேவல் துடித்தடங்கியது. ஆவேசமாய் அதன் உடலை கடித்து குதறியபடியே குருதியைக் குடித்த பளிச்சி சோர்ந்து போய் பொடவில் உட்கார்ந்தாள். எல்லோரும் தங்களின் மீதும் கோவமிருக்கமோ என்கிற அச்சத்தில் பக்கத்தில் வந்து காலில் விழுந்து வணங்கிவிட்டுச் சென்றனர். பளிச்சி யாரையும் ஆசீர்வதிக்கவில்லை. மெதுவாக அப்படியே மயங்கி விட்டாள்.

பாட்டாவுக்கு கவலையாகிப் போனது. யார் ரத்தம் குடிக்க இத்தனை வெறி கொண்டிருக்கிறாள்?... இப்போதைக்கு குடியாட்களை பயப்பட வைக்க வேண்டாமென நினைத்தவர்

"இன்னைக்கு யாரும் பொடவுல படுக்க வேணாம்... வாசிய இங்கயே விட்டுட்டுப் போவோம்... அவன எந்திரிக்கறப்ப எந்திரிக்கட்டும்."

எல்லோரும் சரியெனத் தலையாட்டினர். அங்கிருந்து எல்லோரும் மெதுவாக நகர்ந்தார்கள்.

"ஏய் குயிலம்மா இங்க வா...."

தன்னை பாட்டா கூப்பிட்டதும் வேகமாக ஓடி வந்தாள்..

"என்ன பாட்டா?..."

"ரவைக்கி எல்லாரும் படுத்ததுக்குப் பெறகு, ஒரு பெரிய கலயத்துல தண்ணி கொண்டு வந்து வாசிக்குப் பக்கத்துல வெச்சிட்டுப் போ.... வைக்கும் போது ரொம்ப நேரம் அவன் பக்கத்துல நிக்கக் கூடாது சரியா..."

"சரி பாட்டா..."

எதற்காக இதைத் தன்னிடம் சொல்கிறாரென அவளுக்குப் புரியவில்லை. ஆனால் பாட்டா சொன்னால் கண்டிப்பாக பின்னால் ஏதோ காரியம் இருக்குமென நினைத்துக் கொண்டாள். அடுத்து என்ன நடக்கப் போகிறதோவென்னும் மர்மங்களோடு பளியக்குடி அடங்கிப் போனது.

எல்லோரும் உறங்குவதற்காக காத்திருந்த குயிலம்மா ஒரு கலயத்தில் தண்ணீர் எடுத்துக் கொண்டு குடிசைக்குள்ளேயே உட்கார்ந்திருந்தாள். பெரும் நிசப்தம் அந்தக் குடியைச் சுற்றி விரவிக் கிடக்க மெதுவாக எழுந்து வெளியேறி வந்தாள். இருளில் பொடவு இருப்பதற்கான தடமே இல்லை, பனி ஒரு ஒரு கோடாக ஒவ்வொரு குடிசையின் மேலும் இறங்கிக் கொண்டிருந்தது. கையில் சிம்னி விளக்குடன் மெல்ல மெல்ல நடந்தவளுக்கு லேசான குளிரில் உடல் சிலிர்த்துக் கொண்டது. பொடவுக்கு பக்கமாய் வந்துவிட்டவள் ஒரு கையில் விளக்கோடும் இன்னொரு கையில் தண்ணீரோடும் ஏற முடியாமல் திணறித் திணறி ஏறினாள். நிலா வெளிச்சத்தில் வாசி படுத்திருந்த இடத்தைச் சுற்றிலும் சிதறி உலர்ந்து போயிருந்த சேவல் ரத்தத்தைப் பார்க்க வேட்டை முடிந்த இடமாய்க் காட்சியளித்தது. விழித்திருக்கிறானா, உறங்குகிறானா என்பது தெரியாதபடி கண்கள் திறந்து கிடக்க உறங்கினான். நீண்ட மூச்சுகள் மட்டும் அவனது உடலிலிருந்து வந்தது. அவன் தலை மாட்டில் தண்ணீரை வைத்தவள் அவன் உடலெங்கும் குருதி வாடை அடிப்பதால் அந்த வாடைக்கு மிருகங்கள் ஏதாவது வரக்கூடுமென அவனை கொஞ்சம் பொடவுக்குள் இழுத்துப் போட

நினைத்தாள். இரண்டு கைகளுக்குள்ளும் கைகளைக் கொடுத்து மெதுவாக பின்னால் இழுத்தாள். உடல் கொஞ்சமாகத்தான் நகர்ந்தது. இன்னும் கொஞ்சம் இழுக்க முயன்ற போது தடுமாறி விழப்போனவள் சுதாரித்து உட்கார்ந்தாள். அவளுக்கும் மூச்சு வாங்கியது. சேலைத் தலைப்பால் அவன் உடலிலிருந்த குருதியைத் துடைத்துவிட்டாள்.

தன்னையும் மீறி தான் செய்யக் கூடாது ஒன்றை செய்து கொண்டிருப்பதாக அவளுக்குப் பட்டது. தண்ணீர் வைக்க மட்டுந்தானே சொன்னார் பாட்டா... ஏன் இதையெல்லாம் செய்கிறோமென யோசித்தாள். ஆனால் அவனைத் தொடுவது பிடித்திருந்தது. அவன் உடலை துடைக்க அவன் உடல் சிலிர்த்து ஏதோ ஒன்றிற்கு ஏங்குவது தெரிந்தது. எரிந்து கொண்டிருந்த வாசியின் உடல் அடங்க இன்னொரு உடல் தேவைப்பட்டதை அவன் உடலின் வெக்கை உணர்த்தியபடியே இருக்க, குயிலம்மாள் அவனுக்குப் பக்கத்திலேயே படுத்துக் கொண்டாள். அவன் தான் எங்கிருக்கிறோம் என்பதும் யாருடன் இருக்கிறோம் என்பது தெரியாமலேயே அந்த நள்ளிரவு வேட்டையைத் துவங்கினான். குயிலம்மாள் ஒரு பெரும் வனமாய் தன்னை விரித்துப் போட்டு அவனை அதன் எல்லைவரை வேட்டையாடத் தூண்டினாள். அவன் களைத்து ஓய ஓய அவனை மீண்டும் கிளர்த்தி அவனுடலின் வெக்கை முழுக்க உறிஞ்செடுக்கும் ரௌத்ரம் அவளுக்குள். அவன் உடல் லேசாகி மீண்டும் உறங்கத் துவங்கியபோது விடிவெள்ளி ஏறியிருந்தது. இத்தனை வருடங்களில் அவனோடு பேசியதில்லை, பழகியதில்லை. ஆனாலும் ஏன் இதையெல்லாம் செய்யத் தோன்றியது... அவன் உடலின் மேல் சாய்ந்து படுத்துக் கொண்டாள். அவன் மூச்சு இவள் உடலெங்கும் கசிந்து வெப்பமூட்டியது. 'ஒருவேளை பாட்டா இதற்காகத்தான் தன்னை அனுப்பினாரோவென யோசித்தாள்.' அவ்வளவு நேரமும் இருந்த வன்மம், வெறி எல்லாம் அடங்கி நிம்மதியான உறக்கத்திலிருந்தான். அவள் எழுந்து வானத்தைப் பார்த்தாள். களைந்து கிடந்த தன் உடைகளை எடுத்துக் கொண்டு நின்றவள் நட்சத்திரங்கள் பார்க்க அந்த வனமே வெட்கம் கொண்டு பார்க்க அவனோடு பகிர்ந்து கொண்ட அந்த நிர்வாணத்தை கண் மூடி ரசித்தாள். தூரத்தில் நரிகள் ஊளையிட்டன. உடை மாற்றிக் கொண்டு விளக்கோடு குடிசைக்குத் திரும்பினாள்.

வாசி விழித்துக் கொண்ட போது முழுமையாக விடிந்திருக்கவில்லை. மாலை பளியக்குடிக்கு வந்ததும் பாட்டாவிடம் குறி சொல்லச் சொல்லிக் கேட்டதும் மட்டும் நினைவிலிருந்தது. அவனைச் சுற்றி சேவல் ரத்தமும், குதறப்பட்ட சேவலின் உடலும் இருப்பதைப் பார்த்து பூசை நடந்திருக்கிறது என்பதைப் புரிந்து கொண்டான். ஆனாலும் தான் எவ்வளவு நேரம் பொடவிலேயே கிடந்திருக்கிறோமென்பது

புரியவில்லை. பாறையில் சாய்ந்து உட்கார்ந்தான். உடல் லேசாகியிருந்தது. அவன் உட்கார்ந்த இடத்தில் சேலையின் கிழிந்து போன ஒரு துண்டு ஈரத்துடன் கிடக்க அதைத் தொட்டுப் பார்த்தான். கெட்டியாகிப் போன உதிரத் துளிகள் படிந்து கிடந்த அது சேவல் ரத்தம் போலில்லை. ஆக இங்கு பூசை மட்டுமே நடக்கவில்லை என்பது புரிய, எதையாவது நினைவுக்குக் கொண்டு வர முடியுமாவெ முயற்சித்தான். பொடவுக்கு மேல் ஏதோ அசையும் சத்தம் கேட்டது, சுதாரித்துக் கொண்டவன் உடலை இன்னும் கொஞ்சம் பின்னால் இழுத்துக் கொண்டு பொடவுக்குள்ளாகவே பதுங்கிக் கொண்டான். அச்சத்தில் உடல் விறைத்துக் கொண்டது. அந்தச் சத்தம் இப்பொழுது மெதுவாக இறங்கி பொடவுக்கு பக்கவாட்டிலும் இவன் முதலில் உட்கார்ந்திருந்த பாறை நோக்கியும் வந்தது. மூச்சைப் பிடித்துக் கொண்டு பார்த்த வாசி, சிரமப்பட்டு உடல் அதிர்வதை தவிர்த்தான். பனிவிழும் அந்த மங்கலான வெளிச்சத்தில் மஞ்சளும் கருப்புமான ஒரு உருவம் குதறிக் கிடந்த சேவலை ஒரே கடியில் கடித்து வாயில் போட்டுக் கொண்டது. வாசியின் மண்டையில் ஓங்கி அடித்தது போலிருக்க தான் கனவில் கண்டது இந்தக் காட்சியைத்தான் எனப் புரிந்து கொண்டான். இந்த உருவம் இப்படி செய்ததைத்தான் பார்த்தோமென்பது புரிய மெதுவாக வாசலை நோக்கி வந்தான். வளரத் துவங்கியிருக்கும் ஒரு இளம் புலியின் ரௌத்ரமான முகமும் அணல் கக்கும் கண்களும் இவனுக்காக காத்துக் கொண்டிருந்தன. முழுமையாக இருளில் வெளியில் வந்தவன் அவ்வளவு நேரமும் புலி தன்னைப் பார்த்துக் கொண்டுதான் இருக்கிறது என்பது புரிய, எந்தப் பதட்டத்தையும் காட்டிக் கொள்ளாமல் அதை நேருக்கு நேர் பார்த்தான். அவனை அனுமதித்த புலி மெதுவாக நான்கு கால்களையும் மடக்கி உட்கார்ந்தது. வாசி சற்றுத் தள்ளி அதற்கு எதிரில் உட்கார்ந்தான். கருணையைக் கோரும் அதன் பார்வையில் ஏதோ ஒன்றை இழந்ததற்கு பழி வாங்கத் துடிக்கும் வன்மம் மட்டும் பெருகியோடியது. அதன் தலையைத் தொட்டு தடவிக் கொடுக்க வேண்டும் போலிருக்க, வாசி மெதுவாக தலையை நோக்கி கையை நீட்டினான். சடாரென ஒரு நொடியில் எழுந்து கொண்டு புலி தலையைச் சிலுப்பி அவனை கூர்மையாக பார்த்தது. அவன் விடாமல் அதனை நெருங்கி வர அவனிடமிருந்து விலகி பின்னால் நடந்தது. அவனும் தொடர்ந்தான். பொடவுக்கு மேல் ஒரு தாவு தாவி ஏறியபின் திரும்பி ஒருமுறை இவனைப் பார்த்தது. அவன் புலியையே பார்த்துக் கொண்டிருந்தான். அவனுக்கு எதிரில் உட்கார்ந்த புலியின் கண்களில் காட்டின் தகிப்பையும் இழப்பின் ரௌத்ரத்தையும் பார்த்தான். தன்னை மிகத் தெளிவாக அவ்னிடம் அடையாளம் காட்டிக் கொள்ள வேண்டுமென்கிற கவனம் புலிக்கு. அவன் எந்தவிதமான அச்சங்களும் இல்லாமல் அதனை உள்வாங்கிக் கொண்டிருக்கும் போதே இரண்டு

முறை புலி உறுமியது. தலையைத் திருப்பி தன் கழுத்தை நக்கிக் கொடுத்துக் கொண்ட அது மீண்டும் எழுந்து நின்ற வால் மட்டும் அசையவே இல்லை. சில அடிகள் மெதுவாக நடந்தபின் வேகமாக அங்கிருந்த ஓடிய அதற்கும் தனக்குமான உறவு முன்பே நிச்சயிக்கப்பட்ட ஒன்றுதான் என்பதைப் புரிந்து கொண்ட வாசி, குருதி படிந்த அந்த சேலைத் துணியை மட்டும் அங்கேயே விட்டுவிட்டுத் தன் குடிசையை நோக்கி நடந்தான்.

பெருங்காலம் - 4

பெருமழைக் காலத்தின் மர்மங்களும், வற்றாப் பகையின் நீட்சியும்.

1

நான்கு நாட்களில் திரும்பி வருவதாகச் சொல்லிவிட்டுப் போன தங்கப்பனுக்கு ஜாமீன் கிடைக்க இரண்டு மாதங்களாகிப் போனது. முதலாளியும் அன்சாரியும் நிறைய சிரமங்களுக்குப் பிறகு அவனை மீட்டனர். இதனாலேயே அந்த இரண்டு பேரின் மீதும் தங்கப்பனுக்கு முன்னைவிடவும் அதிகமான அன்பு சுரந்தது. முதலாளிக்காக எதையும் செய்யலாமென நினைத்தான். அவர் வாக்குக் கொடுத்திருக்கிறார். அன்சாரி அப்படியில்லை. பழக்கத்திற்காக எவ்வளவு செய்கிறானென நினைத்தபோது சந்தோசமாய் இருந்தது. தங்கப்பன் திரும்பி வந்தபோது முதலாளி உற்சாகமாக தனது தோட்ட வேலைகளில் இருந்தார். அவரிடம் மொக்கநிலை பளியக்குடியைக் கையகப்படுத்த இந்த முறை தெளிவானத் திட்டங்களிருந்தன. தங்கப்பனை இவ்வளவு சிரமங்களுக்கு மத்தியில் அவர் மீட்டதற்கும் அது மட்டுந்தான் காரணம்... ஆனால் அதை உடனே செய்ய வேண்டாமெனப் பொறுமை காத்தார்.

ஜெயிலிலிருந்து திரும்பிய தங்கப்பன்

பெரும்பாலான நேரங்களும் குடித்தபடியே இருந்தான். அவனது பொழுதுகள் அன்சாரியின் மாட்டுக் கிடையிலேயே கழிந்தன. அவன் குடிசைக்கு வரும் நேரம் குறைந்து போக, வீட்டுக்குத் தேவையான எல்லாவற்றையும் அன்சாரி வாங்கிக் கொடுத்துக் கொண்டிருந்தான். அவன் பொண்டாட்டிகள் மூன்று பேருக்குமே அது குறித்து அவன் மீது எந்த வருத்தங்களும் இல்லை. ஒரு காட்டு மிருகம் போல் நினைத்த நேரம் குடித்து நினைத்த நேரம் வேட்டையாடி நினைத்த போதெல்லாம் வாழ்கிறவனாய் இருப்பதால்தான் அவர்களும் அவனை நேசித்தனர். அவர்களுக்கு இருந்த ஒரே வருத்தம், குழந்தையின் மீதிருந்த விருப்பம் கூட இந்த இரண்டு மாதங்களில் குறைந்து போனதுதான். தங்கப்பன் மீண்டும் மீண்டும் தான் ஒரு வேட்டைக்காரன் என்பதிலேயே சந்தோசம் கொள்கிறவனாய் இருந்தான். இரண்டு முதலாளிகளும் அவன் அப்படி இருப்பதையே விரும்பினார்கள். சூதாட்டத்தில் வைக்கப்பட்ட பகடையாய் தங்கப்பன் மாறி மாறி சுழற்றிவிடப்பட்டுக் கொண்டிருந்தான்.

அன்சாரி தங்கப்பனுக்காக செய்யவில்லை தனக்காக செய்கிறான் என்பதைப் புரிந்து கொண்டபோது சகாய ராணிக்கு கொஞ்சம் ஆச்சர்யமாகக் கூட இருந்தது. இத்தனை வயதிற்கு மேல் தன்னிடம் எதை எதிர்பார்த்து அவன் இவ்வளவும் செய்கிறானென. ஆனாலும் அவனை அவன் விருப்பத்திற்கு அனுமதித்தாள். நேரடியாக அன்சாரி எதையும் அவளிடம் கேட்டிருக்கவில்லை. ஆனால் ஒவ்வொரு முறையும் அவன் இவளிடம் பேசும்போதும் பார்க்கிர போதும் அவனிடமிருந்து வெளிப்பட்ட ஆர்வம் அவன் மனதிலிருப்பதை தெளிவாகவே உணர்த்தியது. அவள் தங்கப்பனுக்காகவேதான் அவனிடம் பேசினாள். எப்போதும் அவனை வீடு கொண்டு வந்து சேர்க்கச் சொல்லியே மன்றாடினாள்.

“ஏண்டா ஒரு மனுசன இப்பிடி குடிக்க வெச்சிட்டே இருந்தா பொண்டாட்டி பிள்ளைன்னு அவனுக்கு எப்பிடி நெனப்பு வரும்... நீங்களாச்சும் கொஞ்சம் விலகி இருங்கடா...”

“எங்க மயினி... நாங்களா வம்பாக் கொண்டு வந்து பொழுசாயமா அவரக் குடிசையில விட்டா இருட்டுனதும் திரும்பி வந்துடறாரு... எதுக்கு இம்புட்டுக் குடிக்கிறார்னும் தெரியல...”

“வந்தா நீங்களும் சாராயத்த வாங்கிக் குடுப்பீங்களாக்கும்... சரி குடிக்கிறது குடிக்கட்டும்... குடிச்சிட்டு இங்க வந்து படுக்க வேண்டியதுதான... ஒன்னுக்கு மூணு பொண்டாட்டிக இருக்கோம்.... அப்பிடி என்னடா பொண்டாட்டிக கிட்ட இல்லாம உங்க கிட்ட அக்கற?”

அன்சாரி சிரித்தான்.

"ஆமா நல்ல அக்கற. அதெல்லாம் இல்ல மயினி... இன்னும் அவருக்கு வாசி மேல கோவம் போகல.... இங்கன வந்து இருந்தா அவங்கூட மறுபடியும் சண்ட வந்துரும்னுதான் வராமயே இருக்கார்னு நெனைக்கிறேன்.. ஆனா அவருக்கும் உள்ளுக்குள்ள அவன் மேல பாசம் இருக்கு மயினி... ஆனா அந்த ஆள்தான் மனுசன் இல்லையே.... மிருகத்துக்குக் கூட பாசத்தப் பிரிச்சுக் காட்டத் தெரியும். இந்தாளு மனுசன்லயும் சேத்தி இல்ல, மிருகத்துலயும் சேத்தி இல்ல..."

சகாயராணிக்கும் வருத்தமாகத்தான் இருந்தது. புருஷனுக்காக பிள்ளையைத் துரத்த முடியுமா? தங்கப்பன் இல்லாத நாட்களில் இந்தக் குடும்பத்தை அவனேதான் பார்த்துக் கொண்டான். அத்தனை முதிர்ச்சியும், பக்குவமும் அவனுக்கு எங்கிருந்து வந்ததெனத் தெரியவில்லை. மாரி இத்தனை நாட்களும் அவனைக் குழந்தையாய் கருதியதற்காக சிரித்துக் கொண்டாள்.

"ம்ம்ம்.. என்னவோடா... அப்பனும் மகனுமா சேந்து இருந்தா எம்புட்டு நல்லா இருக்கும்... வாசி என்ன முன்ன மாதிரி சின்னப்பயலா அவனும் நல்லா காட்டு மரமாட்டம் வளந்துட்டாண்டா... எங்கள எப்பிடிப் பாத்துக்கறான்னு தெரியுமா?.."

அன்சாரி சிரித்தான். அவனுக்கு வாசியைப் பற்றி எல்லோரையும் விட கொ...சம் அதிகமாகவே தெரியும்.

"தெரியும் மயினி.... உங்க எல்லாத்துக்கும் தெரி... சதவிட எனக்கு இன்னும் அதிகமாவே அவனத் தெரியும்.... தங்கப்பனாட்டம் இல்ல மயினி அவன், தன்னச் சுத்தி இருக்க எல்லாத்தையும் கவனிக்க வெச்சிருவான்... பளிச்சியோட பார்வ இருக்கு அவனுக்கு...."

சகாய ராணி சமீபமாகத்தான் இவனிடம் இவ்வளவு பேசுகிறாள். ஒரு ஆணோடு இவ்வளவு நீண்ட நேரம் தான் பேசியதில்லையே என நினைத்துக் கொண்டபோது ஏதோ ஒரு வகையில் தன்னை நெருங்கி வர அவனைத் தானும் அனுமதிப்பதாக பட்டது. அவனுடன் பேசும் போது எந்த உரையாடலையும் நினைத்தவுடன் பாதியில் முடித்துக் கொள்ளமுடியவில்லை. அவன் முடிக்க நினைக்கிற போது இவனும், இவன் முடிக்க நினைக்கிற போது அவளுமாய் பேசிக் கொண்டிருந்தனர்.

கோடை முடிந்து முதல் மழை பெய்த தினத்தில் தங்கப்பன் மேல்நாயக்கன்பட்டி திருவிழாவுக்கு பருத்திப் போடு முதலாளியுடன் கிளம்பிப் போனான். குடிசையில் குட்டிப் பளிச்சிக்கு உடல் சுரம் கண்டு கொதிக்க, வாசியைக் கூட்டிக் கொண்டு செல்லாயியும் சகாயராணியும் பெரியகுளம் ஆஸ்பத்திரிக்குக் கிளம்பினர். அன்சாரிதான் அவர்களோடு இருந்து மருந்து மாத்திரை வாங்க எல்லாவற்றுக்கும் ஓடி ஓடி செய்து கொண்டிருந்தான். மழைக்கும் அதுக்குமாய் கவர்மெண்ட் ஆஸ்பத்திரி

தாங்க முடியாத கவுச்சி வாடையுடனிருக்க குழந்தையை வைத்துக் கொண்டு இங்கு இருக்க முடியாதென செல்லாயி குடிசைக்குப் போகலாமென்றாள். குழந்தைக்கு சுரம் கொஞ்சம்கூட அடங்கவில்லை... பாப்பாவை கையிலிருந்து இறக்கிவிடாமல் வாசி தூக்கி வைத்தபடியே இருந்தான்.

"ஒரு ரெண்டு நாளாச்சும் இங்கன வெச்சுப் பாத்தாதாம்மா கொழந்த நல்லா ஆகும்.... நீ பாட்டுக்குக் கூட்டிட்டு போறேன்னு சொல்ற? ஒன்னு கெடக்க ஒன்னு ஆகிப்போச்சுன்னா என்ன செய்வ?"

டாக்டர் பயமுறுத்தினார்.

"அதுக்கில்ல டாகடர் இங்க கவுச்சி வாடையடிக்குதுன்னு யோசிக்கிறாக... அதான்..."

அன்சாரி இழுத்தான். டாக்டருக்கு கோவம் உச்சிக்கு ஏற

"யோவ், இங்க இம்புட்டு சனம் இருக்கே இவுகளுக்கு எல்லாம் கவுச்சு வாட அடிக்காதாம?... இதென்ன உங்க வீடாய்யா கமகமன்னு செண்ட் அடிச்சு வெச்சுக்கறதுக்கு... பொது எடம் கொஞ்சம் அப்பிடி இப்பிடித்தான் இருக்கும்.. ஒரு ரெண்டு நா பொறுத்துக்க முடியாதாக்கும்..."

அவர் கோவப்பட்டு பிள்ளைக்கு சிகிச்சை செய்யாமல் விட்டுவிடுவாரோ என பயந்த சகாயராணி

"அய்யய்யோ அப்பிடி எல்லாம் இல்லங்கய்யா... பிள்ளைக்காக ரெண்டு நா தான இருக்கோம்... நீங்க கோவிச்சுக்கிராதிய..."

மன்னிப்புக் கேட்கும் குரலில் கெஞ்சினாள். டாக்டர் பதிலெதுவும் சொல்லாமல் கிளம்பிப் போனார். செல்லாயிக்குத்தான் ஒரு மாதிரியாய் இருந்தது. சரி பிள்ளைக்காக இருப்பமே என பொறுத்துக் கொண்டாள். குழந்தைகள் வார்டில் அவர்கள் சேர்க்கப்பட்டதும் ஜன்னல் மூடிய அந்த வார்டில் கொஞ்சம் வீச்சம் குறைவாக இருந்ததால் சமாளித்துக் கொள்ள முடியுமென நினைத்துக் கொண்டாள்.

"மயினி நா சகாயம் மயினியக் கூட்டிட்டுப் போயி கஞ்சி ரெடி பண்ணி குடுத்துவிடுறேன்... நீ பிள்ளையப் பாத்துக்க, வாசி உங்கூட துணைக்கு இருப்பான்..."

செல்லாயி சரியெனத் தலையாட்டினாள். ஆனாலும் இந்த நேரத்தில் தங்கப்பன் உடன் இருந்தால் நல்லா இருக்குமே எனப்பட்டது.

"ஏலே அன்சாரி இந்த ஆளு எங்கடா போயிருக்கான்... பிள்ளைக்கு இப்பிடி ஆகியிருக்கு ஒரு எட்டு வந்து பாக்கச் சொல்லுடா..."

அன்சாரிக்கு என்ன பதில் சொல்வதெனத் தெரியவில்லை. தயங்கியபடியே நின்றான்.

"மேலநாயக்கன்பட்டி திருவிழாவுக்கு போயிருக்காப்ள மயினி...

நாளைக்கு மத்தியானத்துக்கு மேல திரும்புவாருன்னு நெனைக்கிறேன்... எதுக்கும் என் தம்பிய அனுப்பி வரச் சொல்லி பாக்கறேன்..."

அவள் அதற்கும் மேல் ஏதாவது கேட்டுவிடுவாளோ என்கிற தயக்கத்தில் அன்சாரி வேகமாக நடந்தான்.

"பிள்ளயப் பாத்துக்கடி... நான் போனதும் திரும்பி வந்துர்றேன்..."

சொல்லிவிட்டு சகாயராணியும் அவனுக்குப் பின்னாலேயே நடந்தாள்.

கொடுவிலார்பட்டியில் மழை தவிட்டுத் தூவலென விடாமல் பெய்து கொண்டிருக்க சகாயராணியும் அன்சாரியும் முக்கால் வாசி நனைந்த உடலுடன் வீடு வந்து சேர்ந்தனர். ஊரே மின்சாரமில்லாமல் இருளில் கிடந்தது. அன்சாரி அவளைக் கூட்டிக் கொண்டு போய் மாத்திக் கொள்ள உம்மாவின் சேலை ஒன்றை எடுத்துக் கொடுத்தான். அந்த வீட்டுக்கு அவள் புதியவள் இல்லை என்பதால் யாரும் அவளை வித்தியாசமாய்ப் பார்க்கவில்லை. துணியை மாற்றிக் கொண்டவள் பின்கட்டில் கஞ்சி வைக்கச் சென்றாள். சுட்ட ஆட்டுக்கறியின் மணம் சமையல் கட்டை நிறைத்திருக்க ஆசையோடு சட்டியை விலக்கிப் பார்த்தாள். பிற்பகலிலிருந்து நல்ல பசி சாப்பிடத் தூண்ட அடுப்பில் கஞ்சியை வைத்துவிட்டு மிச்சம் மீதி இருந்ததைப் போட்டு சாப்பிடத் துவங்கினாள். லுங்கி மாற்றிவிட்டு வந்த அன்சாரி, அவள் சாப்பிட்டுக் கொண்டிருப்பதைப் பார்த்ததும் சிரித்தான், அவளும் பதிலுக்கு சிரித்தாள்.

"நானே சாப்பிடச் சொல்லனும்னு நெனச்சேன்... செரி மயினி நீ சாப்ட்டு வா.. நான் மேல இருக்கேன்.."

"சரிடா... நான் கஞ்சிய எறக்கி வெச்சிட்டு வர்றேன்..."

மழைக்கு தவளைகள் குதியாட்டம் போடத் துவங்கியிருந்தன. இன்னும் மின்சாரம் வந்திருக்கவில்லை. கஞ்சி கொதித்ததும் இறக்கி வைத்தவள் இருந்த அலுப்புக்கு கொஞ்சம் தூங்கலாமென நினைத்தாள். உடல் அந்தக் குளிரிலும் களைப்பில் வியர்த்தது. அன்சாரியைப் பார்க்க மாடியேறிப் போனாள். வீட்டில் எல்லோரும் படுத்திருந்தனர், மழை மனிதர்களை களைப்புறச் செய்திருந்ததால் அன்சாரியின் வீட்டில் எல்லோருமே படுத்து விட்டிருந்தனர். அறைக் கதவு திறந்து கிடக்க அன்சாரியின் அறைக்குள் ஒரேயொரு விளக்கு மட்டும் எரிந்து கொண்டிருந்தது. கட்டிலில் சாய்ந்து படுத்திருந்தவன் அப்படியே உறங்கிப் போயிருந்தான். அவனை எழுப்புவதா வேண்டாமா என யோசித்தவள்

"அன்சாரி..."

மெதுவாக கூப்பிட்டுப் பார்த்தாள். அவனிடம் அசைவே இல்லை. பாவம் அவனும் எவ்வளவு தான் அலைவான்... படுக்கையில்

அவனுக்கு அருகில் அமர்ந்தவள் வெறும் மேலுடன் படுத்திருந்த அவன் மார்பில் வைத்து மெதுவாக அசைத்தாள். உடல் குளிருக்கு சூடேறிப் போயிருந்தது.

“டே... அன்சாரி.... தூங்கிட்டியா...”

“ம்... இல்ல மயினி... ..”

பாதி உறக்கத்தில் அவன் கண்களைத் திறந்து கொண்டான்.

“என்னயச் சாப்புடச் சொன்ன சரி, நீ ரெண்டு வாயி திண்ணுட்டுப் படுக்க வேண்டியதுதான, கொஞ்சம் கஞ்சி கொண்டாரவா?...”

அவன் வேண்டாமென மறுத்துத் தலையாட்டினான்.

“ஏண்டா உனக்கும் மேலுக்குச் சொகமில்லையா? உடம்பெல்லாம் கொதிக்கிது...” நெற்றியில் கை வைத்துப் பார்த்தாள். இன்னும் சூடு அதிகமானதே தவிர குறைந்திருக்கவில்லை. அன்சாரி சிரமத்தோடு கைலியை இழுத்து விட்டுக் கொண்டு தன்னைக் கட்டுப்படுத்திக் கொண்டு உட்கார்ந்திருந்தான். அவளிடம் அதைக் கேட்பதா வேண்டாமா என்கிற தயக்கமும்.... அவள் தொட்டதும் நெஞ்சுக்கூட்டிலிருந்த மயிர்கள் சிலிர்த்துக் கொண்டன. சகாயராணியும் புரிந்து கொண்டாள். அந்தச் சூட்டின் காரணம் தானேதான் என.

‘சரிடா நீ செத்த நேரம் ஒறங்கு... நான் கௌம்பி ஆஸ்பத்திரிக்குப் போறேன்... அவ பாவம் பச்சப்பிள்ளைய வெச்சுக்கிட்டு பசியோட இருப்பா...”

சகாய ராணி எழுந்து கொண்டாள்.

“மயினி...” அன்சாரியின் குரல் தயக்கத்தோடு வந்ததும், என்னடா என்பது போல் திரும்பிப் பார்த்தாள். என்னவோ அவனைப் பார்க்கிற போதெல்லாம் அவன் மீது பரிதாபமே அவளுக்கு வந்ததே ஒழிய காமம் இல்லை.

“இன்னும் செத்த நேரம் என் பக்கத்துல உக்காரேன்... இப்பத்தான அங்க இருந்து வந்தோம்...”

அவளுக்கு உட்கார்வதா வேண்டாமா என்கிற யோசனை.... தயங்கி நின்றாள். அன்சாரி அவளின் கைகளைப் பிடித்து இழுத்தான். முதல் முறையாக அந்தத் தொடுதலில் ஒரு கோரிக்கையும், நிர்ப்பந்தமும் இருப்பதைப் புரிந்து கொண்டாள்.

“இல்லடா நான் போறேன்... நீ ஒறங்கு...”

அவன் எதுவும் பேசாமலிருந்தான். அவள் பக்கத்தில் உட்கார்ந்திருந்தாள், பார்வை மட்டும் வாசலையே பார்த்தபடி இருந்தது. அன்சாரியின் மூச்சில் சூடு அதிகமானது. அவளது தோள்களில் கை வைத்தவன்,

“கிறுக்கன் மாதிரி உன்னய சுத்திட்டு இருக்கனே மயினி, என் மனசுல என்ன இருக்குன்னு உனக்குத் தெரியாதா?...”

திரும்பி முறைத்தாள்.

“என்னடா தெரியனும்... ம்... உன் வயசு என்ன? என் வயசு என்ன?... நான் கெழவிடா.. வேற பிள்ளையப் பாத்துப் போக வேண்டியதுதான.....”

“இல்ல நான் உங்கூடத்தான் படுப்பேன்...”

சொத்தென அறைந்தாள். “த்தூ... தேவ்டியாப்பலே... இந்த நெனப்போட தான இத்தன நாளா மயினி மயினின்னு பொச்சுக்கு பின்னாலயே சுத்தின... நானும் நீயாப் புரிஞ்சுக்குவன்னு விட்டுப் பாத்தா இப்போ படுக்கனும்னு எங்கிட்டயே கேக்கற?...” அவனுக்கு அவள் அறைந்தது கொஞ்சம் கூட வலிக்கவில்லை. ஆனால் தன்னை உதாசீனப்படுத்திவிட்டாள் என்பதில் ஏமாற்றமாய் இருந்தது. அவள் எழுந்து கொண்டு கிளம்பப் போனாள்

“இனிமே நீ எங்களுக்கு ஒரு மயிரையும் புடுங்க வேணாம்... எல்லாத்தையும் வாசி பாத்துக்குவான்...”

வேகமாக நடக்கப் போனாள். அவள் மீது அவ்வளவு நாட்களுமிருந்த நேசம் அவள் விலகிப் போகிறாளென்றதும் கோவமானது. படுக்கையிலிருந்து எழுந்தவன் அவளை எட்டி உதைத்தான். வாசலைத் தாண்டி விழப்போனவளைப் பிடித்து படுக்கையில் தள்ளிவிட்டான்.

“தேவ்டியா முண்ட... எனக்கு என்னடி கொறச்சல்... இத்தன நாளா தெரியும்ல நான் அதுக்குத்தான் உன் பின்னால சுத்தறேன்னு அன்னைக்கே சொல்ல வேண்டியதுதான... தொட்டுத்தொட்டுப் பேசறப்ப மட்டும் இனிச்சிச்சு... இப்போ படுக்கக் கேட்டா கசக்குதோ?...”

பளார் பளாரென அறைந்தான்... அவனைக் கட்டுப்படுத்த முடியாதென்பதைப் புரிந்துகொண்டவள், “டேய் கிறுக்குத்தனமா பேசாதடா.. ஒரு நா இல்ல ஒரு நா.. நீ புரிஞ்சுக்குவன்னு தான் நான் விலகிப்போகல...”

அவளின் வார்த்தைகள் எதையும் கேட்க காமம் அவனை அனுமதிக்கவில்லை. அவளுடலிலிருந்த உடைகளைக் களைய சில நொடிகளே அவனுக்குப் போதுமானதாய் இருந்தது. நீண்ட நாட்களுக்குப் பின் ஒரு ஆண் தொட்டதில் அவளும் அந்த நொடியே கரையத் துவங்கினாள். அவன் தன்னை வேட்டையாடட்டுமென முடிந்தவரை அவனை விலக்குவதும் அவன் பதிலுக்கு அவளை வெறி கொண்டு அடக்குவதுமாய் இருந்தார்கள். அன்சாரிக்கு அவள் இத்தனை முரட்டுத்தனமானவளா என ஆச்சர்யமாய் இருந்தது.

அவளோடு உறவு கொள்வதற்காக இத்தனை நாட்கள் காத்திருந்தது அவனுக்கு பெருமையாய் இருந்தது. அவன் களைத்து ஓய்ந்தபோது அவள் அவனைத் தூண்டினாள். அவர்கள் இருவரும் எரிந்தடங்கிய போது சகாயராணி சின்னக் குற்றவுணர்ச்சியோடு எழுந்து போனாள்.

“சீக்கிரமா வாடா அன்சாரி... செல்லாயிக்குப் போயி கஞ்சியக் குடுத்துட்டு வந்துருவோம்...”

அன்சாரி சிரித்தான்...

“திரும்பி இங்க வர்றயா இல்ல ஆஸ்பத்திரில இருக்கப் போறயா மயினி...”

“இனிமே உங்கூட எங்கயும் வரமாட்டேன்... களவாணிப்பயலே மயினி மயினினு சொல்லிட்டு இன்னைக்கிப் பதம்பாத்துட்ட...”

அவள் சேலையை மாற்றிக் கொண்டு கீழே இறங்கினாள். அன்சாரிக்கு அவளைத் தன்னோடு வைத்துக் கொள்ள வேண்டுமென ஆசையாய் இருந்தது. தங்கப்பன் இவளை அவ்வளவு பொருட்படுத்துவதில்லை. அதனால் இவள் விலகி வருவதால் அவனுக்கு ஒரு வருத்தமும் இல்லை. இவள் சம்மதிப்பாளா என்பதுதான் சந்தேகம். அன்சாரியும் உடையை மாற்றிக் கொண்டு கீழே இறங்கினான். தூறல் நின்று போய் வீதி சேறும் சகதியுமாய் இருந்தது. ஜீப்பில் முன்னைவிடவும் நெருக்கமாக அவனுக்குப் பக்கத்தில் உட்கார்ந்து கொண்ட சகாயராணிக்கு அவன் அருகில் இருந்தது பிடித்துப் போயிருந்தது.

வெக்கை இன்னும் அடங்கியிருக்கவில்லை, முதல் மழை கிளப்பிய சூட்டில் வனத்தில் மிருகங்கள் தாங்க முடியாத அவதி கொண்டதுடன் நீர் தேடி தங்களின் இடங்களை விட்டு வெளியேறி வந்தன. திருவிழா முடிந்து தங்கப்பன் முதலாளியிடம் சொல்லிக் கொள்ளாமலேயே மேல்நாயக்கன் பட்டியிலிருந்து கிளம்பிவிட்டான். ஊர் முழுக்க சாராயம் தாராளமாய் கிடைத்ததில் எவ்வளவு குடிக்கிறோமென்கிற கவனமில்லாமலே தங்கப்பன் குடித்தான். முதலாளி அவனை கட்டுப்படுத்த முயன்று தோற்றுப் போனதால் ஒரு கட்டத்திற்கு மேல் விட்டுவிட்டார். பாதி ராத்திரிக்கு மேல் அன்சாரியின் தம்பி தங்கப்பனைத் தேடி வந்தபோது முதலாளியும் அவர் ஆட்களும் எவ்வளவு தேடியும் அவனைக் கண்டுபிடிக்க முடியவில்லை. அவன் மொக்கநிலைக்குப் போயிருப்பானென விட்டுவிட்டார்கள்.

2

பளியக்குடிக்கு முன்பு வந்த தொண்டு நிறுவண ஆஸ்பத்திரி ஆட்கள் இந்தமுறை பெரும் கூட்டமாய் வந்தனர். எல்லோரின்கையிலும்துண்டு நோட்டீஸ்கள் இருந்தன. ஜீப்பில் குழாய் கட்டி பாடல்களை ஒலிக்க விட்டபடியே அவர்கள் வந்ததைப் பார்க்க எல்லோருக்கும் வேடிக்கையாய் இருந்தது. பூசணி அவர்களை இந்தமுறை சந்தேகத்தோடுதான் பார்த்தார். சிவப்புத் துண்டுக்காரர் கடைசியாய் வந்தபோது அவரிடம் ஆஸ்பத்திரி விசயத்தை பூசணி சொன்னதுதான் தாமதம்

“களவாணிப்பயக இங்கயும் வந்துட்டாய்ங்களா... எல்லாம் கூட்டமா சேந்து நம்மள விக்கப் பாக்கறாய்ங்க... இந்தக் காட்டுல இருந்து உங்களத் தொறத்தரதுக்கு உள்ளூர்க்காரன் செஞ்சதெல்லாம் பத்தாதுன்னு இப்போ வெளிநாட்டுக்காரன் ஆரம்பிச்சிருக்கான்...”

சிகப்புத் துண்டுக்காரர் கோவமாய் பேசிய எதுவும் புரியவில்லை.

“நம்மளத் தொறத்திவிட்டுட்டு அவுக என்னயா செய்யப் போறாக?...”

கம்யூனிஸ்ட்காரப் பெரியவர் சிரித்தார், இவர்கள் இத்தனை அறியாதவர்களா? ஏன் பாவப்பட்டவர்களிடம் திருடுவதில் யாரும் எந்தக் குற்றவுணர்ச்சியும் கொள்வதில்லை. திருடுகிற பெரும்பாலானவர்களுக்கு கடவுள் நம்பிக்கை வேறு இருக்கிறது. அவர்கள் கும்பிடும் கடவுளெல் லாம் அவர்களைத் தண்டிக்கமாட்டார்களா என்ன?... இந்த மக்களிடம் மார்க்ஸைப் பற்றியும், லெனினைப் பற்றியும் பேசி வகுப்பெடுத்து புரிய வைக்க முடியாதுதான். ஆனால் அவர்களின் வாழ்க்கையிலிருந்து புரிந்து கொள்ள வைக்க முடியும். எல்லா தத்துவங்களுக்கும் அடிப்படை வாழ்க்கை தானேயன்றி, புத்தகங்கள் அல்ல.

“பாட்டா.... நம்ம காடு முழுக்க ஆயிரக்கணக்குல மருந்துச் சாமானுக்குத் தேவையான மூலிக கெடக்கு. அதை எல்லாம் போட்டி போட்டு திருடிட்டு இருக்காய்ங்க... வெளிநாட்டுச் சந்தைல கோடிக்கணக்குல வியாபாரம் ஆகும். அந்தக் காசுக்காக நம்ம தலமொறையவே இல்லாம செய்யணும்னாலும் செய்வாய்ங்க... நீங்க பாக்கற இந்த கஞ்சாத்தோட்ட முதலாளி எல்லாம் சின்ன பூச்சி அவய்ங்க பெரும் பெரும் மிருகங்க...”

பூசணி வாயடைத்துப் போனார்.

“இனிமே அவய்ங்க வந்தா தொறத்தி விட்றுங்க.... பூராம் ஊரக் கெடுத்தவய்ங்க...” பூசணி அந்த கம்யூனிஸ்ட்க்காரரை ஆச்சர்யமாய்ப் பார்த்தார். இம்புட்டு விசயம் பேசுகிற மனிதர் எத்தனை சாதாரணமாக இருக்கிறார். இதற்கு முன்பு இங்கு வந்த வெளியாட்கள் யாரும் இவ்வளவு எளிமையாய் இருந்திருக்கவில்லை.

அதனால் இந்த முறை ஆஸ்பத்திரிக்காரர்கள் வந்தபோது பூசணி அவர்களிடம் பேச வேண்டுமென தெளிவான ஒரு முடிவோடு போனார்.

“இங்க யாருக்கும் ஒரு கொறையும் இல்ல... சீக்கும் இல்ல... நல்லாத்தான் இருக்கோம்.. உங்களுக்கு என்ன சோலியிண்டு இங்க வர்றீங்க...?’

டாக்டரும் அவருடன் வந்த சில ஆட்களும் சிநேகமாக சிரித்தார்கள்.

“உங்க நல்லதுக்குத்தாங்கய்யா... இப்பிடிக் காட்டுக்குள்ளயே கெடக்கறதுக்கு மலைய விட்டு கீழ இறங்கி வந்துட்டிங்கன்னா உங்க புள்ளகுட்டியெல்லாம் நாலு எழுத்துப் படிக்கும். அரசாங்க வேலைக்குப் போகும். அரசாங்கம் உங்களுக்குத்தான் நிறைய உதவி செய்யிதே...”

பூசணி அவர்களைக் கவனமாகப் பார்த்தார். எல்லோருமே இப்படிப் பேசுவதற்காக பழக்கப்படுத்தப்பட்டவர்கள். பாவம் அவர்கள் என்ன செய்யக்கூடும்.?

“தம்பி எது உதவி? எங்கள இங்க துரத்தி பிச்சக்காரனா ஆக்கிட்டு இருக்கறத எல்லாம் போறவன் வர்றவன் களவாங்கறதுக்கு வழி பன்றதா?... காடும் நாங்களும் ஒன்னு. எதாச்சும் எங்களுக்கு உதவி பன்றதுன்னா நீங்க யாரும் காட்டுக்குள்ள வராம இருங்க. அதுவே நீங்க எங்களுக்கு செய்ற பெரிய உதவிதான்....”

சுற்றி இருந்த எல்லோருக்கும் வாயடைத்துப் போனது. முன்பு இருந்தது மாதிரி விசயம் தெரியாத கூட்டமில்லை இது. அதனால் இங்கு பேச்சை வளர்க்க வேண்டாமென வேறு விசயங்களைப் பேசத் துவங்கினார்கள்.

“சரிங்கய்யா... உங்க பிள்ளையா நெனச்சுக்கங்க... இந்தக் காட்டுக்குள்ள சில ஆராய்ச்சி எல்லாம் செய்ய வேண்டி இருக்கு. உங்க ஆளுக கொஞ்ச பேரு வழித் தொணைக்கி வந்தியன்னா ரொம்ப உதவியா இருக்கும்... பணம் காசு வேணும்னாலும் தர்றோம்...”

சுற்றி இருந்த குடியாட்கள் எல்லோருக்கும் நமுட்டுச் சிரிப்பு. பூசணியிடம் மட்டும் கோவம் விலகாமல் இருந்தது.

“இருக்கற ஒவ்வொருத்தனும் ஒவ்வொண்ணத் திருடறான். நீங்க உங்க பங்குக்கு எதத் திருடப் போறீங்க?...”

ஜீப்பில் பாட்டுச் சத்தம் அந்த நேரத்திற்கு பொருத்தமில்லாமல் இருந்தது. டாக்டருக்கு இந்த முதியவரிடம் பேசி இனி ஒன்றும் ஆகப்போவதில்லை என்பது புரிந்துவிட்டதால் கோவத்தில் பின்னால் இருந்தவனைப் பார்த்து,

“யோவ் கேணக்கூதியளா பாட்டு மயிரு ஒன்னுதேன் கொறச்சல் இப்போ? அமத்துங்கய்யா...”

காட்டமாக அவன் கத்தவும் பளியக்குடி ஆட்கள் எல்லோரும் சத்தமாக சிரித்தனர். தன்னை அவமானப்படுத்தவே இதைச் செய்கிறார்களெனப் புரிந்து கொண்ட டாக்டர் வேகமாக அங்கிருந்து நடக்கப் போனார். கட்டையன் வந்து வழி மறித்து நின்றான்.

‘காட்டுக்குள்ள வரும்போது இந்த மாதிரி சத்தம் போட்டுக்கிட்டு எல்லாம் வராதிய.. .சிறுத்த கிறுத்த அடிச்சிரப் போகுது... சூதானமாப் போங்க.”

அவன் முகத்தைத் தீவிரமாக வைத்துக் கொண்டு சொன்னான். தொண்டு நிறுவனத்துக்காரர்களின் ஜீப் பரிதாபமாக அங்கிருந்து கிளம்பிப் போனது. டாக்டர் தனக்கு அருகில் வந்தவர்களிடம் பல்லைக் கடித்தபடி பேசினான்.

“தேவ்டியாமகனுக நம்மள அவமானப் படுத்திட்டானுக இல்ல... காச எறச்சு போலீஸ விட்டு அடிக்க விட்டம்னா சரியா வரும்.... பாக்கறேன் இவய்ங்க இன்னும் எத்தன நாள் இந்தக் காட்டுக்குள்ள

இருந்துடறாய்ங்கன்னு பாக்கறேன்..."

இப்போதைக்கு என்ன செய்தாலும் அவன் ஆத்திரம் அடங்காது. ஆத்திரம் கொள்ளும் போது மனிதனுக்கும் மிருகத்துக்கும் எந்த வித்யாசமும் இருப்பதில்லை. ஒரே மாதிரியாகத்தான் யோசிக்கிறார்கள்.

அடுத்த நாள் காலை விடிந்தபோது கஞ்சாத் தோட்டத்திற்கு வேலைக்குப் போன பளியக்குடி ஆட்கள் அன்சாரியின் கிடைக்குப் பக்கத்தில் உடல் முழுக்கக் காயங்களுடன் கிடந்த தங்கப்பனைத் தூக்கி வந்து பளியக்குடி பொடவில் போட்டனர். அங்கிருக்கும் யாருக்கும் அவன் வேண்டாதவனாய் இருந்த போதும் அவன் சாவதை விரும்பவில்லை. பூசணிதான் வைத்தியம் பார்த்தார். உடலில் மூச்சு மட்டும் மிச்சமிருந்தது. கட்டையன் வாசியைக் கூப்பிடுவதற்காக குடிசைக்கு ஓடினான். குடிசையில் யாருமே இல்லை.

"வாசியண்ணே... வாசியண்ணே..." சத்தமாக இரண்டு மூன்று முறைக் கூப்பிட்டுப் பார்த்தான். பதிலே இல்லை. மாரி பாதித் தூக்கத்தில் எழுந்து வந்தாள்.

"என்னடா கட்டையா இந்த நேரத்துல வந்திருக்க.."

"ஆத்தா... அண்ணே எங்க போயிருக்கு..."

"ஏண்டா.. என்னன்னு சொல்லு... பிள்ளைக்கு முடியலைன்னு பெரியகுளம் தர்மாஸ்பத்திரில சேத்திருக்காகடா... வாசி கூட இருக்கான்..."

கட்டையனுக்கு உடல் நடுங்கியது பதட்டத்தில்... இவளிடம் சொன்னாள் எப்படித் தாங்கிக் கொள்வாள். ஆனாலும் சொல்லாமல் போக முடியாது..

"செரி அது கெடக்கட்டும், ஒடனே நீ எங்கூட வாத்தா..."

களைந்து கிடந்த தலைமயிரை அள்ளி முடிந்து கொண்ட மாரிக்கு எதையோ மறைக்கிறானென சந்தேகம் வர

"ஏலே கிறுக்குக் கூதி, மொதல்ல என்ன விசயம்னு சொல்லு... நாயி மூத்திரம் போன மாதிரி பாதிப் பாதியா சொல்லாத,..."

கட்டையனால் அவளைப் பார்க்க முடியவில்லை.

"தங்கப்பன சிறுத்த அடிச்சிருச்சுத்தா.... விடியக்காலைல தோட்டத்துக்கு வேலைக்குப் போன நம்ம ஆளுக பாத்து தூக்கி வந்து பொடவுல வெச்சிருக்காக... பாட்டாதான் வைத்தியம் பாத்துக்கிருக்கு..."

மாரிக்கு அவன் சொல்வதை நம்பமுடியவில்லை. இத்தனை வருடத்தில்

எந்த மிருகமும் தன்னை நெருங்க அவன் அனுமதித்ததில்லை.

“அய்யய்யோ எஞ்சாமி... சிறுத்த கொண்டு போறதுக்கா இத்தன நாளா நீ இப்பிடி ராசா மாதிரி இருந்த... எஞ் சீமானே... அய்யா...”

அலறியபடியே கட்டையனோடு ஓடினாள். இருவரும் பொடவுக்கு வந்தபோது பளியக்குடி ஆட்கள் கொஞ்சம் பேர் அவனுக்குத் தேவையானதைச் செய்து கொண்டிருந்தார்கள். பாட்டா அவன் உடல் முழுக்க காயத்தைத் துடைத்து உடலில் நஞ்சேறாமலிருக்க மூலிகையால் பத்துப் போட்டு விட்டிருந்தார். தங்கப்பனுக்கு போதை இன்னும் குறையவில்லை. தான் இன்னும் மேல்நாயக்கன்பட்டி திருவிழாவில் இருப்பதாகத்தான் நினைத்துக் கொண்டு படுத்திருந்தான். உடலில் முழுக்கக் காயம். அவனுக்குப் பக்கத்தில் உட்கார்ந்த மாரிக்கு குதறப்பட்டிருக்கும் அந்த உடலைக் காணச் சகிக்கவில்லை. வாயைப் பொத்திக் கொண்டு அழுதாள். பாட்டா திரும்பிப் பார்த்தார். அழக்கூடாதென தலையாட்டி நிறுத்தச் சொன்னார்.

“ஒன்னும் ஆகாது... பளிச்சி மரத்து இலைய வெச்சு பத்துப் போட்டிருக்கேன்... தைர்யமா இரு.... காயம் சீக்கிரமா ஆறிப்போகும்...”

அவள் அழுகையை நிறுத்தமாட்டாமல் துடித்தாள். அவளைப் பார்த்துக் கொள்ளச் சொல்லிவிட்டு பூசணி எழுந்து குடிசைக்குப் போனார்.

தங்கப்பனை குடிக்கு ஆட்கள் தூக்கி வந்தபோதே அன்சாரியின் கிடையிலும் போய் தகவல் சொல்லிவிட்டிருந்தனர். அன்சாரியின் தம்பி பதட்டத்தோடு தகவல் சொல்ல வடகரை வந்தான். அன்சாரியின் அறை உள் நோக்கி பூட்டியிருக்க கதவைத் தட்டினான். களைப்போடு எழுந்த அன்சாரி தனக்கு அருகில் நிர்வாணமாய் உறங்கிக் கொண்டிருந்த சகாய ராணியின் மேல் போர்வையை இழுத்துப் போர்த்திவிட்டு வந்து கதவைத் திறந்தான். வாசலில் தம்பி நிற்பதைப் பார்த்துவிட்டு

“என்னடா கெடையில இல்லாம இங்க வந்திருக்க?...”

“எண்ணே தங்கப்பன சிறுத்த அடிச்சிருச்சுண்ணே... ஆளத் தூக்கிப் போயி பளியங்கதான் வைத்தியம் செஞ்சுக்கிருக்காய்ங்க...”

அன்சாரியால் அவன் சொன்னதை நம்ப முடியவில்லை.

“நேத்து ராத்திரி நீதானடா அவனக் கூட்டிட்டு வர்றேன்னு மேல்நாயக்கன்பட்டிக்குப் போன?...”

கதவைச் சாத்திக் கொண்டு வெளியில் வந்தான்.

“ஆமாண்ணே... ராத்திரி நாங்க எல்லோரும் தேடினோம் ஆள் கெடைக்கல, நானும் அலுத்துப் போயி கெடையில வந்து படுத்துட்டேன்... இப்ப விடிஞ்சதும் கஞ்சாக் காட்டுக்கு வேலைக்குப்

போன ஆளுக பாத்துட்டு வந்து சொல்லவுந்தான் பதறியடிச்சு ஓடியாறேன்."

கைலியை சரியாகக் கட்டிக் கொண்ட அன்சாரி முகத்தை நன்றாகத் துடைத்துக் கொண்டான்.

"டேய் நீ உடனே ஜீப்ப எடுத்துக்கிட்டு பெரியகுளம் ஆஸ்பத்திரிக்குப் போ வாசி இருப்பான்... அவனக் கூட்டிக்கிட்டுப் போயி தங்கப்பன் பக்கத்துல இருக்கச் சொல்லு.... இப்போ அவன் பக்கத்துல இருந்தாத்தான் சரியா இருக்கும்..."

சரியென அவன் தம்பி இறங்கப் போகும் நேரத்தில் அந்த அறையின் உள்ளிருந்து சகாய ராணி கதவைத் தட்டினாள். அன்சாரியின் தம்பி அன்சாரியை ஒருமாதிரியாகப் பார்த்துவிட்டு கதவைப் பார்த்தான். கதவு மீண்டும் தட்டப்பட அன்சாரி தயக்கத்தோடு திறந்து உள்ளே எட்டிப் பார்த்தான். இரவு முழுக்க அன்சாரியுடனிருந்த களைப்பில் சகாய ராணி பாதித் தூக்கத்தில் முழு நிர்வாணமாய் நின்றாள்.

"அடிச்சுப் போட்ட மாதிரி இருக்குடா... குளிக்கனும்..."

தனக்குப் பரிச்சயமான ஒரு பெண்ணின் குரலைக் கேட்டதும் தமீம் வேகமாக ஏறி கதவைத் தள்ளி முழுதாக திறந்துவிட்டான். அன்சாரிக்கு ஆத்திரமாகிவிட,

"கூதிமவனே எதுக்குடா உள்ள எட்டிப் பாக்கற?..." என ஓங்கி அவன் முதுகில் அடித்தான். கதவு திறந்து கொண்ட நேரத்தில் சகாய ராணியின் முழு நிர்வாணத்தையும் அவன் தம்பியும் பார்த்துவிட அருவருப்பில் ஓடிப்போய் போர்வையை எடுத்துச் சுற்றிக் கொண்டாள். அன்சாரிக்கு கோபத்தில் முகம் எரிந்தது. தம்பியை மாறி மாறி அடித்தான்...

"நீ இவளப் போட்டு நொட்றுதுக்காகத்தான் அவனுக்கு ஒன்னுன்னா நேரங் காலம் பாக்காம செய்றியாடா?... த்தூ... ஊர்ல வேற பொம்பள இல்ல பாரு..."

அவன் காறித் துப்பியதில் அவன் மீதிருந்த ஆத்திரம் அதிகமாக அன்சாரி அவனை மீண்டும் அடிக்க கை ஓங்கினான், தம்பி இந்த முறை அவளை நோக்கித் திரும்பி

'அங்க உன் புருஷன சிறுத்த அடிச்சு சாகப் பொழைக்க கெடக்கறான்... உனக்கு மழைக்கு ஒதுங்க ஒருத்தன் கெடச்சிட்டான்னு அவனப் போட்டு படுத்திருக்க... நீயெல்லாம் ஒரு பொம்பளையாடி... தேவ்டியா முண்ட...."

மூலையில் ஒடுங்கி ஏற்கனவே அவமானப்பட்டுப் போயிருந்த சகாயராணிக்கு தங்கப்பன் சாகப் பிழைக்கக் கிடக்கிறானெனத் தெரிந்ததும் கதறி அழுதாள். அன்சாரியின் தம்பி வேகமாக

படியிறங்கிப் போனான். அவள் அழும் சத்தம் அந்த வீதி முழுக்க கேட்க அன்சாரி அவசரமாய் கதவைச் சாத்திவிட்டுப் போய் அவளின் பக்கத்தில் உட்கார்ந்தான். அவள் கதறி அழும் சத்தமும், பதிலுக்கு அன்சாரி அவளை தேற்றும் சத்தமும் நீண்ட நேரமாய் கீழே கேட்டுக் கொண்டிருந்தது.

3

யார் என்ன செய்தாலும் சில விசயங்களைத் தவிர்க்க முடியாதுதான், பளியக்குடியில் தொண்டு நிறுவன ஆட்களுக்கு துணைக்கு வரமாட்டோமென வீறாப்பாக எல்லோரும் சொல்லிவிட்டாலும் அவர்கள் விடுவதாய் இல்லை. அவர்கள் காட்டிற்கு மேலிருந்த காணிப் பழங்குடியினரின் குடியிலிருந்து கொஞ்சம் பேருக்கு ஆசை காட்டி வழிகாட்டியாய் காட்டிற்குள் கூட்டிச் செல்லத்துவங்கினர். திருடவேண்டுமென முடிவு செய்தபின் யார் தடுக்க முடியும்? மனிதன் எதிர்கொள்ளும் எல்லாவிதமான வியாதிகளுக்குமான மருந்துகள் அந்தக் காட்டிலுள்ளன. இத்தனைக் காலமாய் பளிகளை ஆரோக்யமாய்ப் பாதுகாத்துக் கொண்டிருப்பது அந்தக் காடுதான். கஞ்சாத் தோட்டம் போடுவதற்காக ஏற்கெனவே நிறைய அபூர்வமான மரங்களையும் செடி கொடிகளையும் அழித்து விட்டிருந்தனர். இப்பொழுது இன்னும் என்னவெல்லாம் அழியப்போகிறதோ?

மழைக்காலம் துவங்கியபோது மேலநாயக்கன் பட்டியிலும் கொடுவிலார்பட்டியிலும் ஆடுகள் காணாமல் போகத் துவங்கிய பொழுது இடையர்கள்

மேய்ச்சலுக்காக காட்டுக்குள் போவதைக் குறைத்துக் கொள்ளத் துவங்கினர். பருவ காலங்கள் மாறும்போது தங்களின் தேவைகளுக்காக மிருகங்கள் இதுமாதிரி அதீதமாய் வேட்டையாடுவது வழக்கம். சிறுத்தைகளோ நரிகளோ ஆடுகளை வேட்டையாடியிருக்கக் கூடுமென நினைத்துக் கொண்டவர்கள் தங்கப்பனுக்கு இப்படியாகிப் போனதற்காக வருத்தப்பட்டார்கள். ஆனால் இந்தமுறை மிருகங்களின் வேட்டை வெறுமனே இரையை பூர்த்தி செய்துகொள்வதற்கான வேட்கையாக மட்டுமிருக்கவில்லை. அதைத்தாண்டி வேறு ஏதோ உக்ரம் இருந்தது. ஏதோவொன்றிற்கான பதிலைத் தேடும் வெறி. வேட்டையாடப்பட்ட மிருகங்களின் உடல்கள் கடித்துக் குதறப்பட்டு ஒரே சீரில்லாமல் எங்கெங்கோ இழுத்துச் செல்லப்பட்டு துண்டாடப்பட்டிருந்தன. அந்த சுற்று வட்டாரத்திலிருந்த எல்லா ஊரின் எல்லை வரையிலும் சிறுத்தைகளின் நடமாட்டம் கண்டதாக பகல் நேரங்களில் காட்டுக்குள் சென்றவர்கள் வந்து தகவல் சொன்னார்கள். இது சாதாரண வேட்டையாய் இருக்கப் போவதில்லை. இதற்கு கூடிய விரைவில் ஒரு தீர்வு வேண்டுமே என எல்லோரும் கவலை கொள்ளத் துவங்கினர்.

அன்சாரிக்குத்தான் எல்லோரையும் விட பயம் அதிகமாய் இருந்தது. காட்டில் தனித்துக் கிடப்பது அவனது கிடை மட்டுந்தான், ஊர் வரை வருகிற சிறுத்தைக்கு அவனது கிடைக்குள் நுழைவது ரொம்பவே எளிதான வேலை. வீட்டிலிருந்து வெளியேறி தனியாக வந்திருந்தான். முன்பு அவனது கிடையை பார்த்துக் கொண்டிருந்த தமீமும் இஸ்மாயிலும் அவனுடன் இல்லாமல் போக, ஒற்றை ஆளாகப் பார்த்துக் கொண்டிருந்தவனுக்கு சகாய ராணிதான் உதவியாய் இருக்கிறாள். சிறுத்தை அடித்து காயங்களோடு வந்து விழுந்த தங்கப்பனை மாரியும், செல்லாயியும்தான் பார்த்துக் கொண்டிருந்தார்கள். சகாய ராணி அன்சாரி வீட்டிலிருந்து வந்த இரண்டாவது நாள் தங்கப்பனுக்கு நினைவு திரும்பியது. மாரிதான் அவனுக்கு குதிரைவாலிக் கஞ்சியைக் கரைத்துக்கரைத்து வாயில் ஊற்றிக் கொண்டிருந்தாள்.

“எக்கா”

சகாய ராணி தொண்டையில் பீயை முழுங்கியது போல் அவளிடம் சொல்லவும் முடியாமல், துப்பவும் முடியாமல் தவித்துக் கிடந்ததை சொல்லிவிடும் முடிவில் கூப்பிட்டாள். மாரி எதையும் கேட்கும் அவகாசமில்லாமல் வாசியைக் கூட மறந்துவிட்டு புருஷனைக் கவனித்துக் கொண்டிருந்தாள். அவனுக்கு நினைவு திரும்பியதும்தான் இவளும் இயல்பானாள்.

“என்னடி... ரெண்டு நாளாவே வாட்டமா இருக்க.... மச்சானுக்கு ஒன்னும் ஆகாது தைர்யமா இரு...”

“அதில்லக்கா.. உங்கிட்ட வேற ஒரு விசயம் சொல்லனும்...”

“சொல்லு என்ன?”

சகாய ராணி தயங்கியபடியே நின்றாள். குடிசையில் வைத்து எப்படிச் சொல்வது என்கிற குழப்பம். வெளியில் எட்டிப் பார்த்தாள். செல்லாயி பாப்பாவைக் குளிக்க வைத்துக் கொண்டிருந்தாள். வாசி பளியகுடிக்குப் போயிருக்கிறான். இப்போது சொல்லலாம். தன்னைப் பற்றி என்ன நினைப்பாளோ என்கிற தயக்கமிருந்தாலும்

“என்னடி உம்முன்னு இருக்க?... என்ன விசயம்னு சொல்லு...”

“எனக்கு அன்சாரிய புடிச்சிருக்குக்கா...”

மாரிக்கு அவள் சொல்வதின் முழு அர்த்தம் விளங்கவில்லை.

“புடிச்சிருக்குன்னா அவங்கூட படுக்கனும்னு விரும்பறியா?...”

“இல்லக்கா.... ஏற்கனவே படுத்துட்டேன்.... அவங்கூட வாழனும்னு விரும்பறேன்...”

சகாயராணிக்கு கிறுக்குப் பிடித்துவிட்டதோ என நினைத்தாள்.

“ஏய் கூறுகெட்டவளே அவன் சின்னப்பையன்... ஏதோ ஒடம்பு ஆசையில எதையாச்சும் சொன்னான்னு பின்னாலயே போனா நடுத்தெருவுல விட்டுட்டுப் போயிருவான்... அதும் இல்லாம அவென் துலுக்கப்பயடி....”

சகாயராணி சிரித்தாள்.

“என்னக்கா இப்பிடி சொல்ற?... அப்பன் ஆத்தா எல்லாத்தையும் விட்டுட்டு மச்சானப் பிடிச்சிருக்குன்னு வந்தேன்... மச்சான் என்னய என்ன தெருவுலயா விட்றுச்சு.... எனக்கு அவன் மேல நம்பிக்கை இருக்குக்கா....”

அவள் தன்னிடம் நம்பிக்கை வார்த்தைகளையோ, யோசனையோ கேட்கவில்லை. வெறும் தகவல் சொல்கிறாள் என்பது தாமதமாகத்தான் மாரிக்குப் புரிந்தது. அவள் இருக்கப் போகிறாளா போகப் போகிறாளா என்கிற குழப்பம் ஒரு பக்கமும் தங்கப்பனுக்குத் தெரிந்தால் அவன் அன்சாரியை என்ன செய்வானோ என்கிற அச்சமும் ஒருசேர வந்தது.

“சரிடீ அதுக்காக இப்பயே அவங்கூட போகப் போறயா?...”

“அது இல்லக்கா... எனக்காக அவென் சொந்த பந்தம் எல்லாத்தையும் விட்டுட்டு வந்துட்டான்... இனிமே அப்பப்ப அவனையும் நான் போய் பாத்துக்கறேங்க்கா.. மச்சானப் பாத்துக்கற நீங்க ரெண்டு பேரு இருக்கீங்க அவென் பாவமில்லக்கா...”

ஒரே நாளில் எப்படி இவளால் ஒருவனுக்குப் பொண்டாட்டியாக முடிந்தது. தங்கப்பன் நிரப்ப முடியாத எந்த பள்ளத்தை அன்சாரி நிரப்பிவிட்டான். மாரிக்கு எதுவும் புரியவில்லை.

“சரிடீ உன் விருப்பம் போல பண்ணு... ஆனா மச்சானுக்கு நல்லாகுற

வரைக்கும் இது அவருக்கும் தெரிய வேணாம், சின்னவளுக்கும் தெரிய வேணாம்.. நீ எப்பயும் போல அவங்கூட பழகற மாதிரியே போயிட்டு வா..."

சகாய ராணி அவளை இறுக்கமாகக் கட்டிக் கொண்டாள். பரவாயில்லை இத்தனை வயதிற்குப் பிறகும் இவளுக்கு தன் தேவையை தேர்வு செய்து கொள்ள முடிந்திருக்கிறதென மாரி சந்தோசமிட்டாள். மோகம் யாராலும் கட்டுப்படுத்த முடியாத ஒரு மாயக்காற்றுதான். சகாயராணியின் நெற்றியில் முத்தமிட்டவள்

"சந்தோசமா இருடி... எங்களுக்காக நிறையக் கஷ்டப்பட்டுட்ட.. இனிமேயாச்சும் நீ நல்லா இருக்கனும்..."

"என்னக்கா யாரோ மாதிரி பேசற... நம்ம எல்லாத்தையும் மச்சான் சந்தோசமாத்தானக்கா வெச்சிருக்கு.... இப்பவும் மச்சான் கூப்புட்டா மறுபேச்சு இல்லாம பக்கத்துல போயி படுத்துருவேங்க்கா... மனசாலயும் உடம்பாலயும் அவர் பொண்டாட்டின்னு சொல்லிக்க எனக்குப் புடிச்சிருக்கு.... ஆனா மச்சான் எங்கூட ஆசையா நாலு வார்த்த பேசியே எவ்வளவோ நாள் ஆச்சுக்கா.. நானும் பொம்பளதான..."

மாரி புரிந்து கொண்டு மீண்டும் அணைத்துக் கொண்டாள். சகாய ராணிக்கு இப்போது அழுவது ஆறுதலாய் இருக்க நீண்ட நேரமாய் மாரியின் தோள்களில் சாய்ந்து கொண்டிருந்தாள். சகாயராணியும், அன்சாரியும் வீட்டுக்குத் தேவையான எல்லாவற்றையும் செய்து கொடுத்துக் கொண்டிருந்தார்கள். ஒரேயடியாக தங்கப்பனை விட்டு விலகிச் செல்ல சகாயராணிக்கு விருப்பமில்லை. ஒருவேளை அன்சாரியோடு போகப் போகிறேனென சொன்னாலும் அதற்காக தங்கப்பன் அவளின் மீது கோபப்படப் போவதில்லை. தங்கப்பனுக்கு மோகமெல்லாம் செல்லாயியின் மீதுதான் எனபது தெரிந்திருந்தும்கூட அவனைப் பார்த்துக் கொள்வதில் சகாயராணி சந்தோசப்பட்டாள். தங்கப்பன் கொஞ்சம் உடல் தெளிச்சியாகி நின்ற போது அந்தக் குடிசையில் அனேக மாற்றங்கள் நிகழ்ந்திருப்பதைப் புரிந்து கொண்டான். ஆனாலும் யாரிடமும் எதையும் அவன் கேட்டுக் கொள்ளவில்லை. மிருகங்களின் மீதான வன்மம் கொஞ்சம் குறைந்திருந்தாலும் நோயுற்ற காலத்தில் கட்டுப்படுத்தப்பட்ட உடலின் வன்மம் பன்மடங்கு அதிகமாகி அவனுக்குள் எரிந்து கொண்டிருந்தது. மழைக் காலத்தின் குளிர்ச்சியில் அவன் உடல் உறங்க முடியாது கொழுந்து விட்டு எரிந்து கொண்டிருந்தது. இந்தக் குளிர்ச்சிக்கு வேட்டையாட வேண்டும், அல்லது கூடிப் புணர வேண்டும். அவனால் இப்போது உடனடியாக வேட்டைக்குப் போக முடியாது. அதனால் இரண்டாவது வேலையை தீவிரமாக செய்தான். தன் குடிசையைத் தாண்டி என்ன நடந்தாலும் இப்போதைக்கு தனக்குக் கவலையில்லை என நினைத்துக் கொண்டான். வாழ்க்கை முழுக்க நிறைய ஓடி ஓடி களைத்துப் போயிருந்த அந்த

உடலுக்கு இப்போது தேவை எல்லாம் சின்னதொரு ஓய்வு. அந்த சுகத்தை அனுபவித்தான். அன்சாரி ஒன்றிரண்டு முறை வந்தபோது காட்டுக்குள் சிறுத்தைகள் வேட்டையாடத் துவங்கி இருப்பதைப் பற்றி சொன்னான். தங்கப்பன் முதலில் பெரிதாக அதற்கு அலட்டிக் கொள்ளவில்லை. சில விசயங்கள் தனக்கு வெறும் செய்தியாக மட்டும் இப்போதைக்கு இருந்துவிட்டால் போதுமென இருந்தது.

4

மழைநாட்களில் தேடித் தேடி வேட்டையாடிக் கொண்டிருந்த அந்த வினோத மிருகத்திற்கு காட்டையே சூரையாடிவிடும் தீவிரம். கண்ணில் படும் எல்லா உயிர்களையும் மிச்சம் வைக்காமல் கொன்றது. கொல்லப்பட்ட மிருகங்களின் எஞ் சிய உடல்கள் சுற்று வட்டார மக்களின் அச்சத்தை ஒவ்வொரு நாளும் அதிகரித்தபடியே இருந்தன. மழைக்கு காடு புதிதாய் மலர்ந்து கிடக்க, கஞ்சாக் காட்டுக்கு வேலைக்கு வருகிறவர்கள் கூட சுனக்கம் காட்டினார்கள். தங்கள் கால்நடைகளை வேட்டை யாடுவது எந்த மிருகமெனத் தெரியாமலேயே எல்லோரும் ஆளுக்கொன்றாய்ச் சொன்னார்கள். காட்டை ஒட்டி விவசாயம் செய்து கொண்டிருந்த கிராம மக்களுக்கு அறுப்புக் காலம் வரை தங்களின் வயலை பாதுகாப்பது பெரும் சவாலாகியது. இந்த மழைகாலத்தில் முன்னெப்போதையும் விட விலங்குகள் மூர்க்கமடைந்திருப்பது தெரிந்தது. நெல், திணை, வாழை என ஏராளமாய் விளைந்து தயாராயிருந்ததால் கூடிய விரைவில் எல்லோரும் அறுவடை செய்து விட நினைத்தார்கள். வழக்கமாக

ஒரு விவசாயி 390 கிலோ நெல்லைச் சாகுபடி செய்ய நாற்று நட வேண்டுமானால் அதை இரு மடங்காக்கி விதைக்க வேண்டும், நெல் விளையும் முன்பே புறாக்களும் குருவிகளும் பன்றிகளும் அவற்றைச் சாப்பிட்டு விடும். செடிகள் வளர்ந்த பின் முயல்கள் அணில்கள் எருமைகள் பன்றிகள் மற்றும் மான்களுக்கு தீவனமாகிவிடும். எல்லாவற்றிற்கும் மேலாக யானைக் கூட்டங்கள் செடிகளையும், மரங்களையும் மிதித்து நாசமாக்கிவிடும். இவை போக விவசாயிக்கு உருளைக் கிழங்கும், கீரைகளும் மட்டுமே உணவுக்கு மிஞ்சும்.

இந்த முறை தங்களின் பயிர்களைக் காத்துக் கொள்ள விவசாயிகள் ஏராளமான முறைகளைப் பயன்படுத்திப் பார்க்க நினைத்தனர். மேல் நாயக்கன்பட்டியிலிருந்து பருத்திப்போடு வரையிலான காட்டில் யானைகள் அதிகம் என்பதால், மேல்நாயக்கன் பட்டிக்காரர்கள் காட்டிலிருந்து விளைச்சல் நிலங்களுக்கு வரும் வழியில் பெரும் பள்ளங்கள் தோண்டி பொறி அமைத்தார்கள். பள்ளங்களில் கத்திகளும் கூர்மையான கம்பிகளும் பொருத்தப்பட்டன. வெளியே தெரியாமல் இருக்க மொத்த பள்ளத்தையும் பச்சைப்புற்களாலும் மணலாலும் மூடியிருந்தனர். விலங்குகள் இம்மணல் மீது நடக்கும் பொழுது குழியினுள் விழுந்து கத்திகளால் தாக்கப்பட்டு உயிரிழக்கும். இன்னும் சில கிராமத்தில் பொறிகளைக் கயிறுகளால் துப்பாக்கியுடன் கட்டி விட்டிருந்தார்கள். இவ்வளவு முன் தயாரிப்புகள் இருந்தும் கொடிய விலங்குகளிடமிருந்து அபாயம் நீங்கியிருக்கவில்லை. மேல் நாயக்கன்ப்பட்டியிலிருந்து குதிரைக்காரர்கள் எத்தனையோ வேலிகளை மாற்றிப் பார்த்தும் அடிக்கொருதரம் அவர்களில் ஒருவர் விலங்குகளால் தாக்கப்படுவது நிற்கவில்லை. யானைகள் பெரும் எண்ணிக்கையில் மலையிலிருந்து இறங்கி வந்து கொண்டிருப்பது ஊர்க்காரர்களுக்குத் தெரிந்தது. மழையில் பெரும் உருவங்கள் காட்டையே அதிரச் செய்தபடி சிந்திய ரத்தத்திற்கு பதில் தேடி அலைந்து கொண்டிருந்தன.

பொறிகளில் துப்பாக்கிகளைப் பொருத்துவது ரொம்பவே ஆபத்தானது. கிராமவாசிகளுக்கு இப்பொழுது இதைத்தவிர வேறு வழியில்லை. தங்கள் பயிர்களுக்கும் தம் குடும்பத்திற்கும் இப்படியான பாதுகாப்பு முறைகள் அவசியமாயிருந்தன. சமயங்களில் இப்பொறிகளை அறியாத புதியவர்கள் கடக்கும் போது அவர்கள் தங்கள் உடலுறுப்புகளை இழந்தனர். விவசாயிகள் நிறையப்ரீ பேரிடம் அனுமதி இல்லாத துப்பாக்கிகள் இருந்தன. அதிலும் இந்த முறை விலங்குகளைக் கொல்ல புதிய யுக்தி ஒன்று கையாளப்பட்டது. தானியங்கித் துப்பாக்கி. தேர்ச்சி பெற்ற வேட்டைக்காரர்கள் நல்லத் துப்பாக்கிகளைத் தேர்ந்தெடுத்து வெடிமருந்துகளால் நிரப்புவார்கள், ஒரு மெல்லிய கயிற்றின் மூலம் விசையையும் துப்பாக்கியையும் இணைத்து விலங்குகள் வழக்கமாக வரும் பாதையில் வைத்துவிடுவார்கள். விலங்குகள் வரும் வழி,

அவற்றின் எடை, வேகம், மற்றும் நேரம் எல்லாவற்றையும் கருத்தில் கொண்டு இத்துப்பாக்கிப் பொறிகளைப் பொருத்தி விடுவார்கள். பின்பு விலங்குகளை இத்திசையை நோக்கித் துரத்துவார்கள். மிரண்டு ஓடும் விலங்குகள் இக்கயிறுகளில் மோதியவுடன் துப்பாக்கியின் விசை இழுக்கப்பட்டு வெடிக்கும். விலங்குகள் தம்மையே சுட்டுக் கொள்ளும். பெரும்பாலும் துப்பாக்கிகளின் இலக்கு தவறுவதேயில்லை. ஒருவேளை இலக்கில் சிக்கும் மிருகங்கள் பன்றியைப்போல் சிறியதாய் இல்லாமல் மான்களாயிருந்தால் அவற்றின் கால்களாவது ஒடிந்துவிடும். ஒரு தவளை அக்கயிற்றில் குதித்து அமர்ந்தாலும் துப்பாக்கி வெடித்துவிடும். இப்படியாக தேவைகள் அந்த மனிதர்களை எல்லா விதங்களிலும் குரூரமானவர்களாக்கி அந்த மழைக்காலத்தின் அறிவிக்கப்படாத வேட்டையை எல்லோருமே நிகழ்த்திக் கொண்டிருந்தனர்.

காட்டிலிருந்த அத்தனை மிருகங்களும் ரௌத்ரம் கொண்டிருந்த காலம் இது. கொல்லப்பட்ட யானைகளின் ஆன்மா ஒருபோதும் அடங்காத வெறி கொண்டிருந்தது. ஒவ்வொரு மிருகமும் தங்கள் வழிபாட்டிற்கென சில மூத்த மிருகங்களை வைத்திருக்கும். அதைக் கொல்வதை ஒருநாளும் மன்னிப்பதில்லை. தங்கப்பன் கொன்ற யானைகள் அந்தக் கூட்டத்தின் வழிபாட்டு யானைகள். நமது குலசாமியைக் கொன்றால் என்ன கோவம் வருமோ அப்படியான கோவம் யானைகளுக்கு. யானைகள் ஒன்று சேர்ந்தால் மொத்தக் காட்டையும் துவம்சம் செய்ய ஒரு ராத்திரி போதும். மேற்கில் கேரள எல்லையிலிருந்து தினமும் யானைகள் இந்தக் காட்டுக்குள் இறங்குவதை ஃபாரஸ்காரர்கள் அச்சத்துடன் பார்த்தனர். முக்கியமாக கஞ்சாத் தோட்ட முதலாளிகள். யானை இந்த முறை காட்டிற்குள் இறங்கினால் அதனால் வரும் இழப்பு கொஞ்சமானதாக இருக்காது. முன்பு வனம் முழுக்க பளிச்சியின் சொத்தாக இருந்தது. இப்போது பளிச்சியை எல்லோரும் ஆளுக்குக் கொஞ்சமாய் பங்கு போடத் துவங்கிவிட்டார்கள். காட்டின் ஒவ்வொரு துண்டு நிலத்திலும் பொக்கிஷம் இருப்பதைப் புரிந்து கொண்டவர்களால் அத்தனை எளிதில் அந்தக் காட்டைவிட்டுப் போகமுடியவில்லை.

பளியர்கள் பொடவில் படுப்பதை நிறுத்திவிட்டு தங்களின் குடிசைகளுக்குப் பக்கத்திலேயே படுக்கத் துவங்கினார்கள். மழை வரும்போது பொடவுக்கு ஓடுவதும் மழை இல்லாத நாட்களில் குடிசையில் படுத்துக் கொள்வதுமாய் அவர்களின் இரவுகள் கழிந்து கொண்டிருந்தன. பளியக்குடியைச் சுற்றிலும் யானைகளின் நடமாட்டம் பெருகத் துவங்கியது, காட்டில் இத்தனை யானைகள் எங்கிருந்து வந்திருக்கும்? பளியக்குடியில் வாழ்வதற்காக தப்பித்தல் குறித்த பேச்சுகள் எல்லோருக்குள்ளும் ரகசியமாய் பரிமாறிக் கொள்ளப்பட்டன. எல்லோருக்குமே சடையன் என்ன ஆனான் என்பது

பெரும் கேள்வியாய் இருந்தது. சமீபமாய் காட்டில் யாருமே அவனைப் பார்த்திருக்கவில்லை. அத்தனை சீக்கிரத்தில் செத்துப் போகிறவனில்லை அவன், ஆனால் தொலைந்து போகக் கூடியவன். காட்டின் பெரும் மர்மங்களைத் தேடி தேடி தொலைந்து போகப் பழகியவன். அவனை அவனே கண்டுபிடித்தால் மட்டும் தான் முடியும். கூடிய சீக்கிரத்தில் எந்த பாதிப்புமில்லாமல் அவன் திரும்பி வரவேண்டுமென எல்லோருமே பளிச்சியிடம் வேண்டிக் கொண்டார்கள்.

குயிலம்மாள் வாசியை ஒவ்வொரு நாளும் தேடினாள். அவன் குடிக்கு வரும் நேரம் அவள் முகம் மாறுவதையும், அவள் உடலில் சின்னதாய் மாற்றங்கள் தெரிவதையும் பூசணி கவனித்திருந்தார். ஒருவிதத்தில் அவருக்கு நிம்மதியாக இருந்தது. வாசி கூடிய சீக்கிரத்தில் இந்தக் குடிக்குத் திரும்பிவிடுவான். குயிலம்மாள் தனக்கும் வாசிக்குமான உறவின் நீட்சி தனக்கு மட்டுமே தெரிந்த ரகசியமென சிரமப்பட்டு அதைப் பாதுகாத்தாள். அவளைப் பொறுத்தவரை அதைத் தெரிந்து கொள்ளும் முதல் மனிதன் வாசியாகத்தான் இருக்க வேண்டும். அதனால் தன் பெண்மையை முன்னெப்போதையும் விட அதிகமாய் நேசித்தாள். கஞ்சாக் காட்டுக்கு வேலைக்கு போவது வாசிக்கு பிடிக்காதென முன்பு ஒரு முறை கட்டையன் சொல்லி இருந்ததால் வேலைக்குப் போவதையும் நிறுத்தியிருந்தாள். இந்தக் கட்டையன் ஏன் தன்னையே சுற்றி வருகிறானென பல சமயங்களில் தோன்றும். ஏதோ ஒன்றை தன்னிடம் அவன் சொல்ல வருவதை இவளும் உள்ளூர உணர்ந்திருந்தாள். பெரும்பாலான நேரங்கள் தன் குடிசையிலேயே அவள் இருப்பதைப் பார்த்த கட்டையன் தன்மீது அவளுக்கும் ஆசை வந்திருக்கிறதென சந்தோசப்பட்டான். ஆனால் அவர்கள் இருவருமே தங்களின் அந்தரங்க விருப்பங்கள் குறித்துப் பேசிக்கொள்ளவில்லை.

யானைகளின் நடமாட்டத்தால் குடியில் எல்லோரும் பயந்து போயிருக்கிறார்களெனத் தெரிந்ததால் வாசி அடிக்கடி குடிக்கு வந்து போகத் துவங்கினான். அவனுக்காகவே பெரும்பாலான நேரங்களை குயிலம்மாள் கட்டையன் குடிசையில் கழித்தாள். வாசிக்கு அந்த கிழிந்த சேலைத் துணியின் மர்மம் இன்னும் விளங்கிக் கொள்ள முடியாத ஒன்றாகவே இருந்தது. குயிலம்மாள் கட்டையனுக்காகத்தான் அந்தக் குடிசையே கதி எனக் கிடக்கிறாளென நினைத்து இவனும் சந்தோசப்பட்டான். ஒரு நாள் மாலை நீண்ட நேரமாகியும் வாசி வந்திருக்கவில்லை. இவள் எழுந்து கொஞ்ச தூரம் நடந்து சென்று பார்ப்பதும், பின் பொடவுப் பக்கமாய்ப் போய்ப் பார்ப்பதுமாய் இருப்பதை கட்டையன் கவனித்தபடியே இருந்தான்.

“என்னத்தா ஆச்சு.. யாரத் தேடிக்கிருக்க?...”

சடாரென ஒரு ஆண் கேட்கும் போது தான் எப்படி இன்னொரு ஆணுக்காக காத்திருக்கிறேன் எனபதைச் சொல்வது என்னும்

வெட்கத்தில் அவள் அமைதியாய் இருந்தாள்.

“இல்ல பாட்டா எங்க போனாரு இன்னும் வரலையேன்னு பாத்தேன்...”

“நேத்தே உங்கிட்ட சொன்னாரே, நாளைக்கு கொடுவிலார்பட்டி போறேன் பொழுசாயந்தான் வருவேன்னு... மறந்துட்டியா?...”

அவசரமாக குயிலம்மா நினைவுக்கு வந்தவளைப் போல், “ஆமா ஆமா... பாட்டா சொல்லுச்சுல்ல... மறந்துட்டேன்....” என வேகமாக அங்கிருந்து நகர்ந்து செல்ல நினைத்தவள் வாசி இன்னும் வந்து சேரவில்லை என்கிற கவலையில் குறைந்தபட்சம் கட்டையனிடம் கேட்டால் தகவல் தெரியுமே என வழியே இல்லாமல் திரும்பி வந்தாள்.

“வாசி மச்சான் ஏன் இன்னும் வரல.... பொழுது சாய எப்பிடியும் வந்துருமே... எங்க போயிருக்குன்னு உனக்கு ஏதாச்சும் தெரியுமா?...”

கட்டையனுக்கு நிஜம் புரிந்தது. உடல் பற்றி எரிந்த வனமாய் அவள் முன் சிதறிப்போனான். அத்தனை நாட்களும் தான் நம்பிக் கொண்டிருந்த ஒன்று ஒரு நொடியில் சிதைந்து போனதை நினைத்து கலங்கியவன் தன்னை மீறி கசிந்தக் கண்ணீரை காட்டிக் கொள்ளாமல் அவசரமாக மறைத்துக் கொண்டு வலிய ஒரு சிரிப்பைக் கொண்டு வந்தான்.

“ஓ... அப்ப நீ வாசி அண்ணனத் தேடிக்கிருக்க....ம்.... பாட்டா கூடத்தான் அண்ணனும் போயிருக்கு... வர்றதுக்கு இருட்டிரும்... நீ குடிசைக்குப் போ அது வந்துச்சுன்னா நான் வந்து சொல்றேன்...”

மறைமுகமாக உண்மையை அவன் புரிந்து கொண்டுவிட்டான் என்கிற வெட்கம் அவளுக்குள். அவன் சொன்ன விதம் இவளை வாசியின் பொண்டாட்டியாக அவன் ஏற்றுக்கொண்டான் என்பது போலிருந்தது. யாரோ ஒருவன் தன்னை வாசியின் பொண்டாட்டியாய் நினைத்துக் கொள்வதே இத்தனை சந்தோசமாய் இருக்கிறதே. அவளுக்குக் கால்கள் தரையில் இல்லை. மிதப்பது போலிருந்தாள். சந்தோசமாக குடிசையை நோக்கி ஓடினாள். இன்னொரு முறை அவளை எப்படி எதிர்கொள்வதென்பது புரியாமல் தனது அத்தனை விருப்பங்களும் நொறுங்கிப்போனவனாய் கட்டையன் குடிசையிலிருந்து வேகமாக பொடவுக்கு ஓடினான். தனக்கேயான தன் விருப்பங்களை எல்லாம் பொடவின் உள் பக்கமாய் சித்திரங்களாய்த் தீட்டி வைத்திருந்தவன் பொடவு இருட்டில் உட்கார்ந்து அதையே பார்த்துக் கொண்டிருந்தான். அவனுக்கு யார் மீதும் வருத்தம் இல்லை. ஆனால் தான் பலமிழந்து போனதாய் நினைத்தான். ஒரு பெண்ணின் மீது வைக்கும் நேசம் மறுதலிக்கப்படும் போது இப்படி வலிக்குமா? அவன் தனக்குத் தானே பேசிக்கொள்ளக் கூட முடியாமல் அழுது தீர்த்தான்.

வாசி அன்று குடியிலேயே தங்க நினைத்தான். குயிலம்மாதான் கஞ்சி எடுத்து வந்தாள். கட்டையன் எல்லோருக்கும் முன்பாகவே பொடவுக்குப் படுக்கப் போய்விட்டான். பூசணியும் வாசியும் சாப்பிட்டுக் கொண்டிருந்தார்கள். அவள் ஒவ்வொரு நாளும் மலர்ந்திருந்தாள். தன் உடலுக்குள் இன்னொரு உயிர் வளர்ந்து கொண்டிருக்கிற பூரிப்பு. அதை ஒருவருக்கும் சொல்லியிருக்கவில்லை. அவனிடம் சொல்ல வேண்டும். ஒருவேளை அப்படி ஒன்று நடந்ததே அவனுக்குத் நினைவில்லாமல் போனாள்? அவளால் இதை யோசித்துப் பார்க்கக் கூட முடியவில்லை. வாசியை எதிர் கொள்ள அதீத வெட்கம் கொண்டாள். அவளது முகத்தைப் பார்ப்பதைத் தவிர்க்க சிரமப்பட்டவளாய் கஞ்சியை வைத்துவிட்டு ஒதுங்கி நின்றவளை பூசணி சந்தோசமாகப் பார்த்தார்.

“கொஞ்ச நாளா கவனிச்சுட்டு இருக்கேந்த்தா... நீ நெறய மாறிட்டு இருக்க... பெரிய பளிச்சியாகனும்னு ஆச வந்துருச்சோ...?’

அவள் பதில் சொல்லவில்லை சிரித்தாள். வாசி அவள் கட்டையனை விரும்பக்கூடுமென நினைத்துக் கொண்டு கஞ்சியைக் குடித்தபடியே அவளைப் பார்த்து சிரித்தான். அவள் கண்கள் இவனை அத்தனை ஆர்வத்தோடு பார்த்துக் கொண்டிருந்தன.

“மச்சானுக்கு கலயத்துல இன்னும் கொஞ்சம் கஞ்சி ஊத்துத்தா...” பூசணி அவனை தனது மச்சானென்று சொன்னதன் மூலம் தனக்கு எல்லாம் தெரியுமென்பதை அவளுக்குப் புரிய வைத்தார். அவள் வெட்கத்தோடு பாட்டாவைப் பார்த்துவிட்டு வாசிக்கும் அவருக்குமாக கலயத்தில் கஞ்சியை ஊற்றினாள். பாட்டா மச்சானென்று தன்னைச் சொன்னதும் அவள் முகத்தில் வெளிப்பட்ட மாற்றத்தைக் கவனித்த வாசிக்கு ஏதோ ஒன்று உறுத்த அவள் கட்டியிருந்த சேலையை அப்பொழுதுதான் கவனித்தான். பொடவில் கிழிந்திருந்த ஒரு துண்டு சேலைக்கான இடம் அவள் சேலையின் இடது பக்கமாய் இருந்தது. அவள் கண்களைப் பார்த்தான். இவனுக்கு மட்டுமேயான ஒரு ரகசியத்தை சொல்லும் தவிப்போடு காத்திருப்பது தெரிய அவசரமாகத் திரும்பி பாட்டாவைப் பார்த்தான். அவரிடம் எந்த உணர்ச்சி மாற்றமும் இல்லை. கஞ்சியை வாங்கிக் கொண்டு குடிக்காமலேயே வைத்திருந்தவனை குடிக்கச் சொல்லி சைகை செய்தார். ஏனோ கஞ்சி கொஞ்சம் கசப்பது போலிருந்தது. சுயநினைவில்லாத போது ஒரு சிறுமியுடன் உறவுகொண்டதற்காக வருத்தப்பட்டான். கண்களைத் தாழ்த்தி கலயத்தை வைக்க,

“இனிமே நீ குடில தான் தங்கணும்.... இத்தன நாள் எப்பிடியோ இருந்துட்ட... இனி நீ தனியாள் இல்ல.... உனக்குன்னு ஒருத்தி இருக்கா... இன்னும் கொஞ்ச நாள்ல தாயாகப் போறவ... நீ பக்கத்துல இருக்கனும்னு ஆசப்படறா...”

வாசியும், குயிலம்மாளும் ஒருசேர அதிர்ந்து போனார்கள். படாரென இப்படி போட்டு உடைத்ததில் தான் பொத்திப் பாதுகாத்த அந்த ரகசியம் உடைந்து போனதில் அவள் வேதனை கொண்டாள். வாசிக்கு இது மொத்தமும் பூசணி திட்டமிட்டே செய்தது என்பது புரிய அவரின் மீது வெறுப்பு கொண்டான்.

“இல்ல பாட்டா முடியாது.... அவ விருப்பம் இல்லாம அவ கூட நான் இருந்ததே தப்பு... இப்போ என்னடான்னா இவதான் இனி உன் பொண்டாட்டின்னு சொன்னா எப்பிடி?... நானும் மனுஷந்தான... என்னால முடியாது...”

தன் மீதான எந்த விருப்பமும் அவனுக்கு இல்லை என்று தெரிந்த போதுதான் சுயநினைவில்லாத ஒருவனோடு தான் உறவு கொண்டுவிட்டோம் என்னும் வேதனை அவளுக்கு அதிகமாகியது. தான் சபிக்கப்பட்டுவிட்டதால்தான் இப்படி எல்லாம் நடக்கிறதோவென கதறி அழுதாள். பூசணிக்குக் கோவமாகிவிட வாசியை பளாரென அறைந்தார். தங்கப்பன் உதைத்தையும் அடித்ததையுமே வாங்கியவனுக்கு இது ஒரு விசயமே இல்லை. ஆனால் அவர் தன்னை ஏமாற்றிவிட்டார் என்கிற வேதனை தாங்கிக் கொள்ள முடியாததாய் இருந்தது.

“ஏன் பாட்டா இப்பிடி செஞ்சிங்க... உங்க லாவத்துக்காக அந்தப் பிள்ள வாழ்க்கையவும் கெடுத்து என் வாழ்க்கையவும் கெடுக்கனும்னு ஏன் நெனக்கிறீங்க...?”

பூசணிக்கு அவன் பேசப் பேச கோவம் அதிகமானது. திரும்பி அவளைப் பார்த்தார். மனதிலிருந்த வார்த்தைகளைக் கொட்டித் தீர்க்க முடியாமல் தவித்தாள்.

“என்னடா உங்க வாழ்க்கைய கெடுத்துட்டேன்... உனக்கு ஏத்த ஒரு பொண்ண நீ தேடிக்க மாட்டன்னு தெரிஞ்சுதான் அப்பிடி செஞ்சேன்... இன்னைக்கோ நாளைக்கோ நான் செத்துட்டா இந்தக் குடில ஒருத்தன் இருக்க மாட்டான்... எல்லாருக்கும் காட்ட விட்டுப் போயிரனும்னு நெனப்பு... உன்னய விட்டா எனக்கு யார்றா இருக்கா?... நீ ஒருத்தன் இருந்தாப் போதும், இந்தக் குடி மறுபடியும் பூக்கும், காய்க்கும், கனியும்... உன்னால மட்டுந்தான் இந்தக் காட்டப் புரிஞ்சுக்கிட்டு வாழ முடியும். அதனாலதாண்டா செஞ்சேன்... உன்னய விட வேற நல்ல புருஷன இவளுக்கு எங்க இருந்துடா நான் கொண்டாறது... இவ வாழ்க்கைய கெடுத்தேன்னு சொல்ற?...”

அவர் என்ன சொன்னாலும் வாசி சமாதானம் ஆவதாய் இல்லை. தன் முன்னால் நிற்பவளை இன்னும் ஒரு குழந்தையாகத்தான் அவன் பார்த்தான். கண்ணீர் முட்டியது. கண்ணீரோடு அங்கிருந்து கிளம்பினான்.

‘இருடா வாசி போகாத... அந்தப் பிள்ள மூஞ்சியப் பாரு.. அவளுக்கு

என்னடா கொற?...” வாசிக்கு என்ன சொல்லி பாட்டாவுக்குப் புரிய வைப்பதெனத் தெரியவில்லை. இன்னும் குயிலம்மா அழுது கொண்டிருந்தாள். அவள் அழுவதைப் பார்க்க முடியாமல் வேகமாக நகர்ந்து போனான். ஓடிவந்து அவன் கால்களில் விழுந்தவள் கதறியழுதாள்.

“நீதான் எல்லாம்னு நம்பிட்டு இருக்கேன் மச்சான்... என்னய விட்டுட்டுப் போயிராத... பாட்டா நல்லதுக்கு செஞ்சாரா கெட்டதுக்கு செஞ்சாரான்னு கூட இத்தன நாள் நான் யோசிக்கல... உன்னயப் புடிச்சிருக்கு மச்சான்... இங்கயே எங்கூடயே இருந்துரு... போகாத மச்சான்...”

அவள் முடிந்த மட்டும் வலுவாக அவனைப் பிடித்துக் கொண்டாள். எத்தனை பரிசுத்தமானவள். தான் அவளுக்கு சரியானவன் தானா என ஒரு நிமிடம் யோசித்தவன் கொஞ்சம் கொஞ்சமாய் தான் அவளுக்கானவன் தானோ என நம்பத் துவங்கினான். எப்படி இவளால் இத்தனை விருப்பங்களை சொல்லாமலேயே பாதுகாத்து வைத்திருக்க முடிந்தது. பனியின் நனைந்த காட்டுப் பூவென அவள் முகம் கண்ணீரில் நனைந்திருந்தது. அவன் கையை எடுத்து தன் வயிற்றில் வைத்தாள். “இந்த வயித்துல உன் வித்து வளருது... இந்தக் காட்டோட வாரிசு... நீ எப்பிடி இந்தக் காட்டயும் நம்ம குடியையும் பாத்துக்கனும்னு நெனைக்கிறியோ அப்படி நானும் இருப்பேன்... என் வயித்துல இருக்க புள்ளையும் நெனைக்கும்... எனக்கு இந்த ஒரு புள்ள பத்தாது மச்சான். இன்னும் நெறய புள்ளயப் பெத்துக்கனும்... எனக்கு வேற யாரும் வேணாம். எதுவும் வேணாம்... நீ வேணும்....”

வாசி அவசரமாக கையை எடுத்தான், இன்னும் அவளுடலின் சூடு கையில் பரயோடி இருந்தது. அவளுக்கு என்ன சமாதானம் சொன்னாலும் அவள் கேட்கப்போவதில்லை.

“மனசு முழுக்க ஆசையோட வந்து நான் உன் புள்ளையப் பெத்துப் போடப்போறேன் மச்சான்னு சொல்லனும்னுதான் பொத்தி பொத்தி என்னைய நானே பாத்துக்கிட்டேன்... உன்னோட இருந்ததுக்கு அப்பறந்தான் மச்சான் என்மேலயே எனக்கு ஆச வந்துச்சு... இந்தக் குடில எல்லோரும் முக்கியம்னு நீ நினைக்கிற மாதிரி நீ முக்கியம்னு பாட்டாவும் நெனச்சிருக்கு... கோவப்படாம பேசு...”

பூசணியின் மௌனமும் , இவளின் வார்த்தைகளும் கண்ணீரும் அவனைக் கொஞ்சம் கொஞ்சமாய்க் கரைத்தன. எல்லாவற்றிற்கும் மேலாய் தான் கூடிய சீக்கிரத்தில் ஒரு குழந்தைக்கு அப்பாவாகப் போகிறவன் என்கிற உணர்வு இனம் புரியாததொரு பூரிப்பைக் கொண்டு வந்தது. எதுவுமே பேசாமல் பொடவை நோக்கி நடந்து போனான். அந்த இரவை என்ன முயன்றும் அவனால் நினைவுக்குக் கொண்டு வரமுடியவில்லை. அவளோடு தான் எப்படியெல்லாம்

இருந்தோமென்பதன் எந்தச் சுவடுகளும் நினைவுக்கு வராமலேயே அவளைப் பிடித்துப் போகத் துவங்கியிருந்தது. பாறையில் ஏற்கனவே சிலர் உறங்கிக் கொண்டிருந்தார்கள். வாசி கவனமாகப் பார்த்தான். கட்டையன் பாறைச் சுவறை ஒட்டி உடலை குறுக்கிப் படுத்திருந்தான். வாசிக்கு நினைக்கும்போது குற்றவுணர்ச்சியாய் இருந்தது. ஏதோவொரு விதத்தில் அவன் விருப்பங்களை தட்டிப் பறித்துவிட்டோமே என நினைக்கையில் வெட்கமாய் இருந்தது. அவன் தலையைத் தொட்டுத் தடவிக் கொடுத்தவன் சற்றுத் தள்ளி வந்து படுத்தான். மழை பெய்யும் போது மட்டுமே எழும் பிரத்யேகமான காட்டின் வாசனை பொடவைச் சுற்றி எங்கும் நிறைந்திருந்ததை உள்ளிழுத்தவன் இதே பாறையில் தான் அவளோடு கூடினோம் என்பதை நினைத்தபோது உடல் சிலிர்த்தது. கண்களை மூடிக் கொண்டான். எவ்வளவு முயன்றும் உறங்க முடியவில்லை. இருள் எந்த அசைவுமில்லாமல் அப்படியே நிற்க, விடிய இன்னும் எவ்வளவு நேரமாகுமோ எனக் காத்திருந்தான். அவளை ரொம்பவே வேதனை கொள்ள வைத்துவிட்டோம் என கலக்கம். அவளைப் போய்ப் பார்க்க வேண்டும் போலிருந்தது. இந்த ஜாமத்தில் ஏன் இப்படியெல்லாம் தோன்றவேண்டும். உறங்கவும் முடியாமல் போகவும் முடியாமல் மனம் அடித்துக் கொண்டது. எழுந்து குடியைப் பார்த்தான். உறக்கத்தின் நிசப்தத்தில் ஆழ்ந்து போயிருந்த குடிசைகளின் மேல் எங்கும் மழை பெய்வதற்கான நீர்த்திவளைகளின் வளையம். பாறையிலிருந்து இறங்கி குடிக்கு வேகமாக நடந்தவனை இருளில் மூழ்கியிருந்த பளிச்சி மரம் வெட்கத்தோடு பார்த்து கண் மூடிக் கொண்டது.

குயிலம்மாள் குடிசைக்கு வெளியில் வேம்புடன் உறங்கிக் கொண்டிருந்தாள். எழுப்புவதா வேண்டாமாவென யோசித்தவன் துணி விலகிக் கிடக்கும் அவளின் வயிற்றைப் பார்த்ததும் தன் பிள்ளை விளையாடிக் கொண்டிருக்கும் அதை ஆசையோடு தொட்டுப் பார்த்தான். திடீரென ஊர்ந்த குறுகுறுப்பில் அவசராமய் கண் விழித்துக் கொண்டவள் கண்களை கசக்கி வாசியைப் பார்த்தாள். அவ்வளவு உறக்கத்திலும் ஒரு நொடியில் அவள் முகத்தில் வெட்கம் வந்து ஒட்டிக் கொண்டது. அவனாலும் அவள் முகத்தைப் பார்க்க முடியவில்லை. அவள் வயிற்றிலிருந்து கையை எடுத்துக் கொள்ளாமல் இன்னும் ஆசையோடு தடவிப் பார்த்தான். அவள் அவனோடு சாய்ந்து கொண்டாள். அவன் தன்னை அப்படியே விட்டுவிட்டுப் போய்விடுவானோ எனத் தவித்துக் கொண்டிருந்தபோதே அவளைத் தூக்கிக் கொண்டான். லேசான வாழைத் தண்டைப்போல் அத்தனை மிருதுவாய் இருந்தாள். அவர்கள் இருவரும் குடிசைக்குள் போனதை பளிச்சி மரத்தோடு சேர்ந்து பொடவிலிருந்து கட்டையனும் பார்த்துக் கொண்டிருந்தான்.

5

தன்னை அடித்தது சிறுத்தையா இல்லையா என்பது இன்னும் தங்கப்பனுக்கு தெளிவாகப் புரியாமலிருந்தது. எல்லோருமே சிறுத்தையைப் பார்த்ததாய் சொல்வதால் தன்னை அடித்ததும் சிறுத்தையாகத்தான் இருக்க வேண்டுமென முடிவுக்கு வருகிறவனில்லை அவன். உடலிலிருந்த நகக்கீறல்கள் சிறுத்தையினுடையதாய் இல்லை. அந்த நகங்கள் நிச்சயமாய் ஒரு புலியினுடையதாகத்தான் இருக்க வேண்டும். ஆனால் இதுவரை யாரும் புலியைப் பார்த்ததாக சொல்லிக் கொள்ளவில்லை. எனவே உடல் தேறி வரும் வரை அமைதியாய் இருக்கலாமென விட்டுவிட்டான். எல்லாவற்றுக்கும் மேல் முக்கியமாய் தன்னைத் தாக்கும் போது அந்த மிருகத்தின் உடலெங்கும் வெளிப்பட்டது தீர்க்கமுடியாத ஒரு வன்மம். அவ்வளவு எளிதில் உறங்க முடியாது வெறி கொண்டு அலைந்து இந்த பருவ காலத்திற்காய் காத்திருந்த வெறி. மழைக்காலத்தில் மனிதன் சோம்பேறித்தனமாகிறான் என்பதைப் புரிந்து கொண்ட மிருகம் அது. எப்படி அதன் கண்களைக் கவனிக்காமல் போனோம்?

அத்தனை குடித்திருக்கிறோம் எனத் தெரிந்த போது கொஞ்சம் வெட்கமாகக் கூட இருந்தது.

அடிக்கடி முதலாளி வந்து பார்த்துவிட்டுப் போனார். அன்சாரியும் தேவையானதை செய்து கொடுத்துக் கொண்டிருக்கிறான். அன்சாரியின் கவனிப்பில் முன்னைவிடவும் தனித்துவமான அக்கறை தெரிந்தது.

"என்னடா ஆளே இப்பிடி மாறிப்போன?..."

அன்சாரிக்குக்குக் கூச்சமாக இருந்தது.

"அட சும்மா இருண்ணே... அப்டி எல்லாம் ஒன்னுமில்ல."

நேரடியாக தன்னால் தங்கப்பனிடம் இப்போதைக்கு எதையும் சொல்ல முடியாதென தோன்றியது அவனுக்கு.

"ஒரு பெரிய மனுஷ கள வந்துருச்சுடா அன்சாரி.. இனிமே கொஞ்சம் பொறுப்பா இரு..."

அன்சாரி சரியெனச் சொல்லி தலையாட்டிக் கொண்டான். தன் படுக்கைக்கு மேலிருந்த பிரம்மாண்டமான யானைத் தந்தத்தை எடுத்து அன்சாரியின் கையில் கொடுத்தான்.

"இத நீ வெச்சுக்கடா அன்சாரி, இல்லைன்னா வேற யாருக்காச்சும் குடுத்துடு... இத பாக்கறப்ப எல்லாம் செய்யக்கூடாத ஒன்ன செஞ் சுட்ட மாதிரி வலிக்கிதுடா... நான் சுட்டது சாதாரண யானைய இல்ல. இப்ப நெனச்சாலும் என்னய ஏதோ ஒரு மிருகம் வேட்டையாடினதா தோணல... காடே சேந்து வேட்டையாடின மாதிரி இருக்கு. எல்லா மிருகத்துக்கும் என் மேல கோவம் இருக்கும்னு தோணுது. இதுக்கு முன்ன எந்த மிருகமும் என் கனவுல வந்ததில்ல. இப்போ எல்லா மிருகமும் வருது. காட்டோட சாபத்த வாங்கிட்டண்டா..."

தங்கப்பனின் கண்கள் ஈரமாகின. அன்சாரிக்கு தங்கப்பனால் அழக்கூட முடியுமாவென வியப்பு ஏற்பட்டது. அவன் கண்களைத் துடைத்துவிட்டான்.

"எண்ணே நீயாண்ணே அழுகுற...? சும்மா இருண்ணே.. நீ எதையும் நெனச்சு கவலப்படாத... எல்லோரையும் மன்னிக்கிறவ பளிச்சி... மனசறிஞ்சு நீ செஞ்ச தப்ப நெனச்சு நீயே வருத்தப்படறங்கறப்போ கண்டிப்பா மன்னிச்சிருவாண்ணே..."

அன்சாரியின் குரல் கம்மிப்போனது. தங்கப்பனின் அவன் கைகளை ஆதரவாகப் பிடித்துக் கொண்டான். முன்னெப்போதுமில்லாத ஒரு அந்நியோன்யம் அவனிடம் வந்தது. தனக்கு ஒரு தம்பி இருந்திருந்தால் இப்பிடித்தான் இருந்திருப்பான். இத்தனை வருடங்களில் அன்சாரி தன் குடும்பத்துடன் இருந்ததை விடவும் தன்னுடன் இருந்ததுதான் அதிகம் என்பதை நினைத்துக் கொள்ள பூரிப்பாய் இருந்தது. தன்னையும் மனிதனாய் மதித்த ஒரு சக மனிதன். எந்த விருப்பு வெறுப்புகளும்

இல்லாமல் ஒரு மனிதனை நேசிப்பது எத்தனை அபூர்வம்? அன்சாரி அதுமாதிரி அபூர்வமான ஒருவன் தங்கப்பனுக்கு.

யாரிடமும் எதையும் யாசகமாய் கேட்டு நிறக விரும்பாத தங்கப்பன் பெரும்பாலான நேரத்தை மகளோடு கழித்தான். அவள் தன் குட்டிக் கரங்களால் அவன் முகத்தில் அறைந்த போதெல்லாம் அந்தத் தொடுதலை ரசித்துச் சிரித்தான். இப்படியொரு குழந்தை பத்து வருடங்களுக்கு முன் இருந்திருந்தால் வேட்டையை விட்டுவிட்டு எப்போதோ குடியானவர்களிடம் வேலைக்குப் போயிருப்பான். இப்போது அவனுக்கு வேட்டை மட்டுமே தெரியும். புதிதாக ஒன்றைக் கற்றுக் கொள்கிற வயதுமில்லை. இப்போதும் அவனது தேவை அந்த சுற்று வட்டாரத்தில் இருக்கும் எல்லோருக்கும் தேவைப்படவே செய்தது. ஆனால் அவன் முன்னைப் போல் நினைத்த மாத்திரத்தில் துப்பாக்கியைத் தூக்கிச் செல்லத் தயாராய் இல்லை. காட்டை மட்டுமே நேசிக்கும் பளியன் எத்தனை பாக்யவான் என வாழ்வில் முதல் முறையாய் சடையன் குறித்து யோசித்தான். இந்தக் காட்டிற்கு பளிச்சி ஒருவிதமான பாதுகாப்பென்றால், சடையன் இன்னொருவிதமான பாதுகாப்பு. அபூர்வமான மனுஷ பிறப்பு. ஆனால் அதுகுறித்து சடையனுக்கு எந்த அக்கறைகளும் எப்போதும் இருந்ததில்லை.

வாசி குடிசையிலிருந்து அதிகம் ஒதுங்கி இருக்கத் துவங்கியபோது அவன் இல்லாததால் ஏற்பட்ட வெறுமை தங்கப்பனை உறுத்தியது. தனக்கு இணையாய் அவன் காட்டில் அன்று நின்றதைப் பார்த்ததிலிருந்து அவன் மீதான அச்சமும் பாசமும் ஒருசேர இவனுக்குள் வளர்ந்திருந்தது. தன்னைவிடவும் அவன் மிகச் சிறந்த வேட்டைக்காரன் என்பதைத் தெரிந்து கொண்டாலும் அதை மற்றவர்களுக்கு சொல்ல விரும்பவில்லை. வாசி வேட்டைக்காரன் மட்டுமில்லை, கருமாண்டி. தனக்குப் பின்னால் இந்தக் காட்டிலிருக்கும் ஒரே கருமாண்டி அவன் மட்டுந்தான். ஒருவேளை அவனே கடைசி ஆளாகவும் இருக்கலாம். வாசியாகப் பார்த்து தன் தலைமுறையை கருமாண்டியாக வைத்துக் கொண்டால்தான் ஆச்சு. இல்லையென்றால் இங்கே வரும் முதலாளி மார்கள் இந்தக் காட்டில் எல்லோரையும் அடிமையாக்கி பங்கிட்டுக் கொண்டதைப் போல் அவனின் வாரிசுகளையும் மாற்றிக் கொள்ள முடியும். பளிச்சிக்குத் தெரியும் யாருக்கு என்ன கொடுக்க வேண்டுமென, தங்கப்பன் மனதார பளிச்சியிடம் வேண்டினான். வாசி இந்தக் காட்டின் மிகச் சிறந்த கருமாண்டியாக இருக்க வேண்டுமென. அதோடு சடையனின் ஞானம் வாசிக்குள்ளிருப்பதைப் புரிந்து கொண்டதால் தங்கப்பன் அவனை விலகி இருக்க அனுமதித்தான்.

சகாய ராணியிடமும், மாரியிடமும் புதிய மாற்றங்களை தெரிந்து கொண்டவன் செல்லாயி வந்தபின் அவர்கள் இருவரிடமும் தான் நெருக்கமாக இருந்திருக்கவில்லை என்பதைப் புரிந்து கொண்டு

வருத்தப்பட்டான். அவனுடலிலிருந்த ஒவ்வொரு காயத்தையும் மாரியின் விரல்கள் மூலிகைத் தைலங்கள் தடவி குணப்படுத்திக் கொண்டிருந்தன. சகாய ராணி அவனுக்கு வேண்டியது எல்லாவற்றையும் கொண்டு வந்துவிடுகிறாள். ஒரு நாள் பிற்பகலில் கஞ்சியைக் குடித்துவிட்டு கொஞ்ச தூரம் காட்டுக்குள் நடக்கலாமென மேட்டிலிருந்து இறங்கி நடந்தான். காலையில் விழுந்த தூரல் காட்டுக் காளான்களை நனைத்திருந்தது, அவன் காலெங்கும் சேறப்ப நடையை மெதுவாக்கினான். நிறைய விஷத் தும்புலா செடிகள் அடர்ந்து வளர்ந்திருந்தன. இதன் வாடைக்கு பாம்புகள் சேரும். அதனால் ராத்திரியில் பாப்பாவைக் கொஞ்சம் கவனமாகப் பார்த்துக் கொள்ளச் சொல்ல வேண்டுமென நினைத்துக் கொண்டான். மாரி வேங்கை மரங்களை ஒட்டியிருந்த பெரும் பெரும் காளான்களாக பார்த்து வெட்டி எடுத்துக் கொண்டிருந்தாள். அவளை நோக்கி நடந்தான். சகதியில் அவன் நடந்து வரும் சத்தம் சலக் புலக்கென கேட்க மாரி திரும்பிப் பார்த்தாள். இவனைப் பார்த்ததும் சிரித்தாள்.

“எதுக்கு இந்த சகதிக்குள்ள இங்கிட்டும் அங்கிட்டும் நடந்துக்கிருக்க... செத்த குடிசையில இருக்க வேண்டியதுதான...”

“ஏத்தா நான் என்ன பொட்டச்சியா, குடிசைலயே உக்காந்து குண்டியத் தேய்க்க... நீங்க மூணு பேரும் எவ்வளவுதான் செய்வீங்க... நானும் உடம்பு தேறுனா அடுத்து என்ன செய்றதுன்னு பாக்கனும்ல...”

அவன் சமீபமாய் தன்னிடம் பேசும்போது ஏத்தா, வாத்தா என அழைப்பதில் இருந்த நெருக்கம் மாரியை ரொம்பவே கரைத்திருந்தது.

“ஆமா இப்போ அதுவா முக்கியம். மொதல்ல மேல் சொகமாகட்டும்... எல்லாத்தையும் பெறகு பாத்துக்குவோம்... நீ குடிசைக்குப் போ...’

அவள் இத்தனை உரிமையோடு தன்னிடம் இதற்கு முன் பேசியதில்லை. அல்லது தான் அப்படி பேச அனுமதித்திருக்கவில்லை. தங்கப்பன் போக மாட்டேன் என தலையாட்டிவிட்டினான்.

“அதக் குடு”

அவளிடமிருந்த பன்னை அருவாளை வாங்கியவன் உட்கார்ந்து மிச்சமிருந்த காளான்களை அறுத்து எடுத்தான்.

“ஏய் கிறுக்கா, உனக்கு எதுக்கு இந்த ஆகாத வேல... எந்திரிச்சுப் போங்கறன்ல...”

அவள் சொல்வதை அவன் கேட்பதாகவே இல்லை. காளான்களை வேக வேகமாக அறுத்தான்.. அவன் முதுகில் அடித்தவள்

“சொல்லிக்கே இருக்கேன், அசையிதான்னு பாரு எருமெ... எந்திரி...”

அவன் திரும்பி இவளை பிடித்து அணைத்தான். அவளுக்கு திடீரென அவன் தன்னை அணைத்துக் கொண்டது ஒரு மாதிரியாய் இருந்தது.

“ஆமா இப்பதான் ரெண்டு பேருக்கும் வயசு திரும்புது பாரு.. விடுய்யா...”

அவனை முடிந்த மட்டும் விலக்கிப் பார்த்தாள். தங்கப்பன் பிடியை விடவே இல்லை. இன்னும் இறுக்கமாக அவளை அணைத்துக் கொண்டபோது உடலெங்கும் நரம்புகள் முளைத்துக் கொண்டன. அவளும் அவனோடு இணங்கினாள். அவர்கள் இருவரும் சாய்ந்து கொள்ள முதிர்ந்த அந்த வேங்கை மரம் போதுமானதாய் இருந்தது. பட்டை உரிந்த மரத்தின் வாசனை இருவரின் உடலெங்கும் கசிந்து சேர்ந்தது. தங்கப்பன் அத்தனை நாள் வெக்கையை அவளுடலுக்குள் இறக்கிக் கொண்டிருந்தான். பல காலத்திற்குப்பின் தன்னைப் பொண்டாட்டியாய் அனுமதித்த அந்தக் கனத்தை கண்கள் மூடி அனுபவித்தாள். தன் உடல் தளர்ந்து போயிருப்பதை இவள் உடல் மூலமாகத்தான் உணர்ந்தான். அவளை நீண்ட நேரம் அப்படியே பிடித்துக் கொள்ள முடியாமல் கால்கள் வலி கொண்டன. மெதுவாக அவளிடமிருந்து விலகியபோது அவள் முத்தங்களால் அவனை நிறைத்தாள். காளான் எடுக்கப் போயிருந்த மாரியோடு தங்கப்பனும் சேர்ந்து வருவதைப் பார்த்த செல்லாயிக்கு ஒரு நொடி சின்னதாக உறுத்தினாலும் இருந்துவிட்டுப் போகட்டுமே என சிரித்தபடியே விட்டுவிட்டாள்.

“அங்க பாரு பெரியாத்தா வருது பாரு... அய்யா முகத்துல இருக்க வெக்கத்தப் பாத்தா உனக்கு தம்பி பாப்பாவுக்கு வழி பண்ணியிருக்காருன்னு தோணுது... போ பாப்பா, பெரியாத்தா கிட்ட தம்பி பாப்பா கேளு, போ போ....”

மாரிக்கு வெட்கமாய் இருந்தது...

“ஏய் கேணச் சிறுக்கி சின்னப்பிள்ள கிட்ட என்ன பேசறதுன்னு இல்ல... சும்மா இருடி...” சத்தம் போட்டு அமட்டினாள். தங்கப்பனுக்கும் வெட்கமாக இருக்க அவன் எதுவும் பேசாமல் மாரியின் குடிசைக்குள் போய்விட்டான். எடுத்து வந்த காளானை செல்லாயியிடம் கொடுத்தாள்.

“இதக் கொண்டு போயி தண்ணீல ஊற வெய்யி, பொழுசாயமா எதாச்சும் செஞ்சுக்கிருவோம்...”

திரும்பி குடிசைக்குள் சென்றவளின் நடையில் சின்னதொரு அவசரம் தெரிந்தது. புரிந்து கொண்டு சிரித்த செல்லாயி

“பாத்துக்கா மச்சான சிறுத்த அடிச்ச காயமே இன்னும் முழுசா ஆறல.... நீ எதையும் நசுக்கிராத...”

மாரி வெட்கமும் கோவமுமாய் திரும்பிப் பார்த்து

“த்தூ சக்களத்தி முண்ட... போடி... பிள்ளையக் கைல வெச்சுக்கிட்டு பேசறா பாரு பேச்சு....”

அவள் திட்டியது கூட செல்லமாக சொல்வது போல்தான் இருந்தது. நீண்ட நேரமாய் மாரியின் குடிசையிலிருந்து வந்த முனகலை பொறுக்க முடியாமல் செல்லாயி குடிசையிலிருந்து இறங்கி பளியக்குடி இருக்கும் பாதை நோக்கி நடந்தாள். தூரத்தில் பளியக்குடி பொடவு மட்டும் தெரிந்தது. இத்தனை நாட்களும் தான் முனகும் போதெல்லாம் அவள்கள் இரண்டு பேருக்கும் எத்தனை வலித்திருக்குமென முதல் முறையாக வருத்தப்பட்டாள்.

6

மொக்கநிலையில் எப்போதுமில்லாத மழை பெய்து அங்கும் நீர் தேங்கியிருந்தது. இரண்டு நாட்களுக்கு முன் யானைகள் பெருங் கூட்டமாய் இறங்கியதில் கஞ்சாக்காடு முழுக்க நாசமாகியிருந்தது. முதலாளிக்கு பெருத்த நஷ்டம். அடுத்த நாள் காலையில் அவர் வந்த பார்த்தபோது யானைகளின் வெறியாட்டம் புரிந்தது.

தாயோலி என் மொதல் பூராம் போச்சே... எந்தக் கூதியான் செஞ்ச வெனையோ என் வீட்ல விடி... சிருக்கு... த்தூ..."

தன்னையே மாறி மாறித் துப்பிக் கொண்டும் திட்டிக் கொண்டு புலம்பியும் மனசாறவில்லை. கொஞ்ச நாளைக்கு யாரும் வேலைக்கு வரவேண்டாமென எல்லோரையும் அனுப்பி வைத்துவிட்டார். இருக்கிறதை எல்லாம் சுத்தம் பண்ணிவிட்டு மீண்டும் சீரமைப்பது என்பது சாதாரண வேலையில்லை. ஒரே நேரத்தில் நூறு யானைகளைக் கொல்லும் வன்மம் தலைக்கேறியது.

“நாலு காசு சம்பாதிக்கனும்னு காட்டுக்குள்ள வந்தா

மயிருகூட மிஞ்ச மாட்டேங்குது...” எனப் புலம்பியவர், தங்கப்பனைக் கூப்பிட்டு மீண்டும் யானையை வேட்டையாடச் சொல்ல வேண்டுமென நினைத்துக் கொண்டார். ஆனால் இது ஒற்றை யானையோ சின்னக் கூட்டமோ இல்லை. அத்தனை எளிதில் இவற்றைத் துரத்திவிட முடியாது. காடே திரண்டு வந்து கொண்டிருக்கிறது. முடிந்தவரை தப்பித்துக் கொள்வதுதான் பாதுகாப்பு. வேலைக்கு ஆட்கள் வருவது நின்று போனதால் அவர்கள் போட்டிருந்த தற்காலிக குடிசைகள் முழுக்க மிருகங்களின் கழிவுகளால் நிறைந்திருந்தன. யானைகள் ஒரு பெருங்கூட்டமாய் இறங்கி வந்ததைப் பார்த்த ஒவ்வொருவருக்குள்ளும் பேரழிவின் கொடூரத்தை அச்சம் உடலெங்கும். ஒவ்வொரு யானையும் நூறாயிரம் கொம்புகளை ஆயுதங்களாக்கி முரட்டுத்தனமாய் காட்டைக் குத்திக் கிழித்தது. எந்த மிருகமும் அத்தனை எளிதில் தன் துயரை மறந்து விடுவதில்லை. மனிதர்களைப் போன்ற அசட்டை இல்லை அதனிடம். வாழ்க்கை இரைக்கும் அலைதலுக்கும் அப்பாற்பட்டு வேட்டையிலேயே அவைகளுக்கு அர்த்தப்படும். தங்கள் வாழ்வின் அர்த்தமிக்க பக்கங்களை யானைகள் ஒருபோதும் தவறவிடுவதில்லை. யானைகள் என்றில்லை எல்லா மிருகமும் அப்படித்தான். அங்கு நூறாயிரம் தங்கப்பன்கள் வந்தாலும் இவைகளை எதிர்த்து ஒன்றும் செய்ய முடியாது. பளிச்சி ஒருத்தி நினைத்தால் மட்டுந்தான் முடியும். எல்லா வன்மங்களையும் சத்தியங்களைத் தவிர்த்து வேறெதும் தடுத்துவிட முடியுமா என்ன? மிருகங்களுக்கு சூது தெரியாதென்பதால் அவையின் வன்மம் எத்தனை பெரியது, அத்தனை பெரியது அவற்றின் சத்தியமும். எல்லா மிருகங்களும் பளிச்சியின் வாக்குக்குக் கட்டுப்பட்டவை.

பளியகுடிக்கு மேல் இத்தனை யானைகளை ஒருசேர பார்த்த அச்சத்தில் அத்தனை பேரும் மலைத்து போயினர். பொடவு வரை வருவதும் திரும்பிப் போவதுமாய் இருந்த யானைகள் எந்த நொடியும் பொடவுக்குள் இறங்கும் என்கிற அச்சம் வலுக்க ஆட்கள் யாரிடமும் சொல்லிக்கொள்ளாமலேயே மலையிலிருந்து அடிவாரத்தை நோக்கி இறங்கினார்கள். சில குடும்பங்கள் மட்டும் காட்டின் மீதிருந்த பிடிப்பால் எது வந்தாலும் இந்தக் காட்டோடே இருப்பது என உறுதியாய் இருந்தனர். காட்டிற்கு ஏதோவொரு வகையில் தாங்களும் துரோகமிழைத்துவிட்டோம் என்கிற குற்றவுணர்ச்சி சில பளியன்களுக்கு வரத் துவங்கியது. கஞ்சாக்காட்டிற்குத் தாங்கள் வேலைக்கு போனதின் வழி தங்களின் சில வாழ்வாதாராத் தேவைகள் நிறைவேறியது என்னவோ உண்மைதான், ஆனால் அவர்கள் செய்தது மன்னிக்க முடியாத துரோகம். எத்தனை துயரமான காலத்திலும் காடு அவர்களைப் பட்டினி போட்டதில்லை. காட்டைக் காட்டிக் காப்பதற்குப் பதிலாக அதைக் காட்டிக் கொடுத்துவிட்டோம் என

அவர்கள் ஒவ்வொருவருக்கும் அச்சமும் குற்றவுணர்ச்சியும் இருந்தது. கண்டிப்பாக பளிச்சி இதை மன்னிக்க மாட்டாள்.

வாசிக்கும், குயிலம்மாளுக்கும் பாட்டா தனியாக குடிசை போட்டுக் குடுத்துவிட்டார். வாசி தான் அவளோடு வாழப் போவதை செல்லாயிக்கோ, தங்கப்பனுக்கோ கூட சொல்ல நினைக்கவில்லை. ஆனால் மாரிக்கும் சகாய ராணிக்கும் சொல்ல நினைத்தான். ஆனால் இருந்த நிலைமையில் இவளைக் கூட்டிக் கொண்டு போய் அவர்கள் இருவரிடமும் காட்டுவதற்கான அவகாசம் இல்லாமலிருந்தது. பூசணியும் நம்பிக்கை இழந்துவிட்டார். ஏதோ ஒரு வகையில் பளியன் காட்டுக்கு செய்த துரோகத்திற்காகவே இப்படி பலியெடுக்கப்படுகிறோம் என நம்பினார்.

“பாட்டா நீ நெனைக்கிற மாதிரி எதுவும் இல்ல... இம்புட்டு தூரம் வந்த யானைக ஏன் குடிக்குள்ள வரல... அதுக நோக்கம் நம்மள அழிக்கிறது இல்ல... எச்சரிக்கிறதுதான்... அதுகளுக்கு யாரெல்லாம் சதி செஞ்சாங்களோ அதுக்கெல்லாம் வஞ்சம் தீக்குது. தீத்துக்கட்டுமே...”

“இல்லடா வாசி... இத்தன யான இந்தப் பக்கமா வந்திருக்குன்னா அது கோவத்தினால மட்டுமில்ல, எல்லாப் பக்கத்துல இருந்தும் அதுகள துரத்திட்டு இருக்காய்ங்க அதனாலதான். வேற எங்கயும் இடமில்லாமப் போச்சுன்னா நம்மள இங்க இருந்து துரத்தறத விட்டா அதுகளுக்கு வேற வழியே இல்ல...”

வாசிக்கு யானைகளைக் கண்டு அச்சமில்லை. நிச்சயமாய் இதற்கு ஒரு தீர்வு இருக்கும். இப்போதைக்கு அவன் கவலைப்பட்டது பூசணி நம்பிக்கை இழந்து போனதை ஒட்டிதான்.

“சரி பாட்டா, அத வரும்போது பாத்துக்குவோம்... நம்மள மீறி ஒன்னும் நடந்திடாது... நீங்க சும்மா குழப்பிக்கிட்டா மத்தவுகளும் பயந்து போவாகள்ல...”

அவன் ஆறுதல் சொன்னான். மனம் முழுக்க அன்றைய தினம் குயிலம்மாளைக்கூட்டிக்கொண்டு குடிசைக்குப் போக வேண்டுமென்கிற விருப்பம் அதீதமாய்க் கிளர்ந்து எழுந்தது. பிற்பகலுக்கு மேல் அவளைக் கூட்டிக் கொண்டு குடியிலிருந்து கிளம்பினான்.

“எங்கூட வாத்தா ஒரு சோலி இருக்கு...” எனக் கூப்பிட்டவனிடம் ஏன் எதற்கு என எதுவும் கேட்காமல் பின்னாலேயே கிளம்பிவிட்டாள். அவள் வயிறு கொஞ்சம் பெருசாகி இருந்ததால் பூரிப்பில் மெதுவாகவே நடந்தாள். யாரிடமும் சொல்லிக் கொள்ளவில்லை. பாட்டாவுக்குத் தெரிந்தால் அவர் கோவப்படக்கூடும். கொஞ்ச தூரம் முன்னால் நடந்தவன் திரும்பிப் பார்த்த போது வியர்க்க விறுவிறுக்க அவள் நடந்து வருவதைப் பார்த்துவிட்டு நின்றான். அவள் சிரித்தபடியே வந்து இவன் கைகளைப் பிடித்துக் கொண்டாள். ‘தன்னிடம் அப்படி எதைக் கண்டு

இப்படி பித்துப் பிடித்துப் போயிருக்கிறாள் இவள்?' அவள் கைகளைப் பிடித்துக் கொள்வதே பரவசமாய் இருந்தது. அவளுடனே மெதுவாக நடந்தான். வெயிலே இல்லாத அந்தப் பொழுதில் அவளோடு அப்படியே அந்தக் காட்டின் எல்லை வரை நடந்து கொண்டிருக்கலாம் போலிருந்தது. இந்த மழைக்காலம் தன் வாழ்க்கையில் இத்தனை முக்கியமானதாக இருக்குமென அவன் எதிர்பார்த்திருக்கவில்லை. ஒரு பெண்ணின் நேசமும் அருகாமையும் அவனை எத்தனை பக்குவப்படுத்தி இருக்கிறது. பெண் இத்தனை மகத்தான சக்தியா? அதனால்தான் எல்லா துயரங்களையும் தீர்க்கிறவளாய் பளிச்சி இருக்கிறாளா? எல்லாப் பெண்களும் பளிச்சியின் வடிவம் தானே? மாரி, சகாய ராணி, செல்லாயி, குயிலம்மாள் பெயர்கள் வேண்டுமானால் வேறு வேறாக இருக்கலாம். ஆனால் அவர்கள் தான் வாழ்வின் ஆதாரம். சக்தி. அவளை அணைத்து வியர்வையப்பிய நெற்றியில் முத்தமிட்டான். குயிலம்மாளுக்கு நரம்புகள் சிலிர்த்துக் கொண்டன. கண்கள் முழுக்க ப்ரியங்களுடன் அவன் மாரில் சாய்ந்து கொண்டாள்.

குடிசையிலிருந்து தூரத்து மேட்டில் வாசி ஒரு பெண்ணுடன் நடந்து வருவதை மாரிதான் முதலில் பார்த்தாள். தங்கப்பனுக்கு முடியாமல் போனதிலிருந்து அவனிடமிருந்து எத்தனை விலகியிருக்கிறோம் என்பது உரைக்க, 'நம்ம பிள்ளையா இல்லாமப் போனதாலதான் அப்பிடி இருந்துட்டமோ' என மனம் கசந்தது. வாசி தூரத்தில் நடந்து வரும்போதே மாரியைக் கவனித்து சிரித்துவிட்டான். தன்னை எதற்காக கூட்டி வந்திருக்கிறானென்பது புரிந்து குயிலம்மாளுக்கும் சந்தோசமாக இருந்தது. 'இவள் என் பொண்டாட்டி என' எல்லோரிடமும் சொல்வதில் அவனுக்கிருந்த ஆர்வமும் காதலும் இவளை உற்சாகம் கொள்ளச் செய்தது. முன்னைவிடவும் கைகளை இறுக்கமாகப் பிடித்துக் கொண்டாள். மாரி ஓடி வந்து அவனைக் கட்டிகொண்டாள். அவன் நெற்றியில் முத்தமிட்டாள். அவன் எதுவுமே சொல்லிக் கொள்ளவில்லை. குயிலம்மாளைப் பார்த்ததும் புரிந்து கொண்டதுடன் அவளைப் பிடித்துவிட்டது. அவள் வயிற்றைக் கவனித்தாள். எத்தனை மகத்தான நாள் இது? என் மகன் பெரிய மனிதனாகிவிட்டான். அவளுக்குப் பூரிப்பாய் இருந்தது. அன்பு வாழ்க்கையை எத்தனை அற்புதமானதாக ஆக்குகிறது? இதையெல்லாம் தாண்டியா ஒரு வேட்டையும் அதைக் கொண்டாடும் வெறியும் சந்தோசம் கொடுத்துவிடும். இந்த நொடி இவன் தன்னோடு இருக்கையில் எத்தனை சந்தோசமாய் இருக்கிறோம். மாரி மீண்டும் மீண்டும் அவன் நெற்றியில் முத்தமிட்டாள். கைகளைப் பிடித்துக் கொண்டாள். அந்த நொடியில் சில துளிக்கண்ணீர் சிந்துவதை ஒருவிதமான ஆசிர்வாதம் அல்லது பிரார்த்தனை என நம்பினாள். சந்தோசமாக அழுதாள். தன் பிள்ளையை ஒரு முழு ஆண்மகனாய்ப் பார்த்த சந்தோசம். அவன் இந்த உலகத்துக்கு மகத்தான இன்னொரு

உயிரைக் கொடுக்கப் போகிறான் என்கிற பரவசம்.

"களவாணிப்பயலே இதனாலதான் நீ எங்க கிட்ட இருந்து விலகி விலகி இருந்தியா?.. அவனைச் செல்லமாக அடித்தாள். வாசிக்கு முதலில் கொஞ்சம் தயக்கமாக இருந்தாலும் மாரியின் அசாத்தியமான அந்த அன்பில் கரைந்து போனவன் அவளை இறுகக் கட்டிக் கொண்டான். அவளிடம் மட்டுமே சொல்ல வேண்டும். நான் தகப்பனாகப் போகிறேனென்று... அவள் காதுகளுக்குள் சத்தமே இல்லாமல் சொன்னான்.

"எம் புள்ளைய நீதாந்த்தா வளத்து ஆளாக்கனும்...."

மாரி அவன் கண்களில் முத்தமிட்டாள். அவனிடம் என்ன பேசுவதெனத் தெரியவில்லை. கால்கள் ஆகாசத்துக்கும் பூமிக்குமாய் பறந்து கொண்டிருந்தது. சில நொடிகள் சொர்க்கத்திலும் சில நொடிகள் பூமியிலும் தான் மாறி மாறி இருப்பதான பூரிப்பு. குடிசைக்குள் திரும்பி

"ஏய் செல்லாயி இங்க வந்து பாருடி.. வாசி வந்திருக்கான்..." என சத்தம் போட்டாள்.

செல்லாயிக்கு அவன் வருவது போவது எதிலும் சமீபகாலமாய் அக்கறையில்லை. உள்ளூர ஏதோ ஒன்றை அவள் தேடிக் கொண்டிருந்தாள். பாப்பாவுடன் விளையாடும் போது கூட அவளது நினைப்பெல்லாம் வேறு எங்கோதான் இருக்கும். இப்போது மாரி இத்தனை ஆர்வமாய்க் கூப்பிடுவதால் என்னவாயிருக்குமென வேகமாக வந்தாள். திருத்தமான முகத்துடன் வாசியைப் பார்க்க அபப்டியே சடையனைப் பார்ப்பது போலிருந்தது. ஒரு நொடி தனக்குள்ளிருந்து தன்னை வதைத்துக் கொண்டிருப்பது இந்த உருவந்தான் என்பது புரிந்ததும் ஓடிவந்து அவனைக் கட்டிக் கொண்டாள். சடையனை உள்ளூர அவள் மனம் தேடிக் கொண்டிருந்தது. காரணம் புரியாமலேயே குழம்பியிருந்தவளுக்கு தங்கப்பனை விட்டுச் செல்ல வேண்டுமென்கிற எண்ணம் துளியுமில்லை. ஆனாலும் சடையனைப் பக்கத்தில் வைத்துக் கொள்ள வேண்டும் என விரும்பினாள். வாசி மாரியின் கைகளைப் பிடித்துக் கொண்டான். இரண்டு பேருக்க்ம் பொதுவாய்ச் சொன்னான்.

"எத்தா, இவ என் பொண்டாட்டி.,... இன்னும் கல்யாணம் கட்டிக்கல... ஆனா இப்போ இவ முழுகாம இருக்கா... இந்த மழ காலம் முடியவும் கட்டிக்கலாம்னு இருக்கோம்... உங்கிட்ட முன்னாலயே சொல்லனும்னு நெனச்சேன், ஆனா அங்க நெலம சரியில்லாம இருந்துச்சு... என்னய மன்னிச்சிக்கத்தா..."

மாரிக்கு பூரிப்பாய் இருந்தது. தன்னை எவ்வளவு நேசித்திருக்கிறான்.

“கிறுக்குப் பலே இதில என்னடா இருக்கு.... ஒன்னய இப்பிடி பெரிய மனுசனாப் பாக்க எம்புட்டு சந்தோசமா இருக்கு தெரியுமா?... நீயும் உங்க அய்யாவ மாதிரி காடு காடுன்னு இருந்துருவியோன்னு கவலப்பட்டுக் கெடந்தேன். இப்போ நிம்மதியா இருக்குடா...”

அவனை அணைத்துக் கொண்டாள். அவளின் அந்தப் பரிவும் அணைப்பும் வாசிக்கு ஆறுதலாய் இருந்தது. செல்லாயி குயிலம்மாளின் நெற்றியில் முத்தமிட்டாள். குடியில் எல்லோரும் சொல்வது போல் செல்லாயியோ மாரியோ ராட்சசியாகத் தெரியவில்லை. இரண்டு பேரையுமே அன்பானவர்களாகத்தான் குயிலம்மாள் பார்த்தாள்.

“சின்னாத்தாவ எங்கத்தா...” வாசி சகாய ராணியைத் தேட, நடந்த எதையும் அவனிடம் காட்டிக் கொள்ள வேண்டாமென சிரித்தபடியே மாரி

“அவளும் இப்போ கெடையப் பாத்துட்டு இருக்காடா... அன்சாரி தம்பிக பருத்திப்போடு பக்கத்துல தனியா கெட போட்டுட்டாய்ங்க... அன்சாரி கெடையப் பாத்துக ஆள் இல்லைன்னு இவளே போறா...”

வாசிக்குத் தெரிந்து சகாய ராணி எத்தனை கடினமான வேலைகளையும் செய்யக் கூடியவள். எதற்கும் பயந்ததோ தயங்கியதோ இல்லை. அதனால் அவளால் ஒரு கிடையைப் பார்த்துக் கொள்ள முடிவது ஒன்றும் சிரமமான காரியமில்லை என நம்பினான். மாரி அவனைக் கூட்டிக் கொண்டு போய் குடிசையில் உட்கார வைத்தாள்.

“செல்லாயி பிள்ளைக ரெண்டு பேருக்கும் திங்க ஏதாச்சும் குடு... நான் போயி அந்தச் சிறுக்கிய கூட்டியாரேன்...” மாரி அவசர அவசரமாக மொக்கநிலை பள்ளத்தை நோக்கி இறங்கி ஓடினாள். செல்லாயியின் கையிலிருந்த குட்டிப் பளிச்சியை கையில் வாங்கிக் கொண்ட குயிலம்மா அதன் மூக்கு கண்கள் எல்லாம் அதன் அம்மாவை போலவே இருப்பதைப் பார்த்துவிட்டு ‘இதுவும் பளியக்குடி வித்துதான்’ என சிரித்துக் கொண்டாள்.

சகாயராணியோடு திரும்பி வந்தபோது குயிலம்மாளின் மடியில் குட்டிப் பாப்பா தூங்கிக் கொண்டிருந்தாள். செல்லாயி எல்லோருக்குமாக சேர்த்து களி கிண்டி கொண்டிருந்தாள். விசயத்தைக் கேட்டதுமே சகாய ராணிக்கு அப்படியொரு சந்தோசம். அன்சாரி கொடுவிலார்பட்டி வரைப் போயிருந்தான். நாய்களை மட்டும் அவிழ்த்து விட்டுவிட்டு அதே வேகத்தில் மாரியோடு ஓடிவந்தாள். மாடுகள் அவ்வளவும் கிடைக்குள்தான் சுற்றிக் கொண்டிருந்தன. குடிசைக்கு வந்தவள் அவனை ஆசையாய் தொட்டு தொட்டுப் பார்த்தாள். புதிதாக பார்ப்பது போலிருந்தது. சகாய ராணியின் முகத்திலிருந்த தெளிச்சியை வாசியும் புதிதாகப் பார்த்தான்.

“என்னத்தா இன்னைக்குத்தான் பாக்கற மாதிரி பாக்குற...”

"ஆத்தி எம்புள்ள எத்தந்தண்டிக்கி வளந்திருக்கு..."

தொட்டுத் தொட்டு நெட்டி முறித்துக் கொண்டாள், சின்னதாக ஒரு கூச்சம் தன்னையும் மீறி அவனைத் தொடுகையில் வந்தாலும் சிரமப்பட்டுத் தவிர்த்தாள். குயிலம்மாளுக்கு இத்தனை நாட்களாய் ஏன் வாசி பளியக்குடியை அண்டாமலேயே இருந்தான் என்பதை அந்த மூன்று பெண்களும் தங்களின் அன்பால் உணர்த்தினர். களியைப் பெரிய பெரிய உருண்டைகளாய் உருட்டி மாரி வாசிக்கும், இவளுக்குமாய் ஊட்டிவிட்டபோது பரவசத்தில் குயிலம்மாளுக்கு கண்கள் நிறைந்துவிட்டன. கூடடைந்த பறவை போல் தனது கூட்டுக்குள்ளிருக்கும் நிம்மதியையும் சந்தோசத்தையும் உணர்ந்தாள். வாசி தங்கப்பன் வருவதற்குள் அங்கிருந்து கிளம்பிவிட நினைத்திருந்தான், ஆனால் அதைச் சொல்வதற்கு தயக்கமிருந்ததால் மறைமுகமாக குயிலம்மாளை வேகப்படுத்தினான். இப்போதைக்கு வாசி கிளம்பினாலும் தான் கிளம்புவதில்லை என்கிற முடிவோடு குயிலம்மாள் அத்தைமார்கள் மூவருடனும் பேசிக்கொண்டிருந்தாள்.

கொடுவிலார்பட்டி போயிருந்த தங்கப்பன் மலையேறி வந்த போது வழக்கத்தை மீறின சலசலப்பு குடிசையில் இருப்பதை கேட்டான். அவன் வரும் சத்தம் கேட்டு நாய் குரைத்தபடியே ஓடியது. செல்லாயிதான் உற்சாகமானாள்.

"எக்கா மச்சான் வந்திருச்சு..."

வேகமாக அவன் வரும் திசையை நோக்கி ஓடினாள். மூச்சு வாங்க மேலேறி வந்த தங்கப்பனின் தலையும் கொஞ்சம் கொஞ்சமாய் அவன் முழு உருவமும் தெரிந்தது. நாய் தவ்விக் குதித்தபடி அவனோடு வந்து கொண்டிருந்தது. கொஞ்சம் குடித்திருந்ததால் அவனும் நாயோடு விளையாடியபடியே வந்தான். செல்லாயி இத்தனை சந்தோசமாக வருகிறதைப் பார்த்ததும் இவனுக்கும் சிரிப்பு வந்தது. நடையில் வேகம் கூட்டினான். செல்லாயி ஓடி வந்து அவன் கைகளைப் பிடித்துக் கொண்டாள்.

"வாசி வந்திருக்கான்..."

அதில் என்ன இருக்கிறது. இது அவன் குடிசை அவன் வருவதும் போவதும் இயல்புதானே என்பது போல் அவள் ஆர்வம் புரியாதவனாய் அவளை இடுப்போடு சேர்த்துக் கொண்டு தலையை முகர்ந்து விளையாடியபடியே நடந்தான்..

"அய்யோ விடு மச்சான்.. நேரங் காலந் தெரியாது உனக்கு?..."

விலக்கி விட்டவள் தன் குடிசைக்கு நடந்தாள். புதிதாக ஒரு பெண் நிற்பதைப் பார்த்ததும் தங்கப்பன் வேட்டியை இறக்கி விட்டுக் கொண்டான். இவனை ஒரு மிருகம் போல் பார்த்த அவள் வாசிக்குப் பின்னால் மறைந்து நின்றாள். தங்கப்பனுக்கு விசயம் புரிந்தது. வாசி

சின்னதாக சிரித்தான்.

“இப்போ மேலுக்கு எப்பிடி இருக்கு?...”

தங்கப்பனுக்கு எந்த உறவும் இல்லாமல் இப்படி அவன் கேட்டது சங்கடமாக இருந்தாலும் தான் இப்பொழுது அடிபட்ட புலிதானே என தன்னைத் தானே தேற்றிக்கொண்டவனாய்

“பரவா இல்லடா... நீ எப்டி இருக்க?... ஏன் வீட்டுக்கு வர்றதில்ல...”

வாசி சிரித்தான்...

“நான் என் வீட்டுக்குப் போயிட்டேன்...”

திரும்பிப் பின்னால் நின்ற குயிலம்மாளை கைபிடித்து இழுத்தான். அவள் தயக்கத்தோடு முன்னால் வந்து நின்றாள்.

“இவ என் பொஞ்சாதி... வார தைல கல்யாணம் கட்டிக்கப் போறோம்... உங்க எல்லார் கிட்டயும் காட்டனுங்கறதுக்காக கூட்டியாந்தேன்.”

தங்கப்பன் அவளின் முகத்தைப் பார்த்தான். மருண்டு ஓடும் மானின் கண்கள், இவனை நேருக்கு நேர் பார்க்கவே அஞ்சினாள்.

“உன் பேரென்னத்தா...?”

அவனை எப்படிக் கூப்பிடுவதெனத் தெரியவில்லை. மூன்று பேரையும் இத்தனை நேரமாய் அத்தை என்றுதான் கூப்பிட்டிருக்கிறாள். தயக்கத்தோடு

“குயிலம்மா மாமா...”

அவள் தன்னை மாமா என்று கூப்பிட்ட போது மறைமுகமாக தன்னையும் வாசியின் அய்யாவாக ஏற்றுக்கொண்டாள் என சந்தோசப்பட்டான். திரும்பி மாரியிடம்

“பிள்ளைகளுக்கு எதாச்சும் திங்க குடுத்தியா?...”

“அதெல்லாம் குடுத்தாச்சு... கொள்ள நேரமா போறேன் போறேன்னு சொல்லிக்கிருந்ததுகள உனக்காகத்தான் நிப்பாட்டி வெச்சேன்.... நாலு நல்ல வார்த்த சொல்லி அனுப்பு....”

இதற்கு முன்னால் இப்படியான ஒரு இடத்தில் தங்கப்பன் ஒருபோதும் நின்றதில்லை. நல்ல வார்த்தை சொல்லி ஆசீர்வதிக்கும் ஒருவனாய் தன்னை ஒருநாளும் நினைத்துக் கொண்டதுமில்லை. முதல் தடவையாய் அவனுக்கு அழ வேண்டும் போலிருக்க சிரமத்தோடு கட்டுப்படுத்திக் கொண்டவன் குடிசைக்குள் போனான். அன்சாரியிடம் கொடுத்தது போக மிச்சமிருந்த இன்னொரு யானைத் தந்தத்தை எடுத்து வந்து குயிலம்மாளின் கையில் கொடுத்தான்.

“உனக்கு என்ன குடுக்கறதுன்னும் தெரியல... நல்ல வார்த்த

சொல்லி எப்பிடி பேசறதுன்னும் தெரியல... காடு, மிருகம், ரத்தம்னு இருந்தவன் என்னவோ இத என் பிள்ளைக்குக் கொடுக்கனும்னு பதவிசா வெச்சிருந்தேன்... உன்னய என் பிள்ளையா நெனச்சுக் குடுக்கறேன் இந்தா..."

யானைத் தந்தத்தை வாங்கிக் கொண்டபோது அவளுக்கு பரவசமாய் இருந்தது. சந்தோசமாக தங்கப்பனைப் பார்த்து சிரித்தாள். திரும்பி வாசியைப் பார்த்தாள், அவன் முகத்தில் எந்த உணர்ச்சியும் இல்லை.

"சரி நாங்க கௌம்பறோந்த்தா... நீங்க மூணு பேரும் சூதானமா இருங்க..."

வாசி செல்லாயியின் இடுப்பிலிருந்த பாப்பாவை வாங்கி முத்தமிட்டுவிட்டு திருப்பிக் கொடுத்தான். தங்கப்பன் அவன் முகத்தைப் பார்ப்பதைத் தவிர்த்தபடியே குடிசைக்குள் போனான். அவன் திரும்பி வரக்கூடுமெனக் காத்திருந்த வாசி குடிசையையே பார்த்தான். தங்கப்பன் திரும்பி வரும்போது அவன் கையில் அவனது துப்பாக்கி இருந்தது, கடைசியாக அதை ஆசையோடு பார்த்துவிட்டு வாசியிடம் நீட்டினான்.

"எனக்கு இனிமே இது தேவப்படாது... இப்போ காடு இருக்கற நெலமைல உனக்குத்தான் தேவ... மொக்கநிலைல நெலம சரியில்ல... கொஞ்சம் சூதானமா இரு... ஏதாச்சும் பிரச்சனைன்னா உடனே ஆள் அனுப்பு... நான் வர்றேன்... இந்தப் பிள்ளைய நல்லபடியா பாத்துக்க...."

வாசித் துப்பாக்கியை கையில் வாங்கிக் கொண்டான். தங்கப்பன் யாரையுமே அதைத் தொட அனுமதித்ததில்லை. இன்று இவனுக்கே இவனுக்கென்று கொடுத்திருக்கிறான். வாசி அவனைப் பார்த்து சிரித்தான்.

"ஒடம்பப் பாத்துக்கங்க... நாங்க கௌம்பறோம்..."

வாசியும் குயிலம்மாளும் இறங்கி நடக்கத் துவங்கிய போது வானம் இருட்டத் துவங்கியிருந்தது. குடிசையில் நிற்க முடியாமல் தங்கப்பன் அன்சாரியின் கிடைக்குப் போகும் பாதையில் இறங்கி நடந்தான். மனம் குமுறி வெடித்தது. அவன் கதறியழுததை முதல் முறையாக அந்த வனம் பார்த்தது, வானமும் நட்சத்திரங்களும் பார்த்தன.

அந்தத் துப்பாக்கியோடு நடந்து செல்வது ஒரே சமயத்தில் பெருமிதமாகவும் ஏதோவொரு பெரும் பாவத்தை சுமந்து செல்வது போலவுமிருந்தது அவனுக்கு. கைவிரல்களுக்குள் அந்தத் துப்பாக்கியின் மினுக்கம் கசிந்து ஓடியதை அந்த மங்கிய நிலா வெளிச்சத்திலும் வாசி ரசித்தான். இந்தக் காட்டின் எல்லா மிருகங்களுக்கும் பரிட்சயமான ராட்சஷன் இது, பல நூறுத் தோட்டாக்களைத் துப்பி எதிர்ப்பட்ட எல்லாவற்றையும் ரத்தக் கறைகளோடு கதறவிட்ட அதன் முனை

இன்னும் அதே வெறியுடன் இருப்பதாகத்தான் நினைத்தான்.

பளியக்குடிக்குத் திரும்பிய பின், நீண்ட நேரமாய் வாசி யாரிடமும் பேசவில்லை. தனக்கு அருகில் உறங்கிக் கிடந்த குயிலம்மாளை ஒரு குழந்தையைப் பார்ப்பதைப் போல் பார்த்துக் கொண்டிருந்தான். தன்னிடம் தரப்பட்ட இந்தத் துப்பாக்கி பாதுகாப்பிற்கானதா? அல்லது குருதி குடிக்கும் வெறியின் தொடர்ச்சி விட்டுப்போகக் கூடாதென்கிற அக்கறையிலா? அவனால் எந்த இறுதியான முடிவுகளுக்குள்ளும் போக முடியவில்லை. அந்தத் துப்பாக்கியை நீண்ட நேரமாய்ப் பார்த்துக் கொண்டிருந்தான். பளியனுக்குக் காடுதான் பாதுகாப்பு. அதைத்தாண்டி இன்னொரு ஆயுதம் தேவை இல்லை. ஆனால் இப்பொழுது யாரும் எதுவும் முன்னைப் போலில்லை. எல்லாமே இயல்பிலிருந்தே மாறியவையாய் இருப்பதால் தற்காலிகமாகவேனும் இருந்துவிட்டுப் போகட்டுமென நினைத்துக் கொண்டான். கூரையின் வழி சின்னதாய் நிலா வெளிச்சம் கசிந்து வந்தது. அதை பார்த்தபடியே படுத்துக் கிடந்தவன் நெருங்கி குயிலம்மாளை அணைத்துக் கொண்டான். அயர்ச்சியிலும் நிம்மதியிலும் கண்கள் மூடிக் கொண்டன.

7

நள்ளிரவுக்கு மேல் பொடவுப் பக்கமாய் காட்டு மாடுகள் வெறி கொண்டு உயிருக்குப் பயந்து ஓடும் சத்தம் கேட்ட பளியக்குடி விழித்துக் கொண்டது. எல்லோரும் கையில் விளக்குகளை எடுத்துக் கொண்டு பொடவுப் பக்கமாய் வந்து பார்த்தார்கள். நிலா வெளிச்சத்தில் மிருகங்கள் ஓடுவது பெரும் அச்சத்தைக் கிளப்புவதாய் இருக்க, வழக்கமாக மிருகங்களை துரத்த அடிக்கும் மேளத்தை அடித்தனர். சத்தம் அதிர அதிர காடெங்கும் எதிரொலித்துத் திரும்பியது. தேங்கிக் கிடந்த மழைத்தண்ணீரில் பாதை தெரியாமல் நிறைய மாடுகள் விழுந்து புரண்டன. இத்தனை மாடுகளையும் துரத்துவது எது என்பது புரியாமல் எல்லோரும் எச்சரிகையோடு காத்துக் கொண்டிருக்க யானைகளின் வெறி கொண்ட பிளிறல்களை கொஞ்ச நேரத்திற்குப்பின் கேட்கமுடிந்தது. இனி இந்தக் குடியிலில் எதுவும் மிஞ்சப் போவதில்லை என எல்லோருமே உயிரைக் கையில் பிடித்துக் கொண்டு தொடர்ந்து மேளம் அடித்துக் கொண்டிருந்தனர். வாசி வேகமாக யோசித்தான். நாம் வந்திருப்பது சமாதானத்திற்கல்ல,

யுத்தத்திற்கெனத் தோன்றியது...

“எளவட்டமெல்லாம் இங்க வாங்கப்பா...”

சத்தமாக அவன் கத்த சுற்றி இருந்த ஆட்கள் ஓடிவந்தனர்.

“போய் எல்லாம் வில்லு வேல்க்கம்புன்னு கெடைக்கிறத எடுத்துக்கு வாங்க... இந்த ராத்திரி தெரிஞ்சிரும் இந்தக் காடு நம்மதா? இல்லையான்னு?...”

வாசி ஆவேசமாக தன் குடிசையை நோக்கி ஓடினான். தொடவே கூடாதென நினைத்திருந்த தங்கப்பனின் துப்பாக்கியை எடுத்துக் கொண்டு ஓடிவந்தான். அந்த இருளில் அவன் ஓடிவருவதைப் பார்த்த எல்லோரும் அவனைத் தேர்ந்த வேட்டைக்காரனாகவே பார்த்தார்கள். ஆனால் ஆபத்துக் காலத்தில் மட்டும் ஆயுதம் பிடிக்க நினைக்கும் சுத்தமான வீரன். மேளச் சத்தம் விடாமல் ஏறியது. ஆட்கள் கொஞ்சம் பேர் வானத்தை நோக்கி வெடிகளைத் தூக்கி எறிந்தபடியே இருந்தனர். வனாந்திரம் முழுக்க வெடிகள் வெடித்துச் சிதறும் சத்தம் எதிரொலித்தது. வாசி யானைகள் வருவதற்காக காத்திருக்கவில்லை, முன்னோக்கி ஓடினான். இவனுக்கு எங்கிருந்து இவ்வளவு துணிச்சல் வந்ததென ஆச்சர்யப்பட்டார்.

“ஏலே அவன் தனியா போறான், பின்னாலயே ஓடுங்கடா..”

பளியக்குடி ஆட்கள் தங்களின் நிலத்திற்காகப் போராடக் களத்தில் இறங்கியிருந்தனர். வாழ்வா சாவா என்கிற இந்தப் போராட்டத்தை அதன் எல்லைவரை பார்த்துவிடுவதென்கிற உறுதி அவர்களுக்குள். யானைகள் மொத்த வனத்தையும் சுருட்டிக் கொண்டு வருகிற உக்கிரத்தில் ஓடிவருவதைத் தூரத்திலிருந்து பார்த்த எல்லோருக்குமே கதி கலங்கிப் போனது. இப்படியானதொரு காட்சியை கனவிலும் கண்டதில்லை. வாசியும் சிறிது தடுமாறினான். ஆனால் இது தயங்கி நின்றுவிடும் தருணமல்ல. யானைகளை நோக்கி முன்னை விடவும் வேகமாய் ஓடினான். இங்கிருந்தே சுடத் துவங்கினான். யானைகள் துப்பாக்கிக் குண்டுகளைப் பொருட்படுத்தவே இல்லை.

“பளிச்சியாத்தா உன் பிள்ளைகளப் பூராம் தவிக்க விட்டுப் பாக்காத...”

சத்தமாக அலறினான். நெருங்கி வந்த யானைகளின் பிளிறிலைத் தாண்டி இவர்களுக்குப் பின்னாலிருந்து ஒரு யானையின் பிளிறல் கேட்டது, வாசி யானைகள் விரித்த வலையில் விழுந்து விட்டதை உணர்ந்து, “எலே எல்லாரும் திரும்பி ஓடுங்கடா...” எனக் கத்தினான்.

நிலமையைப் புரிந்து கொண்ட பளியக்குடி ஆட்கள் கொண்டு வந்த ஆயுதங்களை அப்படியே போட்டுவிட்டு மீண்டும் பொடவை நோக்கி ஓடினர். யானைகளுக்கு நடுவில் மையமாக நின்றிருந்த வாசி

வானத்தையும் நட்சத்திரங்களையும் பார்த்தான். அவை ஒவ்வொன்றும் செத்துப் போன பளியனின் ஆன்மா.. தனக்காக இல்லை., தனக்குப் பின்னால் இந்தப் பளியக்குடிக்கு எதுவும் ஆகிவிடக்கூடாது என்பதற்காக கண்ணீரோடு அவர்களிடம் மன்றாடினான். இவனுக்குப் பின்னால் வந்த ஒற்றை யானையைக் கண்டு மொத்த யானைகளும் மிரண்டு நின்றன. வாசி திரும்பி அந்த ஒற்றையானையைப் பார்த்தான். அது பெருங்களிறு... எல்லாக் கூட்டங்களையும் கட்டுப்படுத்தும் யானை. அதன் கண்களிலிருந்த வெறி மொத்த யானைக்கூட்டத்தையும் துவம்சம் செய்து ஓடுவது போலிருந்தது. வாசி யானையைக் கவனித்துப் பார்த்தான். அதன் தலைக்கு மேல் மூர்க்கமேறிய சடையன் தன் கால்களால் யானையின் காதுகளை மிதித்து விரட்டிக் கொண்டு வந்தான். குடியை நோக்கி ஓடின பளியர்கள் யானைக்கூட்டம் மிரண்டு ஓடுவதையும் ஒற்றை யானையில் சடையன் போவதையும் பார்த்து மிரண்டு போய் நின்றனர். இத்தனை நாட்களும் அவனைக் கிறுக்கனென்று நினைத்தது எத்தனை தவறெனப் புரிந்தது. வாசியைக் கடந்து செல்லும் ஒரு நொடியில் சடையனின் கண்கள் அவனைப் பார்த்துவிட்டுச் சென்றன. வாசி நின்றபடியே பார்த்தான்... இவன் தான் வீரன்... இந்தக் காட்டை இவனைப் போல் எவனும் கட்டுப்படுத்திவிட முடியாது. தகப்பன் என்பதையும் மீறி பெரும் மரியாதை வர யானை ஓடிய பாதையில் விழுந்து கும்பிட்டான். பளியக்குடி ஆட்கள் அத்தனை பேரும் அவனைப் போலவே கும்பிட்டனர்.

8

இந்த மழைக் காலத்தில் மிருகங்கள் இத்தனை கொடூரமாய் ஊருக்குள் இறங்குவதற்கு தானும் ஒரு காரணமென்பது தஙப்பனுக்குப் புரிந்திருந்தாலும் அதற்காக அவன் வருத்தப்படவில்லை. எந்த விலங்கைக் கொல்ல வேண்டும், எப்போது கொல்ல வேண்டுமென அவனுக்கிருந்த நிதானம் எதுவும் வேட்டைக்குப் போகையில் இல்லை. எதிர்த்து வரும் எல்லாவற்றையுமே கொல்ல நினைத்தான். பளியக்குடி ஆட்கள் ஒற்றை யானை கொண்டு யானைக் கூட்டத்தை துரத்திய சடையனைப் பற்றிய கதையை தாங்கள் போகுமிடங்களுக்கெல்லாம் சொல்லிக் கொண்டிருந்தனர். அகமலைக் காட்டிலிருந்த கிராமங்கள் முழுக்க ஒரு வழியாக அறுவடை முடிந்துவிட்டிருந்தது. தங்கப்பனுக்கு வேட்டைக்குப் போக வேண்டும் போலிருந்தது. எப்போதும் போல் கருமந்திகளை மட்டும் சுட்டால் போதுமென நினைத்தான். ஒரு பிற்பகல் செல்லாயியின் துப்பாக்கியை எடுத்துக் கொண்டு காட்டுக்குள் நடந்தான். நீண்ட நாட்களுக்குப் பிறகு இந்த மழைக்காலம் மொத்தக் காட்டையும்

புதிதாய் பிரசவித்திருப்பது தெரிந்தது. தின்று கொழுத்த விலங்குகள் மரத்திற்கு மரம் ஒளிந்து விளையாடும் அளவிற்கு பெருகியிருந்தன. தங்கப்பன் நடந்து நடந்து அன்சாரியின் கிடை வரை வந்துவிட்டான். கிடையிலிருக்கும் பரணில் சகாயராணி உட்கார்ந்திருப்பது தெரிந்தது. அவளைப் பார்க்க சந்தோசமாக இருந்தது. கிடைப்பக்கமாக போவதைத் தவிர்த்துவிட்டு மீண்டும் காட்டுக்குள்ளாகவே நடந்தான். தன் துப்பாக்கி இல்லாமல் புதிதாய் இன்னொன்றைப் பிடிக்க கைகள் ஒத்துழைக்க மறுத்தன.

கொஞ்சம் மயக்கமாக இருக்க, பக்கத்திலிருந்த அச்சம்பழம் மரங்களிலில் சின்ன சின்னதாய் காய்த்துத் தொங்கிய பழங்களைப் பிய்த்து வாயில் போட்டுக் கொண்டான். காரமான இனிப்புச் சுவை நாவில் இறங்க மயக்கத்திற்கு ஏற்றதாய் இருந்தது. அடர்ந்து கிடந்த தோதகத்தி மரங்களெங்கும் பார்வையை சுழலவிட்டவன் கருமந்திகளின் நடமாட்டம் எதுவும் தெரிகிறதாவெனக் கவனித்தான். கிளைகளில் சின்ன சலசலப்பை மட்டுமேஅவனால் பார்க்க முடிந்தது. வெட்டப்பட்ட பருத்த சந்தன மரங்களின் அடி மட்டும் தலையறுக்கப்பட்டது போல் நிற்க அந்தப் பகுதி பாதிக் காடாகவும் பாதி சமவெளியாகவும் காட்சியளித்தது. மழைக்காகக் சில நாட்களாக மரம் வெட்டுகிற ஆட்கள் வரவில்லை. வேங்கை, அகில், தேற்றா, எட்டி என இந்தக் காட்டுக்கு பெரும் சொத்தாயிருந்த மரங்களை எல்லாம் முடிந்த வரை ஆளாளுக்கு வெட்டி எடுத்துவிட்டாலும் புதிய மரங்களைக் காடு கருணையுடன் ஈன்று கொண்டிருந்தது.

ஒரு வேங்கை மரத்தின் அடிக்கிளையில் சில கருமந்திகள் இருப்பதைக் கண்டதும் தங்கப்பனின் கைகள் நிதானமாக துப்பாக்கியை எடுத்து தயார் செய்து கொண்டன. நீண்ட நாட்களுக்குப் பிறகு சுடுகிறோம் என்கிற ஆர்வத்தில் குறி வைத்து சுட்டான். குறி தப்பி மரத்தில் தோட்டா பட்டு தெறிக்க தங்கப்பன் ஆத்திரமும் ஏமாற்றமும் பொங்க மீண்டும் அதே மரத்தில் குறி வைத்துச் சுட்டான். இரண்டாவது தோட்டாவும் குறி தவறியபோது அந்த மரத்திலிருந்த மொத்த கருமந்திகளும் தப்பி ஓடிவிட்டன. தங்கப்பன் தான் குறி வைத்ததைச் சுடும்போது சரியாகப் பார்க்க முடியவில்லை என்பதைத் தெரிந்து கொண்டான். சின்னதாய் பார்வையில் குறையிருந்தது. மீண்டும் அடுத்த இலக்கைத் தேடி சுட்டபோது இந்த முறையும் குறி தவறிப்போனது. ஏமாற்றத்தோடு அப்படியே உட்கார்ந்தவன் தன்னால் இனி சுடவே முடியாதோவென பயந்தான். உடல் வியர்த்தது. அப்படி இல்லை. கண்களே தெரியாமல் போனாலும் தங்கப்பன் சுடுவான். உறுதியோடு எழுந்து மீண்டும் கவனமாக மரங்களில் தேடினான். இன்னொரு மரத்தில் கருமந்திகளின் கூட்டம் குதித்துக் கொண்டிருக்க இந்த முறை உட்கார்ந்திருந்த மந்திகளை விட்டுவிட்டு துள்ளிக்

கொண்டிருந்த மந்தியை குறி வைத்துச் சுட்டான். சில நொடிகள் இலக்கு அடிபட்டதா இல்லையா என்கிற சந்தேகம் இருக்க வேகமாக மரத்தை நோக்கி ஓடினான். துடித்தபடியே ஒரு கருமந்தி செத்துக் கொண்டிருந்தது. தங்கப்பனுக்கு கண்ணீர் சுரந்தது. தான் இன்னும் வலிமையை இழக்கவில்லை என தன்னைத் தானே தேற்றிக்கொண்டு கருமந்தியோடு குடிசையை நோக்கி நடந்தான்.

கொடுவிலார் பட்டிக்கும், மொக்கநிலைக்கும் இடையிலிருந்த எல்லையில் இடையன் ஒருவனும் கரண்டுக்காரன் ஒருவனும் மிருகத்தால் கொல்லப்பட்ட போது ஊர்களுக்கு மிக அருகில் நடந்திருக்கும் அந்த பலியைக் கண்டு கொஞ்சம் இயல்பிற்கு திரும்பியிருந்த மக்கள் மீண்டும் அச்சம் கொண்டனர். இந்த முறை அவர்களை அடித்தது சிறுத்தையோ, நரியோ அல்ல புலிதான் என்பது எல்லோருக்குமே தெரிந்தபோது இத்தனை நாட்களும் தொலைந்து போன பெரிய விலங்குகளுக்கான காரணமும் இதுவாகவே இருக்கக்கூடுமென நம்பினர். இந்தப் புலி இன்னும் சில நாட்கள் இந்தக் காட்டில் சுற்றினால் எதையெல்லாம் வேட்டையாடும் என்பதை நினைத்த எல்லோருக்குள்ளும் வேதனையும் பயமும் கலந்து நிறைந்திருந்தது. பாதுகாப்பான இடம் நோக்கி நகரலாம் என்றாலும் எது பாதுகாப்பான இடம் என்பதுதான் ஒருவருக்கும் தெரியவில்லை. களிறுகளின் அச்சத்திலிருது தற்காலிகமாய் மீண்டிருந்த பளியக்குடியில் இந்த முறை பாட்டா இறங்கியிருக்கிறது என்றதும் முற்றிலும் சோர்ந்து போயிருந்தனர். வாசி சில நாட்களுக்கு முன் ஒரு அதிகாலையில் பொடவில் தான் பார்த்த கருப்பு மஞ்சள் உருவத்தை நினைத்துப் பாட்டாவை நேருக்கு நேர் இன்னொருமுறை பார்க்க வேண்டுமென பார்த்தான். யாரிடமும் சொல்லிக் கொள்ளாமல் பாட்டா வேட்டையாடும் தடயங்களை ஆராயத் துவங்கினான். தினமும் ஒரு திசையில் புகுந்து செல்வதாய் இருந்த அதன் இடம் இதுதானென அவனால் உறுதியான முடிவுக்கு வரமுடியவில்லை. பக்கத்து கிராமங்களில் மக்கள் வனத்துறை அதிகாரிகளிடம் போய் புகார் கொடுத்தார்கள்.

“எங்ககிட்ட சொல்லி என்னய்யா ஆகப்போகுது... போய்த் தங்கப்பன் கிட்ட சொல்லுங்க... அவந்தான் சரியான ஆளு...”

தங்கப்பனிடம் வந்து கேட்கும் எல்லோருக்கும் தன்னால் முடியாதென அவன் மறுப்பதையே பதிலாகச் சொன்னான். மாரிக்கு ஆச்சர்யமாக இருந்தது. ஏன் இவன் இப்படியாகிவிட்டான் என? அவனிடம் கேட்டே விட்டாள்.

“என்னாச்சு மச்சான் உனக்கு பொட்டச்சியாட்டம் குடிசக்குள்ளயே மொடங்குற?... உன்னய அடிச்சது சிறுத்த இல்ல, வேற ஏதோ ஒன்னுன்னு சொல்லிக்கிருந்தியே ஒரு வேள அது இதுவா இருந்துச்சுன்னா?.... வேட்டையே வேணாம்னு நீ நெனைக்கிறது எல்லாம் சரிதான்....

ஆனா இத்தன பேருக்கு ஒரு பிரச்சனைன்னு வர்றப்போ செய்றதுக்கு என்ன? ம்...?"

தங்கப்பனுக்கும் அந்த ரகஸ்ய உண்மை இப்போது பிடிபட்டு விட்டது, தன்னை அடித்தது சிறுத்தையல்ல புலிதானென... ஆனால் பகல் நேரத்திலேயே பார்வை சிதறும் தன்னால் எப்படி இரவில் வேட்டையாட முடியும்? அதுவும் புலியை. தோற்றுப் போவதை விட பங்கெடுக்காமலேயே இருந்துவிட நினைத்தான். செல்லாயியும் விடாமல் துனத்தினாள். ஒருநாள் மாலையில் வாசி தங்கப்பனைத் தேடி வந்திருந்தான். தங்கப்பனை இப்படியானதொரு தோற்றத்தில் இதற்கு முன் பார்த்திராததால் வாசி அவனை வித்தியாசமாகப் பார்த்தான். கேட்பதா வேண்டாமாவென இருந்தவன் வேறு வழியில்லை என்பதால் தயக்கத்தோடு கேட்டான்.

"நானும் நாலஞ்சு நாளா புலி போற தடத்த எல்லாம் தேடிப் பாத்துட்டேன்... என்னால ஒன்னயும் கண்டுக்க முடியல.... நீங்க கொஞ்சம் கூட இருந்தியன்னா ரெண்டு மூணு நாள்ல வேல முடிஞ் சிரும்.."

தங்கப்பனுக்கு சந்தோசமாய் இருந்தது. இத்தனை வருடத்திற்குப்பின் தன்னை சுத்தமான வேட்டைக்காரனென வாசி ஏற்றுக்கொண்டிருக்கிறான். அவனுக்காகவே அதை மறுக்காமல் ஏற்றுக்கொள்ள நினைத்தவன்

"சரிடா... மொதல்ல கொஞ்சம் மொக்கநிலைய சுத்தி எல்லா ஊர்ப்பக்கமாவும் போயிட்டு வருவோம்... அதுக்குப் பெறகு ஒரு முடிவுக்கு வரலாம்.... நாளைக்குக் காலையில நானே குடிக்கு வர்றேன்..."

வாசி அவன் கைகளைப் பிடித்து நன்றி சொல்லிவிட்டு குடிசையிலிருந்து இறங்கி நடந்தான். தங்கப்பனுக்கு தன்னை நினைத்துப் பெருமிதமாக உணர்ந்தான். செல்லாயியின் உடலோடு உறங்கிய அந்த இரவு மகோன்னதமானது அவனுக்கு.

அதிகாலையில் பளியக்குடி எல்லையில் வந்து காத்திருந்த தங்கப்பனை பளியர்கள் நம்பமுடியாமல் பார்த்தனர். வாசி துப்பாக்கியோடு கிளம்பி வந்தான். அவர்கள் இருவரும் கிளம்பிப் போவதை பார்த்த பூசணிக்கு வாய் கசந்தது.

தங்கப்பனும், வாசியும் பக்கத்து கிராமங்களில் இருந்த ஆட்களிடமெல்லாம் அவர்கள் பார்த்த புலியைப் பற்றி தகவல் சேகரித்தனர். எல்லா ஊரின் எல்லைகளிலும் புலியின் காலடித் தடங்களை கவனித்தபடியே வந்த தங்கப்பன் அது வளர்ந்து கொண்டிருக்கும் ஒரு புலியாக இருக்க வேண்டுமெனபது புரிந்தது. மலையாளப் பழங்குடிகளின் குடிசையில் விசாரித்தபோது தங்கள் நாய்களை

அவர்கள் இழந்திருப்பது புரிந்தது. புலியைப் பார்த்த நாய்கள் குரைக்க ஆரம்பித்தவுடன் புலிகள் குடிசைகளுக்குள்ளே புகுந்து அவற்றைத் தூக்கிச் சென்றுவிட்டிருக்கின்றன. நாய் வளர்ப்பவர்கள் அவற்றைக் காப்பாற்ற முடியாமல் நாயின் மூத்திரத்தால் நனைந்திருந்தார்கள். இன்னும் சில கிராமங்களில் புலிகள் புதர்களில் ஓய்வெடுப்பதையும் நாய்களையும் கன்றுக்குட்டிகளையும் தூக்கிச் சென்று தங்களுக்கு உணவாக்கிக் கொள்வதை அனேக மக்கள் பார்த்திருக்கிறார்கள். பாறைகளிலும் வயல்களிலும் அதன் காலடித் தடங்கள் பட்டு மழைக்கு இன்னும் அழியாமலேயே இருந்தன. காலடி பட்ட இடங்களில் புலியின் கழிவையும் சேர்த்து தங்கப்பன் கவனித்தபடியே வந்தான். புலி, சிறுத்தை ஆகிய இரண்டினுடைய மலத்திலும் அது கடைசியாகக் கொன்று தின்ற மிருகத்தினுடைய சீரணிக்கப்படாத ரோமம் தான் பெரும்பகுதி இருக்கும். ஊர்க்காரர்கள் சொன்ன தகவல்களும் புலியின் கழிவும் சற்றேறக்குறைய ஒத்துப் போயின. புலி பெரும் நதிகளைக் கூட சுலபமாக நீந்திக் கடந்துவிடும். குறிப்பாகக் கோடைகாலத்தில் மத்தியான நேரத்தில் நிழலடர்ந்த சுனை அல்லது குட்டையின் கரையில் படுத்துக் கிடப்பதில் ப்ரியம் கொண்டது அது. மழைக்காலத்தில் அவை தாரளமாக வேட்டையாடும். மழை பெய்த இரவுக்குப்பின் காலையில் பார்த்தால் அதன் காலடிச்சுவடுகள் எங்கும் காணப்படும். தங்கப்பன் ஓரளவு அதன் இருப்பிடத்தைக் கண்டு கொண்டான்.

“மொக்கநெல எல்லைக்குள்ளதான் புலி இருக்கு, ஒருவேள நம்ம பொடவுக்குப் பக்கத்துலயே கூட இருக்கலாம்.. ஆனா அது பெரும்பாலும் சுத்துறது கொடுவிலார்பட்டி எல்ல பக்கமாத்தான். இந்தப் பக்கமா வந்த ஆடு மாட திண்ணு பழகியிருக்கு.... அதனாலதான் அங்கயே சுத்திக்கிருக்கு...”

வாசி அவன் சொன்னதை கவனமாகக் கேட்டுக் கொண்டான்.

“இப்போ நாம இதுக்கு பொறி வெச்சுட்டா என்ன??”

தங்கப்பன் சிரித்தான். இது பொறிக்கு மாட்றது இல்ல... ஒருவேள நீ பொறி வைக்கிறன்னு தெரிஞ்சா எந்த நிமிசமும் அந்த பளியகுடிக்குள்ளதான் எறங்கும்.... இந்தப் புலிக்கு நம்மளவிட இந்தப் பகுதில இருக்க எல்லாத் தடமும் தெளிவா தெரிஞ்சிருக்கு...?”

வாசிக்குப் புரியவில்லை. அதை எப்படி இவ்வளவு தெளிவாக இவன் சொல்ல முடியும்.

“மலையாளத்தான் குடிசைல நாயத் தூக்கிட்டுப் போனதா சொன்னப்போ கவனிச்சியா? புலி வர்ற சத்தம் கேட்டுச்சு ஆன பாக்க முடியல, தொறத்திட்டுப் போனப்போ நிமிசத்துல ஓடிடுச்சுன்னு...”

“ஆமா... அதுக்கும் இதுக்கும் என்ன சம்பந்தம்...?”

“இருக்கு.... அவய்ங்க குடிசைக்குப் பின்னாலயே ஒரு பள்ளம் இருக்கு, அது நம்ம பொடவுக்கும் கொடுவிலார்பட்டிக்குமான மையமான எடம்.... இவய்ங்க எல்லாம் புலிய முன்னால் தேடின நேரத்துல அது குடிசைக்குப் பின்னால குதிச்சு தப்பிச்சிருக்கு... ஆக வரும் போது ஒரு வழியாவும் போகும் போது ஒரு வழியாவும் போற அளவுக்கு அதுக்கு கள்ளத்தனமும் தெளிவும் இருக்குன்னுதான அர்த்தம்..”

வாசி எளிதில் அந்தப் புலியை வீழ்த்திவிடலாமென நினைத்தான். ஆனால் அது ஒரே இடத்தில் பதுங்கிக் கொண்டிருக்கும் புலியல்ல.. ஒரு வளையத்துக்குள் கொண்டு வருவது அத்தனை சுலபமான காரியமும் அல்ல என்பதை வாசியிடம் சொன்ன தங்கப்பன் மறுநள் இரவு வேட்டைக்கான நேரம் சொன்னான். தங்கப்பனின் அறிவைப் பார்த்து வாசி வியந்து போனான், ஒருநாள் பகலுக்குள் இந்த மனிதன் எப்படி இவ்வளவு நுணுக்கமாக இவ்வளவையும் கண்டு கொண்டான்.

தங்கப்பனின் குடிசை வரை அவனோடு பேசிக்கொண்டு வந்த வாசியை தனக்கு இணையான ஒரு தேர்ந்த வேட்டைக்காரனாய்ப் பார்த்த தங்கப்பன் இத்தனை வருடத்தில் அவனோடு இவ்வளவு பேசுவது இதுதான் முதல்முறை என நினைத்து சந்தோசப்பட்டான்.. அவர்கள் இருவரும் வருவதற்காக காத்திருந்த செல்லாயிக்கு இரண்டு பேரையும் ஒன்றாகப் பார்க்க சந்தோசமாய் இருந்தது. கட்டி வைக்கப்பட்டிருந்த இருட்டில் இவர்களைப் பார்த்து விடாமல் குரைக்க மாரி ஓடிவந்து அமட்டி அமைதிப்படுத்தினாள். இடுப்பில் பிள்ளையைத் தூக்கிக் கொண்டு

“அய்யாவப் பாரு... அய்யா அய்யான்னு கூப்பிடு...”

என தங்கப்பனைக் காட்டி சொல்லிக் கொண்டிருந்தாள். தங்கப்பனுக்கு அந்த நாள் நிறைவானதாய் இருந்தது. இரண்டு பேரும் குடிசைக்கு முன்னால் உட்கார மாரி இரண்டு கலயங்களில் சுடு கஞ்சியைக் குடுத்தாள். நீண்ட நாட்களுக்குப் பிறகு அவள் கையால் கஞ்சி குடிப்பது வாசிக்கு பரவசமாய் இருந்தது. தங்கப்பன் கொஞ்சமாகவே கஞ்சியைக் குடித்தான். வாசியை அன்று இரவு அங்கயே தங்க வைத்துக் கொள்ள வேண்டுமென்கிற ஆசை அவனுக்குள் கேட்கத் தயக்கமாய் இருந்தது. மாரியை தனியாகக் கூப்பிட்டுக் கேட்கச் சொல்ல, அவள் ஆச்சர்யத்தோடு தங்கப்பனைப் பார்த்துவிட்டு வாசியிடம் வந்தாள்.

“தங்கம்... இன்னைக்கு ரவைக்கு ஆத்தாகூடயே இரேன்... இதுவும் உன் வீடுதான....”

வாசிக்கு குடித்த கஞ்சி தொண்டையில் சிக்கியது போலிருக்க தயக்கத்தோடு அவளைப் பார்த்தான்.

“இல்லத்தா குயிலு காத்துக்கிருப்பா... நான் போகாட்டி கஞ்சியும்

குடிக்க மாட்டா..."

மாரி அவன் அப்போதே பாதி சம்மதித்து விட்டான் என்பதைப் புரிந்து கொண்டு சிரித்தாள்.

"அதப்பத்தி நீ ஒன்னும் நெனைக்காத... நீ கஞ்சியக் குடிச்சிட்டே இரு... நான் இப்பிடி எறங்கி நடந்தேன்னா செத்த வடத்துல போயி பிள்ளையக் கூட்டிட்டு வந்துருவேன்..."

வாசி சரி எனச் சொல்வதா வேண்டாமாவென்று தயக்கத்தோடு தலையாட்டினான். அதற்கு மேல் ஒரு நொடி கூட அவள் தாமதிக்கவில்லை. வேக வேகமாய் பளியக்குடி நோக்கி இறங்கி ஓடினாள். துப்பாக்கியை வாசி மரியாதையோடு தொடுவதையும் அதை ஒரு பொக்கிஷம் போல் பார்த்துக் கொள்வதையும் அன்று முழுக்க பார்த்திருந்த தங்கப்பன் தான் சரியான ஆளிடம் சரியான பொருளை ஒப்படைத்திருப்பதை நினைத்து மகிழ்ந்தான். கஞ்சியைக் குடித்து முடித்த வாசி குட்டி பளிச்சியைத் தூக்கி வைத்து விளையாட்டுக் காட்டினான். இன்னும் சில நாட்களில் அவனுக்கே இது மாதிரி ஒரு குழந்தை வந்துவிடுவாள் என்பதை நினைக்கும்போது மனம் பூரித்தது.

மாரி கிளம்பிப் போன வேகத்திலேயே குயிலம்மாளைக் கூட்டிக் கொண்டு வந்தாள். இவள் போய்க் கூப்பிட்டதும் மறுப்பேதும் சொல்லாமல் அவள் ஓடி வந்தாள். ஆறாவது மாதமென்பதால் கொஞ்சம் கவனமாக அவளைப் பார்த்துக் கொள்ள வேண்டியிருந்தது. தங்கப்பனின் குடிசை முன்னெப்போதும் இல்லாத ஒரு சந்தோசத்தை அந்த இரவு கண்டிருந்தது. முதல் தடவை வந்தபோது ஒரு மிருகத்தைப் பார்ப்பது போல் பார்த்த தங்கப்பனை இந்தமுறை பாசத்தோடு பார்த்தாள் குயிலம்மா. அவனும் இவளை ஒரு குழந்தையாகவே பார்த்தான். குடிசைக்கு வெளியே வெளிச்சம் அடங்க செல்லாயி பாப்பாவைத் தூக்கிக் கொண்டு குடிசைக்குள் போனாள். தங்கப்பன் எழுந்து கொண்டு

"போய்த் தூங்குய்யா... நாளைக்கு ராத்திரி முழிக்கனும்... விடிகாலைல அன்சாரிய வரச் சொல்லிடறேன்... செய்ய வேண்டியத எல்லாம் அவன் பாத்துக்குவான்..." செல்லாயிக்குப் பின்னாலேயே தங்கப்பனும் குடிசைக்குள் போனான். மாரி கைத்தாங்கலாக குயிலம்மாளைக் கூட்டிக் கொண்டு சகாயராணி இருந்த குடிசைக்குள் படுக்க வைத்தாள். வாசியும் அவளுக்குப் பக்கத்தில் போய் படுத்துக் கொள்ள, தன் குடிசையில் எரிந்த பெட்ரோமாக்ஸ் விளக்கை அணைத்துவிட்டு மாரியும் வாசி படுத்திருந்த குடிசைக்கு வெளியிலேயே படுத்துக் கொண்டாள். அவள் மனம் முழுக்க சந்தோசம் நிறைந்து வழிந்தது.

நள்ளிரவுக்கு மேல் குயிலம்மாள் குளிரில் நடுங்கும் முனகல்களும்

வாசி அந்தக் குளிரை தணிக்க அவளோடு முயங்குவதுமாய் குடிசைக்குள்ளிருந்து சத்தம் வர தூக்கம் களைந்து மாரி முழித்துப் பார்த்தாள். வாசியை ஒரு தேர்ந்த காட்டாளனாய் தனக்குள் ஓட விட்டிருந்தவள் தனதுடலின் வேதனை எதையும் காட்டிக் கொள்ளாதபடி கண் மூடி ரசித்தாள். வாசிக்கு அது அலுக்கவில்லை. அந்த இரவு முழுக்கவும் அவள் உடலோடு பின்னிக் கிடக்கும் தவிப்பு. விடாமல் முயங்கிக் கொண்டிருந்தான். ஆனாலும் அவளுக்கு எதுவும் ஆகிவிடக்கூடாதென்கிற கவனமிருந்தது அவனிடம். மாரி அந்த மங்கலான இருளில் அவர்களை நிர்வாணமாய்ப் பார்க்க முடியாமல் எழுந்து தன் குடிசைக்குள் போனாள். தண்ணீரைக் குடித்து விட்டு படுத்துக் கொண்டவளின் கண்கள் அயர்ந்து உறங்க நீண்ட நேரமாகின. பின்னிரவிற்கு மேல் அவளின் கம்பளிக்குள் முயல் குட்டிபோல் ஒரு உருவம் நுழைந்து அவளை அணைத்துக் கொண்டு பக்கத்தில் படுத்தபோது அவளுக்குக் கொஞ்சமாய் தூக்கம் கலைந்தது. கண் திறந்து பார்த்தாள். வாசி தாயைத் தேடிவந்த குழந்தையென அவள் வயிற்றில் படுத்து உறங்கிப் போனான். அவன் எல்லாவற்றுக்கும்ளீ மேலாக தன் பிள்ளையே என்கிற பூரிப்பில் அவள் அதற்குப்பின் உறங்கவே இல்லை.

கொடுவிலார்பட்டி எல்லையை ஒட்டி வரும் ஆறறோரமாய் காணிக்காரர்களின் குடிசைகளுக்குக் கொஞ்சம் தள்ளி யாருக்கும் சந்தேகம் வராதபடி ஒரு முதிர்ந்த வேங்கை மரத்தில் அன்சாரி பரண் அடித்திருந்தான். முன்பு போட்டதை விடவும் கொஞ்சம் உயரமான பரண்... வேட்டைக்குத் தேவையான எல்லா ஏற்பாடுகளையும் அவனது முன் அனுபவம் செய்து வைத்திருந்தது. வாசியும், தங்கப்பனும் பகலில் அந்தப் பகுதி முழுக்கச் சுற்றி இன்னொரு முறை புலியின் இருப்பை உறுதிப்படுத்திக் கொண்டனர். பிற்பகலுக்கு மேல் ஆற்றை ஒட்டியிருந்த பள்ளத்தில் கட மான் கத்தும் சத்தம் கேட்டது. அந்த சத்தம் கேட்டதும் தங்கப்பன் சிரித்தான்.

“எதுக்கு சிரிக்கிறிய...”

தங்கப்பன் அவன் வாயில் கை வைத்து

“கொஞ்சம் பொறு...” என சொல்லிவிட்டு கண்களை கவனமாக சுழலவிட்டான். அவன் தேடிய தடயம் இன்னும் கிடைக்கவில்லை. வாசியும் அதைப் பார்த்துவிடத் தவித்துக் கிடந்தான். புலி எப்போதாவது கட மானைப்போலவே குரல் எழுப்பும். இப்படிச் செய்வதன் மூலம் அதனை அருகில் வரச் செய்து மறைந்திருந்து தாக்குவதே அதன் நோக்கம். இப்படி நேர்வது அபூர்வம். மான்கள் ஏராளமாகவுள்ள காடுகளில் தான் இதைக் கேட்கமுடியும். இந்தப் பள்ளத்தில் மான்கள் அதிகம் என்பது தங்கப்பனுக்குத் தெரியும், ஆனால் இந்த வேளையில் இது மாதிரியான சந்தேகத்தோடு ஒரு ஒலியை

மான்கள் எழுப்புவதில்லை. புலிகளும் சிறுத்தைகளும் இருப்பதிலேயே மிகவும் சந்தேகப்படும் விலங்குகள். தங்கப்பன் மரங்களுக்குள் தேடி இறுதியாக ஒரு மேட்டில் மஞ்சள் நிறத்தில் அசைவைப் பார்த்ததும்,

"அந்த மேட்டப் பாருய்யா..." வாசியின் தலையைத் திருப்பி தூரத்திலிருந்த மேட்டைக் காட்டினான். வாசி கவனமாகப் பார்த்தான். அந்த உடலை அவனால் மிகச் சரியாக நினைவுபடுத்திக் கொள்ள முடிந்தது. அவன் பார்வையை விலக்காமல் அப்படியே நிற்க தங்கப்பன் வலுக்கட்டாயமாக அவனை இழுத்துக் கொண்டு வந்தான். "நாம இருக்கறத புலியும் பாத்துடுச்சு... இதுக்கு மேல இங்கனக்குள்ள நம்ம சுத்தினம்னா அதுக்கு சந்தேகம் வந்துரும்.... இருட்டுற வரைக்கும் பொறுமையா இரு...." இரண்டு பேரும் அங்கிருந்து கிளம்பி கொடுவிலார்பட்டிக்குள் இறங்கினார்கள்.

இருட்டுவதற்கு முன்பாகவே தங்கப்பனும் வாசியும் பரணுக்கு வந்து சேர்ந்துவிட்டார்கள். காணிக்காரரர்களிடம் மிஞ்சியிருந்த ஒரு சில நாய்கள் குரைத்து வேட்டையைக் குலைத்துவிடக்கூடாது என்பதற்காகவே அவர்களை அன்று ஒருநாள் மட்டும் கொடுவிலார்பட்டி பள்ளிக்கூடத்தில் போய் அவற்றைக் கட்டிவைக்கச் சொல்லிவிட்டான் தங்கப்பன். அவனது துப்பாக்கி வாசியிடமிருக்க, தங்கப்பன் ஃப்ளாஷ் லைட்டையும், கத்தி, நீண்டக் கம்பு எல்லாற்றையும் எடுத்துக் கொண்டு பரணில் ஏறினான். போதுமானளவு வாசியிடம் தோட்டக்களிருந்தன. இதற்கு முன்பு வேட்டைக்குப் போன போதெல்லாம் இருந்த பதட்டங்கள் இல்லாமல் வாசி இயல்பாக இருந்தான். அவனது கண்கள் புலியை எதிர்கொள்வதற்கானக் காத்திருப்பில் அமைதியாய் இருந்தன. பரணுக்குக் கீழ் இந்த முறை கொழுத்த மாட்டைக் கட்டியிருந்தார்கள். அன்சாரி தனது கிடையிலிருந்த மாட்டைத்தான் கொண்டு வந்து கட்டினான். வாசிக்கு இதுதான் முதல் பெரும் வேட்டை. அந்த சந்தோசத்திற்கு ஒரு மாட்டைக் கொடுப்பது ஒன்றும் பெரிய விசயமில்லை அன்சாரிக்கு.

"பதட்டப்படாம இரு... புலி நம்ம எடத்துக்கு வர்ற வரைக்கும் பொறுமையா இருக்கனும். சின்ன சந்தேகம் வந்தாக்கூட இனி இந்தப் பக்கமே வராது..."

தங்கப்பன் சொல்லிக் கொண்டிருந்த எல்லா யோசனைகளையும் மறுப்பேதும் இன்றி வாசி கேட்டுக் கொண்டான். இருள் முழுமையாய் அந்தப் பகுதியை மூடியிருக்க ஆற்றில் மழைக்கு பெருகிய வெள்ளம் கரை புரண்டு ஓடும் சத்தம் மட்டும் இடைவிடாது கேட்டுக் கொண்டிருந்தது. இதனாலேயே தூரத்தில் வரும் விலங்குகளின் அரவத்தை அவர்களால் துல்லியமாகக் கேட்கமுடியவில்லை. ஒரு சமயம் இது தப்பான இடமோ என்னும் சந்தேகம்கூட வாசிக்கு வந்தது. இந்த சத்தத்தில் எப்படி மிருகங்கள் வருவதைக் கண்டு

கொள்ள முடியுமென்பது அவனுக்குப் புரியவில்லை. தங்கப்பனின் அனுபவம் மட்டுந்தான் மொத்த நம்பிக்கையாய் இருந்தது. தங்கப்பன் அவ்வப்போது ஃப்ளாஷ் லைட் அடித்து நான்கு திசைகளிலும் அதன் எல்லை வரைப் பார்த்துக் கொண்டான்.

"ஏதாச்சும் திங்கிறாயா வாசி.." தங்கப்பன் கொஞ்சமாய் வறுத்த மாட்டிறைச்சியை மட்டும் ஒரு இலையில் எடுத்து இவனிடம் நீட்டினான். வேண்டாமென சொல்லிவிட்டு வாசி எழுந்து நின்று கொண்டான். மாடு எந்த சலனமுமில்லாமல் அமைதியாய் இருந்தது. அவர்களிருந்த இடத்திற்கு வெகு அருகில் இதற்கு முன் மனிதர்களின் நடமாட்டத்தைப் பார்த்திருந்ததால் அந்த இடத்தில் மாட்டிற்கு சந்தேகப்பட எதுவுமில்லை. சாவதானமாய் புல்லை மேய்ந்து கொண்டிருந்த மாட்டிடமிருந்து வினோதமான ஒரு அலறலைக் கேட்டதும் வாசியும் தங்கப்பனும் உசார் ஆனார்கள். வாசி துப்பாக்கியைத் தயாராக வைத்துக் கொண்டான். தங்கப்பன் தின்று கொண்டிருந்த இறைச்சியைத் தங்கப்ரீபன் அப்படியே வைத்துவிட்டு ஃப்ளாஷ் லைட்டை தயாராக எடுத்துக் கொண்டு எழுந்து வாசிக்குப் பக்கத்தில் நின்றான். மாடு அலறும் சத்தம் முன்னைவிடவும் கோரமாய் கேட்க புலி அவர்களை நெருங்கி வந்து கொண்டிருப்பது புரிந்தது. அலறல் பெரும் ஓலமாய் மாறிய நொடியில் மாட்டின் மீது வெறி கொண்டு புலி பாயந்திருந்தது. தங்கப்பன் அவசரமாக மாடிருந்த பக்கமாய் ஃப்ளாஷ் லைட்டை அடிக்கப் போனான். அவன் கையைப் பிடித்து நிறுத்திய வாசி நிலா வெளிச்சத்தில் மாட்டை முழுமையாக ஆக்கிரமித்துக் கொண்டிருக்கும் புலியைப் பார்த்தான். மாட்டின் வயிறு, முதுகு என மொத்தமாய் தன் கட்டுப்பாட்டிற்குள் கொண்டுவந்துவிட்ட புலி நீண்ட நேரம் அதைப் போராட அனுமதிக்கவில்லை. இதற்கு மேல் தன்னை எதிர்த்து அந்த மாடு எதுவும் செய்யாது என்பது உறுதியானதும் நிதானமாக அதன் உடலைக் கிழித்துத் தின்னத் துவங்கியது. வாசி இப்பொழுது மாட்டின் மேல் ஃப்ளாஷ் லைட்டை அடிக்கச் சொன்னான். வெளிச்சத்தைக் கண்டு அஞ்சி ஒளிந்து கொள்ள முயன்ற புலியை வாசி எந்தச் சிரமமும் இல்லாமல் சுட்டான். மாட்டை விட்டு தவ்விக் குதிக்க முயன்ற புலியின் உடலில் வரிசையாக மூன்று குண்டுகள் பட அது அப்படியே சுருண்டு விழுந்தது. தங்கப்பனுக்கு வியப்பாய் இருந்தது. பதட்டமே இல்லாமல் எத்தனை லாவகமாய் வேட்டையாடியிருக்கிறான் வாசி. தங்கப்பன் பரணிலிருந்த நீண்ட பிரம்பை எடுத்து அதில் கத்தியைக் கட்டினான். பல விலங்குகளைக் குத்திய கத்தி. இறுக்கமாக கட்டி முடித்தபின் லைட்டை வாசியிடம் கொடுத்துவிட்டு கீழே இறங்கினான். அவனோடு வாசியும் இறங்கத் தயாராக அவனைத் தங்கப்பன் தடுத்து நிறுத்தினான்.

"நான் சொல்ற வரைக்கும் கீழ இறங்காத.... ஏதாச்சும் ஒரு அவசரம்னா

இங்க இருந்து சுடறதுக்கு வசதியா இருக்கும்... பக்கத்துலயே நரியோ, கரடியோ இருக்கலாம்... கவனமா இரு..." பரணில் தொங்கிய கயிற்றைப் பிடித்து இறங்கிய தங்கப்பன் மாட்டை நெருங்கும் வரை வாசி அதன் மேல் லைட்டை அடித்துக் கொண்டிருந்தான். புலியிடமிருந்து சில அடிகள் தள்ளி பிரம்புக் கத்தியில் முதல் சிலமுறை தங்கப்பன் குத்திப் பார்த்தான். அதனிடம் எந்த எதிர்வினையும் இல்லை. இன்னும் சில அடிகள் நெருங்கி அதன் கழுத்தில் கத்தியை சொருகக் கொண்டு போனபோது மூடிக் கிடந்த புலியின் கண்கள் சடாரென திறந்து கொண்டன.... மாட்டின் இறைச்சியோடும், குருதியோடும் பிணைந்து படுத்துக் கிடந்த புலியின் மேல் உண்மையில் வாசியின் ஒரு தோட்டாகூட பட்டிருக்கவில்லை. தங்கப்பனுக்கு இப்போதுதான் விசயம் தெரிந்தது. இது அவ்வளவும் வாசியின் சூது என்பது புரிய தான் இத்தனை தாமதமாக ஏமாற்றப்பட்டதற்காக வெட்கப்பட்டான். கையிலிருக்கும் கத்தி அவனைக் காப்பாற்றிக் கொள்ள போதுமானதல்ல. அவ்வளவு நேரமும் லைட்டை அடித்துக் கொண்டிருந்த வாசி நிதானமாக அதனை அணைத்தான். பல மாதங்களாய் தங்கப்பன் மீதான வன்மத்தோடு காத்துக் கொண்டிருந்த புலி அவன் மேல் பாய்ந்த போது இறந்து போன தாய்ப்புலியின் கண்களில் இருந்த கெஞ்சலை தங்கப்பன் இன்னொரு முறை நினைத்துப் பார்த்துக் கொண்டான். புலி தன்னை வேட்டையாட முழுமையாக அனுமதித்தவனுக்கு தனக்கு கௌரவமான ஒரு சாவைத் தரவே வாசி இதைச் செய்திருக்கிறான் என சந்தோசப்பட்டான். வாசி புலியின் மீது இப்போது ஃப்ளாஷ் லைட்டை அடித்தான். அது கொஞ்சம் கூட பயப்படவில்லை. தங்கப்பனின் உடலும் மாட்டின் உடலும் பிரித்துப் பார்க்கமுடியாதபடி ரத்தம் சதையுமாய் கலந்து போயிருந்தன. பரணுக்குக் கீழ் நின்று புலி வாசியையே பார்த்தது. லைட்டை அமத்தியவன் நிலா வெளிச்சத்தில் தலையைக் குனிந்து புலியைப் பார்த்தான். அதன் கண்கள் நீண்ட நாட்களுக்குப் பிறகு சாந்தமாகியிருந்தன. சத்தமாக ஒரு முறை உறுமிவிட்டு தான் வந்த பள்ளத்தை நோக்கி வேகமாக ஓடி மறைந்தது.கையிலிருந்த துப்பாக்கியை வீசி ஆற்றில் எறிந்த வாசி பரணிலிருந்து இறங்கி முழுமையானதொரு பளியனாய் குடியை நோக்கி நடந்தான்.

லஷ்மி சரவணகுமார்

மதுரை திருமங்கலத்தைச் சேர்ந்தவர். கடந்த பத்து வருடங்களுக்கும் மேலாக சென்னைவாசி.

சிறுகதைகள் நாவல்கள் கவிதைகள் என வெவ்வேறு தளங்களில் தொடர்ந்து இயங்கி வருபவர். சாகித்ய அகதெமியின் யுவபுரஸ்கார் விருது, சிறந்த நாவலுக்கான சுஜாதா விருது, ஆனந்த விகடன் விருது, இலக்கிய சிந்தனை விருது, பா.சிங்காரம் நினைவு விருது என ஏராளமான விருதுகள் இவரது வெவ்வேறு படைப்புகளுக்கு வழங்கப்பட்டுள்ளன.

ஊர் சுற்றுவதை பிரதான வேலையாகக் கொண்ட இவர் சில திரைப்படங்களின் திரைக்கதையாசிரியராக பணியாற்றி வருகிறார். இவர் இயக்கிய மயானத் தங்கம் என்னும் குறும்படம் நைரோபியில் நடந்த ஸ்லம் ஃபிலிம் பெஸ்டிவலில் சிறப்பான கவனத்தை பெற்றதோடு லண்டன் திரைப்பட விழாவிலும் கவனம் பெற்றது. தனது முதல் படம் இயக்குவதற்கான வேலைகளில் தற்போது மும்முரமாக உள்ளார்.

பிற நூல்கள்

சிறுகதைகள்

நீலநதி
யாக்கை
வசுந்தரா என்னும் நீலவர்ணப் பறவை
மச்சம்
மயான காண்டம்
மஹ்ராஜின் மைதானம்
யானை (தேர்ந்தெடுத்தக் கதைகள்)
லஷ்மி சரவணகுமார் கதைகள் (2007-2017)

நாவல்கள்
உப்பு நாய்கள்
கானகன்
நீலப்படம்
கொமோரா
கவிதைகள்
மோக்லியைத் தொலைத்த சிறுத்தை

கட்டுரைகள்
தை எழுச்சி சில சாட்சியங்கள் (தொகுப்பாசிரியர்)
சொற்களைத் தவிர வேறு துணையில்லை.

www.ingramcontent.com/pod-product-compliance
Lightning Source LLC
LaVergne TN
LVHW101416051026
849519LV00005BC/1782